சிறையில் ஒளிரும்
நட்சத்திரங்கள்

சிறையில் ஒளிரும் நட்சத்திரங்கள்

மதுரை நம்பி

டிஸ்கவரி பப்ளிகேஷன்ஸ்
எண்: 9, பிளாட் எண்: 1080A, ரோஹிணி பிளாட்ஸ்
முனுசாமி சாலை, கே.கே.நகர் மேற்கு,
சென்னை – 600 078. பேச: 99404 46650

வெளியீட்டு எண்: 0061

சிறையில் ஒளிரும் நட்சத்திரங்கள், மதுரை நம்பி© · SIRAIYIL OLIRUM NATCHATHIRANGAL. Author: Madurai Nambi© Edition: 1st Jan - 2022, 2nd Nov 2024, ISBN: 978-93-91994-38-9. Pages: 312 **Rs. 350**

Publisher • *Sales Rights*

Discovery Publications	**Discovery Book Palace (P) Ltd**
No. 9, Plot,1080A, Rohini Flats, Munusamy Salai, K.K.Nagar West, Chennai - 600 078. Mobile: +91 99404 46650	No. 6, Mahaveer Complex, Munusamy Salai, K.K.Nagar West, Chennai-600 078. Mobile: +91 87545 07070

discoverybookpalace@gmail.com
W W W . D I S C O V E R Y B O O K P A L A C E . C O M

இந்த நூலில் பிரசுரமாகியுள்ள எந்த ஒரு பகுதியையும் பதிப்பாளரின் எழுத்துபூர்வமான முன்அனுமதி பெறாமல் எடுத்தாள்வதோ, மறுபிரசுரம் செய்வதோ, மொழியாக்கம் செய்வதோ, அச்சு மற்றும் மின்னணு ஊடகங்களில் மறுபதிப்புச் செய்வதோ, காப்புரிமைச் சட்டப்படி தடை செய்யப்பட்டுள்ளது. இந்த நூலிலிருந்து குறிப்பிட்ட பகுதிகளை மேற்கோள்காட்டி புத்தக விமர்சனம் செய்ய, ஊடகங்களுக்கு மட்டும் அனுமதி உண்டு.

QR Scan செய்து
இணையவழி நூல்களை வாங்கலாம்

சமர்ப்பணம்

இலக்கிய வாசிப்பை எனக்கு அறிமுகம் செய்த எனது மூத்த சகோதரி திருமதி லலிதாவுக்கும்,

எழுத்தார்வத்தைத் தூண்டி என்னை எழுதச் செய்த எனது இளைய தோழர் ஆர்.பிரபாகருக்கும்.

என்னுரை

நான் சிறைத்துறையில் பணியில் சேர்வதற்கு சில ஆண்டுகளுக்கு முன்பே, சிறைச்சாலைகள் எனது மனதில் ஒரு பெரிய தாக்கத்தை ஏற்படுத்தியிருந்தன. மதுரை மத்திய சிறை அமைந்துள்ள அதே சாலையில் உள்ள மாநகராட்சி மேல்நிலைப் பள்ளியில், பள்ளி இறுதியாண்டு படித்துவந்த போது சிவப்புச் சட்டையும், சிவப்புக் கால்ச்சட்டையும் அணிந்த கைதிகள், மாட்டு வண்டிகளில் அரசரடி பகுதியிலிருந்த நீரேற்று நிலையத்தில் இருந்து பெரிய பெரிய ட்ரம்களில் தண்ணீரை நிரப்பி இழுத்துக்கொண்டுச் செல்வதைப் பார்த்திருக்கிறேன்.

சில ஆண்டுகள் கழித்து, கம்யூனிஸ்ட் இயக்கத்தின் ஒப்பற்ற தலைவர் தோழர் ஏ.கே.கோபாலன் எழுதிய 'நான் என்றும் மக்கள் ஊழியனே' என்ற புத்தகம் எனக்கு வாசிக்கக் கிடைத்தது. அதில் முழுக்க முழுக்க சிறைப் போராட்டங்கள் குறித்து நிறைய எழுதியிருப்பார். அதிலும், குறிப்பாக சுதந்திரப் போராட்டக் காலத்தில் வேலூர் சிறையில் சிறைச் சுவரை உடைத்துத் தப்பித்தச் சம்பவமும், கடலூர் சிறையில் அவரையும், அவருடன் இருந்த தமிழக கம்யூனிஸ்ட் இயக்கத்தின் முக்கியத் தலைவராக இருந்த தோழர் எம்.ஆர்.வெங்கட்ராமனையும் சுட்டுக் கொல்ல முற்பட்டபோது தெலுங்கானா போராளித் தோழர்கள் ஆறு பேர், தலைவர்களைக் காப்பாற்ற தங்கள் உயிரைக் கொடுத்த சம்பவமும் என்னைப் பெரிய அளவில் பாதித்திருந்தது. தீக்கதிர் நாளிதழ் சார்பாக வெளியிடப்பட்ட 'தோழர் ஏ.பாலசுப்பிரமணி நினைவு மலரும்', 'தோழர் எம்.ஆர். வெங்கட்ராமன் நினைவு மலரும்' மேலும் என்னை எழுச்சிக் கொள்ளச் செய்தது. சுதந்திரத்திற்கு முன்பும், பின்பும் சிறையில் அவர்கள் நடத்தியப் போராட்டங்கள் குறித்து அவர்களுடைய சக தோழர்கள் எழுதிய கட்டுரைகளும் எனக்குள் பெரிய தாக்கத்தை ஏற்படுத்தியிருந்தன.

சிறையில் உண்ணாவிரதம் இருந்து உயிர் நீத்த முதல் பெண் தியாகி அன்னை லட்சுமியின் தியாகம் குறித்தும், சுதந்திரத்துக்குப் பிறகு கம்யூனிஸ்ட் கட்சி தடை செய்யப்பட்டக் காலத்தில், சேலம் சிறையில் 22 கம்யூனிஸ்டுகள் சுட்டுக்கொல்லப்பட்ட வரலாறு குறித்தும் படித்தபோது கம்யூனிஸ்டுகள் மேல் எனக்கு மிகப்பெரிய மரியாதை ஏற்பட்டது.

போதாக்குறைக்கு, நாங்கள் புதிதாகக் குடிபோன மதுரை பெத்தானியாபுரம் பகுதியில்தான் தூக்குமேடை தியாகி பாலுவின் சக தோழரும், அதே வழக்கில் ஆயுள்தண்டனை பெற்று, தண்டனை கழித்து விடுதலையான தோழர் மொட்டையனும் இருந்தார்.

அவர் தோழர் பாலு பற்றியும், அவருடைய ஆயுள்தண்டனை அனுபவங்கள் பற்றியும் மூத்தத் தோழர்களிடம் அவர் பேசுவதை நான் கேட்டிருக்கிறேன்.

அதே காலகட்டத்தில், இலங்கை இனக்கலவரத்தின் போது வெளிக்கடை சிறைச்சாலையில் கைதிகளாக இருந்த குட்டிமணி, ஜெகன், தங்கத்துரை போன்ற போராளிகளின் கண்கள் பிடுங்கப்பட்டு கோரமாக கொலை செய்யப்பட்ட செய்திகளும் வந்துகொண்டிருந்தன.

பகத்சிங் வாழ்க்கை பற்றிய புத்தகங்களும், சி.ஏ.பாலனின் 'தூக்குமர நிழலில்' என்ற புத்தகமும், ஜூலியஸ் பூசிக்கின் 'தூக்கு மேடைக் குறிப்புகள்' ராண்டார் கை எழுதிய 'பட்டாம்பூச்சி', கே.பாலதண்டாயுதம் எழுதிய 'ஆயுள்தண்டனை அனுபவங்கள்' நிரஞ்சனா எழுதிய 'நினைவுகள் அழிவதில்லை' போன்ற புத்தகங்களும் சிறைச்சாலைகள் பற்றிய சித்திரங்களை மனதில் வரைந்து இருந்தன.

'தி கிரேட் எஸ்கேப்', 'பாப்பிலோன்' போன்ற ஹாலிவுட் திரைப்படங்களும், அதே படங்களில் நடித்திருந்த 'ஸ்டீவ் மாக்யூன்' என்ற நடிகர் நடித்திருந்த 'சிறையிலிருந்து தப்பிக்கும்' திரைப்படங்களும் (அவர் அதுபோன்ற படங்களில் மட்டுமே நடித்தவர்) எனக்குள் சிறை குறித்த பிம்பங்களை உருவாக்கியிருந்தன.

தோழர் தியாகு, சிறையில் இருந்தவாறே மாமேதை மார்க்ஸின் மூலதனம் நூலை தமிழில் மொழிபெயர்த்து வருகிறார் என்ற செய்தியும், அவர் பரோலில் வெளியில் வந்து, திருமணம் செய்து, அவரது மனைவியுடன் எங்கள் பகுதிக்கு வந்து உரையாற்றியதும் என்னைப் பெரிதும் ஆட்கொள்ளச் செய்தன. அப்போதெல்லாம் நான்

சிறைத்துறைப் பணிக்குச் செல்வேன் என்பதை நினைத்துக்கூடப் பார்க்கவில்லை.

நான் சிறைத்துறையில் பணியில் சேர்ந்த பிறகு, வேலூர் காவலர் பயிற்சிப் பள்ளியில் இருந்தபோது, வேலூர் மத்திய சிறை வளாகத்தில் ஆறடி உயர நிலைக்கண்ணாடி ஒன்று இருந்தது. இன்றும் அது இருக்கிறது. அந்தக் கண்ணாடியில் 'அன்பளிப்பு வழங்கியவர்: சிறைத்துறை டிஐஜி திரு. E.P.T.தாமஸ், ஆண்டு 1953' என்று குறிப்பிடப்பட்டிருந்தது. கண்ணாடியைப் பார்த்து சீருடையை சரிசெய்துவிட்டு, எழுதப்பட்ட அந்த வாசகத்தை மற்ற காவலர்கள் கண்டுகொள்ளாமல் கடந்து சென்றுகொண்டிருந்தனர். என்னால் அப்படிச் செல்ல முடியவில்லை. ஏனென்றால் அந்த டிஐஜி தாமஸ்தான் சூப்பிரண்டட்டாக கடலூர் மத்திய சிறையில இருந்தபோது தோழர்கள் ஏ.கே.கோபாலனையும், எம்.ஆர். வெங்கட்ராமனையும் கொலை செய்யும் நோக்கோடு துப்பாக்கிச் சூடு நடத்தி, ஆறு பேரைச் சுட்டுக்கொன்றவர்!

நான் சிறைத்துறையில் பணியில் சேர்ந்த காலம், சிறைகளில் கம்யூனிஸ்டுகளின் போராட்ட அலைகள் ஓயத்துவங்கிய காலமாக இருந்தது. ஆனால், நீண்டகாலமாக ஓங்கி எழுந்த அந்த அலைகளினால் மனித உரிமைகள் ஓரளவு மீட்கப்பட்டிருந்தன.

பணியில் சேர்ந்து ஒரு சில மாதங்களில், ஆசிரியர்கள் போராட்டத்தில் கைதாகியிருந்த ஆசிரியர்களை நேரில் பார்த்து வாழ்த்த வந்திருந்தார் கம்யூனிஸ்டு இயக்கத்தின் மாபெரும் தலைவர்களில் ஒருவரான தோழர் பி.இராமமூர்த்தி. அவர் சுதந்திர இந்தியாவில் முதல் பொதுத் தேர்தலில் மதுரை சிறையில் கைதியாக இருந்தவாறே தேர்தலில் போட்டியிட்டு வென்றவர்.

அதே சிறைக்கு, 58 ஆண்டுகள் கழித்து தோழர் பி.ஆரின் மகளான மூத்த வழக்கறிஞர் ஆர்.வைகை சிறை சீர்திருத்தத்திற்காக உயர்நீதிமன்றத்தால் அமைக்கப்பட்ட ஆணையத்தின் தலைவராக சிறைக்குள் வந்து பார்வையிட்டு அரசுக்கு பல பரிந்துரைகளைச் செய்தார்.

சிறைத்துறையில் காவலர்களின் எட்டு மணி நேர வேலைக்காக குரல் கொடுத்து, செயல்பட்டதற்காக நான் இரண்டு முறை தற்காலிக பணிநீக்கம் செய்யப்பட்டேன். பணியிட மாறுதல், ஊதிய வெட்டு போன்ற தண்டனைகளுக்கும் ஆளாக நேர்ந்தது.

எனது பணிக்காலத்தில் 2 மரணதண்டனைக் கைதிகள் தூக்கிலிடப்பட்டனர். மதுரை கலெக்டராக இருந்தவர் கைதாகி சிறைக்கு வந்ததும், கைதியாக இருந்த ஒரு தலைவர், விடுதலையான சில மாதங்களில் சிறைத்துறைக்கே அமைச்சரான வினோதங்களும் நடந்துள்ளன.

இது போன்ற சிறைச் செய்திகளையும், தகவல்களையும் நான் எனது நண்பர்களிடமும் தோழர்களிடம் அடிக்கடி சொல்வது உண்டு. அப்போது அதை யாரும் அவ்வளவு ஆர்வமாகக் கேட்கவில்லை. சில ஆண்டுகள் கழித்து இலக்கியவாதிகளுடனான தொடர்பு கிடைத்த பிறகு, அவர்களிடம் சிறைத் தகவல்களைச் சொல்லும்போது மிக ஆர்வமாகக் கேட்டனர். மேலும் மேலும் என்னை அது குறித்து பேசச் சொல்லி அவர்கள் உற்சாகப்படுத்தினர். அதில் மிக முக்கியமானவர் இலக்கிய மேடைகளில் பேச்சாளராக மின்னி, பின்பு திரைத்துறைக்குப் போன ஆர்.பிரபாகர் ஆவார்.

30 ஆண்டுகளுக்கு முன்பு, ஒரு மாலைநேரத்தில், பிரபாகர் நடத்திவந்த டியூஷன் சென்டருக்கு ஜோல்னா பையுடன் வந்த எழுத்தாளர் கோணங்கியுடன் உரையாடும் வாய்ப்பு கிடைத்தது. அதிகாலை 04.30 மணிவரை பேசிக்கொண்டிருந்தோம்.

கிளி, மைனாக்களை வளர்த்த ஆயுள்தண்டனைக் கைதி நாகுக்கோனாரைப் பற்றி நான் சொல்லி முடித்த பிறகும், மீண்டும் மீண்டும் அதுபற்றியே பேசிக்கொண்டிருந்தார் கோணங்கி. சில நாட்களுக்குப் பிறகு அவரைப் பார்த்தபோதும் நாகுக்கோனாரைப் பற்றியே பேச்சு இருந்தது.

ஆரம்ப நாட்களில், நண்பர் பிரபாகர் காட்டிய ஆர்வம் சற்றும் குறையாமல் தொடர்ந்தது. நீண்ட நாட்களாக அவர் கொடுத்த ஊக்கமும் உந்துதலுமே இந்த நூல் வருவதற்குப் பெரிதும் காரணமாக அமைந்தது. அவருக்கும், மார்க்ஸிய ஆசான் மூத்த தோழர் எஸ்.ஏ.பெருமாள் அவர்கள் என்னைப் பார்க்கும்போதெல்லாம் "சிறை ஒரு நல்ல களம். நீ பணி செய்த அனுபவங்களை எழுதலாமே" என்று உற்சாகப்படுத்தி வந்தார். அவர் இந்நூலுக்கு அணிந்துரை வழங்கியிருப்பது பெரிய கவுரவமாக நினைக்கிறேன். அவருக்கும்,

கதை எழுதினாலும், எதை எழுதினாலும் மயிலிறகால் மனதை வருடுவதுபோல் எழுதிச்செல்லும் எங்கள் பேரன்பிற்குரிய தோழர்

ச.தமிழ்செல்வன் இந்நூலுக்கு முன்னுரை வழங்கி, அழகு படுத்தி இருக்கிறார். அவருக்கும்,

என்னை உற்சாகப்படுத்தி, ஊக்கம் ஊட்டிய இன்னொரு இலக்கிய ஆளுமை எழுத்தாளர் தோழர். ஜே.ஷாஜகான். அவருக்கும்,

இந்நூல் வருவதற்கும், வடிவம் பெறுவதற்கும் பேருதவி செய்த பன்முகக் கலைஞர் தோழர் ஸ்ரீ ரசா அவர்களுக்கும்,

ஆலோசனைகள் வழங்கி செறிவூட்டிய சொற்போர் வித்தகர், எழுத்தாளர் மதுரை பாலன் அவர்களுக்கும்,

சிறைத்துறையில் உற்சாகமூட்டி, உதவிகள் செய்த இரு இளம் அதிகாரிகளுக்கும்,

இந்நூலை எழுத நினைவூட்டிக்கொண்டே இருந்த திரைப்பட இயக்குனர் திரு.சசி அவர்களுக்கும்,

இந்நூலினை சிறப்பான முறையில், மனமுவந்து வெளியிடும் பதிப்பக உரிமையாளர் உயர்திரு. மு.வேடியப்பன் அவர்களுக்கும் என் பேரன்பும் நெஞ்சார்ந்த நன்றிகளும்...

- மதுரை நம்பி

அணிந்துரை

தோழர் மதுரை நம்பி அவர்களின் இந்த நூலை நான் படித்த போது இது சிறுகதைகளின் தொகுப்பா அல்லது சிறைக்கைதிகளைப் பற்றிய அனுபவங்கள் கொண்ட நாவலா என்ற திகைப்பு ஏற்பட்டது.

பகத்சிங்கின் சிறைவாழ்க்கை, தமிழில் தோழர் சி.ஏ.பாலனின் 'தூக்கு மர நிழலில்' போன்ற நூல்களைப் படித்தவர்கள் சிறைக் கொடுமைகள் பற்றி நன்கு அறிய முடியும். ஆனால் இது, நிறைந்த மனிதாபிமானம் கொண்ட ஒரு சிறை அதிகாரியின் டைரிக் குறிப்புகளாக, மொத்தமாய்ப் பார்த்தால் சிறைக் கைதிகளின் வாழ்க்கை பற்றிய தனித்தனி தொகுப்புகள், ஒரு நாவலைப் போல் விரிகிறது.

ராணுவ அதிகாரி ஒருவரைச் சுட்டுக் கொன்றதாய் ஆயுள் தண்டனை விதிக்கப்பட்டு, சிறையிலிருந்து தப்பிச்சென்று பிடிபடுகிறார் அந்தக் குற்றவாளி மிலிட்டரி செல்வம், பிடிபட்டு மீண்டும் சிறையின் கொட்டடிக்குக் கொண்டு வரப்படுகிறார்

ஆயுள்தண்டனைக் கைதி நாகுக்கோனார், சிறையில் கிளி ஒன்றை வளர்த்து அதற்குப் பேசக் கற்றுக் கொடுப்பதும், அது நீதிமன்றத்தில் பேசுவதும், பின்பு அதன் கழுத்து திருகப்பட்டு நீதிபதியின் மேசையில் கிடப்பதும் வியப்பான காட்சிதான். பதினான்கு ஆண்டுகள் சிறைவாசம் முடிந்து அவர் வெளியே போகும்போது பறவைகளின் வரவேற்புடன் செல்கிறார்.

திருட்டு வழக்கில் சிறைக்கு வரும் திருடன் ஐயப்பன் வெட்டுவது, கொலை செய்வது மோசமானது என்கிறான். திருடுபவன் அகிம்சாவாதி என்றும், வெட்டுபவன் வன்முறையாளன் என்றும் தத்துவம் பேசுகிறான். சிறையிலும் திருடி மாட்டிக்கொள்கிறான். இதுவும் சுவராசியமான கதைதான்.

சிறையில் போராட்டங்கள் மூலம் கம்யூனிஸ்டுகள் வரும் கதைகள் விரிவாக கூறப்பட்டுள்ளது. செங்கொடி மேடைகளில் பாடப்படும் பாடல்கள் சிறையிலும் பாடப்படுவது படைப்பாளியின் கலை இலக்கிய ஆர்வத்தைக் காட்டுகிறது. அக்காட்சிகளின் சுவையை வாசித்தே அனுபவிக்க முடியும். மதுரைச் சிறையில் 'அரசமரம்', 'மாமரம்' குவாரண்டின்களில் நானும் பல மாதங்கள் அரசியல் கைதியாக இருந்தேன். அந்த இரு மரங்களையும் இன்னும் என்னால் மறக்க முடியவில்லை. அங்கு நிகழ்ந்த கலைஞரின் ஆடல் பாடல்களை, நம்பி அழகுற பதிவு செய்துள்ளார்.

கம்யூனிஸ்டுகள் பற்றியும் அவர்களது சிறை வாழ்வு, வெளி வாழ்வு, தனிப்பட்ட தோழர்களின் கதைகள் இதில் பல பக்கங்கள் பெருமைப்பட எழுதப்பட்டுள்ளன. இவை நிச்சயம் கம்யூனிஸ்டுகள் படித்தே தீர வேண்டிய பக்கங்களாகும். அதேபோல் விடுதலைப்புலிகள் மற்றும் அவர்களின் ஆதரவாளர்களும் இருப்பது பல தகவல்களைத் தருகிறது.

முப்பத்தி ஆறு ஆண்டுகள் சிறைத்துறையில் அதிகாரியாக உயர்ந்த தோழர் மதுரை நம்பியின் மனிதாபிமானம், கைதிகளை வேறுபாடுகளின்றி நடத்தியதும் அவருக்கு நற்பெயரைத் தேடித் தந்துள்ளது. மேலும் சுய வரலாற்றை எழுதாமல், கைதிகளின் வரலாற்றை கதைபோல நிஜத்தை எழுதியுள்ளது பாராட்டத்தக்கது. இவருக்குச் சிறுகதைகளும் நாவலும் எழுதுகிற ஆற்றல் உள்ளது அவர் தொடர்ந்து எழுத வேண்டும் என்பது எனது வேண்டுகோள்.

சிறந்த இந்த நூலின் ஆசிரியர் மதுரை நம்பியையும், நூலை வெளியிடும் என் தோழன் வேடியப்பனையும் மனதாரப் பாராட்டுகிறேன்.

பேரன்புடன்,
எஸ்.ஏ.பெருமாள்
மாநில செயற்குழு
த.மு.எ.க.ச.

மதுரை,
20.11.2021.

வேறொரு கோணத்து வாழ்வு

தோழர் மதுரை நம்பியின் இந்நூல் சுயசரிதைத்தன்மை கொண்ட ஒரு வரலாற்று ஆவணமாக நம் கைகளில் கிடைத்துள்ளது. ஒரு நாவலுக்குண்டான உணர்ச்சி வேகமும் காலத்தொடர்ச்சியும் சமூக ஆய்வும் கலந்து ஒரு முழுமையான வாழ்க்கைத் தரிசனத்தை இந்நூல் தருகிறது. 80'களில் சிறைக்காவலராகப் பணியேற்று 2020 வரையான நாற்பது ஆண்டு காலத்தில் அவர் சிறைக்குள் சந்தித்த மனிதர்கள் பலருடைய சுருக்கமான வாழ்க்கைச் சரித்திரங்களால் பல நாவல்களைப் படித்த உணர்வை இந்நூல் தருகிறது.

நாற்பதாண்டு காலத் தமிழ்நாட்டு வரலாறு சில தீற்றல்களால் வரைந்து காட்டப்பட்டது போல, கதை நம்முன் விரிகிறது. விதவிதமான குற்றங்களைச் செய்தவர்களின் வாக்குமூலங்களும் தன் வரலாறுமாகக் கதை பயணிக்கும்போது, நமக்கு அது தொடர்பான வரலாற்றுக்காட்சிகள் கூடவே நினைவுக்கு வந்து வலுச்சேர்க்கிறது.

இவர் பணியில் சேர்ந்த நாளே பரபரப்பான நாளாக அமைகிறது. தப்பி ஓடிய கைதி மிலிட்டரி செல்வத்தைத் தேடிப்பிடித்து, காலை உடைத்து, மீண்டும் சிறைக்குக் கொண்டு வருகிறார்கள். போலீஸ் வண்டியிலிருந்து மிலிட்டரி செல்வத்தை இறக்கும் முகூர்த்தத்தில்தான் இவர் பணிச்சேர்க்கை. உழைத்து வாழப் பிடிக்காமல் திருடித்தான் வாழ்வது என்கிற கொள்கையுடைய அந்தக் கைதி, இவர் பணி ஓய்வு பெறும் காலம் வரை சிறைக்கு வந்துகொண்டேதான் இருக்கிறார். சிறைவாழ்க்கையே பிரதானமாகவும், வெளி உலகைப் பார்க்கச் சிலகாலமும் அவ்வப்போது போய்வருவதுமான ஒரு வாழ்க்கைமுறையை மிலிட்டரி செல்வம்போல பலரும் கொண்டிருப்பதைக் காட்டுகிறார். இதுவே இயல்பென அவர்கள் மனக்கட்டமைப்பு அமைந்திருக்கிறது. எது உள்? எது வெளி? பிறந்த வீட்டுக்குத் திரும்புவதுபோல அவர்கள் சிறைவாழ்க்கைக்குத் திரும்புகிறார்கள்.

நாகுக்கோனார் இருந்த சிறைக்குள், மரங்களில் வாழும் கிளிகள், மைனாக்களுடன்தான் உரையாடுகிறார். அவையும் இவருடன் சிநேகம் கொண்டு உறவாடுகின்றன. கொலைமுயற்சி வழக்கில் குற்றம் சாட்டப்பட்ட அவரின் இந்தப் 'பறவை உறவு' ஆத்மார்த்தமானதாக இருக்கிறது. சிறையிலிருந்து கோர்ட்டுக்கு அவரை அழைத்துச் செல்லும்போது அவரோடு கூடவே கிளியும் பறந்து கோர்ட்டுக்கு வருகிறது. இவர் பேசும்போது அதுவும் கூடவே பேசி, அதனால் கொல்லப்படுகிறது. பறவைகளைக் கொல்லும் சமூகம்தானே நாம்?

14 ஆண்டுகள் கழித்து அவர் விடுதலை பெறுகிறார். அக்காட்சியை நம்பி விவரிக்கும் பகுதி ஒரு கவிதையாக உயிர்த்துடிப்புடன் முடிகிறது.

கம்யூனிஸ்ட் கந்தசாமி 100 ரூபாய் கொடுக்கல் வாங்கலில் ஏற்பட்ட தகராறில் இவரிடம் கடன் வாங்கியவன் செல்லூர் மார்க்கெட்டில் எல்லோர் முன்னிலையிலும் இவரைச் செருப்பால் அடித்துவிடுகிறான். ஒரு கம்யூனிஸ்ட்டைச் செருப்பால் அடித்துவிட்டானே என்கிற ஆவேசத்தில் வாழிக்காய்க் கடையில் இருந்த கத்தியை எடுத்து அவனைக் குத்தி விடுகிறார். அவர் செய்தது கண்டிப்பாகத் தவறு; குற்றம். ஆனால் உணர்ச்சிவசப்பட்ட மனநிலையில்தான் எளிய மனிதர்கள் கொலையும் செய்துவிடுகிறார்கள். தொழில்முறைக் கொலைஞர்களும் சிறைக்கு வருகிறார்கள். அவர்கள் கதை தனி. கந்தசாமி போன்ற மனிதர்கள் கதை வேறு. இங்கு நாவல் கொலையும் செய்யும் அந்த மானுட உளவியல் குறித்த சிந்தனைகளை நமக்குள் கிளப்பி விடுகிறது.

அந்நேரத்து ஆவேசம், பழி தீர்க்கும் உணர்ச்சி, துரோகங்களுக்குத் தாமே நியாயத் தீர்ப்பு வழங்க நினைப்பதுபோல, பல காரணங்கள் இந்தக் கொலை உளவியலுக்குப் பின்னணியில் இருக்கின்றன.

சிறைநிரப்பிய போராட்டங்கள் என்கிற அத்தியாயம் ஒரு வரலாற்று ஆவணம்தான். திமுக ஆட்சிக்கு வருவதற்கு 5 ஆண்டுகளுக்கு முன்னால் ஒரு சிறை நிரப்பும் போராட்டம் நடத்தியுள்ளார்கள். அதன் பிறகு இந்தித்திணிப்பு எதிர்ப்புப் போராட்டத்திலும், பின்னர் வெகு காலத்துக்குப் பிறகு 1985இல் எம்.ஜி.ஆர் ஆட்சிக்காலத்தில்

ஆசிரியர்களின் ஜேக்டீ போராட்டத்திலும் சிறைகள் நிரம்பியதைக் குறித்து எழுதிச் செல்கிறார். 'கம்யூனிஸ்ட் கட்சி போன்ற சிறிய கட்சிகள் நிறையப்பேரைச் சிறைக்கு அனுப்ப முடியுமே தவிர, திமுக போன்ற வெகுஜனக்கட்சியால்தான் சிறையை நிரப்ப முடியும்' என்று நாவலின் போக்கில் ஒரு வரியை எழுதுகிறார். ஆசிரியர் போராட்டம் போன்ற சிறைநிரப்பும் வெகுஜனப் போராட்டங்களின் பின்னால் கம்யூனிஸ்ட்டுகள் இருப்பதையும் அவர் எழுத மறக்கவில்லை.

வாலிபர் சங்கத்தினர், மார்க்சிஸ்ட் கட்சியினர் கைதாகி உள்ளே வந்தால் அவர்கள் சிறைக்குழு, உணவுக்குழு, சுகாதாரக்குழு, தகவல் பரிமாற்றக் குழு எனத் தமக்குள் குழுக்களை உருவாக்கிக்கொண்டு கட்டுப்பாட்டுடன் நடந்துகொள்வதையும், சிறை நிர்வாகத்தைச் சீர்திருத்துவது பற்றிப் பேசுவதையும் சுவைபட எழுதியிருக்கிறார்.

சிறைக்குள் வரும் திருநங்கையர் பற்றிய அத்தியாயம் மிக முக்கியமான சிறைச் சீர்திருத்தங்கள் பற்றிப் பேசுகிறது. திருநங்கையர் குறித்த சட்டங்கள் எப்படி இருப்பினும் நடைமுறைக்கு அவை வருவதில்லை.

அந்த அத்தியாயத்தில் வரும் சாமி ஏட்டையா, கைதிகளின் பணத்திலும் உழைப்பிலும் சிறை வளாகத்துக்குள் பிள்ளையார் கோவிலைக்கட்டுகிறார். அவருடைய மறைவுக்குப் பிறகு அதே சிறைக்குள் அரசு ஊழியராக வரும் அவருடைய மகன், அப்பா கட்டிய பிள்ளையாரை தினமும் வழிபடுகிறான். 'அவன் வழிபடுவது பிள்ளையாரை அல்ல, அவனுடைய அப்பாவை' என்று ஒரு முத்திரையைப் பதிக்கிறார் மதுரை நம்பி.

பணிஓய்வு பெற்ற தலைமைக்காவலர் முகம்மது காஸிம் அவர்களை அவருடைய 93ஆவது வயதில் சந்திக்கிறார்கள், நம்பியும் எழுத்தாளர் ஷாஜகானும். வைகை அணைக்கட்டின் கரைகளை மதுரை மத்தியச் சிறைக்கைதிகளை வைத்தே கட்டியது உள்ளிட்ட பல அரிய தகவல்களை அவர் தருகிறார். அவர் காலத்திலிருந்து இன்னும் சிறைக்கு வந்துகொண்டிருக்கும் பால்ச்சாமி என்கிற கைதிபற்றி அவர்கள் பேசிக்கொள்கிறார்கள். இந்தத் தேடல் மதுரை நம்பியிடம் இருப்பதை நாவலின் பல பக்கங்களில் பார்க்கிறோம்.

சிறைக்குள்ளும் நிலவும் சாதியப் பிடிமானத்தைக் கவலையுடன் பல பக்கங்களில் பதிவு செய்கிறார்.

எம்.ஜி.ஆர்., அமெரிக்கா புரூக்ளின் ஆஸ்பத்திரியில் சிகிச்சையில் இருந்தபோது அவருக்காக தமிழ்நாடெங்கும் பிரார்த்தனைகள் நடந்தபோது, திண்டுக்கல்லில் கோவில் கோபுரத்தின் மீதேறி, தம் உடம்பைக் கத்தியால் கீறி, ரத்தத்தைக் கோவில் சிலைகளின் மீது சொறிந்த மாணிக்கம், அதன் பிறகு டவர் மாணிக்கமாக அறியப்படும் கதை மிகவும் சுவாரஸியமானது. எம்.ஜி.ஆருக்கும் வெகுமக்களுக்குமான உறவைப் படம்பிடிக்கும் பக்கங்கள் அவை.

சிறை வளாகத்துக்குள் நடக்கும் கைதிகளின் பல கிளர்ச்சிகளில் கில்லாடி கிருஷ்ணன், புரட்சி மணி போன்ற பல மனிதர்கள் மேலெழுந்து வருகிறார்கள். சிறைச் சீர்திருத்தங்களுக்காக நடந்தப் போராட்டங்களாகவே அவற்றை மதுரை நம்பி பதிவு செய்வது குறிப்பிடத்தக்கது.

மதுரை நம்பி ஒரு காவலராக இருந்தபோதிலும் கைதிகளை அவர் கைதிகளாகப் பார்க்காமல் மனிதர்களாகப் பார்த்து ‘அண்ணே, அய்யா’ என்று மரியாதையுடன் விளிப்பதும், மொத்த நாவலுமே கைதிகள்பால் பரிவுகொண்ட படைப்பாகவும் இருப்பது, அவரது இலக்கிய மனத்தினாலும் மார்க்ஸியத்தை அவர் ஏற்றுக்கொண்டதாலும்தான் என்பது பளிச்செனப் புரிகிறது.

போராட்டக் காட்சிகளெல்லாம் ஒரு பிரம்மாண்டமான திரைப்படம் போல விறுவிறுப்பான நடையில் எழுதப்பட்டிருப்பது எந்த வாசகரையும் ஈர்க்கும்.

ஜெயில் சாப்பாட்டைத் தின்று நாக்குச் செத்த கைதிகள் பெருச்சாளிகளைப் பொரித்துச் சாப்பிடும் காட்சியை வர்ணிக்கும்போது, கலைஞர் ஆட்சிக்காலத்தில் வாரத்தில் ஒருநாள் கைதிகளுக்கு சிக்கன் சாப்பாடு போட வேண்டும் என்று போடப்பட்ட அரசாணையை இணைக்கிறார் நம்பி. ஒரு அரசாணை எத்தனை பெரிய உளவியல் சிக்கலுக்கு விடை காண்கிறது!

போராடும் கைதிகளை அடக்கி ஒடுக்க உத்தரவிட்ட மதுரை ஆட்சித்தலைவர் சம்பத் ஐ.ஏ.எஸ். ஊழல் குற்றச்சாட்டில் கைதாகி அதே சிறைக்குள் வரும் காட்சியும், சிறைக்கைதியாக உள்ளே வந்த திரு.கே.ஏ.கிருஷ்ணசாமி, பின்னர் அதே சிறைத்துறைக்கு அமைச்சராகி, அதே சிறைக்குள் அரச மரியாதையுடன் வருவதும் வாழ்க்கையின் நகைச்சுவை அன்றி வேறென்ன?

இன்று நம்மோடு வாழும் தோழர்களான டான்யா ராஜேந்திரன், கருப்பையா, முனியாண்டி போன்றவர்களின் சிறைவாழ்க்கையை வாசிக்கும்போது மனம் சிலிர்த்தது. தோழர் கணேசனின் உடம்பில் இருந்த அடிகளின் தழும்புகளைக் கண்டு, விசாரிக்க வந்த தோழர் மோகன் எம்.பி. கொதித்தெழும் காட்சியும், அதே சிலிர்ப்பைத் தந்தது. அந்தக் கணேசனைத் தாண்டித்தான் நான் இன்று தீக்கதிர் அலுவலகத்துக்குள் சென்று வருகிறேன் என்பதை முதன் முறையாக அறிய அதிர்ச்சியும் சிறு குற்ற உணர்வும் மனதில் எழுந்தது.

1988இல் தமிழகத்தையே உலுக்கிய ஆட்டோ சங்கர், செங்கல்பட்டு சிறப்புக் கிளைச்சிறைக்குக் கொண்டுவரப்பட்டு அடைக்கப்படுகிறான். அவனோடு பேசிப்பழகி பாட்டுப்பாடி அவனுடைய உள் மனதை நமக்குக் காட்டுகிறார் நம்பி. தூக்கு மேடைக்குப் போகும் முன்பாக தன் மகளுக்கு ஒரு கடிதம் எழுதி வைத்துவிட்டுச் செல்கிறான்.

சாத்தூர், வெங்கடாசலபுரத்தைச் சேர்ந்த கொலை தண்டனைக் கைதி குருசாமியின் கதை தனியான ஓர் காவியமாகப் படைக்கப்படும் தகுதி வாய்ந்தது. நம் மக்கள் இன்றைக்கும் இப்படித்தானே இருக்கிறார்கள். சமூகத்தின் ஏற்றத்தாழ்வுகள் மீது திரும்ப வேண்டிய கோபம், சொந்த பந்தங்கள் மீதே மீண்டும் மீண்டும் பாய்ந்துகொண்டிருக்கும் அவலத்தின் ஒரு துளிதான் குருசாமி மற்றும் அதே கொலைக்குற்றத்தோடு அவர் இருக்கும் மதுரைச் சிறைக்கே வந்து சேரும் அண்ணன் மகன் குருவியின் கதை.

ஆர்டர்லி அழகப்பன் கதையும் ஒரு தனிக்காவியம்தான். சாதி எல்லைக்குள் நின்று ஜெயந்தியின் பாலியல் அத்துமீறலை நிராகரிக்கும் அழகப்பனும் வண்டாரியும் நல்ல மனம் படைத்தவர்கள் என்றாலும், சாதியாகவே நிற்கிறார்கள் என்பதுதான் இன்றைய நம் எதார்த்தம் என்பதையே மதுரை நம்பி படைத்திருப்பதாகப் புரிந்துகொள்கிறேன்.

ராஜீவ்காந்தி கொலைவழக்கில் குற்றம் சாட்டப்பட்ட இளைஞர்கள் மதுரைச் சிறைக்கு வருகிறார்கள். அவர்களோடு அரசியல் விவாதம் செய்கிறார் நம்பி. பெரியாரின் கடவுள் மறுப்புக்கொள்கை கம்யூனிஸ்ட்டுகளுக்கு உடன்பாடானது. ஆனால், கடவுளைப் படைத்தவன் முட்டாள் என்கிற அவரது கருத்து ஏற்புடையதல்ல என்கிற கருத்து விவாதம் அர்த்தமுள்ளது.

சீவலப்பேரிப் பாண்டியும், அவன் தோழர்களும் சிறைக்கு வரும் அத்தியாயத்தில் ‘அடி உதவுகிறமாதிரி அண்ணன் தம்பி உதவ மாட்டான்’ என்கிற பழமொழிக்குப் புதிய அர்த்தம் கிடைக்கும் இடம் உள்ளார்ந்த சிரிப்பை வெடிக்க வைக்கிறது. என்ன நகைச்சுவை உணர்வு!

வேலூர்ச் சிறைக்கு மாறுதல் பெற்றுச்செல்லும் நம்பி அங்கே பேரறிவாளன், சாந்தன் ஆகியோரைச் சந்திக்கிறார். நாம் வெளியிலிருந்து பார்த்துக்கொண்டிருக்கும் வரலாற்று நிகழ்வுகளை சிறைக்குள்ளிருந்து பார்க்கிற ஒரு கோணம் இந்நாவலின் மூலம் நமக்குக் கிடைக்கிறது. சி.ஏ.பாலன், தோழர் தியாகு போன்ற பலரும் சிறைக்குள்ளிருந்து அனுபவங்களை எழுதியிருந்தாலும், ஒரு காவலராக இருந்து எழுதப்படும் முதல் தமிழ்நூல் இதுதான் என்றே நினைக்கிறேன்.

அது மட்டுமின்றி ஓர் ஆழ்ந்த வாசகராக இருக்கும் நம்பியின் ’பார்வை’ முக்கியமானது. புத்தகத்தின் அடிப்படையில் மலரும் ஒரு நட்பை ஒரு காதல் மலர்வதைப்போல ஒரு அத்தியாயத்தில் பேசுகிறார், வேலூர் மத்திய சிறைக் கண்காணிப்பாளர் கருப்பண்ணனுக்கும் இவருக்கும் இடையில் முகிழ்க்கும் அந்தப் புத்தகக் காதல் கதை, ‘காவல்கோட்டம்’, ‘என்.சங்கரய்யா வாழ்க்கை வரலாறு’ எனப் பல திசைகளில் பயணிக்கிறது.

1992 பாபர் மசூதி இடிப்பைத் தொடர்ந்து கோவை குண்டுவெடிப்புக் கலவரங்களில் கைதான இஸ்லாமிய இளைஞர்கள் மதுரை மத்தியச் சிறைக்கு வருகிறார்கள். அந்தத் தீவிரவாத எண்ணம் கொண்ட இளைஞர்களோடு ஒரு தத்துவ விவாதத்தையே நிகழ்த்துகிறார் நம்பி. சச்சார் கமிட்டி, ரங்கநாத் மிஸ்ரா கமிட்டி அறிக்கைகள் பற்றியெல்லாம் இந்த அத்தியாயம் பேசுவது குறிப்பிடத்தக்கது. சிறைப் பொறுப்பும் சமூகப் பொறுப்பும் மிக்க ஒரு மனிதராக நம்பி அங்கே மிளிர்கிறார்.

வெட்டுக் கருப்பனுக்கும், அவன் மனைவிக்கும் இடையிலான காதல், வாசிக்கும் நம் மனங்களைக் கரையச்செய்கிறது. மனம் திருந்தும் புள்ளி எது என அடையாளம் காட்டும் முக்கியமான பதிவு அது.

மணல்மேடு சங்கர் போன்ற தாதாக்களின் மன உலகத்தையும் நுட்பமாகப் பதிவு செய்கிறார். தன்னை என்கவுண்டரில் போடத்தான்

அழைத்துச் செல்கிறார்கள் என்பதை மணல்மேடு சங்கர் முன்னுணர்ந்து பேசும் இடம் கவித்துவமானது.

சீவலப்பேரி பாண்டி வந்த சிறைக்கு, 'சீவலப்பேரி பாண்டி' கதையை எழுதிய எழுத்தாளர் சௌபாவும் வந்து சேர்கிற வாழ்க்கையின் விளையாட்டை என்னவென்று சொல்வது! பேரன்புக்காரரான சௌபா, ஊதாரியாகிவிட்ட தன் மகனைத் தானே கொன்ற குற்றத்துக்காக சிறைப்பட்ட கொடுமையை எப்படிச் சொல்வது! அரசு மருத்துவமனையில் அனுமதிக்கப்பட்ட சௌபா, தன்னைப் பார்க்க வந்த தன் இணையரான பேராசிரியையைச் சந்திக்க மறுத்து, தன் முகத்தை கைகளால் மூடிக்கொள்வதும், அவர் சண்டை போட்டுவிட்டுச் செல்வதும், இறுதி நாளில் சௌபா சுயநினைவற்றுக் கிடைக்கையில் அவர் மனைவி வந்து அவர் காலை அமுக்கி விடுவதுமான அந்தப் பகுதி மொத்தமுமே எந்த இலக்கியத்தாலும் பேச முடியாத வாழ்க்கைச் சித்திரம்!

தன் சொந்த வாழ்வின் பக்கங்கள் என்றாலும், தன் குடும்பத்தைப் பற்றியோ தன் அரசியல் வாழ்க்கை பற்றியோ எதுவும் பேசாமல், சிறை மனிதர்களாக கைதிகள் மற்றும் சிறைத்துறை மனிதர்கள் பற்றி மட்டுமே முன்வைத்து, இந்த வாழ்க்கையின் மீது அடிப்படையான கேள்விகளை எழுப்புகிறார் மதுரை நம்பி.

இந்த வாழ்க்கைக்கு ஏதேனும் அர்த்தம் இருக்கிறதா? இதுதான் அர்த்தமா? என்கிற கேள்வி நமக்குள் மீண்டும் மீண்டும் எழுகிறது. சுயசரிதைப்பாணியிலான எழுத்தை உயர்ந்த இலக்கியமாக மாற்றுவதும் இதுதான்.

வாழ்த்துகள் தோழர் நம்பி.

வரவேற்கிறோம்... வாழ்த்துகிறோம்!

தோழமையுடன்,
ச.தமிழ்ச்செல்வன்

12.12.2021.

உள்ளே...

1. முதல் நாளே 23
2. நாகுக் கோனார் 30
3. ஐயப்பன் 39
4. தனிமைச் சிறையறைகள் (செல்கள்) 46
5. கந்தசாமி என்ற கம்யூனிஸ்ட் 53
6. பரபரப்புக்குப் பஞ்சமில்லாத
   பிரதான வாயில் (மெயின் கேட்) 61
7. சிறை நிரப்பிய போராட்டங்கள் 68
8. பூமணியும் பூசாரி ஏட்டும் 83
9. பால்ச்சாமியும் பசும்பொன் தேவரும் 92
10. டவர் மாணிக்கம் 101
11. மணி என்ற புரட்சிமணி 108
12. கிளர்ச்சிக்காரன் கில்லாடி கிருஷ்ணன் 118
13. ஓடமும் ஒருநாள் வண்டியில் ஏறும் 137
14. செவ்வியக்கத்திற்காக 144
15. ஆட்டோ சங்கரும் அமுதகானமும் 153

16.	குருவியும் குருசாமியும்	164
17.	ஆர்டர்லி அழகப்பன்	173
18.	ஒற்றைக்கண் சிவராசனின் கூட்டாளிகள்	183
19.	சீவலப்பேரி பாண்டியும், சிங்கம்பிடாரி ஏட்டும்	197
20.	எலிக்கறிக்கே ஏங்கிய காலம்	206
21.	ஞானகுருவாய் வந்த பெருசு	217
22.	குருமூர்த்தியும் அவன் கீர்த்தியும்	223
23.	துயரங்கள் நிழலாய்த் தொடரும் பாதை	231
24.	ஒரு நாள் பரோல்	242
25.	எத்தனை வேடம் போட்டாலும்	253
26.	அவனின்றி அசையாது...	258
27.	வால்மீகியின் வாரிசுபோல்	267
28.	எங்கிருந்தோ வந்தான்	273
29.	வாசிப்புப் பழக்கம் வசப்படுத்தும்	285
30.	எழுதாமல் போன கதை	297
31.	தானாய் எல்லாம் மாறவில்லை	307

முதல் நாளே

மதுரை மத்தியச் சிறையின் பிரதான வாயிலுக்கு வெளியில் நின்றுகொண்டிருந்தேன். அந்த வாயில்தான் எனது வாழ்க்கையின் பெரும்பகுதியை விழுங்கிய வாயில். பழைய வெள்ளைநிற லாரி ஒன்று வேகமாக வாயிலை நெருங்கி வரும்போது, அந்த வளாகம் பரபரப்பானது. பெரிய மீசையுடன் வாட்டசாட்டமாக இருந்த ஒருவர், லாரியின் பின்பக்கம் போய் நின்றுகொண்டார். அவர் லூங்கியும் சட்டையும் மட்டுமே அணிந்திருந்தார் என்றாலும், அவர் போலீஸ்காரர் என்பதை எவரும் எளிதாக யூகித்துக்கொள்ளும் விதமாகவே காணப்பட்டார். சில காவலர்கள் அங்கே இருந்த லத்திகளை எடுத்துக்கொண்டு லாரியின் பின்பக்கம் ஓடினார்கள். அவர்களை அந்த மீசைக்காரர், “ஏலே, யாரும் அவனை அடிச்சிடாதிங்கடா. அவன் கால் உடைஞ்சி இருக்கு” என்றார். லாரியின் பின் கதவின் கொக்கிகள் நீக்கப்பட்டு இறக்கிவிடப்பட்டன. மேலேயிருந்து இரண்டு காவலர்கள், அவர்களும் சீருடை அணியாமல் சொந்த உடையிலேயே இருந்தார்கள். ஒங்குதாங்காக இருந்த ஒருவரைக் கீழே இறக்க முயற்சி செய்தார்கள். மேல்சட்டை அணியாத மேனியுடன் இருந்த அந்த நபர் வெள்ளைக் காற்சட்டை மட்டுமே அணிந்திருந்தார். இரண்டு காவலர்களின் தோள்மீது கை போட்டவாறு லாரியிலிருந்து சிரமத்துடன் இறங்கினார். ஆவேசத்துடன் நெருங்கிவந்த காவலர்களை மேலும்

நெருங்கவிடாமல் தடுத்து, அந்த நபரை வாயிலுக்குள் அழைத்துச் சென்றனர்.

வெளியில் இருந்தவர்கள் முகங்களில் எதையோ சாதித்துவிட்ட பெருமிதமும் மகிழ்ச்சியும் இருந்ததைக் காண முடிந்தது. அவர்கள் ஒருவருக்கொருவர் பேசிக்கொண்டனர்,

“தப்பிச்சு எங்கடா போயிருவே?”

“ஒருநாள்கூட உன்னால வெளிய நிம்மதியா இருக்க முடிஞ்சதாடா!”

“இனி இங்கேயே கிடந்து சாகுடா... நேத்துத்தான் தப்பியோடினான். இன்னைக்கே மாட்டிக்கிட்டான்!”

“நம்மாளுகளே கால ஒடச்சித்தான் கொண்டுவந்து இருக்காங்க பாரு!”

‘மதுரைச் சிறையில் ஆயுள்தண்டனைக் கைதி தப்பி ஓட்டம்!’ என்ற செய்தியைத் தாங்கிய செய்தித்தாள்கள் சிறைக்கு உள்ளே போய்ச் சேரவில்லை, அதற்குள் அந்தக் கைதி பிடிபட்டுவிட்டான். தப்பியோடிப் பிடிபட்ட அந்தக் கைதி, மிலிட்டரி செல்வம்.

முதல் நாளே இந்தப் பரபரப்புடன்தான் சிறைத்துறையில் எனது பணி துவங்கியது. சிறையில் ஒவ்வொரு பகுதியும் புதிதாகப் பணியில் சேர்ந்த எங்களுக்குச் சுற்றிக்காட்டப் பட்டது. அதுவரை சிறையைக் குறித்து எனது சிந்தையில் இருந்த சித்திரங்கள் அனைத்தும் கலைந்து போயின. அடுத்தடுத்து, இரவு பகலென மாறி மாறி ஒவ்வொரு நாட்களும் ஓய்வில்லாமல் ஓடிக்கொண்டிருந்தன. எனது வெளியுலகத் தொடர்புகள் ஒவ்வொன்றாகக் குறைந்து நானும் ஒரு சிறைப் பறவை போலானேன். இரண்டு வாரங்களில் கொஞ்சம் கொஞ்சமாகச் சிறைவாசிகளின் வகைகளும், சிறையின் அன்றாட நடவடிக்கைகளும் புரியத்தொடங்கின.

ஒவ்வொரு நாளும் அந்த மிலிட்டரி செல்வம் தொடர்பான செய்திகளைக் கேள்விப்பட்டுக்கொண்டு இருந்தேனே தவிர, உள்ளே நான் அவரைப் பார்க்கவே இல்லை. மிலிட்டரி செல்வம் பூட்டப்பட்டிருந்த பனிஷ்மென்ட் செல் பகுதிக்குச் செல்ல எனக்கு ஆவலாக இருந்தும், அந்த வாய்ப்பு எனக்குக் கிட்டாமலே இருந்தது.

மிலிட்டரி செல்வம், ராணுவ அதிகாரி ஒருவரைச் சுட்டுக் கொன்ற வழக்கில் ஆயுள்தண்டனை பெற்றவர் என்றும், ராணுவ அதிகாரி இவரை மிக இழிவாக நடத்தியதாகவும், இவரைப் பலவகையில் கொடுமை செய்ததாகவும், அதனால் ஏற்பட்ட ஆத்திரத்தில் சண்டையிட்டு அவரைக் கொலை செய்ததாகவும் தகவல்கள் நிலவின.

இந்த மிலிட்டரி செல்வம், சிறைக்கு வந்து சில ஆண்டுகள் எல்லோரிடமும் விளையாட்டாகப் பேசுவதும், சிறுசிறு சேட்டைகள் செய்வதுமாக இருந்தார். சிறைக் கண்காணிப்பாளர் ராணுவ அதிகாரியாக இருந்தவர் என்பதால் செல்வம்மீது ஒரு செல்லப் பார்வை இருந்தது. அந்த அதிகாரியின் ஆலோசனைப்படி, சிறையின் துப்பாக்கிகளைச் சுத்தம் செய்து பராமரிக்கும் பணிக்காக, அவர் அடிக்கடி மெயின் கேட்டுக்கு வெளியே இருக்கும் ஆயுதக்கிடங்குக்கு அழைத்துச் செல்லப் படுவது வழக்கம். சிறைத்துறையில் அப்போது பயன்பாட்டில் இருந்த துப்பாக்கிகள் 410 மஸ்கட் வகையைச் சேர்ந்த பழைய துப்பாக்கிகள்தான். அவற்றைச் செல்வம் மிக அலட்சியமாகப் பார்ப்பதும், ஏளனம் செய்வதுமாக இருந்தாலும் அதனை ஈடுபாட்டுடன் பராமரித்தார். தனக்கு அதிநவீன ஆயுதங்கள் அத்தனையும் கையாளத் தெரியும் என்றும், கண்ணைக் கட்டிவிட்டாலும் எந்த ஆயுதத்தையும் பிரித்து, கலைத்து மீண்டும் பொருத்திவிடுவேன் என்றும் அடிக்கடி சொல்வார். அவர் அப்படி அடிக்கடி வெளியே சென்று வரும்போது, பலமுறை வாய்ப்பாக இருந்தும், அப்போதெல்லாம் தப்பியோட முயலாதவர் என்பதை இங்கு குறிப்பிட்டாக வேண்டியுள்ளது.

ஒரு சாகசத்துடன்தான் அந்தச் சம்பவம் நடந்துள்ளது. அன்று மாலையில் மழை பெய்து ஓய்ந்திருந்த நேரம். சிறையின் வடமேற்கு மூலையில் இருந்த எட்டாம் தொகுதி பிளாக்கின் நுழைவாயில், வெளிச்சுற்று மதிலுடன் இணைக்கப்பட்டிருந்தது. அதில் ஓர் இரும்பு கேட். அதைத்தாண்டி உள்ளே சென்றால்தான் எட்டாம் தொகுதி. அது ஓர் ஹாஸ்டல் கட்டிடம் போல்தான் 'ப' வடிவில் இருந்தது. அதில் 10 பெரிய அறைகள் அல்லது அரங்குகள். அதனைச் சிறைமொழியில் அடைப்புகள் எனச் சொல்வதுண்டு. எல்லா அடைப்புகளிலும் தண்டனைக் கைதிகள் இருந்தனர். நுழைவாயில் பகுதியில் கைதிகளின் நடமாட்டமும் காவலர்களின் நடமாட்டமும் இல்லாதிருந்தது. பிளாக் காவலர் உள்ளேதான் எங்கேயோ இருந்தார்.

அந்தநேரம், அந்தப் பகுதிக்கு வந்த மிலிட்டரிக்கு என்ன தோன்றியதோ, அந்தத் தொகுதி இரும்பு கேட்டின் மேல் ஏறி நின்று கையைத் தூக்கிப்பார்த்தார். சுவரின் மேல் விளிம்பு எட்டவில்லை. எம்பிக்குதித்து அந்தச் சுவரின் வளைவான மேல் விளிம்பைக் கெட்டியாகப் பிடித்துக்கொண்டார். கை வழுக்கியிருந்தால் இரும்பு கேட்டின்மீது விழுந்து இருக்கவேண்டும். முழு பலத்தையும் சுவரில் செலுத்தி, சுவர் மேலேறி, கவனமாகத் தவழ்ந்து வெளிச்சுற்றுச் சுவரை அடைந்துவிட்டார்.

அந்த நீண்ட வெளிச்சுவருக்கு மேற்கிலும் கிழக்கிலும் காவலர்கள் குடியிருப்புப் பகுதிகள். அந்தப் பாசி படர்ந்த சுவரிலிருந்து தொங்கியவாறு கீழே குதித்துவிட்டார். சுமார் 16 அடி உயரச் சுவரிலிருந்து குதித்ததால் காலில் பயங்கரமான வலி இருந்தது. மேலே ஒருமுறை பார்த்துவிட்டு வேகமாக நடக்க ஆரம்பித்துவிட்டார். மேற்குப்பகுதிக் காவலர் குடியிருப்பைத் தாண்டிவிட்டால், அரசரடி ஆரப்பாளையம் மெயின் ரோடு. காவலர் குடியிருப்பில் கொடியில் கிடந்த ஒரு லுங்கியை எடுத்து, உதறி உடுத்திக்கொண்டு மேலே வெள்ளைச் சட்டையுடன் கிளம்பிவிட்டார்.

அப்போதெல்லாம் மாலை 6 மணிக்குக் குடியிருப்புப் பகுதியில் எந்தக் காவலரையும் பார்க்க முடியாது. அந்த நேரம் சிறையின் முக்கிய நேரமாக இருக்கும். கைதிகள் அத்தனை பேரையும் அறைகளின் உள்ளே அடைத்து, கணக்கைச் சரிபார்த்து நேர்வானால்தான், காவலர்கள் வெளியில் வரமுடியும். இரவுப்பணிக் காவலர்களும் அந்நேரமே சிறைக்குள் வந்துவிடுவார்கள். விடுப்பிலோ, வார ஓய்விலோ இருப்பவர்களைத் தவிர, அந்தநேரத்தில் எல்லாக் காவலர்களும் சிறைக்குள்தான் இருப்பார்கள். அதனால் மிலிட்டரிக்கு வசதியாகப் போய்விட்டது.

ஒவ்வொரு நாளும் சிறையில் சிறிதும் பெரிதுமான பரபரப்பான நிகழ்வுகள் நடந்துகொண்டிருந்தன. ஒருவழியாக மிலிட்டரி செல்வம் பூட்டப்பட்டிருந்த பனிஷ்மெண்ட் பிளாக் செல்லுக்கு பாராப் பணி அமைந்துவிட்டது. அது இரவுப் பணி. விசாரணைச் சிறைவாசிகள் பூட்டப்பட்டிருந்த பெரிய ரிமாண்ட் பிளாக் பகுதியில், செல் பகுதி தனியாக இருந்தது. அந்தப் பகுதிக்குப் பாரக் காவலர்களைத் தவிர வேறு யாரும் செல்வதில்லை. கீழே ஆறு அறைகள் மேலே ஆறு அறைகளுள்ள, ஒருவரை மட்டுமே உள்ளே வைத்துப் பூட்டக்கூடிய தனித்தனி

அறைகள் கொண்ட பனிஷ்மென்ட் தொகுதி அது. அதன் மூன்று அறைகளில் அடுத்தடுத்து ஒருவர் எனப் பூட்டப்பட்டு இருந்தனர்.

முதல் அறையில் நாகுக் கோனார். இரண்டாவது அறையில் மிலிட்டரி செல்வம். மூன்றாவது அறையில் ஐயப்பன். முதல் இருவரும் ஆயுள்தண்டனைக் கைதிகள். மூன்றாமவர் வருடத் தண்டனைக் கைதி. மூவரும் சிறைக் குற்றம் புரிந்ததால், தனி அறைகளில் பூட்டப்பட்டிருந்தனர். மிலிட்டரி செல்வம், நான் பணிக்குச் சேர்ந்த அன்று பிடிபட்டவர். மற்ற இருவரும் அதற்குப் பிறகு சிறைக் குற்றம் புரிந்து தனியறைக்கு வந்தவர்கள்.

இரவு 9 மணிக்கு அந்த மூன்று பேர் மட்டுமே இருக்கும் தொகுதிக்குக் காவல் பொறுப்பேற்றிருந்தேன். இன்னொரு காவலர், சுமார் 300 பேர்கள் பூட்டப்பட்டிருக்கும் பிளாக்கிற்குப் பொறுப்பேற்றிருந்தார். 300 பேர்கள் பூட்டப்பட்டிருக்கும் ஒரு பிளாக்கிற்கு ஒரு காவலர், மூன்றுபேர் மட்டுமே உள்ள ஒரு பிளாக்கிற்கு ஒரு காவலர் என்றால், இந்த மூவரும் எவ்வளவு முக்கியக் கைதிகளாக இருப்பர்... மூவரில் மிலிட்டரிதான் முதலில் பேசினார்.

"சார், நீங்க எப்ப வேலைக்குச் சேர்ந்தீங்க?"

"நீங்க பிடிபட்டு வந்தன்னைக்குதான்."

"உங்களுக்கு எந்த ஊரு சார்?"

"மதுரைதான்."

"உங்களுக்கு வயசு ஒரு பதினேழு, பதினெட்டு இருக்குமா சார்?" என மிலிட்டரி குசும்பாகக் கேட்கவும், நாகுக் கோனார், "சும்மா கலாட்டாப் பண்ணாத மிலிட்டரி. இப்பப் புதுசா வந்த காவலர்கள்ல சார்தான் நல்லவராக இருப்பாருன்னு நினைக்கிறேன்..." என்றார்.

"புதுசா வரும்போது எல்லாம் அப்படித்தான் இருப்பாங்க, போகப்போக பார்க்கலாம்..." இது மிலிட்டரி.

"என்னப் பத்தி எப்படி இப்படித் தப்பா முடிவு பண்ணுணீங்க?" என்று நாகுக் கோனாரைப் பார்த்து நான் கேட்கவும், "அப்படிப் போடு!" என்றார் மிலிட்டரி.

"சார், நீங்க எல்லாரையும் வாங்க போங்கன்னு மரியாதையாப் பேசுறதப் பார்த்துத்தான் சொல்றேன்" என்றார் நாகுக் கோனார்.

"நான் ஆளப் பார்த்து ஒரு முடிவுக்கு வந்துட்டேன்." என்னைப் பார்த்துச் சிரித்துக்கொண்டே சொன்னார் மிலிட்டரி.

"எப்படி..? 23 வயசுக்காரனைப் பார்த்து 17 வயசான்னு கேட்டமாதிரியா?" என்று சற்று முறைத்தவாறு கேட்டேன்.

"அட... சாருக்குக் கோபமும் வருமோ..?"

"ஏய் மிலிட்டரி, ஏன்யா அப்படிச் சொல்ற... அவர் நல்லவருய்யா..." என்றார் நாகுக் கோனார்.

"நீங்க என்ன சொன்னாலும், எப்படிப் புரிந்துகொண்டாலும் நான் உங்களுக்கு உதவப்போறதில்ல!"

"உங்க உதவி எதுவும் தேவைப்படாது சார். ஆனா நாங்க உங்களுக்கு ஆதரவாக இருப்போம் சார்." சிரித்துக்கொண்டே சொன்னார் நாகுக் கோனார்.

இவ்வாறான உரையாடல்களுடன் அன்றைய இரவுப் பணி முடிந்தது.

அடுத்தடுத்தும் அங்கே பணிக்குச் செல்லும்போது, இன்னும் அவர்களுடன் உரையாட முடிந்தது. மிலிட்டரி செல்வம் சிறையிலிருந்து தப்பிய அன்று மாலை, பைபாஸ் ரோட்டில் திண்டுக்கல் செல்லும் பஸ்ஸில் ஏறினார். எப்போதோ மறைத்து வைக்கப்பட்டிருந்த 50 ரூபாய் டிக்கெட்டிற்கும் உணவிற்கும் உதவியது. தப்பி ஓடியது மிலிட்டரிதான் என்பதை உறுதிப்படுத்திக்கொண்டு, காவலர்கள் தேடத் தயாராகிக் கொண்டிருக்கும்போது மிலிட்டரி வாடிப்பட்டியைத் தாண்டிவிட்டார்.

கொடைரோட்டில் இறங்கும்போது பசி வயிற்றைக் கிள்ள கடையில் புரோட்டா சாப்பிட்டார். பிடிபட்டாலும் புரோட்டா சாப்பிட்ட திருப்தியுடன் சிறைக்குத் திரும்பலாம் என்ற முடிவோடு, மீதமிருந்த காசு முழுவதற்கும் பரோட்டா வாங்கிச் சாப்பிட்டுவிட்டு நடக்கத் துவங்கினார். நொண்டிக் கொண்டே செம்பட்டிவரை நடந்துவிட்டார். இரவில் ரோட்டோரமாக இருந்த ஒரு கட்டடத்தில் தூங்கியெழுந்து உட்கார்ந்த நேரத்தில், அவரைக் கடந்த வெள்ளை லாரி பின்னோக்கி வந்தது. இனி அவ்வளவுதான் மாட்டிக்கொண்டோம் என்ற முடிவுக்கு வந்துவிட்டார். லாரியில் இருந்து இறங்கி வந்தவர்கள், அவரை நோக்கி வரும்போது எந்தப் படபடப்பும் இல்லாமல் அவர் இருந்தார். ஆனால், சில அடிகள் நெருங்கியவர்கள், சற்று தயக்கத்துடன் நின்றுகொண்டிருந்தனர்.

அவர்களைப் பார்த்து மிலிட்டரி, "வாங்க ஏட்டையா, கால் உடைஞ்சிருக்கு. வலியா இருக்கு. நான் ஓடமாட்டேன், ஒண்ணும் செய்யமாட்டேன். வாங்க" என்று அழைத்தபோதும் கிட்ட வரத் தயங்கினார்கள். மிலிட்டரியே கஷ்டப்பட்டு நொண்டிக்கொண்டே அவர்களிடம் சென்றார்.

தப்பிச்சென்ற அன்று நடந்தவற்றை மிலிட்டரி எத்தனை முறை சொன்னாரோ..? என்னிடம் சொல்லும்போதுகூட ஐயப்பனும் நாகுக் கோனாரும் ஆர்வமுடன்தான் கேட்டனர்.

ஐயப்பன் படுக்கையை உதறும்போது நாகுக் கோனார், "ஐயப்பா, சார் புதுசா வந்திருக்காருல்ல, அவருக்குப் பாட்டுப்பாட வேண்டாமா?" என்றார்.

"நான் ரெடி" என்ற ஐயப்பன், மடித்து வைத்த போர்வைக்குமேல் ஈயத்தட்டினைக் கவிழ்த்து வைத்து, ஒரு கையில் சீப்பாலும் இன்னொரு கையின் விரலாலும் தாளம் தட்டி இசை விருந்தளித்தான். மிலிட்டரி செல்வம் சில கிராமியப் பாடல்களைப்பாட அந்தப் பொழுது இனிமையாகக் கழிந்தது.

அப்போதெல்லாம் மதுரை நகரில் கம்யூனிஸ்ட் கட்சியின் மேடைகளில், இளையாங்குடி கே.ஏ.குணசேகரன் குழுவினரின் கிராமிய இசை நிகழ்ச்சிகள் அடிக்கடி நடப்பதுண்டு. அதில் கோட்டைச்சாமி என்ற பாடகர் பாடிய, "முக்கா முழம் நெல்லுப் பயிறு... முப்பது கஜம் தண்ணிக்கிணறு..." என்ற பாடல் மிகப்பிரபலம். எனக்கும் அந்தப் பாடல் பிடிக்கும். நானும் ஓரளவு அந்தப் பாடலைப் பாடுவேன். ஒருநாள் இரவுப் பாராவின்போது, உரத்துப் பாடவேண்டிய அந்தப் பாடலை, மெதுவாகப் பாடிக்காட்டினேன். மூவருக்கும் அந்தப் பாடல் பிடித்துப்போனது. கொஞ்சநாளில் மிலிட்டரிக்கு அந்தப் பாடல் முழுதும் மனப்பாடம் ஆகி விட்டது, அழகாகவும் பாடுவார்.

அந்த பனிஷ்மென்ட் ப்ளாக்கில் இருந்து முதலில் விடுவிக்கப்பட்டு வெளியேறினான் ஐயப்பன். இரண்டாவதாகச் சிலநாள் கழித்து வெளியேறினார் மிலிட்டரி செல்வம். நீண்ட நாட்களாக அந்தச் செல்லில் இருந்து விடுபடாமல் இருந்தார் நாகுக் கோனார். அவர் செய்த சிறைக் குற்றம் அப்படிப்பட்டதாக இருந்ததே அதற்குக் காரணம்.

*

நாகுக் கோனார்

நான் முறைப்படி பணியில் சேர்வதற்கு முதல் நாளன்று, சிறைக் கண்காணிப்பாளர் அலுவலகத்தில் தான் அந்தக் கண்காணிப்பாளரை முதன்முதலாகப் பார்த்தேன். நல்ல வசீகரமான முகம். உயரமான உருவம். அவர் பேச்சுமொழியும், குரலும்கூட ரசிக்கும்படிதான் இருந்தது. அதேசமயத்தில் அவர் மிகக் கண்டிப்பான அதிகாரி என்பதை அவருடைய பாவனை ஒவ்வொன்றிலும் பார்க்க முடிந்தது. அலுவலக ஊழியர்களின் முகபாவங்களும் அதையே உணர்த்துவதாக இருந்தன.

அடுத்தடுத்த நாட்களில், சிறைக்குள் அவர் சுற்றிவந்தபோது அவரது நடையையும் உடையையும் பார்த்துப் பெருமையாகப் பேசிக்கொண்டோம். அவரைப் போன்று சீருடையில் மிடுக்காக இருக்க வேண்டும் என்பது, ஒவ்வொரு அதிகாரியின் ஆசையாக இருந்தது. அவர் வாங்கும் விலை உயர்ந்த காக்கித் துணியை வாங்கி, அவர் தைக்கும் கடையிலேயே கொடுத்து, தைத்து சில அதிகாரிகள் முயற்சித்துப் பார்த்தார்கள். அவர்களால் அவரின் அழகை நெருங்க இயலவில்லை.

ராணுவத்தில் பணி செய்து வந்தவர் என்பதால் இயல்பாகவே அவரிடம் ஒரு மிடுக்கு இருந்தது.

அது மட்டுமல்ல அவரது தோரணைக்கு வேறு காரணமும் இருந்தது. அவரது காக்கி உடைகள் எப்போதும் கொஞ்சம்கூடச் சுருக்கம் காணாது,

புதிதாகத் தேய்த்தது போலவே இருக்கும். ஆம், ஒவ்வொரு முறையும் தேய்த்துத் தேய்த்துத்தான் அணிந்து வருவார். அதற்கு அவர் பெரிதாகச் சிரத்தை எடுத்துக்கொள்ள வேண்டிய அவசியம் இல்லாமல் இருந்தது. காலையில் ஏற்கெனவே இஸ்திரி போட்டு, அடையாள நட்சத்திரங்கள் கோர்த்துத் தயாராக எடுத்துக் கொடுக்க, வீட்டிலேயே ஒரு காவலர் தயாராகவே இருப்பார். அந்த உடையில் பணிக்குச் சென்று, மதியம் வீடு திரும்பியவுடன் அந்த உடை கொஞ்சநேரத்திலேயே நட்சத்திரங்கள், தோள்பட்டை அடையாளங்கள் நீக்கப்பட்டு தேய்ப்புக்குப் போய்விடும். மதிய உணவுக்குப்பின் நட்சத்திரங்கள், தோள்பட்டைகள் பொருத்தப்பட்டு இன்னொரு உடை தயாராகிவிடும். காலையில் உடுத்திய உடை, இனி மறுநாள் காலையில்தான். இந்தச் சுழற்சிமுறையில் இரண்டு நாட்களுக்கு ஒருமுறை, மாறி மாறிச் சலவைக்கும் சென்றுவிடும். காலணியும் அதேபோன்று ஒவ்வொரு முறையும் மெருகேற்றப்படும். அதெல்லாம் அவர் வீட்டில் குற்றேவலராக இருக்கும் காவலரே பொறுப்பாகப் பார்த்துக்கொள்வார்.

எல்லா நாட்களிலும் அவர் அழகாய்த் தெரிந்தாலும், செவ்வாய்க்கிழமை வாராந்திரப் பார்வையன்று இன்னும் மெருகேறி வருவார். அன்று மட்டும் கருப்புக் குளிர் கண்ணாடி அணிந்து, பரேடுத் தொப்பியணிந்து, கையில் சில்வர் அரசு முத்திரை பூண்போட்ட குறுந்தடியுடன், அவர் கைவீசி வரும் அழகே அழகுதான். வாராந்திரப் பார்வை என்பது 'பைல் நாள்' என்று சிறையில் சொல்வது வழக்கம். அன்று காலை, சரியாக ஏழு முப்பது மணிக்கு சிறை வளாகத்தில் அணிவகுப்பு மரியாதையைப் பெற்றுக்கொண்டு உள்ளே வருவார் கண்காணிப்பாளர். அவர் வருகையை எதிர்நோக்கி மாவட்ட மருத்துவ அலுவலர், சிறை மருத்துவ அலுவலர், சிறைவாசிகள் தொடர்புடைய அனைத்து அமைச்சுப் பணியாளர்கள் என ஒரு பெரும் குழுவே தயாராக இருக்கும்.

உள்ளே கைதிகள் உள்சுற்றுப் பகுதியில் அவர்களுடைய வெள்ளைச் சீருடை அணிந்து, கைகளில் அடையாள அட்டைகளை ஏந்திப் பிடித்தவாறு வரிசையாக நிற்பார்கள். அத்தனை சிறைவாசிகளும் கட்டுப்பாட்டுடன் அமைதியாக நின்றுகொண்டிருக்க வேண்டும். எப்போதும் காணாத ஓர் அமைதி, சிறையில் அப்போது நிலவும். கண்காணிப்பாளர்

தலைமையில் அந்தக் குழு, முதல் பகுதியில் இருந்து நகரத் துவங்கும்போது, நீண்ட தடியுடன் ஒரு முரட்டுக் காவலர் கைதிகளின் பின்புறமாக நகர்ந்து வருவார். அந்தப் பெருங் குழுவைத் தொடர்ந்து 'கான்விக்ட் வார்டர்கள்' எனப்படும் தண்டனைக் காவலர்கள், அவர்களும் தூய வெள்ளைச் சீருடை அணிந்து, கைகளில் தடியுடன் அணிவகுத்து வருவார்கள். அது வாராந்திரக் குறைகேட்கும் நடைமுறைதான். சிறைவாசி ஒரு கையை மட்டும் நீட்டி "ஐயா" என்றவுடன், பின்னால் நடந்து வரும் காவலர், அவர் பின்னே நின்று கொள்வார். சிறைவாசி தனது குறையைச் சொன்னவுடன், கண்காணிப்பாளர் சம்பந்தப்பட்ட அலுவலர்களைத் திரும்பிப் பார்த்து, அதற்குத் தீர்வு சொல்லியவாறு நடந்துகொண்டிருப்பார்.

அப்படித்தான், அந்தச் செவ்வாய்க்கிழமை கண்காணிப்பாளர் வாயில் பகுதியைக் கடந்துவந்து, சமையலறையில் சிறைவாசிகளைப் பார்வையிட்டு, தண்டனைச் சிறைவாசிகள் தொகுதியில் நிறுத்தப்பட்டுள்ள சிறைவாசிகளைப் பார்த்தவாறே வந்தவர், மனநோய்க் கைதிகள் மற்றும் சிறைக்குற்றம் புரிந்த கைதிகள் அடைக்கப்பட்டுள்ள 'ஏ, பி தனியறை' தொகுதிப் பக்கம் பைல் குழு வந்தது. 'ஏ' தனியறையில் தொகுதி 24 தனித்தனி அறைகள் கொண்ட, தொடர்ச்சியாக உள்ள நீண்ட கட்டடம். 'பி' தனியறைத் தொகுதியும் அவ்வாறே. இரண்டு தொகுதிகளும் 'ட' வடிவில் இணைந்திருக்கும். தனியறைகளின் முன்பு, நீண்ட வரண்டாவில் தடுப்பு ஏற்படுத்தி, கம்பிவலையும் பொருத்தப்பட்டிருக்கும். வெளியிலிருந்து வரண்டாவில் நுழையாமல் கம்பிவலை வழியாக ஒவ்வொரு அறையையும் பார்வையிடலாம். இந்தக் கண்காணிப்பாளர் அந்தச் சிறைவாசிகளை வெளியில் வரிசையாக நிறக்கச்சொல்லிப் பார்த்து வருவது வழக்கமாக இருந்தது.

அதன்படி 'ஏ' தனியறை தொகுதிக்கு வெளியே ஒவ்வொரு கைதியாகப் பார்வையிட்டு வந்தவர், உள்ளே தனி அறைக்குள் ஒரு கைதியின் நடமாட்டத்தைக் கவனித்து, "யார்யா பிளாக் ஏட்டு?" என்றார் கோபமாக.

"அய்யா, நான்தான்யா" என்று விறைப்பாகச் சல்யூட் அடித்து நின்றார் மூத்த தலைமைக் காவலர்.

"உள்ள ஒருத்தன் இருக்கானே, ஏன்? உன்னால அவனது பைல்ல நிற்க வைக்க முடியல!"

"இல்லைங்கையா, அவன் பேச்சு நடவடிக்கை சரியில்லாம இருந்துச்சு. அதனால உள்ளயே இருக்கட்டும்னு நான்தான் அவன் அறையை மட்டும் திறக்கல..."

"அதுக்கு எதுக்குய்யா உனக்குக் காக்கி உடுப்பு. எருமை மாடு மேய்க்கிற வேலைக்குப் போக வேண்டியதுதானே?" என்று சொல்லிக்கொண்டே, அந்த நீண்ட கட்டிடத்தைத்தாண்டி வெளிப்புறமாக வந்து, வராண்டாவின் உள்ளே நுழைந்தார். 19 ஆவது அறையை நோக்கிக் குறுகிய நடைபாதையில் உள்ளே சென்றார் கண்காணிப்பாளர். அவரைத் தொடர்ந்து சலிப்புடன் அந்தப் பெரும் குழுவும் சென்றது.

கண்காணிப்பாளருக்கு முன்பு அந்த ஏட்டையா சாவிக் கொத்தை எடுத்துக்கொண்டு வேகமாகச் சென்றார். 19ஆவது அறையை அடைந்ததும் உள்ளேயிருந்து சந்தனம் தெளிப்பதுபோல் ஈயத்தட்டில் ஏற்கெனவே கரைத்து வைத்திருந்த மலத்தை எடுத்து விசிறி அடித்தபடி இருந்தான் அந்தச் சிறைவாசி. இதை யாரும் சற்றும் எதிர்பார்க்கவில்லை. வந்த வேகத்தைக் காட்டிலும் திமுதிமுவெனத் திரும்பியது அந்தப் பெருங்குழு. அதில் சிலர் வாந்தி எடுத்துக்கொண்டிருந்தனர்.

கண்காணிப்பாளரின் தொப்பி, கண்ணாடி, சீருடையெல்லாம் மலம் திட்டுத் திட்டாகச் சிதறிக் கிடந்தது. அத்துடன் அந்தப் பைல் பாதியிலேயே முடிந்துபோனது. கண்காணிப்பாளர் சகிக்கமுடியாத நாற்றத்துடனும் அவமானத்துடனும் அலுவலகம் திரும்பினார். அங்குள்ள கழிப்பறையில் குளித்துவிட்டு அதற்குள் அங்கு கொண்டுவரப்பட்ட கலர் உடை அணிந்து, வெளியே போய் மீண்டும் வீட்டில் குளித்துவிட்டு, உடை மாற்றி வந்தார் கண்காணிப்பாளர்.

உடம்பெல்லாம் அடிபட்டு ரத்தம் சிந்தியும், வீங்கியிருந்த ஊமைக் காயங்களுடனும் பிணம்போல் கிடந்தார் நாகுக் கோனார்.

டாக்டர் அவரைப் பரிசோதனை செய்தபிறகு, கண்காணிப்பாள ரிடம் சொன்னார், "சார், நிறைய ரத்தம் வெளியேறி இருக்கு. உள்காயமும் இருக்கு வாந்தியும் எடுத்திருக்காரு. எமர்ஜென்சியா ஜி.ஹெச். அனுப்பனும் சார்" என்றார்.

"அந்த நாயை வெளிய ஆஸ்பத்திரிக்கு அனுப்பித் தொலைங்க!" என்று, கோபம் அடங்காதவராகச் சொன்னார்.

ஒரு ஸ்ட்ரெச்சரில் கிடத்தப்பட்டு வெளி மருத்துவமனைக்குக் கொண்டு சென்றனர் நாகுக் கோனாரை.

நாகுக் கோனார் ஏற்கெனவே கொலை வழக்கில் விசாரணைக் கைதியாக இருந்தவர். ஒரு கிளியை வளர்த்தார். அந்தக் கிளி, அவரைச் சுற்றியுள்ள மரங்களில்தான் இருக்கும். அவர் அழைப்பொலி கொடுத்தால் பறந்து அவரிடம் வந்துவிடும். அவரது கைகளிலும் தோள்களிலும் விளையாடிக்கொண்டிருக்கும்.

"நீ போம்மா... அப்புறம் கூப்பிடுறேன்" என்றால் பக்கத்தில் உள்ள மரம் அல்லது சுவர்களுக்குப் படபடப்புடன் பறக்கும். அப்படிப் பழக்கி வைத்திருந்தார். அவர் வாய்தாவுக்குக் கிளம்பும்போது அதுவும் அவரைப் பின்தொடரும். அவருக்கு இணையாகப் பறந்துவரும். பிரதான வாயில் பகுதிக்கு மேல்தளத்தில் இருந்தவாறு, அவர் எந்தத் திசையில் செல்கிறாரோ அதுவும் பறந்து வரும். நின்றால் மரக்கிளைகளிலும் சுவர்களிலும் உட்கார்ந்து பார்க்கும். வெளியே வந்தவுடன் எஸ்கார்டு காவலரிடம் கெஞ்சிக் கேட்பார், கிளியை உடன் கொண்டுவர. சில காவலர்கள் சம்மதித்துவிடுவார்கள். இல்லையென்றால் சிறையின் வெளியே உள்ள மரங்களில் அவர் வரும்வரை காத்திருக்கும். நாகுக் கோனார் ஒரு யோகிபோல், நீண்ட தலை முடியும் நீண்ட தாடியுமாக மெலிந்த தேகத்துடன் காணப்படுவார். அவரது சாதுவான தோற்றமும், புன்சிரிப்பும், பேசும் பேச்சும் யாரையும் கவர்ந்துவிடும்.

அப்படி ஒருநாள் நீதிமன்றத்திற்கு அழைத்துச் செல்லப் பட்டவர், நீதிமன்றக் கட்டடத்திற்குள்ளும் கிளியைச் சட்டைக்குள் வைத்து, காவித்துண்டால் மூடி எடுத்துச் சென்றார். அந்த வழக்கில் அவருக்கு அன்றுதான் தீர்ப்பு வழங்கப்பட இருந்தது. தீர்ப்பில் அவருக்கு ஆயுள்தண்டனை என நீதிபதி அவரைப் பார்த்து அறிவிக்க, தன்நிலை மறந்த நாகுக் கோனார், "ஏன் தூக்குத்தண்டனை தர வேண்டியதுதானே!" என்று ஆவேசமாகக் கத்த, கிளியும் தொடர்ந்து கத்த, கோர்ட்டே ஸ்தம்பித்தது. நாகுக் கோனார் குரலைவிடக் கிளியின் கத்தலில்தான் கோர்ட்டே பரபரப்பானது.

"செல்லம்மா நிறுத்துமா, உன் கதை இதோடு முடிந்தது!" என்று சத்தமாகச் சொன்னதுதான் தாமதம்... ஒரு நொடியில் கிளியின் சத்தமும் படபடப்பும் அடங்கியது. கழுத்துத் திருகப்பட்டு, பச்சைப் பொட்டலமாகப் பறந்து நீதிபதி

மேஜையில் வந்து விழுந்தது. ஆவேசமான நாகுக் கோனார், சாட்சிக் கூண்டிலிருந்து தாவியோடி கோர்ட்டுக்கு வெளியே மாடியில் இருந்து குதித்துவிட்டார். விழுந்தவரை யாரும் நெருங்கவில்லை. அதிர்ச்சியுடன் வேடிக்கை பார்த்தது கூட்டம். பாதுகாப்பாக வந்த வழிக்காவலர்கள் பதைபதைப்புடன் இறங்கி ஓடிவந்தனர். எழுந்து உட்கார்ந்தார் நாகுக் கோனார். அப் படியே மீண்டும் கோர்ட்டுக்குள் அழைத்துச் சென்றனர். நீதிபதி அவரைக் கடுமையாகக் கண்டித்து, வாரன்டில் இக்கைதியை தனிமைச்சிறையில் வைக்கவேண்டுமெனக் குறிப்பு எழுதி அனுப்பினார். அப்போதிருந்து தனி செல்லில்தான் இருந்து வந்துள்ளார் நாகுக் கோனார்.

நாகுக் கோனாருக்கு இன்னொரு கொலை முயற்சி வழக்கும் நிலுவையில் இருந்தது. அதற்குச் சிவகங்கை நீதித்துறை நடுவர் மன்றத்தில் ஆஜர்படுத்துவதற்கு அழைத்துச் செல்ல ஆயுதப்படை வழிக்காவலர்கள் வருவதுண்டு. மதுரை மாவட்ட நீதிமன்றத்தில் நடந்த சம்பவத்திற்குப் பிறகு, நாகுக் கோனாரைஅழைத்துச் செல்ல பலத்த வழிக் காவல் (ஸ்ட்ராங் எஸ்கார்டு) வேண்டுமென்று, சிறையிலிருந்து ஆயுதப்படைக்குக் கடிதம் அனுப்பியதால், அதற்குத் தகுந்தவாறு ஆயுதப்படை காவலர்கள் வந்து சேர்ந்தனர். பிரதான வாயில் பகுதியில் ஆயத்தமாகத் தாடியை வருடியபடி நின்றிருந்தார் நாகுக் கோனார். காவிவேஷ்டியின் விழிம்பில் 'ஓம் சரவணபவ' என்ற எழுத்துகள். சட்டையைப் போட்டு இருக்கிறாரா எனத் தெரியாத வகையில் காவித்துண்டைப் போர்த்தி இருந்தார். வாயில் காவலரிடம் வழிக்கடவுச் சீட்டைக் (பாஸ்போர்ட்டை) கொடுத்தனர் வழித்துணைக் காவலர்கள். அவரைப் பார்த்த காவலர் ஒருவர், "இவனுக்கா ஸ்ட்ராங் எஸ்கார்டு" என்று ஏளனமாக ஒரு பார்வை பார்த்துவிட்டு அலட்சியமாக அழைத்துச் சென்றார்.

மாலையில் நாகுக் கோனாரை சிறைக்கு அழைத்து வந்தபோது, அந்தக் காவலரின் மேல்கையில் கட்டுப் போடப்பட்டு ரத்தக் கசிவுடன் இருந்தது. சிறையனுமதி அலுவலர் முன்பாக, பரம சாதுவாக நின்று கொண்டிருந்தார் நாகுக் கோனார்.

காவலர்களில் ஒருவர், "ஐயா, இந்த அக்யூஸ்ட் இவரைப் பைனட்டால குத்திட்டாரு! கைல கட்டுப் போட்டிருக்காரு பாருங்க. பட்டெக்ஸ்லேயும் குத்துக்காயம் இருக்குய்யா!" என்றார் பரிதாபமாக. நாகுக் கோனார் ஒருகையால்

தாடியைத் தடவிக்கொண்டும், இன்னொரு கையை நெஞ்சில் வைத்துக்கொண்டும் எதுவும் நடக்காததுபோல் இருந்தார். அதிகாரி அந்தக் காவலரைப் பார்த்தார். காலையில் சீருடையில் வந்தவர் இப்போது வேறு உடையில் வந்து இருக்கிறார்.

“என்ன நாகு இப்படிப் பண்ணிட்ட?” என்றார் அந்த அதிகாரி. “காலையிலேயே இவனுக்கெல்லாமா ஸ்ட்ராங் எஸ்கார்டுன்னு எளக்காரமா கேட்டார்ல, இப்பப் புரிஞ்சிருக்குமில்ல எதுக்கு ஸ்ட்ராங் எஸ்கார்டுன்னு” என்றார் நாகுக் கோனார்.

இந்தச் சம்பவம் குறித்து பனிஷ்மென்ட் செல்லில் இருந்தபோது சிரித்துக்கொண்டே விவரித்திருந்தார் நாகுக் கோனார். “மேஜிஸ்ட்ரேட் வர நேரமாகுமின்னு என்னை ஓர் ஓரமாக உட்காரச் சொல்லிட்டு, முதுகைக் காட்டிட்டு அசால்ட்டாக உட்கார்ந்திருந்தான் போலீஸ்காரன். காலையிலேயே கடுப்பேத்தினானேன்னு கோபத்தில இருந்தேன். சைக்கிள்ல டீ வித்துட்டு வந்தவங்ககிட்ட டீ வாங்கி அவங்களாகவே சாப்பிட்டானுக. அப்பப்ப திரும்பி என்னையும் ஒரு பார்வை பார்த்துக்கிட்டானுக. எனக்கும் பொழுது போகாம இருந்தது. அவன் பெல்டுல தொங்கிக்கிட்டிருந்த பைனட் கத்தியும் கண்ணிலேயே பட்டுக்கிட்டே இருந்துச்சு. படக்குனு எடுத்து ஓங்கினேன். ஓடுனான். குண்டியில ஒரு குத்து, விரட்டியோடி கையில ஒரு குத்து. கத்திய அங்கேயே போட்டுட்டுத் திரும்பி வந்து அதே இடத்திலேயே உட்கார்ந்திட்டேன்!”

“அங்க இருந்த, வேற போலீஸ்காரங்களும் சேர்ந்து ஆவேசமாக வந்தாங்க. இதோட பேசாம போயிருங்க. நான் அமைதியா இருந்துடுறேன். இல்ல என்ன அடிச்சு பார்க்கணுமா, அடி. என்ன நடக்குதுன்னு அப்புறம் பாருங்கனு சொன்னேன். கூட்டம் கூடி வேடிக்கை பார்த்துச்சு. ஏதேதோ பேசினானுக. ஆனா ஒருத்தனும் கிட்டவரலை!” என்று ஒரு அலட்சியச் சிரிப்புடன் விவரித்தார் நாகுக் கோனார்.

இந்தக் குற்றங்களுக்காகவே நாகுக் கோனார் ‘ஏ, பி’ பிளாக்கில் தனி செல்லில் இருக்க வேண்டியிருந்தது. செல்லில் பல வாரங்கள் கழித்த பின், ஒவ்வொரு வாரமும் தன்னைப் பொது பிளாக்கிற்கு அனுப்புமாறு கேட்டுக்கொண்டே இருந்தார். இவரது கோரிக்கை ஏற்கப்படாததால், ஏற்பட்ட கோபத்தின் வெளிப்பாடுதான் ‘மலஅபிஷேக’ப் போராட்டமாக வடிவமெடுத்தது.

பனிஷ்மென்ட் பிளாக்கிலிருந்து பல வாரங்களுக்குப் பிறகுதான் நாகுக் கோனார் பொது பிளாக்கிற்கு வந்தார். அந்த ப்ளாக்கில் இருக்கும்போது, அவர் சக மனிதர்களிடம் பேசியதைக் காட்டிலும் மைனாக்களிடம்தான் அதிகம் பேசினார். மைனாக்கள் அவர் தயாரித்த அட்டைப் பெட்டியிலுமிருக்கும், மரத்திலும் இருக்கும், அவர் தோள்களிலும் இருக்கும். அவர் பார்வையில் மைனாக்களும், மைனாக்களின் பார்வையில் அவரும் இருந்ததை அனைவரும் அன்றாடம் பார்த்துக்கொண்டே இருந்தனர்.

ஆசிரியர்கள் போராட்டத்தில், ஆசிரியர்கள் பலர் கைதாகிச் சிறையில் நீண்ட நாட்கள் இருந்து விடுதலையானார்கள். அதில் கவிஞர் மீராவும் ஒருவர். அவர் விடுதலையானதும், 'என் இனிய சிறையே' என்ற தலைப்பில் ஒரு கவிதை எழுதினார். அதில் நாகுக் கோனார் பற்றியும், அவரது மைனா வளர்ப்பு பற்றியும் எழுதியிருந்தார்.

பொது பிளாக்கிற்கு வந்தபிறகு நாகுக் கோனாரிடமிருந்த முரட்டுக் குணங்கள் மறைந்துவிட்டதோ அல்லது அதை மறைத்துக் கொண்டாரோ தெரியவில்லை. சாந்த சொரூபமாகக் காணப்பட்டார். அவர் உண்டு, அவர் மைனாவுண்டு, கிளி உண்டு, வேலை உண்டு என்று ஆகிவிட்டார்.

சில ஆண்டுகள் கழித்து அவர் கேட்காமலேயே கான்விக்ட் வார்டர் (தண்டனைக் காவலர்), சிறை மொழியில் காணிக்கை வார்டர் பதவி கிடைத்தது. சிறப்பாகவே அந்தக் கடமையைச் செய்தார்.

அவர் பாராவில் இருக்கும்போதும், சுற்று செல்லும் போதும், அவர் இருக்கும் இடங்களில்தான் மைனாக்கள், கிளிகள் இருக்கும். அவர் பார்வையில் அவையும், அவற்றின் பார்வையில் அவரும் என இருந்தனர். அவருடன் பழகிய அந்தப் பறவைகள் இதர மனிதர்களை மதித்ததாகத் தெரியவில்லை. அட்டைப்பெட்டியில் செய்த கூண்டுக்குள் பெயரளவுக்குத்தான் அவை இருந்தன. எப்போதாவதுதான் அவை கூண்டுக்குள் செல்லும். விடுதலை நாள் நெருங்கி வருவதை அறிந்த நாகுக் கோனார் காகிதக்கூடத்திற்குச் சென்று புதிதாக இரண்டு அட்டைக் கூண்டுகளைத் தயார் செய்து, வண்ணம் தீட்டி, வைத்திருந்தார். அதிகாரிகளும் அதைக் கண்டுகொள்ளவில்லை.

விடுதலை நாளன்று வெறும் கூண்டுகளைத் தன் உடைமைகளுடன் எடுத்து வந்தார் நாகுக் கோனார். வாயில் பகுதியில் சோதனை செய்த காவலர், அந்த கூண்டைத் திறந்து பார்த்துச் சிரித்துக்கொண்டே அனுமதித்தார். அந்த வாயிலின் பெரிய இரும்புக் கதவுகளை 14 ஆண்டுகளுக்குப் பிறகு இப்போதுதான் தாண்டிச் செல்கிறார்.

சிறையைவிட்டு வெளியே வந்தவர், ஆவலுடன் வெளியுலகை ரசிக்கவில்லை. மைனாக்களையும், கிளிகளையும்தான் தேடினார். அவருக்கு முன்பே வெளியே வந்து அவை காத்திருந்தன. ஒவ்வொன்றாக அழைத்தார். மூன்று மைனாக்கள், இரண்டு கிளிகள்... செல்லமாகத் தடவி முத்தமிட்டு கூண்டுக்குள் அனுப்பினார். அவை உள்ளே சென்று அடைந்து கொண்டன.

வேஷ்டியை மடித்துக் கட்டிக்கொண்டு, கூண்டுகளைத் தூக்கிக்கொண்டு நடையைக் கட்டினார் நாகுக் கோனார்.

ஒரு சிறைப்பறவை விடுதலையடைந்து வெளியே சென்றது!

சில பறவைகள் சிறைப்பட்டு வெளியே சென்றன!

*

ஐயப்பன்

பனிஷ்மெண்ட் பிளாக்கில் இருந்த ஐயப்பன், வழக்கமான குற்றவாளிதான். அடிக்கடி வந்து செல்லும் குற்றவாளிகளைச் சிறைமொழியில் "கருப்புக்குல்லா" என்று அழைப்பது வழக்கம். ஐயப்பன் எத்தனைமுறை சிறைக்கு வந்து இருக்கிறானென அவனுக்குத் தெரியாது. எத்தனை வழக்குகள் முடிந்துள்ளன, எத்தனை வழக்குகள் நிலுவையில் உள்ளன என்பதுகூட அவனுக்குத் தெரியாது. அவ்வப்போது சிறை ஆவணங்களைப் பார்த்து, கேட்டுத் தெரிந்துகொள்வான். சிறையில் அவன் இருக்கும் அறை கலகலப்பாகவே இருக்கும். பாட்டுப்பாடத் தெரிந்த கைதிகள் இருக்கும் பிளாக்கில் அவனை எல்லோரும் விரும்புவார்கள். அவனும், பாடத் தெரியாதவர்கள் இருக்கும் பிளாக்கிற்குச் செல்ல விரும்பமாட்டான்.

போர்வைகளைத் தரையில் மடித்துவைத்து, அதன் மீது ஈயத்தகடுகளைக் கவிழ்த்து வைத்து, கை விரல்களாலும், உள்ளங்கையாலும் சிலசமயம் சீப்பை வைத்தும் தட்டி அவன் எழுப்பும் இசை அலாதியானது. அந்தத் தட்டுத்தாளங்களைக் கேட்டுக்கொண்டே இருக்கலாம். வெறும் ஈயத் தட்டில் பலவிதமான சப்த இசைகளை இசைப்பான். சிலசமயம் தண்ணீர் நிரம்பிய குவளையும் சில காலிடப்பாக்களும் அவனுக்குக் கூடுதல் பக்கவாத்தியங்களாகச் சேர்ந்துகொள்ளும்.

பாடகர்கள் தயாராவதற்கு முன்பு, அவனது இசை விருந்து சில நிமிடங்கள் பிளாக் முழுக்கக் கேட்கும். சின்னச் சின்னத் திருட்டு வழக்குகளில் மட்டுமே கைதாகி வருவான். ஆனால் சகவாசம் எல்லாம் சிறையில் பெரும் தாதாக்களுடன்தான். சில ரவுடிகள் அவனைத் தங்களுடன் இருக்குமாறு கேட்டுக்கொள்வார்கள். அவனைப் போன்ற வழக்கமான திருட்டு வழக்குகளில் வரும் கைதிகள், எப்போதாவது அடிதடி வழக்கிலோ கொலை முயற்சி வழக்கிலோ கைதாகி வந்தால், அவர்களைப் பார்த்து இவன் சொல்லுவான், "ஏண்டா இப்படி இந்தக் கேஸ வாங்கிட்டு வந்திருக்க. நம்ம எல்லாம் திருடங்கடா. வெட்டுகுத்தெல்லாம் நமக்கு எதற்குடா. இந்தக் கேஸ்ல வர வெக்கமா இல்லையா?" என்பான். பொதுவாகச் சிறையில், திருட்டு வழக்குளில் வருபவர்களுக்கு கைதிகளிடம் எந்த மதிப்பும் இருக்காது. ஆனால், ஐயப்பன் அவனது நியாயத்தை, அவன் குரலில், அவன் மொழியில் சொல்வது வேடிக்கையாக இருக்கும். அவனிடம் ரவுடிகள் இந்த வசனத்தை அவர்கள் குரலில் மாற்றிச் சொல்வதுண்டு. அதற்கு அவன், "உங்கள் பாதை வன்முறைப் பாதை... என்னுடைய பாதை அகிம்சைப் பாதை!" என்பான்.

சிறையில் அவன் இசைக் கலைஞனாக மட்டுமல்ல, சிறந்த சிகை அலங்காரக் கலைஞனாகவும், மசாஜ் கலைஞனாகவும், செயலாற்றினான். சிறையில் யாராவது நவீனமாகவோ, வித்தியாசமாக முடிவெட்டி இருந்தாலோ, மீசை வைத்திருந்தாலோ அது ஐயப்பனுடைய கைவண்ணமாகத்தான் இருக்குமென எளிதாகத் தெரிந்துகொள்ளலாம். அவன் நாவிதர் சமூகத்தைச் சேர்ந்தவனாக இல்லாதபோதும், இதை அவன் எப்படியோ கற்று, மிக நேர்த்தியாகச் செய்துவந்தான். நாவிதராக அரசால் நியமிக்கப்பட்ட பணியாளர் மேற்பார்வையில்தான், அந்தத் தொழிலுக்கு முறைப்படி சிறையில் வேலை எழுதப்பட்ட கைதிகள் மட்டுமே, அந்த வேலைகளைச் சிறையில் செய்யமுடியும். கத்தரிக்கோலும், சவரக் கத்தியும் கைதிகளின் கைகளில் கிடைத்துவிட்டால் ஆபத்து என்பதால் அதைத் தவிர்க்கவே இந்த ஏற்பாடு. ஆனால் எப்படியாவது ஒரு பிளேடோ, அரை பிளேடோ ரகசியமாக வந்துவிடும் ஐயப்பனுக்கு. அரைபிளேடும் ஒரு சீப்பும் போதும், தலைமுடியை அழகாக அலங்காரம் செய்துவிடுவான் ஐயப்பன். விளக்குமாற்றுக் குச்சிகளை நான்காக ஒடித்து, அதன் முனைகளில் அரை பிளேடை நடுவில் வைத்துக் கட்டி விட்டால், சவரக்கத்தி தயாராகிவிடும். சீப்பை

லாவகமாகப் பயன்படுத்தி வாரி, அதிலும் வித்தைகள் காட்டி அழகாய் முடிவெட்டுவான். அப்படி அவன் வேலை செய்யும் இடங்கள், கழிப்பறை மூலை போன்ற மறைவிடங்களாகத்தான் இருக்கும். அங்கிருந்து அவன் கை பட்டுத் திரும்புபவர்கள் அழகுநிலையத்தில் இருந்து வருவதுபோல் வருவார்கள். அதற்கு அவன் பெறும் கட்டணம் சில பீடிகளும், நொறுக்குத் தீனிகளும்தான் !

சில காவலர்களும், கீழ்நிலை அதிகாரிகளும்கூட அவனிடம் ரகசியமாக முடிவெட்டிக்கொள்வதுண்டு. அவர்கள் அவனிடத்தில் முடிவெட்டுவதற்குக் காசு மிச்சம், காலநேரம் மிச்சம் என்பதைவிட கலையம்சமே பிரதானக் காரணமாக இருந்தது. அதில் அவன் பெற்றிருந்த திறமைக்கு ஒரு சலூனில் வேலை செய்தால் வாடிக்கையாளர்களை எளிதில் கவர்ந்து விடலாம். ஆனால் அவன் பிறந்த சமூகம் அதைக் கௌரவமாகக் கருதவில்லை. அவன் சார்ந்த பிற்பட்ட சமூகத்தைச் சேர்ந்தவர்கள் அவனிடம், “நீ திருடனா இருந்தாக்கூடப் பரவாயில்லை. நம்ம சாதியக் கேவலப்படுத்திடாதடா!” என்று கூறியதால் அவன் வெளியில் அந்த வேலையைச் செய்யவில்லை.

ஐயப்பன் திருட்டு வழக்கில் தண்டனை பெற்று வந்த போது அவனை “வெளிக்குழு” வேலைக்குச் சிறை நிர்வாகம் பரிந்துரைத்தபோது, அவன் அதற்கு மறுத்துவிட்டான். பல வழக்குகள் நிலுவையில் உள்ள கைதிகளை வெளிக்குழுவுக்குத் தேர்வு செய்யமாட்டார்கள். எனினும் விதிவிலக்காக அதிகாரிகள் பரிந்துரைப்படி, சில கைதிகள் வெளிக்குழுவில் செல்வதுண்டு. அப்படி வெளியில், வேலையில் செல்பவர்களுக்குச் சிறைக்கு வெளியே, வெளியுலகத்தைச் சற்றுப் பார்த்து வருவதற்கும், உறவினர்கள் வந்தால் அவர்களுடன் சகஜமாகப் பேசவும் வாய்ப்பு கிடைக்கும். ஆனாலும் ஐயப்பன் அதையெல்லாம் ஏனோ விரும்பவில்லை. குறைந்த தண்டனை பெற்று வெளி வேலைக்குச் செல்பவர்கள், சிகப்புச் சட்டை, சிகப்பு கால்ச்சட்டை அணிந்துதான் செல்ல வேண்டும் என்பதும் அவன் அதை விரும்பாததற்குக் காரணமாக இருந்தது.

“நான் ஜெயில்ல தோட்டி வேலைகூடச் செய்றேன். வெளில சிகப்புச் சட்டை போட்டு வேலை செய்யமாட்டேன்” என்று அதிகாரிகளிடம் வாதாடினான். அவனை எப்படியாவது வெளிக்குழுவில் அனுப்பிட வேண்டுமென, அரசு ஊழியரான

நாவிதரும், அவருடைய குழுவிலிருந்த கைதிகளும் முடிவுசெய்து அதிகாரிகளிடம் நிர்பந்தம் செய்தவண்ணம் இருந்தனர். ஐயப்பன் அவர்களுடைய தொழிலுக்குச் சவாலாகவே இருந்தான். அவன் கைகளுக்கு பிளேடு வருவது ஆபத்து என்றும், சில கைதிகள் தங்களைத் தாங்களே கிழித்துக்கொள்வதற்கு ஐயப்பன்தான் பிளேடு தருகிறான் என்றும் பரப்பிவிட்டனர். கடைசியில் வேறுவழியின்றி மிகுந்த மன வேதனையுடன் சிகப்புச் சட்டை, சிகப்புக் கால்ச்சட்டை அணிந்து வெளிவேலைக்குச் செல்ல வேண்டியதாகிவிட்டது.

முன்னாள் ராணுவ அதிகாரியான கண்காணிப்பாளரின் வீட்டில்தான் அவனுக்கு வேலை. துணி துவைப்பதும், கார் துடைப்பதும், வீட்டின் ஜன்னல் கண்ணாடிகளைத் துடைப்பதும், ஒரு பழைய சைக்கிளை அன்றாடம் துடைத்து, காற்றடித்துப் பராமரிப்பதும்தான் அவனுக்கு ஒதுக்கப்பட்ட வேலை.

அந்த சைக்கிள் வித்தியாசமாக இருந்தது. மிக உயரமாகவும் கனமான கம்பிகள் உடையதாகவும், அதிக எடை உள்ளதாகவும் இருந்தது. அந்தச் சைக்கிளை நேரம் கிடைக்கும் போதெல்லாம் கண்காணிப்பாளர் ஓட்டிப் பார்ப்பார். அவர் பள்ளியில் படித்துவந்த காலத்தில், அவருடைய அப்பா வெளிநாட்டில் இருந்து வாங்கிவந்து தந்த சைக்கிள் அது. இன்னும் அவர் அதைப் பிரியமாகப் பாதுகாத்து வந்தார். ஐயப்பன் அழகாய் முடிவெட்டுவதைத் தெரிந்து வைத்திருந்த அந்த அதிகாரியும் ஒரு முறை ஐயப்பனிடம் முடிவெட்டிக்கொண்டார்.

"இதுதான் உங்களுக்கு ரொம்ப அழகா இருக்கு. இனிமே இப்படியே வெட்டிக்கங்க" என்று அதிகாரியின் மனைவி சொல்லிவிட்டார். அந்த அம்மையாரும் ஐயப்பனிடம் அன்பாகத்தான் பேசினார். அவனுக்குத் தின்பண்டங்களும் கொடுப்பார். இருந்தபோதும் அவனுக்கு அந்தப் பங்களா வாசம் ஏனோ பிடிக்கவில்லை. வேண்டாவெறுப்பாகவே வேலைகளைச் செய்துவந்தான். சில நாட்களிலேயே தண்டனைக் காலம் முடிந்து விசாரணைக் கைதியாக மீண்டும் ரிமாண்ட் பிளாக்கிற்கு வந்தபிறகுதான் அவனுக்கு நிம்மதியாக இருந்தது. சில நாட்களில் ஜாமீனில் விடுதலையானான் ஐயப்பன்.

ஒருநாள் அவனுடைய சிறை நண்பரை, நேர் காணச் சிறைக்கு வந்து பேசிவிட்டு வெளியே வந்தவனுக்கு, ஒரு நினைவு

வந்தது. அது மாலை மூன்று முப்பது மணியாக இருந்தது. இந்நேரம் கண்காணிப்பாளர் பங்களாவில் கைதிகளும், அங்குள்ள காவலர்களும் டீ அருந்தும் நேரம் என்பதால் நேராக வந்து சேர்ந்தான். சிவப்புச் சீருடை அணிந்து அந்தப் பங்களாவிற்கு வந்தவன், அன்று சொந்த உடையில் அங்கு சென்றான். காவலர் அவனைப்பார்த்து, "உள்ளே இருக்கும்போது இங்க வரமாட்டேன்னு சொல்லி கலாட்டா பண்ணினியே, இப்ப வெளிய போனபிறகு இங்க ஏன் வந்தே?" சிரித்துக்கொண்டே கேட்டார். "உங்களை எல்லாம் பார்த்துட்டுப் போகலாம்னுதான் வந்தேன்!"

"சத்தமாப் பேசாத. ஐயா மேலே தூங்கிக்கிட்டு இருக்காரு!" என்று, ஒரு கைதி கையில் எடுத்து வந்த டீ கிளாசை ஐயப்பனிடம் தந்தான். சிறிதுநேரம் பேசிவிட்டுக் கிளம்பி ஐயப்பன் அவர்களிடமிருந்து விடைபெற்று, அவர்கள் முன்பாகத்தான் கேட்டைத்தாண்டி வெளியே சென்றான். அடுத்தநாள் காலையில் அங்கே இருந்த சைக்கிளைக் காணவில்லை என்ற செய்தி, பங்களா, காவலர் குடியிருப்பு மட்டுமல்ல சிறைக்குள்ளும் பரபரப்பாகவே பரவியது. ஒரு கைதி தப்பி ஓடிய போது ஏற்படும் பரபரப்புக்கு இணையாக இருந்தது அந்தச் செய்தி. ஒரு பழைய சைக்கிள் காணாமல் போனதற்கு, உடனடியாகப் பணியில் இருந்த காவலர் அவமானப்படுத்தப்பட்டு, பங்களாவில் இருந்து சிறைக்குள் காவல் பணிக்கு அனுப்பப்பட்டார். ஆர்டர்லி வேலையில் ஆண்டுக் கணக்கில் ஆனந்தம் அடைந்த அந்தக் காவலருக்கு, சீருடை அணிந்து சிறைக்காவலர் பணி செய்வது சிரமமாகவே இருந்தது. பக்கத்துக் காவல் நிலையத்தில் புகாராக எழுதிக் கொடுக்காமல் சைக்கிளைக் கண்டுபிடித்துத் தருமாறு கேட்டுக்கொண்டார்கள் சிறை அதிகாரிகள்.

"40, 50 வருடப் பழைய சைக்கிளுக்கு ஏன் இப்படி முக்கியத்துவம் கொடுக்கிறீர்கள். சைக்கிள் திருட்டு எல்லாம் இப்பப் புகாரா எடுக்கிறது இல்லையே!" என்று காவல் நிலையத்தில் அலட்சியமாகச் சொன்னதைக் கண்காணிப்பாளரிடம் யாரும் சொல்லவில்லை.

ஐயப்பன் அந்தச் சைக்கிளை உருட்டத்தான் முடிந்தது. ஓட்டச் சிரமப்பட்டான். "இந்தச் சனியன அந்த ஐயா எப்படி ஓட்டினார் என மனதுக்குள் திட்டிக்கொண்டே பல மைல்கள் கடந்துவிட்டான். சைக்கிள் கடையில் விற்க முயற்சி செய்தான்.

மதுரை நம்பி | 43

"இது என்னய்யா இவ்வளவு பெரிய சைக்கிளா இருக்கு. இதுக்கு டயர், ரிம் எல்லாம் கிடைக்காது" என்று கடைக்காரர்கள் வாங்க மறுத்து விட்டனர். இருட்டிவிட்டது. சைக்கிளுடன் திரிந்தால் போலீசிடம் சிக்கிவிடுவோம் என்று நினைத்த ஐயப்பன், ஒரு காட்டுப் பகுதிக்குச் சிரமத்துடன் ஓட்டிச்சென்று, ஒரு பாழும் கிணற்றில் தூக்கிப் போட்டுவிட்டு நிம்மதியுடன் நடையைக்கட்டினான்.

இரண்டு மாதம் கழித்து, வேறொரு திருட்டு வழக்கில் சிறைக்கு வந்ததும், வாயில் பகுதியிலேயே அவனுக்குச் செம கவனிப்பு இருந்தது. அவன் சிறைக்கு வந்த ஆரம்பகாலத்தில் மட்டுமே அட்மிஷன் அடிவாங்கியிக்கிறான். அதன்பிறகு பல ஆண்டுகளாக எத்தனையோ முறை சிறைக்கு வந்து போயிருக்கிறான். காவலர்கள் அவனிடம் செல்லப் பேச்சுத்தான் பேசியிருக்கிறார்கள். சிறையில் எந்த மூலையிலோ இருந்த அந்த ஆர்டர்லி காவலர், செய்தி கேட்டு வாயிலுக்கு வந்து, கல் மூங்கில் லத்தி உடைய உடைய அடித்துத் தனது ஆத்திரத்தைத் தீர்த்துக் கொண்டார். "இந்த நாயிக்கு டீ கொடுத்து அனுப்பி வைச்சேன். நன்றி கெட்ட நாய்!" என்று சொல்லிச் சொல்லியே அடித்தார். அந்தக் காவலரிடம் ஐயப்பன் பல முறை மன்னிப்புக் கேட்டான். அவர் அதைக் கண்டுகொள்ளாமல் அடித்து ஓய்ந்தார். அதன்பிறகுதான் நாகுக் கோனார், மிலிட்டரி செல்வம் ஆகியோர் இருந்த பிளாக்கிற்கு வந்து சேர்ந்தான் ஐயப்பன். செல்லில் இருந்தபோது மிலிட்டரி செல்வம் கேட்டார், "ஏண்டா பாழாப் போன அந்த சைக்கிளத் திருடுன?"

"நான் திரும்பத் தண்டனை வாங்கினா, திரும்பவும் என்னைப் பங்களாவுக்கு வேலைக்கு அனுப்புவாங்க. எனக்கு அங்க போகப் பிடிக்கலை. பங்களாவில் திருடினால், திரும்பவும் அந்த வேலைக்கு அனுப்பமாட்டாங்க!" என்றான் ஐயப்பன்.

"அதுக்குப் பேசாம அங்க வேலைக்குப் போனப்பவே, நீ தப்பி ஓடி இருக்கலாமில்ல?"

"அப்படிப்போனா அந்த அப்பாவிக் காவலர் இல்ல கஷ்டப் படுவாரு. நாம செஞ்ச தப்புக்கு அந்தக் காவலர் ஏன் வீட்டுக்குப் போகணும். அத நெனச்சித்தான் தப்பி ஓட நினைக்கல. ஆனா அந்தக் காவலரே லத்தி உடைய உடைய அடிச்சுட்டாரு. ஆனா அவரு மேல எனக்கு எந்தக் கோபமும் இல்லை!" என்றான் ஐயப்பன். இதுதான் ஐயப்பன்.

சில நாட்களில் பாழும் கிணற்றிலிருந்து சைக்கிள் மீட்கப்பட்டு, மீண்டும் பங்களாவுக்கு வந்து சேர்ந்தது. ஐயப்பனை அடித்த ஆர்டர்லி காவலர் வந்து, அடித்ததற்கு அவனிடம் சமாதானம் சொல்லிவிட்டு, "அந்தச் சைக்கிள் சனியனை வித்துத் தொலைச்சி இருக்கலாமில்ல. இல்ல போட்ட இடத்தையாவது சொல்லித் தொலைக்காம இருந்திருக்கலாமில்ல…" என்று அவருடைய சங்கடத்தைச் சொல்லிவிட்டுச் சென்றார்.

அதன்பிறகு ஒரு வாரம் கழித்து ஐயப்பன் செல்லிருந்து விடுவிக்கப்பட்டான். இனி அவனுக்கு வெளிக் குழுவில் வேலை செய்யவேண்டியிருக்காது என்ற நம்பிக்கையுடன் அவன் பொது பிளாக்கிற்குச் சென்றான். அவனை ஏற்றுக்கொள்ள எல்லா பிளாக்கிலும் மகிழ்ச்சியுடன் காத்திருந்தனர் அவன் சகாக்கள்.

*

தனிமைச் சிறையறைகள் (செல்கள்)

பொதுவாகச் சிறைகளில் 'செல்' என்று குறிப்பிடப்படும் தனியறைகள் என்பவை, ஒரு கைதியை மட்டுமே பூட்டும் அறைகளாகும். மரண தண்டனை நடைமுறையில் இருந்த காலத்தில், மரணதண்டனைக் கைதிகளையும் சிறைக் குற்றம் புரிந்த கைதிகளையும் தனிமைப்படுத்துவதற்கு மற்றும் தண்டிப்பதற்கு ஏற்றவகையில் அவை அமைக்கப்பட்டிருந்தன.

மதுரைச் சிறையில் மையக் கோபுரத்தைச் சுற்றி ஆறு பெரிய பிளாக்குகள். அந்தச் சுற்றைத் தாண்டி ஏழாம் தொகுதி பெரிய நீளமான பிளாக்காக இருக்கும். அதில் சராசரியாக 80 கைதிகள் வரை பூட்டப்படுவர். எட்டாம் தொகுதி என்பது மாணவர் விடுதிகள் போன்று "ப" வடிவத்தில் அமைக்கப்பட்டிருக்கும். அதில் கீழே ஐந்து அரங்குகளும், மேலே ஐந்து அரங்குகளும் இருக்கும். ஒவ்வொரு அடைப்புகளிலும் அதிகபட்சம் 40 பேர்கள் வரை பூட்டலாம். ஒவ்வொரு அரங்கிலும் ஒரு கழிப்பறை மட்டுமே இருக்கும். அவை இரவு நேரப் பயன்பாட்டுக்கு மட்டுமே. பகல் நேரங்களில் தொகுப்புக் கழிப்பறைகள் வெளியே இருக்கும். அதைத்தான் பயன்படுத்த வேண்டும். குளிப்பதற்குப் பெரிய தண்ணீர் தொட்டி இருக்கும். அந்த வெளி வட்டத்தைத் தாண்டினால் கிழக்குப்

பக்கத்தில், சுற்றுச் சுவரில் பெரிய மரக்கதவுகளுடன் உள்ளே பெரிய நிலப்பரப்புடன் ஒரு பிளாக். அது ஒன்பதாம் தொகுதி. அங்கு சின்னதாக ஐந்து அரங்குகள் இருக்கும். அது தற்போது விசாரணைத் தொகுதியாக மாற்றப்பட்டுள்ளது.

நான் பணியில் சேர்வதற்குச் சில ஆண்டுகளுக்கு முன்புவரை, ஒவ்வொரு பிளாக்கிலும் ஒவ்வொருவருக்கும் தனித்தனியாக மண்சட்டிகள் வழங்கப்பட்டு, அதில்தான் மலஜலம் கழிக்க வேண்டியிருந்தது. காலையில் சிறையறைகள் திறந்ததும், அதனை எடுத்துக்கொண்டு, கழிவுகளை வெளியேற்றுவதற்கு என்று ஒதுக்கப்பட்ட இடத்தில் இருக்கும் இரும்புத் தொட்டியில் கொட்டி, சட்டியைக் கழுவிச் சுத்தம் செய்து எடுத்து வரவேண்டும். அந்த நடைமுறையில் பெரிய மாற்றம் ஏற்பட்டு, ஒவ்வொரு அறையிலும் கழிப்பறையில் அமைக்கப்பட்டன.

கோயம்புத்தூர் போன்ற சிறைகளில் பழைய முறையான மூத்திரச்சட்டி முறையே, 1999 ஆம் ஆண்டுவரை நடைமுறையில் இருந்துள்ளதுதான் கொடுமை. ஒவ்வொரு கைதிக்கும் சிறைக்குள் வரும்போது தண்டனை உடைகளுடன், படுக்கை விரிப்புகளும், போர்வைகளும், தட்டுக் குவளைகளுடன் மூத்திரச் சட்டியையும் கொடுத்து, அதற்கான ஆவணங்களில் கையெழுத்திட்டுப் பெற்றுக்கொள்ள வேண்டும். வழங்கப்பட்ட மூத்திரச் சட்டியில் கைதி எண் சுண்ணாம்பில் எழுதப்பட்டிருக்கும். மாலையில் அந்தச் சட்டிகளுக்காக ஒதுக்கப்பட்ட இடத்தில் வரிசையாக அடுக்கி வைக்க வேண்டும். இரவு நேரத்தில் சிறுநீர் மலம் கழிப்பதைத் தவிர்ப்பதே நல்லது. தவிர்க்க இயலாது தவிப்பவர்கள் மட்டுமே, தங்களுக்கான மண் சட்டியை எடுத்து, அதில் மிகக் கவனமாகக் கழிக்கவேண்டும். சிக்கனமாகத் தண்ணீரைப் பயன்படுத்தி கழுவிக்கொள்ள வேண்டும்.

செல்வாக்கும், வசதியும், தாட்டியமும் உள்ள கைதிகளுக்கு எந்தக் கட்டுப்பாடும் இருக்கவில்லை. சாதாரணக் கைதிகளின், அப்பாவிகளான கைதிகளின் நிலைமைதான் பரிதாபமாக இருக்கும். அவர்களுக்குக் கழிப்பறைகள் இருக்கும் பகுதியில்தான் இடம் ஒதுக்கி இருப்பார்கள். செல்வாக்குள்ள கைதிகள் எதிர்திசையில் கடைசியில் இருப்பார்கள். அவர்களுக்கு ஒதுக்கப்பட்டு இருக்கும் இடத்தை வைத்து அந்தக் கைதிகளின் அந்தஸ்தைப் புரிந்துகொள்ளலாம். செல்வாக்கு உள்ள கைதிகளுக்கு மூத்திரச்சட்டிகளை எடுத்துச் சென்று அலசி

கொண்டுவந்து வைக்க உதவிக்கு ஒவ்வொருவரையும் வைத்துக் கொள்வதுமுண்டு.

காலையில் பிளாக் திறந்ததும், காலைக் கடனை முடிப்பதற்கும் இரவில் பயன்படுத்திய மூத்திரச் சட்டியைக் கொட்டி அலசுவதற்கும் முண்டியடித்துக்கொண்டு ஓடவேண்டும். அந்த வேகத்தில் சட்டிகள் உடைந்துவிட்டால் அதில் ஏற்படும் சங்கடங்களைவிட, மாற்றுச் சட்டிகளைப் பெறுவதற்கு ஏற்படும் சங்கடம்தான் கொடுமையானதாக இருக்கும். சட்டி உடைந்து விட்டது என்று கோபுர முதல் தலைமைக்காவலரிடம் முறையிட்டால், அவர் கால் முட்டியை அடித்தே உடைத்துவிடுவார். அடிபட்டு அவமானப்பட்டுத்தான் மாற்று சட்டிகளைப் பெறமுடியும்.

தனியறையைப் பொறுத்தவரையில், ஒரு விசேஷ ஏற்பாடு நடைமுறையில் இருந்துள்ளது. தனியறையின் பின்புறச் சுவரின் மூலையில், ஒரு சதுர அடி அளவில், ஒரு சந்து இருக்கும். அந்தச் சந்து மேலும் கீழும் கருங்கற்களால் கட்டப்பட்டு இருக்கும். அதற்கு ஒரு சிறிய இரும்புத் தகடால் ஒரு மூடி இருக்கும். அந்த இரும்பு மூடி வட்டமாக அறைக்கு உள்ளும் வெளியுமாகச் சுற்றும் வகையிலிருக்கும். அடிப்பாகத்தில் ஒரு சட்டியை வைக்கும் அளவில் ஒரு இரும்புத் தகடு இருக்கும், அதன் மீது சட்டியை வைத்து உள்ளே இருந்து வெளியே தள்ளிவிட்டால் இரும்புத் தகடு சுவருடன் அடைத்துக்கொள்ளும். வெளியே மூத்திரச் சட்டி வந்து நிற்கும். அதை உள்ளே தள்ளிவிட்டால் உள்ளே இருக்கும் இரும்புத் தகடு வெளியில் வந்து சுவரோடு மூடிக்கொள்ளும். இப்படி நுட்பமாக வடிவமைக்கப்பட்ட ஏற்பாடு எல்லாச் சிறைகளிலும் இருந்திருக்கிறது. தற்போது அதன் பயன்பாடு இல்லாமல் போனதால் அந்த இரும்புத் தகடு நீக்கப்பட்டு, சந்து அடைக்கப்பட்டு அந்தத் தடயங்களை மட்டுமே இப்போது சிறைகளில் காணமுடிகிறது.

மதுரைச் சிறையில் 'ஏ', 'பி' தனி அறைகள் என்பவை வரிசையாக 24 அறைகளாக 'ட' வடிவில் இரண்டு நீண்ட கட்டிடங்களாக இணைந்து இருக்கும். அந்தத் தொகுதியிலும், அதன் வளாகத்திலும் வேறு எந்த பிளாக் கைதிகளின் நடமாட்டமும் இருக்காது. ஒவ்வொரு அறையிலும் ஒருவர் அல்லது மூவர் என பூட்டப்பட்டு இருப்பார்கள். அந்த அறைகளில் பெரும்பாலும் மனநோய்க்கைதிகளும், சிறைக் குற்றம் புரிந்து தண்டிக்கப்பட்ட கைதிகளும்தான் இருப்பர்.

அமைதியானவர்கள், ஆவேசமானவர்கள், கடுமையாக உழைப்பவர்கள், ஓரளவு வேலை செய்பவர்கள், எந்த வேலையும் செய்யாதவர்கள், எந்த வேலையும் செய்ய இயலாதவர்கள், வேலைசெய்ய மறுப்பவர்கள், எப்போதாவது வேலைகள் செய்பவர்கள், வன்முறை மனோபாவம் கொண்டவர்கள் என பல்வேறு மனிதர்கள் பல்வேறு நிலைகளில் அங்கே இருப்பார்கள். அவர்களில் அரசு ஊழியர்களாக இருந்தவர்களும், படிப்பாளிகளும், மருத்துவர்களும்கூட கைதிகளாக அவ்வப்போது அந்த பிளாக்கிற்கு வந்து போவதுண்டு.

பொது பிளாக்கில் இருப்பவர்களுக்குத் திடீரென மன நிலையில் மாற்றம் ஏற்பட்டு, மனநோய் அறிகுறி தென்பட்டால், மருத்துவரின் ஆலோசனையின்படி இங்கேதான் அனுப்பிவைக்கப்படுவார்கள். அதில் இன்னொரு அம்சம் என்னவென்றால் மனநோய், மனநலம் குன்றி இருப்பவர்கள் எந்த எதிர்ப்பும் காட்டாமல் இங்கே வந்துவிடுவார்கள். மனநலம் சற்றுத் தேறிவிட்டால் ஒருநாள் கழிப்பதே அவர்களுக்குக் கஷ்டமாக இருக்கும். அவர்களாகவே வேறு பிளாக்கிற்கு மாற்றும்படி கேட்கத் தோன்றும்போதே அவர்களின் நடவடிக்கைகளில் முன்னேற்றத்தைக் காணமுடியும்.

நன்றாக இருந்தவர்கள் மனநோயாளியாக மாறி வருவதையும், மனநோயாளியாக இருப்பவர்கள் குணமடைந்து முன்னேற்றம் அடைவதையும் இங்கு அடிக்கடி காணமுடியும். 35 ஆண்டுகளுக்கு முன்பு, இந்தத் தொகுதியில் இருந்த நிலை இப்போது இல்லை. அப்போதெல்லாம் இந்த பிளாக்கை நெருங்கினாலே துர்நாற்றம் அடித்துக் கொண்டிருக்கும். அன்றாடம் கழுவிச் சுத்தம் செய்தாலும் அந்த பிளாக்கின் நாற்றம் போகவே போகாது. 'ஏ' செல்லில் 24 அறைகள், 'பி' செல்லில் 24 அறைகள் ஒவ்வொரு அறையாகத் திறந்து வரும்போது, ஒவ்வொரு அறையிலிருந்தும் ஒருவரோ அல்லது மூவரோ வெளியே வருவார்கள். பெரும்பாலும் முழு நிர்வாணமாக புழுதிபடிந்த வியர்வை உலர்ந்த உடலுடன், தூசி படிந்த தலையுடன் வருவார்கள். அவர்கள் ஒவ்வொருவரும் அனிச்சைச் செயலாக மூலையில் கிடக்கும் விளக்குமாற்றையும், குப்பை அள்ளும் சாக்குகளையும் எடுத்துக் கொண்டு, அந்தப் பெரிய வளாகத்தைக் கூட்டிக் குப்பையை அள்ளுவார்கள். அந்த வேலையைத் துவங்கும் போதே, கீழே கிடக்கும் துண்டு பீடிகளையும், உதிர்ந்து கிடக்கும் நாவற் பழங்களையும், வேப்பம் பழங்களையும் எடுத்துக்கொள்வார்கள்.

அந்த வேலை முடிந்ததும் பல்துலக்கவும், முகம் கழுவிக் கொள்ளவும், குளிக்கவும் சிலபேர் தானாகத் தயாராவார்கள். மேற்பார்வையாளர் சொன்னால்தான் சில கைதிகள் அதற்குத் தயாராவார்கள். சொன்னாலும் செய்யாத கைதிகள் இருப்பார்கள். படுசுத்தமாகவும், அரைகுறைச் சுத்தமாகவும், அசுத்தமாக இருக்கும் ஒவ்வொருவரும் காலைக்கடன்களை முடித்த பின் அப்படியே அப்படியே தட்டுகளை எடுத்துக் கொண்டு காலை உணவைப் பெறுவார்கள். அந்த வளாகத்தில் உட்கார்ந்து சாப்பிடுவார்கள். ஒரு தட்டுச் சோற்றை ஒரே நொடியில் காலி செய்பவர்களும், ஒரு பிடிசோற்றைப் பருக்கை பருக்கையாகச் சாப்பிடுபவர்களும் அங்கேயிருப்பார்கள். தட்டுகளைச் சரியாகக் கழுவி இருக்கிறார்களா என்பதை மேற்பார்வையிடுவதற்கும் ஒரு கைதி இருப்பார்.

இந்த மனநோய்க் கைதிகளுக்காக, இதரக் கைதிகள் குரல் கொடுத்ததும், அவர்களை நல்ல முறையில் பராமரிக்க வேண்டும் என்ற கோரிக்கையையும் இணைத்து தண்டனைக் கைதிகள் தொடர்ந்து போராடியதும், மனித உரிமை குறித்த விழிப்புணர்வுமே இந்த நிலைமைகள் கொஞ்சம் கொஞ்சமாக மாறி, இன்று நல்ல முறையில் பராமரிக்கப்பட்டு வருவதற்குக் காரணங்களாக இருந்தன.

ஒரு முறை, தண்டனை பிளாக்கில் ஒரு கைதியை அடித்துக் காயப்படுத்திவிட்டதாக, அந்தப் பிளாக்கில் இருந்த கைதிகள், ஒட்டுமொத்தமாகச் சேர்ந்து ஒருவரை இழுத்து வந்தார்கள். அந்தக் கைதியின் பெயர் வீரணன். ஆயுள்தண்டனைக் கைதி. அவரை ‘பி’ செல்லில் *13* ஆவது அறையில் பூட்டினர். பொறுப்பேற்றிருந்த காவலர் மாலை *3* மணிக்கு இன்னொரு காவலரிடம் பாரா பொறுப்பை ஒப்புவித்து, “வீரணன் என்று ஒரு தண்டனைக் கைதி ‘பி’ செல்லில் பதிமூன்றாவது அறையில் இருக்கிறான். அவன சாப்பாட்டுக்குத் திறக்கும்போது கவனமாகத் திறக்கணும். டவுசரைக் கழட்டி கக்கூசில முக்கி எடுத்து வச்சிருக்கான்!” என்றார். பொறுப்பேற்ற காவலர், பூட்டியிருக்கும் கைதிகளை ஒவ்வொருவராகச் சரிபார்த்து வந்தார். *13* ஆவது அறையை நெருங்கும்போது எச்சரிக்கையுடன் மெதுவாக எட்டிப் பார்த்தார். முறுக்கி மேலே ஏற்றிய மீசையுடனும், உருளும் முட்டைக் கண்களுடனும், சம்மணமிட்டு அம்மணமாக உட்கார்ந்து இருந்தான் வீரணன். ‘வண்ணக் கிளி’ படத்தில் வரும் மனோகர் ஒரு நிமிடம் அவர் கண்ணில் தெரிந்தார்.

சமாதான நோக்கோடு, "என்ன வீரணா, இங்கே வந்திட்ட?" என்றார் காவலர்.

"ஆமாய்யா, சண்டையாகிப் போச்சு..." என்றவாறே பக்கவாட்டில் அந்த டவுசரின் மேல் கை வைத்ததும், ஒரே தாவலில் 14 ஆவது அறைக்கு வந்துவிட்டார். தாவும்போது அவரது லத்தி 13வது அறைக்கு முன்பு கீழே விழுந்துவிட்டது. வீரணனின் கைக்கு எட்டாத தூரத்தில் லத்தி கிடந்தது. அதை எடுக்க முயற்சிக்காமல் மீதமிருந்த செல்களைப் பார்வையிட்டுச் சென்றார். செல்களின் வாசலுக்கு எதிரே நீண்ட கம்பி வலை அமைந்த அந்த 24 அறைகளின் வராண்டா, நீளமான கூண்டைப்போலவே காணப்பட்டது.

24 ஆவது செல்லுக்குச் சென்று திரும்பி வரும்போது, அந்தக் காவலர் சத்தமில்லாமல் காலைப் பொத்திப் பொத்தி அடியெடுத்து வைத்து வந்தார். 13ஆவது அறைக்கு முன்பு வரும்போது லத்தியை உதைத்துத் தள்ளிவிட்டுக் கடந்து வந்தார். 04.30 மணி வரை ஒருவாறு சமாளித்துவிட்டார். மாலை உணவுக்கு எப்படியும் எல்லோரையும் திறந்தே ஆகவேண்டும். 'ஏ' செல்களைத் திறக்க மேற்பார்வைக் கைதி சாவிக் கொத்துடன் சென்றார். 'பி' செல்லுக்குக் காவலர் கையில் சாவிக்கொத்தைக் கொடுத்துவிட்டு, அந்த வளாகத்திலேயே நின்று கொண்டார் தலைமைக் காவலர். முதல் அறை வழியாக நுழைந்தால் 24 அறை வழியாகத்தான் வெளியே செல்ல முடியும். அல்லது வந்த வழியிலேயே திரும்பி வரவேண்டும். ஒவ்வொரு அறையாகத் திறந்து 12 ஆவது அறையைத் திறந்துகொண்டே, 13 ஆவது அறையைப் பார்த்தவாறே "வீரணா, சாப்பிடலாமா?" பாசத்துடன் கேட்டார். பக்கவாட்டில் நகர்ந்து எச்சரிக்கை உணர்வுடன் 13 ஆவது அறையைப் பார்வையிட்டார். வெற்றுடம்புடன் வேங்கைபோல் கம்பியை பிடித்துக் கொண்டிருந்தான் வீரணன். அடி தண்டாவை நீக்கியவுடன் வெளியில் வந்து நின்றவனைப் பார்த்து, "டவுசரைப் போட்டுட்டு வா வீரணா" என்றார் காவலர்.

"அதை அலசணும் அய்யா..." என்றவாறே மீண்டும் செல்லுக்குள் நுழைந்து, உலர்ந்து துர்நாற்றம் வீசிய அந்த டவுசரை ஒரு கையில் எடுத்துக்கொண்டு, நடைபாதை அதிர நடந்து சென்றான். நுழைவுப் பகுதியில் இருந்த தண்ணீர் தொட்டிக்குக் கீழே போட்டு 2, 3 குவளை தண்ணீரை அதில் ஊற்றினான். காவலர், நிம்மதியுடன் அடுத்தடுத்த செல்களைத்

திறந்துகொண்டே சென்றார். திறப்பு முடிந்து திரும்பும்போது நீரில் ஊறி ஒழுகிக்கொண்டிருந்த அதை எடுத்துக்கொண்டு காவலரை நோக்கி எட்டு வைத்து வேகமாக வந்தான் வீரணன்.

காவலரும் வீரணனும் எதிரெதிரே. காவலர் லத்தியை நீட்டியவாறு, "வீரணா, வேண்டாம். டவுசரைக் கீழே போட்டுட்டு ஓடு!" என்று அதட்டலாகச் சொன்னார். அதைப் பொருட்படுத்தாது வீரணன், காவலரை நோக்கி ஒழுகும் டவுசரை விசிறி அடிக்க, அவர் ஒதுங்கிக் கொள்ள, வாசல் வழியாகக் கூண்டைவிட்டு நிர்வாணமாக ஓடினான் வீரணன்.

பயிற்சி முடித்த இளம் அதிகாரிகள் சிலர் பணியில் சேர்ந்து சில நாட்களே ஆகியிருந்தன. கையில் எதையோ தூக்கிக்கொண்டு பிரதான வாயிலை நோக்கி ஓடிவரும் வீரணனையும், அவர்களை விரட்டிவரும் கான்விக்ட் வார்டர்களையும் பார்த்துச் சுதாரித்த இரண்டு இளம் அதிகாரிகள் மட்டும், விரட்டிச் சென்று பிடித்ததும் கையில் இருந்ததைப் பார்த்து ஒருவித அசூசையுடன் திகைத்த போதே, இருவர் மீதும் மொத், மொத்தென்று இரண்டு அடிகள் விழுந்தன. பாய்ந்து வந்த கான்விக்ட் வார்டர்கள் சுற்றி நின்று லத்தியால் அடிக்க, அவர்களுடன் சண்டையிட்டு அதன்பிறகே அடங்கினான் வீரணன். சற்று நேரம் கழித்துத்தான் அந்த இளம் அதிகாரிகள் இருவரும் அந்த நாற்றத்தை உணர்ந்தனர். ஒருவர் வாந்தி எடுத்தார். பிளாக்கிலிருந்து லத்தியை ஓங்கியவாறு ஓடிவந்த காவலரையும், பின்னாலிருந்து வந்த கான்விக்ட் வார்டர்களையும் பார்த்து மலங்க மலங்க விழித்துக்கொண்டே பிளாக் வந்து சேர்ந்தான் வீரணன். தண்ணீர்த் தொட்டிக்கு வந்ததும், ஒரு கையில் தூக்கி வந்த அந்த டவுசரில் தண்ணீரை ஊற்றித் துவைக்க வைத்தனர். ஒவ்வொருவரையும் மிரட்சியுடன் பார்த்துக்கொண்டே அங்கே கிடந்த சோப்புத் துண்டை எடுத்து சுத்தமாகத் துவைத்து, காயப்போட்டு அவனும் குளித்து. வேறு டவுசர் அணிந்தான். அங்கிருந்த தலைமைக் காவலர் அவனை அங்கே இருந்த கோவிலைச் சுற்றிக் கும்பிடச்சொன்னார். அதன் பிறகு தட்டில் அச்சுசோறு சாம்பார் ஊற்றி கொடுத்ததுதான் தாமதம், ஒரு நொடியில் அதைக் காலி செய்தான். "நல்லா வேலை செஞ்சுகிட்டு இருந்தவன், ஏன் இப்படி ஆகிட்டான்னு தெரியலையே!" என்றவாறு கலைந்து சென்றனர். இது போன்ற காட்சிகள் அங்கு அடிக்கடி நடக்கக்கூடியவைதான்!

*

கந்தசாமி என்ற கம்யூனிஸ்ட்

ஒவ்வொரு நாளும் காலையில் சுற்றிவரும் சிறை அதிகாரிகள் 'ஏ' செல்லில், தொகுதிக்கு வெளியே உள்ள நடை பாதையிலிருந்து, கம்பி வலை வழியாக உள்ளே இருக்கும் கைதிகளைப் பார்வையிட்டு வருவார்கள். 'பி' செல்லின் வராண்டா நடைபாதையில் நுழைந்து, நேரடியாக ஒவ்வொரு கைதியையும் பார்வையிட்டு, 24 ஆவது அறையைத் தாண்டி வெளியே செல்வது வழக்கம். அப்படி வரும்போது 'பி' செல்லில் இரண்டாவது அறைக்கு முன்நின்று, "என்ன நக்சலைட் கந்தசாமி" என்பார் ஜெயிலர். உள்ளே எழுந்து நின்று ஒரு சல்யூட் அடித்து, "நான் நக்சலைட் அல்ல. கம்யூனிஸ்ட்!" என்று கரகரத்த குரலில் நடிகர் எம்.ஆர்.ராதா போல அடித்தொண்டையில் அழுத்தம் திருத்தமாகச் சொல்லுவார் கந்தசாமி. அந்த அதிகாரி வரும் நாளெல்லாம் தவறாமல் நடக்கக் கூடியது இது. கந்தசாமி நரைமுடியும் கருமுடியும் கலந்த முன் வழுக்கைத் தலையுடன் கறுத்த நிறத்தில் இருந்தார். முன் பற்களில் நான்கு பற்கள் இல்லை. எப்போதும் குளித்து சுத்தமான வெள்ளைக் காற்சட்டை, மேற்சட்டை அணிந்திருப்பார். யாரிடமும் அவராக எதுவும் பேசமாட்டார். சாப்பாட்டுக் கட்டிலைத் தூக்கி வந்து வளாகத்தில் வைத்ததும், அவர் தனியாக வைத்திருக்கும் ஈயத் தட்டினை எடுத்து வந்து, சோற்றுக் கட்டி ஒன்றை எடுத்துக்கொண்டு, அவராகவே சாம்பாரையும் ஊற்றிக்கொண்டு

சாப்பிட்டுவிட்டு, தட்டைக் கழுவி செல்லுக்குள்ளே வைத்துவிட்டு வெளியே வருவார். தலைமைக் காவலரோ, குற்ற மேற்பார்வைக் கைதியோ பீடி ஒன்று கொடுப்பார்கள். அந்தப் புகை இன்பத்தை அனுபவித்த பின்பு தானாகச் செல்லுக்குள் வந்து கதவைப் பூட்டிக் கொள்வார். இப்படித்தான் 16 ஆண்டுகள் கழிந்துள்ளன.

அன்றாடம் மூன்று வேளை உணவுக்குப் பிறகு வழங்கப்படும் மூன்று பீடிகள் போக, உதிரியாகச் சில பீடிகள் எப்போதும் இடுப்பில் மறைத்து வைத்திருப்பார். அது, அவர் மீது யாராவது பிரியப்பட்டு கொடுத்ததின் சேமிப்பாகும். இவர் சிறைக்கு வந்தது 1969ஆம் ஆண்டு. வந்த நாளில் இருந்து எந்த உறவும் வந்து பார்த்ததாகத் தகவல் இல்லை. பரோலில் ஒருமுறைகூடச் சென்றதில்லை. ஆனால், விசாரணைக் கைதியாக இருக்கும்போது, கீழ்ப்பாக்கம் மனநலக் காப்பகத்தில் சிகிச்சை பெற்று வந்ததாகச் சொல்லப்படுகிறது. அங்கே இருக்கும்போது மனநோய்த் தாக்கத்தினால் ஏற்பட்ட வெறியில், சக கைதியுடன் சண்டையிட்டு, அந்தக் கைதியின் விதையைக் கடித்து கொலை செய்ததாகவும், அப்போது விழுந்த அடியில்தான் முன்பற்கள் உடைந்ததாகவும் தகவல். அதன் தாக்கமோ என்னவோ தெரியவில்லை, கந்தசாமியிடம் சில வினோதமான பழக்கங்கள் இருந்தன. திடீரெனப் பரேடு செய்வதுபோல் நின்ற இடத்தில் கைகளை வீசி கால்களை தரையில் அடித்து, "ஒன்... டூ... த்ரீ... தூ... தூ... தூ..." என்று மூன்று முறை துப்பிவிட்டு உட்கார்ந்து கொள்வார். ஒவ்வொரு முறையும் அதை மெதுவாகவும், உரத்தும், சிலசமயம் பூட்டியிருக்கும் செல்களில், கதவின் கம்பிகளை பிடித்துக்கொண்டு தூய தமிழில், "எனக்கு எதிரி கொன்னவாய் வேலுவும், அவனியாபுரம் அழகியும்தான். மற்றவர்கள் எல்லாம் அன்பானவர்கள்" என்று கரகரத்த குரலில் சில சமயம் சத்தமாகவும், சில சமயம் மெதுவாகவும் சொல்லிக் கொண்டிருப்பார். 'கொன்னவாய் வேலு' என்பவர் இதே சிறையில் ஆயுள்தண்டனைக் கைதியாக இருப்பவர். அவனியாபுரம் அழகி யார் என்று யாருக்கும் தெரியாது. சில சமயம் அந்த பிளாக்கின் பொறுப்புத் தலைமைக் காவலரைப் பற்றி, "இந்தத் தலைமைக்காவலர் ஒரு திருட்டுக்கிழவன், மாயத்தில் சென்று மயில் காண்பவன், கைதிகளுக்கு வழங்க வேண்டிய கடலை உருண்டைகளைக் கடத்திச்சென்று காசுக்கு விற்பவன்..!" என்று அவர் பணியில் இருக்கும் போதும், இல்லாதபோதும்,

இரவு நேரங்களில் தூக்கத்திலிருந்து எழுந்தும் சொல்லிவிட்டுப் படுத்துக்கொள்வார்.

அங்கு காவல் பணிக்கு வருபவர்களுக்குப் பொழுது போகவில்லை என்றால், தூங்கிக்கொண்டிருப்பவரை, லத்தி எடுத்து கம்பிகளுக்குள் விட்டு, அவரைச் சீண்டுவார்கள். ஆவேசமாக எழுந்து மேற்சொன்ன வசனங்களைச் சத்தமாகச் சொல்லிக்கொண்டிருப்பார்.

சில காவலர்கள், சில தண்டனைக் காவலர்கள், அவருக்குப் பீடிகள் வழங்குவார்கள். சில காவலர்கள் அவரிடம் பீடி வாங்கிப் புகைப்பதும் உண்டு. ஒரு சில காவலர்களுக்கு அவரே பீடி கொடுத்து சினேகமாக இருப்பார். சில காவலர்கள் அவரிடம் பீடி கேட்டால் கரகரத்த குரலில், "நதி நிறையத் தண்ணி போனாலும் நாய்... ஹஹா அஹஹா" என்று வார்த்தைகளை நிறைவு செய்யாமல் வெறும் சிரிப்பொலியால் முடிப்பார். சிரிப்பார். அதைப் பொருட்படுத்தாத காவலருக்குப் பீடி கொடுப்பார். வேறு எந்தத் தொந்தரவும் அவரால் யாருக்கும் இருக்கவில்லை. மன நோய்த் தாக்கம் அதிகம் இருந்தாலும் குறைவாக இருந்தாலும் ஒரு விஷயத்தில் அவர் உறுதியாக இருந்தார்.

"நக்சலைட் கந்தசாமி" என்று யாராவது, எங்கிருந்தாவது குரல் கொடுத்தால், "நான் நக்சலைட் அல்ல. கம்யூனிஸ்ட் கந்தசாமி" என்று உடனடியாக அவரிடமிருந்து பதில் வரும். யார் அப்படிச் சொன்னார்கள் என யாரையும் பார்க்காமல் பதில் மட்டும் வரும் அவரிடமிருந்து.

ஒரு நாள் நிசப்தமான இரவில், கந்தசாமி எழுந்து வழக்கமான அவரது வசனங்களை, மெல்லிய குரலில் சொல்லிமுடித்து மீண்டும் படுக்கப்போனவரிடம் நான் பேச்சுக் கொடுத்தேன்.

"கந்தசாமி, நீங்க கம்யூனிஸ்ட்டா?"

"ஆமா சார்."

எழுந்து கம்பியைப் பிடித்துக்கொண்டு முகத்தில் பரவிய பரவசத்துடன் என்னைப் பார்த்தார்.

"நீங்க சிபிஐஆ? சிபிஎம்ஆ?" எனக் கேட்டேன்.

"சிபிஎம் சார், மார்க்சிஸ்ட் கம்யூனிஸ்ட் கட்சி சார். எங்க கட்சியில இருந்து சில பேரு, ஆயுதப் போராட்டப் பாதையில

போயிட்டாங்க. இப்ப அவங்களைத்தான் போலீஸ் கடுமையா வேட்டையாடிக்கிட்டு இருக்கு. என்னைய இங்கே எல்லாரும் நக்சலைட்டு கந்தசாமினு சொன்னால் கோபம் வரத்தானே செய்யும்?" என்றார்.

அவரால் இவ்வளவு நிதானமாக நீண்ட வாக்கியங்கள் பேச முடியும் என்பதையும், இவ்வளவு தெளிவாகப் பேச முடியும் என்பதையும் கேட்டு ஆச்சரியம் அடைந்தேன். நக்சலைட் வேட்டை எல்லாம் முடிந்துபோன நேரத்தில் இந்த உரையாடல் நடந்தது. ஆனால் அவர் உணர்வுகள் 1969-70 காலகட்டத்திலேயே இருப்பதைப் புரிந்துகொள்ள முடிந்தது. இன்னும் அவரைச் சோதித்துப் பார்க்கும் நோக்கோடு, "அப்படின்னா எஸ்.ஏ.டாங்கே, ராஜேஸ்வர ராவ், கல்யாணசுந்தரம் இவர்கள்தான் உங்கள் தலைவர்களா?" என்றேன்.

"இல்ல சார், சுந்தரையா, இ.எம்.எஸ்., பி.ராமமூர்த்தி இவங்கதான் சார் எங்க தலைவர்கள்" என்றார் ஆர்வமாக.

"சாரு மஜூம்தார்?"

"அவருதான் சார் நக்சலைட் தலைவர்!" அவரது முகம் இன்னும் மலர்ந்ததைப் பார்க்க முடிந்தது.

இவ்வளவு தெளிவாக இருக்கும் இவர், எப்படி மன நோயாளியாக இருக்க முடியும் என்ற குழப்பத்துடன் அந்தச் செல்லைவிட்டு நகர்ந்து சென்றேன்.

"ஒன்...டூ...த்ரீ... த்தூ...த்தூ...த்தூ..." என்ற வசனத்துடன் தரையில் உதைத்து அடிக்கும் சல்யூட் சத்தம் கேட்டது. கடைசிச் செல் வரை சென்று திரும்பி வந்து பார்த்தபோது அமைதியாகப் படுத்திருந்தார். சீண்டுவோரிடம் மட்டும் சீறுபவராகவும், மற்றவர்களிடம் அமைதியாகவும், அன்பாகப் பேசினால் அதே அன்பை வெளிப்படுத்துவராகவும் இருந்தார் கந்தசாமி.

இதற்கிடையில், 12 ஆண்டுகள் கழித்த ஆயுள்தண்டனைக் கைதிகளை விடுதலை செய்வதற்காக அமைக்கப்பட்ட அறிவுரைக் கழகக் கூட்டம் நடந்தது. அதில் மாவட்ட ஆட்சியர் திருமதி. சந்திரலேகா இரண்டாவது முறையாக விடுதலைக்குப் பரிந்துரை செய்து அனுப்பினார். முதல்முறை பரிந்துரைத்து நிராகரிக்கப்பட்டு, இப்போதுதான் அறிவுரைக் கழகம் அமைக்கப்பட்டுள்ளது. அரசு முடிவின்படி இனி விடுதலை

ஆகலாம், அல்லது நிராகரிக்கப்படலாம். முதல் முறை நடந்தது எதுவும் கந்தசாமிக்கு நினைவிலில்லை.

முதல் முதலில் அவருடன் பேசியதற்குப் பிறகு, எப்போது என்னைப் பார்த்தாலும் ஒரு புன்முறுவலுடன் வணக்கம் செய்பவராக மாறியிருந்தார் கந்தசாமி. மிக அபூர்வமாக ஒரு சிலருக்கு வணக்கம் வைப்பதைக் கவனிக்க முடிந்தது. அவர் என்னிடம் உரையாட விரும்புவதை அவரிடமிருந்து உணரமுடிந்தது. அதனால் அவரிடம் அவ்வப்போது பேசிக் கொண்டிருந்தேன். என்னைப்போலவே இன்னும் சில காவலர்களும் அவரிடம் உரையாடினார்கள். தூக்கத்தில் இருந்தால் சீண்டும் காவலர்களும் இப்போது அவரிடம் அவ்வாறு நடந்து கொள்வதில்லை. சில மாதங்களில், இன்னும் அவரிடம் நல்ல முன்னேற்றம் தென்படத் துவங்கியது. எப்போதும் செல்லுக்குள்ளேயே ஆண்டுக் கணக்கில் இருந்தவருக்கு, இப்போது ஒவ்வொரு நாளும் உள்ளேயே கிடப்பதைப் பெரும் அவஸ்தையாக உணர்ந்தார். முன்பெல்லாம் செல்லுக்குள் நுழைந்தால் பெரும்பாலும் அந்த அறைக்குள்ளேயேதான் அவர் பார்வை சுற்றிவரும். வெளியே எதையும் அவர் ஆர்வமாகப் பார்க்க மாட்டார். இப்போது செல்லுக்குள் நுழைந்ததும் வெளியே மட்டும்தான் பார்த்துக் கொண்டிருந்தார். எல்லா இடத்தையும், எல்லாத் திசையிலும் அவரது கண்கள் ஆவலுடன் அலவளாவின. தலைமைக் காவலரிடம் ஒருநாள், “ஐயா வெளியிலேயே இருந்துக்கிறேன். சாயந்திரம் லாக்கப்புக்கு உள்ள போகிறேனே..?” எனக் கெஞ்சலாகக் கேட்டார் கந்தசாமி.

“சரி. வெளியிலேயே இருந்துக்கோ. வேற எங்கேயும் போகக்கூடாது. எங்க கண்காணிப்பிலேயே இருக்கணும். வேற எங்க போறதா இருந்தாலும் சொல்லிட்டுப் போகணும்” என்று அனுமதித்தார் தலைமைக் காவலர். இப்போதெல்லாம் கந்தசாமி தரையில் காலால் உதைத்து, சல்யூட் அடித்து, ஒன் டூ த்ரீ சொல்வதில்லை. வழக்கமாக அவர் பேசும் வசனங்கள் எல்லாம் சொல்லக்கேட்டு பல நாட்கள் ஆகிவிட்டன. ஜெயிலர் வரும்போது, “என்ன நக்சலைட் கந்தசாமி” என்றால், எந்த பதிலும் சொல்லாமல் புன்முறுவலுடன் இருப்பார். இந்த மாற்றங்கள் எல்லாம் எப்போதிலிருந்து ஏற்பட்டன என யாருக்கும் கவனத்தில் இல்லை. அன்றாடம் செய்தித்தாள்கள் படிப்பதும், எல்லோரிடமும் பேசுவதுமாக இருந்தார். அந்த

பிளாக் பராமரிப்பு வேலைகளிலும் அவராக ஈடுபட்டார். கொஞ்சம் கொஞ்சமாக அவர் எல்லை அடுத்த பிளாக்குகள் வரை நீண்டது. அவர் எங்கு போனாலும் யாரும் கேட்பது இல்லை.

மதுரை செல்லூர்ப் பகுதியில் இருந்து, ஒரு கொலை வழக்கில் நான்கு பேர் புதிதாக ஆயுள்தண்டனை பெற்று வந்துள்ளார்கள் என்பதையும், அவர்கள் கம்யூனிஸ்ட்காரர்கள் என்பதையும், கேள்விப்பட்டதிலிருந்து கந்தசாமிக்கு இருப்புக் கொள்ளவில்லை. அவர்களைச் சந்திக்க மிகுந்த ஆவலுடன் இருந்த கந்தசாமி, தலைமைக் காவலரிடம், "ஏட்டையா செல்லூரிலிருந்து இருந்து, புதுசா ஆயுள்தண்டனை வாங்கிட்டு வந்தவங்கள, அவங்க பிளாக்கில போய்ப் பார்த்துட்டு உடனே வந்துடறேன்" என்று ஆவலுடன் கேட்டார்.

"ஆமா... அவங்க கம்யூனிஸ்ட் கட்சிக்காரங்கன்னுதான் பேப்பர்ல போட்டிருந்துச்சு. அவங்களப் பாக்கப் போறியாக்கும். பார்த்துப் பேசிட்டு உடனே வந்துடணும்" என்று அறிவுறுத்தி அனுப்பி வைத்தார்.

சில நாட்கள் கழித்து கந்தசாமியிடம் நான், "உங்களுக்குச் செல்லூரிலிருந்து வந்திருக்கிறவங்களத் தெரியுமா?" எனக்கேட்டேன்.

"இல்ல சார், அவங்க இளவயதுத் தோழர்களா இருக்காங்க. என்னை அவங்களுக்குத் தெரியல. நான் செஞ்ச கொலையைப் பத்தி அவங்களுக்குத் தெரியல. அவங்க கட்சிக்காக நடந்த சண்டையில் கொலை நடந்த வழக்கில் வந்திருக்காங்க. என்னோட சம்பவம் தனிப்பட்ட தகராறு. 1969இல் நடந்தது. 16 வருஷம் ஆகிடுச்சு. இவங்க நல்ல தோழர்களாக இருக்காங்க. கைத்தறித் தொழிலாளர்கள்னு சொன்னாங்க" என்றார் கந்தசாமி.

"உங்கள் கொலை எதுக்கு நடந்தது?"

"சார், என்கிட்ட ஒருத்தன் 100 ரூபாய் கடன் வாங்கிட்டு ஏமாத்திட்டு இருந்தான். ஒரு நாள் நான் செல்லூர் மார்கெட்டில இருந்தேன். அவன்கிட்ட காசு அதிகமாக இருந்திருக்கிறதத் தெரிஞ்சுக் கிட்டுப் பணத்தைக் கேட்கப் போனேன். மார்க்கெட்டில எல்லார் முன்னாலேயே, அவன் என்னச் செருப்பால அடிச்சுட்டான் சார். நான் கம்யூனிஸ்ட் கட்சிக்காரன்னு எல்லாருக்கும் தெரியும்.

வாழைக்காய் கடையிலதான் சண்டை நடந்து, அங்கிருந்த கத்தியை எடுத்து கோபத்தில் குத்திட்டேன் சார்!"

"அதுக்காகக் கொலை செய்யணுமா?" எனக் கேட்டேன்.

"இல்ல சார், விட்டிருந்தா அதே கத்தியால என்னக் குத்தி இருப்பான் சார். அதுகூடப் பிரச்னை இல்லை சார்... ஒரு கம்யூனிஸ்ட்டு அடி வாங்கினதா இருக்கக் கூடாதுன்னு எங்க மூத்த தோழர்கள் சொல்லுவாங்க சார்" என்றார் கந்தசாமி.

"அப்ப மதுரை மாவட்ட மார்க்சிஸ்ட் கம்யூனிஸ்ட் கட்சி செயலாளர் யாரு" என்று நான் கேட்டேன். உடனே அவரிடமிருந்து பதில் வந்தது, "தோழர் வி.கே.வி.கார்மேகம் சார்" அவர் மிகத் தெளிவாக இருக்கிறார் என்பதைத் தெரிந்துகொண்டேன்.

சில நாள் கழித்து, கந்தசாமிக்கு வயிற்றுவலி ஏற்பட்டு மருத்துவமனையில் அனுமதிக்கப்பட்டிருந்தார். அவரை மேல் சிகிச்சைக்காக மதுரை அரசு ராஜாஜி மருத்துவமனைக்கு அழைத்துச் செல்ல வேண்டியிருந்தது. வழிக் காவலாக நானும் இன்னொரு காவலரும் சென்றோம். சைக்கிள் ரிக்ஷாவில்தான் அழைத்துச் சென்றோம். ஜெயில் கேட்டைத் தாண்டியதும் அவரது கண்கள் ஆவலாக வெளி உலகத்தைத் தரிசித்தன. எல்லாப் பக்கமும் சிறு குழந்தையைப்போல் வேடிக்கை பார்த்துக் கொண்டே வந்தார். கரிமேடு மார்க்கெட் பகுதியைத் தாண்டும்போது என்னிடம், "சார் அண்ணா திமுக கொடி எதுன்னு காட்டுங்க சார். நான் வரும்போது திமுகதான் ஆட்சியில் இருந்துச்சு. கலைஞர்தான் முதலமைச்சரா இருந்தாரு. இப்ப எம்.ஜி.ஆர். ஆட்சியில் இருக்கிறாரு. அவரு சினிமாவுலதான சார் நடிச்சிக்கிட்டு இருந்தாரு?" என்று ஆச்சரியமாகக் கேட்டார். நானும் உடன் வந்த காவலரும் அவருக்கு ஒவ்வொன்றாகச் சொல்லிக்கொண்டே வந்தோம். வைகை மேம்பாலத்திலிருந்து வரும் போது, அவர் நிலைகொள்ளாமல் நகரையும் வைகையாற்றையும் ஆச்சரியத்துடன் பார்த்துக்கொண்டே வந்தவர், "இது என்ன சார் இவ்வளவு பெரிய சிலை! முத்துராமலிங்கத் தேவர் சிலையா சார்?" என்றவாறு ரிக்ஷாவிற்கு வெளியே தலயை நீட்டிப் பார்த்தார். அதுவரை உரையாடல்களைக் கவனித்து வந்த ரிக்ஷாக்காரர், குழப்பத்துடன் திரும்பிக் கந்தசாமியைப்

பார்த்தார். தேவர் சிலையைத் தாண்டியவுடன் ரிக்ஷாவை மெதுவாக உருட்டினார். காவலரும் வண்டியை டீக்கடையைப் பார்த்து நிறுத்தச் சொன்னார். கோரிப்பாளையம் பகுதியில் ஜன நெருக்கடியையும், பிரமாண்டத் தேவர் சிலையையும், நகரின் போக்குவரத்து நெரிசலையும் ஆசைதீரப் பார்க்க வைத்தோம். தேநீர்க் கடையில் தேநீர் வாங்கிக் கொடுத்து, பீடி புகைக்க அனுமதித்தோம்.

"சார், டீக்கடையில இப்படி டீ சாப்பிட்டு எத்தனையோ வருஷமாச்சு. ரொம்ப நன்றி சார்!" அவருடைய நன்றி கண்களில் தளும்பி நின்றது.

மிகுந்த பரவசத்துடன் இருந்த கந்தசாமிக்கு வயிற்று வலி இருந்ததே தெரியாமல் மருத்துவமனை வந்து சேர்ந்தார்.

தொடர்ந்து அங்கேயே சிலநாள் உள்நோயாளியாகச் சிகிச்சையிலிருந்து வந்தார். உடல்நிலை தேறி வருவதும் பலவீனமடைவதுமாக இருந்து வந்தவருக்கு, ஒரு கட்டத்தில் வயிற்று வீக்கம் அதிகமாக இருந்தது. மஞ்சள் காமாலை முற்றிய நிலையில் இருப்பதாக மருத்துவர்கள் தெரிவித்தனர். மனதைரியதுடனும் மருத்துவர்களின் அறிவுரையுடனும் ஒவ்வொரு நாளாகக் கடத்தி வந்தார்.

சில நாட்களில் அவருடைய கண்களிலும் வார்த்தைகளிலும் ஒருவித ஏக்கம் இருந்தது. அப்படியிருந்துவந்த நிலையிலேயே அவர் உயிர் பிரிந்தது. அவர் இறந்ததற்கான ஆவணங்களைத் தயார் செய்து முடிப்பதற்குள் அரசிடமிருந்து அவருக்கு விடுதலை ஆணை வந்தது!

*

பரபரப்புக்குப் பஞ்சமில்லாத பிரதான வாயில் (மெயின் கேட்)

காலம் எவ்வளவோ நல்ல மாற்றங்களை உருவாக்கிக் கொண்டேதான் கடந்து போகிறது. அன்றைக்குச் சிறைக் காவலர்களுக்கு வளமான வாழ்க்கை என்பது இருந்திருக்க வாய்ப்பில்லை. அவர்களுடைய பணி நேரம் என்பதை, எளிதாக யாருக்கும் புரியவைக்க இயலாது. எங்குமே இல்லாத ஒரு பணி நடைமுறை பின்பற்றப்பட்டு வந்தது. காலை 5.30 மணிக்கெல்லாம் வந்துவிட வேண்டும். பணி நியமிக்கப்பட்ட இடத்தில், காலை 9மணி வரை பாரா பணியில் இருக்க வேண்டும். 9 மணிக்குப் பாரா மாற்றம் செய்யப்பட்டு, 9.10 மணிக்குமேல் காலை உணவுக்குச் சென்றுவிட்டு, மதியம் 12 மணிக்குத் திரும்பி வரவேண்டும். 3 மணிக்குப் பாரா மாற்றம் செய்யப்பட்டு, வாயில் பகுதிக்கு வந்து, வெளியே போக 3.10 மணிக்கு மேலாகிவிடும். அதன் பிறகுதான் மதிய உணவு. அதன் பிறகு இரவுப் பணிக்கு மாலை 5.10 மணிக்கெல்லாம் வந்தாகவேண்டும். இரவுப் பணியில் இதேபோல பாரா முறைதான். ஓய்வில் கொஞ்சம் தூங்கிக் கொள்ளலாம், வெளியில் செல்லக்கூடாது.

காலையில் இரவுப் பணி முடித்து, அதாவது முதல் நாள் காலையிலும் இரவிலும் காவல் பணி புரிந்தவர்களுக்கு, அடுத்த நாளாவது ஓய்வு இருக்கும் என்றுதானே நினைக்கிறீர்கள், அதுதான் இல்லை.

காலை 9 மணிக்கு மீண்டும் பணிக்கு வரவேண்டும். 12 மணிக்கு வெளியே சென்று 3 மணிக்கு பணிக்குத் திரும்பவேண்டும். அதன்பிறகு கைதிகளை அறைகளில் பூட்டி கணக்கு நேர்வு ஆனபிறகே வெளியே செல்ல இயலும். அது இரவு 7 மணிக்குப் பிறகுதான் முடியும். அதற்கு முன்பாகச் செல்ல வாய்ப்பே இல்லை. எந்தப் பிரச்னையும் இல்லாமல் கணக்கு நேர்வானால்தான் இந்த உத்தரவாதம். பெரும்பாலும் அவ்வாறு நடப்பதில்லை. கைதிகளின் வரவு செலவு கணக்குப் பதிவேட்டில் சில விடுபடுவதும் உண்டு. அதாவது சிறைக்குள் புதிதாக வரும் கைதிகளின் எண்ணிக்கை, அன்றாடம் நீதிமன்றங்களுக்கும் மருத்துவமனைகளுக்கும் வெளிவேலைகளுக்கும், வேறு சிறைகளுக்கும் சென்றுவரும் கைதிகளின் எண்ணிக்கை எல்லாம் கணக்கிடப்பட்டு, மாலை 6 மணிக்குச் சிறையின் அறைகளில் பூட்டப்பட்டிருக்கும் கைதிகளின் எண்ணிக்கையும் சரியாக இருக்க வேண்டும். அவ்வாறு நேர்வாகவில்லை என்றால் எந்தப் பணியாளரும் வெளியே செல்ல இயலாது.

இதில் ஒரு முறைக்குப் பலமுறை எண்ணிச் சரி பார்க்க வேண்டும். கணக்குப் பிள்ளையாக ஒவ்வொரு பிளாக்கிலும் ஒரு கைதி இருப்பார். அவர் ஒரு முறையும், காவலர் ஒரு முறையும், தலைமைக் காவலர் ஒரு முறையும் எண்ணிப் பார்ப்பார்கள். எண்ணுவது ஒன்றும் கடினமானதல்ல. சிறைகளில் எல்லா இடங்களிலும் கைதிகளை நான்கு நான்கு பேராக உட்காரவைத்துத்தான் எண்ணுவார்கள். நான்கு பேர்கள் வரிசையாக உட்கார்ந்தால் ஒரு ஃபைல் என்பார்கள். எத்தனை ஃபைல்கள் என்று பார்த்து அதை நான்கால் பெருக்கிக் கணக்கிடுவார்கள். பதிவுகளிலோ எண்ணிக்கையிலோ யார் தவறு செய்தார்கள் என்பது இறுதியில் தெரிந்துவிடும். அப்படித் தப்பாகக் கணக்கிட்டவர்கள் அவமானப்படுத்தப்பட்டு, அவர்கள் சிறு தண்டனையும் எதிர்கொள்ள வேண்டியிருக்கும்.

கைதிகளின் எண்ணிக்கையில் ஒருவர் குறைவாக இருந்தால் உடனே பரபரப்பு தொற்றிக்கொள்ளும். சிறையின் மறைவிடங்கள், கட்டிடங்கள், கட்டிடத்தின் மேற்கூரைகள், சாக்கடைக் கால்வாய்கள் எல்லாம் அங்குலம் அங்குலமாகத் தேடிப்பார்க்கவேண்டும். சில நேரங்களில், கைதிகள் சில இடங்களில் மறைந்து இருப்பதும், தூக்கில் தொங்கி இருப்பதும், சாக்கடைத் தொட்டியில் அமுக்கப்பட்டு இருப்பதும் கண்டுபிடிக்கப்படுவதுண்டு. தப்பித்தல்கூட நடந்திருக்கும். இப்படி நெருக்கடியான நேரமாக அது நிலவும்.

அந்தக்காலக் காவலர்கள் கடமை தவறாமல் குறித்த நேரத்தில் பணிக்கு ஆஜராகிவிடுவார்கள். அவர்களுடைய சீருடைகள் சுத்தமாகவும், குறிப்பாகக் காலணிகள் மெருகேற்றப்பட்டு மிளிர்ந்துகொண்டிருக்கும். ஓய்வில்லாத இந்தப் பணியில் இதுவெல்லாம் எப்படிச் சாத்தியம் என்று வியக்க வேண்டியிருக்கும். காலையில் பணிக்கு வரும் மூத்த காவலர்களில் பெரும்பாலோர், ஒரு துணிப்பையில் ஒரு காலி ஹார்லிக்ஸ் பாட்டிலோடு வருவார்கள். வாயிலுக்குள் நுழைந்ததும் அதைச் சுவர் ஓரமாக வரிசையாக வைத்துச் செல்வார்கள். கொஞ்ச நேரத்தில், பால் கிச்சனில் இருந்து வரும் கைதி, அந்தக் காலி பாட்டில்களை எடுத்துச்சென்று, அதில் காய்ச்சிய பாலை நிரப்பி வைத்துவிட்டுச் செல்வார். பணி முடித்துச் செல்லும் காவலர்கள் அவரவர் பாட்டில்களை எடுத்துக்கொண்டு செல்வார்கள். மீண்டும் மதியம் பணிக்கு வரும்போது அதே பையும் பாட்டிலுடன் வருவார்கள். அதில் தயிரை நிரப்பிக்கொண்டு செல்வார்கள். மாலையில் அந்தப் பைகளில் கடலை உருண்டைகளும் வறுத்த நிலக்கடலைப் பருப்பும் எடுத்துச் செல்வார்கள். வாய்ப்பும், வாய்த்துடுக்கும், செல்வாக்கும் உள்ள பணியாளர்கள் இன்னும் என்னென்னவோ எடுத்துச் செல்வார்கள். உள்ளே இருந்து வெளியே எடுத்துச் செல்வதை யாரும் பெரிதாகக் கண்டு கொள்வதில்லை. அது காலங்காலமாக அப்படித்தான் இருந்திருக்க வேண்டும். வெளியில் இருந்து எதையும் உள்ளே கொண்டு வருவதையே தவறாகப் பார்ப்பார்கள். அதைச் சிலர் திறமையாகச் செய்து கொண்டிருந்தனர்.

முதல்முதலாகப் பிரதான வாயிலில் அந்தக் காட்சியைப் பார்த்து அதிர்ச்சியும் அருவருப்பும் அடைந்தேன். பல நாட்களுக்குப் பிறகு அதையே நானும் செய்யவேண்டியிருந்தது. அது எனக்குத் தவறாகப் படவில்லை. ஆனால், வெளியே இருந்து ஒருவர் அதைப் பார்த்தால், நிச்சயம் அதைக் கேவலமான செயலாகவே நினைக்கத்தோன்றும். நேர்காணல் அறையில் உறவினர்களைப் பார்த்துவிட்டு வரும் கைதிகள் தின்பண்டங்களையும், பீடிக் கட்டுகளையும், சோப்பு, தேங்காய் எண்ணெய் போன்ற பொருள்களையும் கொண்டு வருவார்கள். அவற்றைச் சோதனையிட்டுத்தான் அனுமதிக்க வேண்டும். அப்படிச் சோதனையிடும் காவலர் வாழைப் பழச் சீப்புகளிலிருந்து ஒரு சில வாழைப்பழங்களைப் பிய்த்து மேஜையின்மேல் வைத்துக் கொள்வதும், பீடிகளில் இருந்து

சில கட்டுகளையோ, பீடிகளையோ எடுத்து அந்த இடத்தில் விசிறியடிப்பார்கள். அவற்றை ஒரு கைதி சேகரித்துத் தனியாக இருக்கும் பெரிய அட்டைப் பெட்டியில் சேகரித்துக் கொள்வார்.

பின்பு நான் அதே வாயில் பகுதியில் பணிசெய்தபோது நானும் இதையே செய்யவேண்டிய நிலையில் இருந்தேன். முதலில் வெறுப்பாகவும் தயக்கமாகவும் இருந்தாலும், அதில் ஒரு சோசலிசத் தன்மை இருந்ததை உணர்ந்த பிறகு அதில் எனக்கு எந்தத் தயக்கமும் இருக்கவில்லை. சேகரித்த பொருட்களைச் சில பணியாளர்கள் தாங்கள் எடுத்துக்கொண்டு செல்வதும், அவர்களுக்குப் பிடித்தமான பொருட்களை அபகரித்துக்கொள்ளும் செயலும் நடக்கத்தான் செய்தன. ஆனால், சிறையில் கடுமையாக வேலை செய்யும் ஆதரவற்ற கைதிகளுக்கு, பகிர்ந்தளிக்க இந்த வேலை செய்வதைத் தவிர வேறு வழியில்லை. சிறையில் துப்புரவுப் பணிகள் செய்பவர்களுக்கும், மனநலம் குன்றியவர்களுக்கும் அஃறாடம் இவை பகிர்ந்தளிக்கப்பட்டுவந்தன.

சிறையில் பீடிகள் கைதிகளுக்குத் தங்கம் போன்றது. கஞ்சா வைரம் போன்றது. ஒரு பீடிக்கட்டுக்குக்கூட வாய்ப்பில்லாத கைதிகள், தங்களது சுயமரியாதையைப் பற்றிக் கவலைப்படாமல் எந்த இழிவான வேலையையும் செய்யத் தயாராகி விடுவார்கள். ஒவ்வொரு கைதிக்கும் ஒரு நாளைக்கு இத்தனை பீடிகள்தான் அனுமதிக்க வேண்டும் என்ற உத்தரவுகள் அவ்வப்போது மாறிக்கொண்டேயிருக்கும். ஒவ்வொருவரும் அனுமதிக்கப்பட்ட அளவைவிடக் கூடுதலாகவே கொண்டு வரும்போது அதிலிருந்து எடுத்துக்கொள்வதை, அவர்கள் பெரிதாக எடுத்துக்கொள்வதில்லை. சில கைதிகள் தாங்களாகவே பணியாளர்களுக்கு வழங்கிச் செல்வதுமுண்டு.

நேர்காணலுக்குச் சென்று வருபவர்கள், நீதிமன்றங்களுக்குச் சென்று வருபவர்கள், புதிதாக வருபவர்கள், வேறு சிறையில் இருந்து வருபவர்கள் வாயில் பகுதியில் சோதனைக்கு ஒத்துழைத்தேயாகவேண்டும். அதில் பிரச்னை ஏற்படும்போது, அந்த இடத்தில் சம்பந்தப்பட்ட கைதிகளைத் தண்டிக்க வேண்டிய நிலை ஏற்படும். அதில் சில சமயம் சாதாரணப் பிரச்னைகளுக்குப் பெரிய அளவில் தண்டிப்புகளும், அத்துமீறிப் பிரச்னை செய்பவர்களை எச்சரிக்கையுடன் விட்டுவிடுவதும் நடப்பதுண்டு. அது சம்பந்தப்பட்ட கைதிகளின் செல்வாக்கு மற்றும் அப்போது பொறுப்பிலிருக்கும் அதிகாரிகளைப்

பொறுத்து நடக்கும். அதனால் அவ்வப்போது வாயில் பகுதியில் பரபரப்புகளுக்கும் அலறல்களுக்கும் குறைவிருக்காது.

அவ்வப்போது வாகனங்கள் உள்ளே வரும்போது, மிகுந்த கவனத்துடன் வாயிலைத் திறந்து வாகனத்தைச் சோதனை செய்ய வேண்டும். வாகனம் வெளியில் போகும்போது இன்னும் கூடுதலாகவே சோதனை செய்யவேண்டியிருக்கும். ஒவ்வொரு நொடியும் பணியாளர்கள் வெளியே போவதும் வருவதுமாக இருப்பார்கள். அவர்களையும் சோதனை செய்து மிகக்கவனத்துடன் அனுமதிக்க வேண்டும். இதற்கிடையே உயர் அதிகாரிகள் வரும்போது இரண்டு இரும்புக் கதவுகளையும் திறக்க வேண்டும். மற்றவர்களுக்கு ஒரு கதவிலேயே இருக்கும் சிறிய கதவு மட்டுமே திறக்க வேண்டும். உயர் அதிகாரிகளுக்குப் பெரிய கதவுகள் திறப்பதை, அவர்களுடைய அந்தஸ்த்து கௌரவத்துடனும் சம்பந்தப்பட்டதாக அவர்கள் கருதுவார்கள். சிறைப் பாதுகாப்பு குறித்தெல்லாம் அப்போது அவர்களுக்குப் பெரிதாகத் தெரியாது.

ஜெயிலரின் அதாவது சிறை அலுவலரின் அலுவலகம் வாயில் பகுதியிலேயே அமைந்திருப்பதால், சிறையில் எந்த மூலையில் என்ன அசம்பாவிதம் நடந்தாலும், சம்பந்தப்பட்ட கைதியை அங்கு அழைத்து வந்து முதல்கட்ட விசாரணையும், முதல்கட்டத் தண்டனையும் அங்கேயே நடக்கும். அடங்க மறுத்து பின்பு அடங்கிப் போவது இங்கேதான். அதற்காக ஜெயிலர் அலுவலகத்திலும், வாயில் பகுதியிலும் எப்போதும் உடைந்த தடிகளும், உடையப்போகும் தடிகளும் அங்கே கிடக்கும்.

சிறைத்துறையினரும் காவல்துறையினரும் அடிக்கடி உரசிக்கொள்ளும் இடமும் இந்த வாயில் பகுதிதான். சிறைத் துறையினர், காவல்துறையினரைவிட சற்று கூடுதல் அதிகாரம் படைத்தவர்களாகக் காட்டிக்கொள்ளும் ஒரே இடமும் இதுதான். காவல்துறையினர் சிறைத்துறையினரை எல்லா மட்டங்களிலும் இளக்காரமாகப் பார்க்கும் பார்வையே இருக்கும். ஆனால், காவல்துறையினர் நீதிமன்றங்களுக்கு அடுத்து கொஞ்சம் அடக்கி வாசிக்கும் இடம் சிறை வாயில் பகுதியாகத்தான் இருக்கும்.

நீதிமன்றங்களிலிருந்து கைதிகளை அழைத்து வரும் காவல்துறையினர், சிறை வாயிலை நெருங்கும்போது உயிரைக் கையில் பிடித்துக்கொண்டுதான் வருவார்கள். கைதிகளைத் தன் பொறுப்பில் எடுத்துக்கொண்டு, மருத்துவமனைக்கும் நீதிமன்றங்களுக்கும் அல்லது நீதிபதி வீட்டிற்கும் அழைத்துச்

சென்று, ஒவ்வொரு இடத்திலும் ஒவ்வொன்றுக்கும் காத்திருந்து காத்திருந்து, மருத்துவப் பரிசோதனையெல்லாம் முடித்து, வாரண்ட் பெற்று வருவதற்குள் படாதபாடுபட்டுத்தான் வந்துசேர வேண்டியிருக்கும். சிறை அதிகாரிகள் அந்தக் கைதியைச் சோதித்து, ஆவணங்களைச் சரி பார்த்து, பதிவுசெய்யத் துவங்கும் போதுதான் காவலருக்கு நிம்மதி ஏற்படும். சிலசமயம் அடிபட்ட காயங்கள் குறித்த பதிவுகள் இல்லாமலிருந்தாலோ, வாரண்டில் அலுவலக வட்ட முத்திரை, அலுவலர் முத்திரை, வாய்தா தேதி, வயது, பெயர் அங்க அடையாளங்கள், நீதிபதியின் கையெழுத்து என ஏதாவது ஒன்று விடுபட்டிருக்கலாம், இதுவெல்லாம் பெரும்பாலும் காவல்துறை காவலர்கள் கண்களில் படுவதில்லை. எடுத்த எடுப்பிலேயே சிறை அதிகாரிகளுக்கு அந்தத் தவறுகள் கண்ணில் பட்டுவிடும். உடனே வாரண்டை அந்தக் காவலரிடம் நீட்டி தவறை சுட்டிக் காட்டியதும், அது அவருக்கு எளிதில் புரியாது. அல்லது அதன்பிறகு முன்பே தெரியாமல் போனதே என கலங்குவார்கள்.

"இப்படி இருந்தா கைதியை அனுமதிக்க இயலாது போய்த் திருத்தி வாங்கிட்டு வாங்க!" என்று சொன்னால் போதும் அந்த காவலர் இடிவிழுந்ததுபோல் ஆகிவிடுவார். கெஞ்சிப் பார்ப்பார். மீண்டும் முதலில் இருந்து ஆரம்பிக்க வேண்டும். இதில் ஏற்கெனவே சிறைத்துறையினரிடம் வம்பிழுத்த காவலர்களும் மாட்டிக் கொள்வதுண்டு. சில அசாதாரணக் காரணங்களுக்குக்கூட அவர்களை அலைகழிப்பதும், தாமதப்படுத்துவதும் நடக்கும். இணக்கமான காவலராக இருந்தால் சமாளித்து எடுத்துக்கொள்ள சம்மதிப்பார்கள். இல்லையென்றால் தவறைச் சரிசெய்துவர மிக நீண்ட நேரமாகிவிடும்.

"இவங்க கண்ணுக்குதான்யா, எல்லா எழவும் படுது. நீயாவது சரி பார்த்து இருக்கலாமில்ல. இப்பப் பாரு இவனுங்கெல்லாம் ஒரு ஆளுன்னு, இவனுங்ககிட்ட பேச்சுக்கேட்டு அலைய வேண்டியிருக்கு" என்று உடன் வந்த காவலரிடம் புலம்பிக் கொண்டே கிளம்புவார்கள். சிலசமயம் கைதிகள் மறைத்து எடுத்து வரும் கஞ்சா, சோதனையின்போது சிக்கிவிடும். வழிக்காவல் புரிந்த காவலர்கள் நிலை மிகப் பரிதாபமாக இருக்கும். பாஸ்போர்ட்டில் இதை எழுதினால் கண்டிப்பாக அவர்களுக்குத் தண்டனை கிடைக்கும். சிறைக் காவலர்கள் தங்களிடம் சவால்விடும் காவல்துறைக் காவலர்களைப் பழிதீர்த்திடச் சந்தர்ப்பம் எதிர்பார்ப்பதும், காவல்துறைக்

காவலர்கள் தப்பிடச் சாமர்த்தியமாக நடந்துகொள்வதுமுண்டு. இதன் பிரதிபலிப்புகள் சிறைக் காவலர்கள் தங்கள் சொந்த பிரச்னைக்காக காவல் நிலையத்திற்குச் செல்லும்போது வெளிப்படும். இரண்டு துறைகளுக்கும் ஒரு நிழல் யுத்தம் தொடர்ந்து நடந்துகொண்டே இருப்பதற்கு சிறையில் இந்த வாயில்தான் விளைநிலமாக இருக்கும்.

முன்பெல்லாம் சிறைக்குக் கைதியாக வருபவர்களுக்கு "அட்மிஷன் அடி" என்று சில அடிகள் விழும். அது அந்தக் கைதியின் குற்றத்தைப் பொறுத்தும், தோற்றத்தைப் பொருத்தும், சோதனை செய்யும் காவலரைப் பொறுத்தும், அனுமதி எடுக்கும் அதிகாரியின் மனநிலையைப் பொருத்தும் அடிகளின் அளவு இருக்கும். அதைவிடக் கொடுமை என்னவென்றால் ஒரே வழக்கில் சில சமயம் மாமனாரும் மருமகனும், அப்பாவும் மகனும் கைதாகி வந்துவிடுவார்கள்.

ஒவ்வொருவராக அடையாளங்களைச் சரிபார்த்து வரும்போது சில அதிகாரிகள், அவர்களை உள்ளாடைகளையும் அவுத்துப்போட்டு முழு நிர்வாணமாக நிற்கச் செய்வார்கள். அவர் எழுதி முடிக்கும்வரை அங்கே இருக்கும் காவலர்கள் மற்றும் கைதிகளாக இருக்கும் உறவினர்கள் முன்பாக கைகளால் பொத்திக்கொண்டு நிற்க வேண்டியிருக்கும். மனித உரிமைகளை அறியாத, நாகரிகமும் இல்லாத சில அதிகாரிகள் "கையத் தொங்கப் போடுடா, நடடா" என்று கடிந்து கொள்வதுமுண்டு. அதற்கு அவர்கள் சொல்லும் காரணம், விரைவீக்கம் உள்ளதா, அறுவை சிகிச்சை செய்யப்பட்டுள்ளதா, அடி பட்டு வீக்கம் உள்ளதா என்பதைப் பார்க்காமல் எப்படி எழுதுவது?" என்பதுதான். அதை மறைவிடம் அழைத்துச் சென்று பார்க்க வேண்டும், மற்ற கைதிகள் முன்பாகச் செய்யக்கூடாது என்ற குறைந்தபட்ச நாகரிகம்கூட இல்லாமல் அப்படி நடந்து கொள்வார்கள்.

இந்த நடைமுறைகள் எல்லாம் கொஞ்சம் கொஞ்சமாக மாறியுள்ளன என்பது மறுக்க முடியாதுதான். இப்போதெல்லாம் கைதிகளைச் சோதனை இடுவதற்குச் சிறிய மறைவிடம் ஏற்பாடு செய்யப்பட்டுள்ளது. 'அட்மிஷன் அடி' என்பதும் நடைமுறையில் இல்லை. என்றாலும் அவ்வப்போது சில அதிகாரிகள் பழைய முறையில்தான் நடந்துகொள்கிறார்கள் என்பதையும் மறுப்பதற்கில்லை.

*

சிறை நிரப்பிய போராட்டங்கள்

'சிறை நிரப்பும் போராட்டம்' என்ற போராட்ட வடிவம் அரசியல் கட்சிகளின் அறிவிப்பாக அவ்வப்போது வருவதுண்டு. உண்மையில் சுதந்திர இந்தியாவில், தமிழ்நாட்டில் இந்தப் போராட்டத்திற்கு உண்மையான பொருள் தந்த கட்சி அநேகமாக திராவிட முன்னேற்றக் கழகமாகத்தான் இருக்க முடியும். கம்யூனிஸ்ட் கட்சிகளில் நிறையப் பேர் சிறைக்கு வந்திருந்தாலும் அது சிறை நிரப்பும் போராட்டமாக இருந்திருக்க வாய்ப்பில்லை என்றுதான் சொல்ல வேண்டும். திமுக ஒரு வெகுஜனக் கட்சியாக இருப்பதாலும், தமிழ்நாட்டில் ஆட்சி அதிகாரத்தைக் கைப்பற்றக்கூடிய வலுவுடன் இருந்ததாலும் இந்தச் சிறை நிரப்பும் போராட்டங்கள் அவர்களுக்கு இயல்பாகவே எளிதாக அமைந்து விட்டன.

திமுக முதன்முதலில் ஆட்சிக்கு வருவதற்கு 5 ஆண்டுகளுக்கு முன்பாக நடந்த விலைவாசி எதிர்ப்புப் போராட்டத்தில், 1964ஆம் ஆண்டில் அறிஞர் அண்ணா அவர்கள், கைதாகி வேலூர் மத்தியச் சிறையில் இருந்திருக்கிறார். அவர் இருந்த அறை நினைவுச் சின்னமாக மாற்றப்பட்டிருக்கிறது. அன்றைய காங்கிரஸ் அரசு எத்தகைய அடக்கு முறை மனோபாவத்தோடு நடந்து கொண்டது என்பதற்கு அண்ணா இருந்த செல் (தனி யறை) சாட்சியாக இன்றும் உள்ளது. அது சிறைக்குள்ளேயே

இருக்கும் இன்னொரு சிறை (குளோஸ்டு பிரிசன்). சுருக்கமாகச் சி.பி. என்று அழைப்பர். அதற்குள்ளேயே அந்த அறை. அந்த மிகப்பெரிய பரந்து பட்ட பிளாக்கில், பூட்டப்பட்ட சின்ன அறையின் எதிரே உயர்ந்திருக்கும் சுற்றுச்சுவரைத் தவிர வேறு எதுவும் இல்லை. அங்கு ஒரு தனி மனிதனாக இருப்பது மிகக்கொடுமையானதுதான். அந்தப் போராட்டம் அனேகமாகச் சிறை நிரப்பும் போராட்டமாகத்தான் இருந்திருக்கக்கூடும்.

அதன்பிறகு மிகப்பெரும் பேரெழுச்சியாக நடந்த இந்தித் திணிப்பு எதிர்ப்புப் போராட்டத்திலும் சிறைகள் நிரம்பி உள்ளன. அப்போது திமுக தலைவர் கலைஞர் அவர்கள் பாளையங்கோட்டை மத்திய சிறையில் அடைக்கப் பட்டிருந்திருக்கிறார். கலைஞர் இருந்த தனியறையும் நினைவுச் சின்னமாக்கப்பட்டு கல்வெட்டு வைக்கப்பட்டிருக்கிறது. வேலூர் சிறையில் அண்ணா அடைக்கப்பட்டு இருந்தது சிறைக்குள் சிறை, அதற்குள் தனியறை என்றால், கலைஞர் அடைக்கப்பட்டிருந்தது சிறைக்கு வெளியே இருந்த வெளிச் சிறை அதில் தனியறையாகும்.

"பாளையங்கோட்டைச் சிறையினிலே பாம்புகள் பல்லிகள் நடுவினிலே அஞ்சாமல் இருந்தவர் யாரு?" என்ற பாடல் வரிகளைத் திரைப்பட வித்தகர் டி. ராஜேந்தர் எழுதி, இசை அமைத்து, டி.எம்.சௌந்தரராஜன் அவர்கள் தனது கம்பீரமான குரலில் பாடிய வரிகள் கொஞ்சம் மிகைப் படுத்தப்பட்டிருப்பினும் கலைஞர் அவர்கள் கலங்காமலும் கவலையில்லாமலும் அச்சிறையில் இருந்திருக்கிறார் என்பது உண்மையே. அவர் அப்படிக் கலங்காமலும் கவலையை மறந்தும் இருந்தார் என்பதற்கு, அங்கு அவருக்காகத் தனது பணியைப் பணயம் வைத்துப் பணிவிடை செய்த ஓர் இளம் காவலர் காரணமாக இருந்தார். பின்னாளில் மூத்த தலைமைக் காவலராக மதுரை வந்த அவர், பல தகவல்களைப் பகிர்ந்துள்ளார்.

அதன்பிறகு, அவசர நிலைக் காலத்தில் தமிழ்நாடு முழுவதும் உள்ள சிறைகளை அரசியல் கைதிகள் நிறைத்துள்ளனர். திமுக, மார்க்சிஸ்ட் கம்யூனிஸ்ட் கட்சி மற்றும் ஸ்தாபன காங்கிரஸ் போன்ற கட்சிகளின் முன்னணித் தலைவர்கள் தமிழகச் சிறையில் இருந்தனர். அப்போது நடந்த சிறைக்கொடுமைகளையும் உச்சக்கட்டமாக சென்னை மத்திய சிறையில் நடந்த கொலை வெறித் தாக்குதல்களில் திமுகவின் முன்னணித் தலைவர்கள் பலர் அடிபட்டுப் படுகாயம் அடைந்தது பற்றியும், சிட்டிபாபு

அடித்துக் கொலை செய்யப்பட்டது குறித்தும் மிக விரிவாகத் தோழர் தியாகு, தனது 'சுவருக்குள் சித்திரங்கள்', 'கம்பிக்குள் வெளிச்சங்கள்' ஆகிய இரண்டு நூல்களிலும் விவரித்துள்ளார்.

எம்ஜிஆர் ஆட்சிக் காலத்தில் 1985ஆம் ஆண்டிலும், 1987 ஆம் ஆண்டிலும் இரண்டு முறை திமுக நடத்திய சிறை நிரப்பும் போராட்டங்களால் தமிழகச் சிறைகள் நிரம்பியுள்ளன. ஒவ்வொரு போராட்டத்தின் போதும் அன்றைய திமுக தொண்டர்கள் இன்பச் சுற்றுலாவுக்கு வருவதுபோலவே மிகுந்த உற்சாகத்துடன் சிறைகளுக்கு வருவார்கள். சிறைகளில் இயல்பாகவே சில அசௌகரியங்கள் இருக்கும். போராட்டக் காலங்களில் மேலும் பல சங்கடங்கள் கூடும். இதையெல்லாம் பொருட்படுத்தாமல் அன்றைய திமுக தொண்டர்கள் சிறையேகினார்கள். தலைவர்களும் சிறை அனுபவம் உள்ளவர்களாகவே இருந்ததினால் அவர்களிடமும் எந்த விதத் தயக்கமும் இல்லாமல், உற்சாக மனநிலையிலேயே சிறையில் வந்து குவிந்தனர். பொதுவாக போராட்டக் காலங்களில் சிறைகளில் இட நெருக்கடி ஏற்படும். ஒவ்வொரு ஊரிலிருந்தும் போராட்டக் கைதிகள் வரத்துவங்கியதும் சிறை நிர்வாகம் செய்யும் முதல் வேலையே, காவலர்களின் ஓய்வும் விடுப்புகளும் ரத்து செய்யப்படுவதேயாகும். அன்றைய சிறைப்பணி ஓய்வு நேரம் குறைவானதாகவே இருக்கும் என்பது முந்தைய அத்தியாயம் ஒன்றில் குறிப்பிடப்பட்டுள்ளது. அதிலும் வார ஓய்வு இல்லை என்றால் மிகுந்த மன உளைச்சலுடன் விரக்தியின் விளிம்பிற்கே சென்றுவிடுவார்கள் காவலர்கள். சிறைகளில் இட நெருக்கடியைச் சமாளிக்க, தண்டனை தொகுதிகளின் ஒவ்வொரு அறையிலும் இன்னும் கூடுதலாகக் கைதிகளை அடைத்து, அங்கு ஏற்படும் காலியான பிளாக்குகளில் விசாரணைக் கைதிகளை கொண்டுவந்து பூட்டுவார்கள். விசாரணை பிளாக்குகள் முழுவதும் அரசியல் கைதிகளை அனுமதிப்பர்.

அரசியல் கைதிகள், பிளாக்குகளில் அவர்கள் இரவிலும்கூட பூட்டப்படாமல் வெளியிலேயே இருக்கலாம். தொகுதி அறைகளிலும் அதன் வராண்டாக்களிலும், படிக்கட்டுப் பகுதிகளிலும், வளாகத்தில் உள்ள மரங்களின் அடியிலும் அவரவர்கள் இடம் பிடித்துக்கொள்வார்கள். சிறையில் கழிப்பறைகள் இருக்கும், கதவுகள் இருக்காது. இருந்தாலும் இரண்டடி உயர முள்ள கதவுகளே பெயருக்கு இருக்கும்.

கழிப்பறைக்குச் சற்று தொலைவில் உள்ள தொட்டியில்தான் தண்ணீர் இருக்கும். அந்தத் தொட்டியிலிருந்து தண்ணீர் எடுத்துச் செல்ல வாளி இருக்காது. பழைய ஈயத்தட்டுகள்தான் இருக்கும். குழியாக்கப்பட்ட அந்தத் தட்டுகளும் போதுமானதாக இருக்காது. அதனால் கழிப்பறை சுத்தமாக இருக்காது. அந்த அசுத்தம் நிறைந்த கழிப்பறைகளுக்குச் செல்ல நீண்ட வரிசையில் காத்திருக்க வேண்டும். அதனால் சுவர் ஓரங்களில் மலம் கழித்தும், சிறுநீர் கழித்தும் அந்தப் பிரதேசமே நரகல் நிறைந்து நாறும் நரகமாக இருக்கும். இதுவும் போதாதென்று உணவுக் கழிவுகளும் சேர்ந்துவிடும். துப்புரவுப் பணிசெய்ய மாநகராட்சி ஊழியர்கள் வரவழைக்கப்பட்டாலும் அடுத்தடுத்து கழிவுகள், குப்பைகளும் சேர்ந்துகொண்டே இருக்கும்.

பெரிய தலைவர்களும் பிரபலமானவர்களும் சிறையில் சர்வசாதாரணமாக நடமாடுவதைப் பார்க்க முடியும். சிறையிலும் அவர்கள் உடைகள் பளபளப்பாகவும் கசங்காமல் பராமரித்துக்கொள்வார்கள். 1985ஆம் ஆண்டு நடந்த போராட்டத்தின்போது, சிறையின் மெயின்கேட் பகுதியில் ஒரு தலைவரின் நடமாட்டம் அதிகமாகவே இருந்தது. அவர் சில சமயம் முழுக்கைச் சட்டை, வேட்டியுடன், சில சமயம் மேல்சட்டை அணியாமல் பனியனுக்கு மேல் சால்வையை கழுத்தைச் சுற்றி போட்டுக்கொண்டு, கையில் புகைந்து கொண்டிருக்கும் சிகரெட்டுடனும், சிகரெட் பாக்கெட்டுடனும் மெயின்கேட்வரை வந்து செல்வார். சிவந்த உயரமான வசீகரமான தோற்றமுள்ள அவர், சிரித்தாலும் சினந்தாலும் அழகாகவே இருந்தார். கருஞ்சாயம் ஏறிய கோரை முடிக்கற்றை, நெற்றியில் விழுந்த படியேதான் இருக்கும். அவர் நேர்காணல் அறையிலிருந்து திரும்பி வாயில் பகுதியைத் தாண்டியதும், கண்காணிப்பாளர் தனது அலுவலகத்திலிருந்து வெளியே வந்தார். வாயில் காப்பாளரைப் பார்த்து, "அனாவசியமாக யாரையும் கேட் பக்கம் அலோவ் பண்ணாதே. கையில மனு பேப்பர் இருக்கிறவங்கள மட்டும்தான் கேட்டுக்குள்ள விடணும். அந்தத் தலைவர், இந்தத் தலைவர், மாவட்டம், வட்டம்னு வருவானுங்க. எவனையும் விடக்கூடாது. மனு இல்லாமல் எவனாவது வந்தால் உன்னைத் தொலைச்சிவிடுவேன்!" என்று கடுமையாக எச்சரித்துவிட்டு அலுவலகத்திற்குள் சென்றார். சிறிது நேரத்திலேயே, திரும்பி வந்தார் அந்த வசீகரத் தலைவர்.

விரலிடுக்கில் சிகரெட் புகைந்து கொண்டிருக்க, போர்த்திய சால்வையுடன் அந்த இடத்தைக் கடக்க முற்பட்டவரிடம், “சார், அடுத்து மனு இல்லாமல் இங்கே வராதீங்க சார். உங்களப் பார்த்து எல்லாம் வர ஆரம்பிச்சுடுவாங்க” என்றார் வாயிற் காப்பாளர். அவ்வளவுதான், அந்தத் தலைவரின் கண்களில் புகைந்துகொண்டிருந்த சிகரெட்டின் கங்கு தெரிந்தது. முகம் மேலும் சிவந்தது. என்னத் தெரிஞ்சுத்தான் பேசுறியா? உன்னப் பாளையங்கோட்டை ஜெயில்லயிருந்து பார்க்கிறேன். மரியாதை கெட்டுடும். நான் தப்பி ஓடப்போற ஆளாய்யா..? நான் திருட்டு, கொலை செஞ்ச வழக்கில வந்தவன்னு நினைச்சியா?” என்று ஏக வசனத்தில் பொரிந்து தள்ளினார். அந்த ஏச்சுச் சத்தம் நிச்சயம் கண்காணிப்பாளரை எட்டியிருக்கும். ஆனால் அவர் வெளியே வரவே இல்லை. அந்தத் தலைவரை அதற்கு மேல் ஒன்றும் சொல்ல இயலாமல் அமைதியானார் அந்த வாயிற்காப்பாளர்.

ஒரு காவலர் அவரிடம், “யாரு சார் இவரு, இந்தப் பேச்சுப் பேசிட்டுப் போறாரு..?” என்றார்.

“அவருதான், மாணவராக இருந்தபோதே விருதுநகர் தொகுதியில காமராஜரைத் தோற்கடித்த பெ.சீனிவாசன்” என்றார் வாயிற்காப்பாளர்.

அவர் பேசியதைத் தூரத்திலிருந்து பார்த்துக் கொண்டிருந்த இன்னொரு தலைவர், பார்க்க கலைஞர் கருணாநிதி போலவே இருந்தார். வாயில் காப்பாளரை நெருங்கி புன்னகையுடன் கைகூப்பி வணங்கி மனுத்தாளை அவரிடம் காண்பித்து, அனுமதி கேட்டுச் சென்றார். அவர்தான் பின்னாட்களில் சொந்தக் கட்சிக்காரர்களாலே கொல்லப்பட்ட தா.கிருஷ்ணன்.

கண்காணிப்பாளராக இருந்த அந்த ராணுவ அதிகாரிக்கு உறவினரான இன்னொரு பெருந்தலைவரும் சிறையில் இருந்தார். அந்தத் தலைவருக்கு வெளியில் இருந்து வரவழைக்கப்பட்ட உணவு, கண்காணிப்பாளரின் அலுவலக அறையிலேயே வழங்கப்பட்டது. அந்தத் தலைவருடன் சேர்ந்து இன்னும் சில தலைவர்களும் அங்கேயே உணவருந்த அனுமதிக்கப்பட்டனர். அந்தத் தலைவர் பி.டி.ஆர்.பழனிவேல்ராஜன்.

கொடைக்கானல் கிளைச்சிறைக்கு சென்னை மத்திய சிறையிலிருந்து ஒரு தலைமைக் காவலர் பணியிட மாறுதலில் வந்தார். சிறைத்துறையில் பணியாளர்களைத் தண்டிப்பதற்கு,

சில ஊர்களுக்குப் பணியிடமாறுதல் செய்வதுண்டு. அந்தப் பட்டியலில் கொடைக்கானலும் ஒன்று. மற்றவர்களுக்கு உல்லாசபுரியாக இருக்கும் கொடைக்கானல், அரசுப் பணியாளர்களுக்குத் தண்டனைப் பகுதியாகும். கொடைக்கானல் கிளைச்சிறைப் பணியாளர்கள் பெரும்பாலும் இவ்வாறு தண்டிக்கப்பட்டவர்களாகவே இருப்பர். மாறுதல் வந்த அந்தத் தலைமைக் காவலர், சென்னைச் சிறையில் இருந்த திமுகவின் முன்னணித் தலைவர் ஒருவருக்கு, பழக்கூடையின் அடியில் மதுபாட்டில்களை மறைத்து வைத்துக்கொண்டு வந்ததைச் சோதனை செய்யாமல் அனுமதித்ததாக, அவர் மீது நடவடிக்கை எடுக்கப்பட்டிருந்தது.

போராட்டக் கைதிகள் சிறைக்குள் வந்ததும், அவர்கள் முதலில் ஆசைப்படுவது சிறையில் எல்லா இடங்களையும் சுற்றிப் பார்க்கத்தான். அடுத்து அவர்களின் உறவுக்காரர்களோ, தெரிந்தவர்களோ குற்ற வழக்குகளில் தண்டனைக் கைதியாக, விசாரணைக் கைதியாக இருந்தால் அவர்களைப் பார்க்கவும், அவர்களுடன் தொடர்புகளை ஏற்படுத்திக்கொள்ளவும் ஆவலாக இருப்பர். உள்ளே இருப்பவர்களும் அவ்வாறே தேடிக்கொண்டிருப்பார்கள். ஒவ்வொரு கைதியும் தங்களது செல்வாக்கைக் காண்பித்துத் தங்களுக்கு வேண்டியவர்களுக்கு உதவிட வாய்ப்புத் தேடுவார்கள். இதே நிலை பணியாளர்களுக்கும் இருக்கும். அதனால் பொதுவாகச் சிறைகளில் கடைபிடிக்கப்படும் நடைமுறைகள் பின்பற்ற இயலாமல் போகும்.

சிறையில் தொண்டர்கள், அவர்கள் நேசிக்கும் தலைவர்களை அருகில் நெருங்கிப் பார்க்கவும், பேசவும் வாய்ப்பு ஏற்படுவதுண்டு. தலைவர்கள் பகல் நேரங்களில் தொண்டர்களுடன் பேசுவதும், இரவில் அறைகளில் படிப்பதும், இதரத் தலைவர்களுடன் கலந்துரையாடுவதுமாக இருப்பார்கள். தொண்டர்கள் தங்கள் கைகளில் கிடைக்கும் கரித்துண்டுகள், இலைகளின் சாறுகளை வைத்து, அவர்களது கட்சியின் சின்னங்களை வரைவதும், அவர்களது எதிர்க்கட்சிகளின் தலைவர்களை ஆபாசமான சித்திரங்களாக வரைவதுமாக இருப்பார்கள். தொண்டர்கள் ஆபாசமாக வரையும் ஓவியங்களையும், அருவருப்பான வார்த்தைகளால் எழுதும் வாசகங்களையும்கூட தலைவர்கள் எந்தக் கண்டனமும் இல்லாமல் ரசித்துச் செல்வார்கள். தலைவர்களுக்கு, அவர்களது செல்வாக்குக்கும் வசதிக்கும் தக்கவாறு

தின்பண்டங்களும், பழங்களும், பீடி சிகரெட்டுகளும் வந்து சேரும். வசதியற்ற ஆதரவற்ற தொண்டர்கள் ஒவ்வொன்றுக்கும் பிறரை ஏக்கத்துடன் எதிர்பார்க்க வேண்டியிருக்கும். யாராவது இரக்கப்பட்டு கொடுத்தால்தான் உண்டு. தங்கள் செல்வாக்கையும் தங்களது அன்பையும் காட்டிக்கொள்ள, தனிப்பட்ட முறையில் பிஸ்கட் பாக்கெட்டுகளையும் தின்பண்டங்களையும் சில தலைவர்கள் தங்கள் சொந்தச் செலவில் தருவித்து, வினியோகம் செய்வதும் உண்டு.

உணவுப்பொருட்களை வரிசையாகப் பெற்றுக்கொள்வதற்கு முண்டியடிப்பதில் தொண்டர்களுக்குள் பிரச்னை ஏற்படுவதுண்டு. சிறைப் பணியாளர்களிடமும் காவலர்களிடமும் சண்டைபோடும்போதும், கணக்கெடுப்புக்கு ஒத்துழைக்காத போதும் கலவரச் சூழலும், சலசலப்பும் ஏற்படுவதுண்டு. அப்போது காவலர்கள் லத்தியுடன் அணிவகுக்க வேண்டி வரும், அப்போது சில தலைவர்கள், சிறை அதிகாரிகளிடம் ஒரு பிடிபிடித்தால்தான் சரியாக இருக்கும் என்று கண்ணசைத்து விடுவதையும் காணமுடிந்தது. பொதுவாகப் போராட்டங்களில் கைதாகிச் சிறைக்கு வருபவர்களிடம் இதே போன்ற போக்குகள்தான் இருக்கும். ஆனால், முற்றிலும் மாறுபட்ட போராட்டக்காரர்கள் கைதாகித் தங்களது ஒற்றுமை உணர்வையும் உறுதிப்பாட்டையும் நிரூபித்திருக்கிறார்கள்.

2

சுதந்திரத்திற்குப் பின்பு பல போராட்டங்கள் நடந்திருந்த போதிலும், தமிழகத்தில் உள்ள மத்தியச் சிறைகளில், இருந்த போராட்டச் சிறைவாசிகளின் எண்ணிக்கை அதிக பட்சம் 40 ஆயிரம் வரைதான் இருந்திருக்கிறது. ஆனால் 1985ஆம் ஆண்டு, ஆசிரியர்கள் நடத்திய போராட்டத்தின் போது தமிழகச் சிறைகளில் இருந்த ஆசிரியர்களின் எண்ணிக்கை 67 ஆயிரத்தைத் தாண்டியிருந்தது. இடநெருக்கடி அதுவரை இல்லாத அளவுக்குச் சமாளிக்க இயலாத வகையில் இருந்தது. ஒவ்வொரு சிறைக்கும் அலை அலையாக ஆசிரியர்கள் அணிவகுத்து வந்து குவிந்த வண்ணம் இருந்தனர். இவர்கள் அனைவருமே அரசியல் கட்சி தொண்டர்கள் போலல்லாமல் எல்லோருமே படித்து அரசுப் பணியில் இருப்பவர்கள். ஆரம்பப்பள்ளி ஆசிரியர்கள் முதல் பேராசிரியர்கள் வரை

கைதாகி வந்தனர். கைதாகி வந்த ஆசிரியர்களிடம் பயின்ற சிறை அதிகாரிகளும், பணியாளர்களும், சிறைக் கைதிகளும் இருந்தனர். அவ்வாறு ஆசிரியர்களிடம் பயின்றவர்கள் மட்டுமின்றி ஆசிரியர்களுடன் படித்தவர்களும் இருந்தனர். இப்படி ஒவ்வொருவருக்கும் வேண்டியவர்களாக இருந்த ஆசிரியர்கள் சிறைகளில் நிறைந்திருந்தனர். அதேபோல்தான் பெண்கள் சிறையிலும் ஆசிரியைகள் நிறைந்திருந்தனர். போராட்டச் சிறைவாசிகள் அதிக எண்ணிக்கையில், அதிக நாட்கள் சிறையில் இருந்த போராட்டமாகவும் அந்த ஆசிரியர்கள் போராட்டமே அமைந்துவிட்டது.

சிறையில் எல்லாத் திசைகளிலும் எல்லா இடங்களிலும் ஆசிரியர்கள் நெருக்கியடித்து இருந்தனர். ஒரு பிளாக்கின் முகப்பில் ஒட்டப்பட்டிருந்த ஒரு சுவரொட்டியால் அந்த இடம் பரபரப்பானது. போராட்டத்தை ஆதரித்து வெளியில் அச்சடிக்கப்பட்ட சுவரொட்டி ஒன்று எப்படியோ உள்ளே வந்து ஒட்டப்பட்டிருந்தது. அந்த இடத்தில் பணியில் இருந்த ஒரு காவலர், அந்தச் சுவரொட்டியை நீக்கி பந்துபோல் சுருட்டி உதைப்பதைப் பார்த்த ஆசிரியர்கள், ஆவேசமாக அவர்மீது பாய, அவர் அவர்களிடம் இருந்து விடுபட்டு பாக்கெட்டில் இருந்த விசிலை எடுத்து, "இத ஊதுனா என்ன ஆகும்னு தெரியுமா?" என்று மிரட்டவும், சில ஆசிரியர்கள் மீண்டும் அவரைச் சூழ, அவர் விசிலை ஊதியேவிட்டார்.

ஒரு காவலரிடமிருந்து விசில் சத்தம் கேட்டவுடன் ஆங்காங்கே இருக்கும் காவலர்கள், கான்விக்ட் காவலர்கள் எல்லோருமே விசில் சத்தம் கொடுக்க வேண்டும். எல்லா இடங்களிலும் எல்லாத் திசைகளிலிருந்தும் விசில் சத்தம் கேட்டதும், பிரதான வாயிலில் இருக்கும் மின்சங்கு அபாயச் சங்காகத் தொடர்ந்து முழங்கும். குடியிருப்புகளில் ஓய்விலிருக்கும் காவலர்களும் உடனடியாக அணிந்துள்ள உடையுடன், கிடைத்த தடிகளுடன் சிறைக்குள் வந்துவிடுவார்கள். அந்த அபாயச் சங்கு முழங்கியதும், கைதிகள் இருந்த இடத்தில் நான்கு நான்கு பேராக உட்கார்ந்து கொள்ளவேண்டும். சங்கு தொடர்ந்து ஒலித்துக்கொண்டே இருக்கும்போது உட்காராமல் எந்தக் கைதியும் உலவிடக் கூடாது. மீறினால் அடி நிச்சயம். எல்லாக் கைதிகளும் உட்கார்ந்த பிறகுதான் என்ன பிரச்னை எங்கு பிரச்னை என்பதையெல்லாம் பார்ப்பார்கள். இதுதான்

இடரொலி கேட்டவுடன் சிறையில் கடைபிடிக்கப்படும் நடைமுறை. ஆனால், அந்தக் காவலர் விசில் அடித்தும் வேறு காவலர்களுக்கு எட்டாதபோதே அவரது விசில் பறிக்கப்பட்டது. அவர் எழுப்பிய ஒலி, அவருக்கு எவ்விதத்திலும் உதவாமல் போனது. ஆவேசமான ஆசிரியர்களின் அடிகளில் இருந்தும், பிடிகளில் இருந்தும் விடுபட முடியாமல் அந்தக் காவலர் திணறினார். சில ஆசிரியர்கள் அவரை, அவர்களிடம் இருந்து விடுவித்து பாதுகாப்புடன் வாயில் பகுதிக்கு அழைத்து வந்தனர். சிறிது நேரத்தில் சிறை கொந்தளித்து அடங்கியது. கண்காணிப்பாளர் உடனடியாக ஆசிரியர்களிடம் வந்து, அந்தக் காவலர் மீது கண்டிப்பாக நடவடிக்கை எடுக்கப்படும் என உறுதி அளித்த பின்னரே ஆசிரியர்கள் அமைதியானார்கள். பிறகு ஆசிரியர்களே அந்தக் காவலர் மீது எந்த நடவடிக்கையும் எடுக்க வேண்டாம், அவருக்கு அறிவுரை வழங்கினாலே போதுமென்றனர்.

ஒரு மூத்த தமிழாசிரியர் ஒருவர், ஓர் இளம் அதிகாரியை அழைத்துத் தனது சகாக்களிடம் அறிமுகம் செய்து, “என்னுடைய மாணவனிடம் நான் சிறைப்பட்டுக் கைதியாக இருப்பது எனக்குப் பெருமையாகவே இருக்கிறது” என்று கூறினார். இன்னொரு ஆசிரியர், “இவன் உருப்படமாட்டான்னு பலதடவை திட்டியிருக்கேன். இப்பக் காவலரா இருக்கிறதப் பார்த்தா சந்தோஷமாத்தான் இருக்கு!” என்றார்.

மற்றொரு ஆசிரியர், இன்னொரு சிறை அதிகாரியின் பெயரைக் குறிப்பிட்டு, “அவன்கூட என்னோட ஸ்டூடண்ட் தான்...” எனச் சொல்லிக்கொண்டே இருந்தார். அவரை இடைமறித்த இன்னொரு ஆசிரியர். “நம்ம எல்லோருடைய மாணவர்களும் இங்கே இருக்கிறார்கள். அவர்கள் இப்போது நமக்குக் காவலர்கள், அதிகாரிகள், இப்ப அவங்க கட்டுப்பாட்டில்தான் நாம இருக்கிறோம். அவங்க யாரையும் நாம ஏக வசனத்தில் கூப்பிட வேண்டாம்!” என்றார். அதை எல்லோரும் ஆமோதித்தனர்.

ஓவிய ஆசிரியர்களோடு போட்டிபோட்டுக் கொண்டு இதர ஆசிரியர்களும் ஓவியங்கள் தீட்டினார்கள். தமிழ் ஆசிரியர்களுடன் போட்டிபோட்டுக்கொண்டு இதர ஆசிரியர்களும் கவிதை எழுதினார்கள். இலக்கியச் சொற்பொழிவு ஆற்றினார்கள். ஆசிரியர்களின் அன்றாடம் பொழுதுகள் இவ்வாறு கழிந்தன.

ஒரு காட்சி வித்தியாசமாக இருந்தது. கல்லூரிப் பேராசிரி யர்கள் உள்ளிட்ட ஆசிரியர்களை உட்கார வைத்து ஓர் ஆரம்பப் பள்ளி ஆசிரியர் வகுப்பு எடுத்துக் கொண்டிருந்தார். அதை முதலில் அலட்சியமாகப் பார்த்த பேராசிரியர்கள் சிலர், அவருடைய பேச்சுக்களில் கவனம் செலுத்தத் துவங்கியதையும் குறிப்புகள் எடுத்துக்கொண்டிருந்ததையும் பார்க்க முடிந்தது. அந்த ஆரம்பப் பள்ளி ஆசிரியரை எல்லோரும் கே.ஏ.டி என்றே அழைத்தனர். அது கே.ஏ.தேவராஜன் என்பதன் சுருக்கம் என்றனர். அவர் மார்க்ஸியத் தத்துவம் குறித்தும், இலக்கியம் குறித்தும், வரலாறு குறித்தும் பேசியதை எல்லோரும் ஆவலுடன் கேட்டுக்கொண்டிருந்தனர்.

சிறையில் போராட்டக் கைதிகள் ஐந்தாயிரம், ஆறாயிரம் பேர் என இருந்தபோதும், அத்தனை பேருக்கும் சிறையில் உணவு சமைக்க வேண்டிய தேவை இருக்கவில்லை. குறைந்த அளவு உணவு சமைத்தாலும் அதிலும் மிச்சமாகவே செய்தது. மீதமான உணவை என்ன செய்வது என்று தெரியாமல், பெரிய பெரிய குழிகளை வெட்டி அதில் சோற்றுக்கட்டிகளைக் கொட்டிப் புதைக்க வேண்டியிருந்தது. பொதுவாக நொறுக் குத் தீனிகளையும் பழங்களையும் தவிர, சமைத்த எந்தப் பொருளையும் சிறைக்குள் அனுமதிக்க மாட்டார்கள். ஆனால், இந்த விதிமுறையை தொடர்ந்து கடைப்பிடிக்க இயலாமல் போனது. விளைவு நேர்காணலுக்குப் போனவர்கள் திரும்பி வரும்போது, பெரிய போர்வையை விரித்து, அதில் பிரியாணி பொட்டலங்களையும் உணவுப் பொட்டலங்களையும் குவித்துக்கொண்டு, போர்வையின் முனைகளை 4 பேர் பிடித்துத் தூக்கிக்கொண்டு வருவார்கள். அப்படி அவர்கள் வரும்போது, வாயில் பகுதியில் சோதனையிடும் காவலர்கள் தேவைப்படும் பொட்டலங்களை எடுத்துக்கொள்வார்கள். சில நாட்களில், சிறையில் பிரியாணி பொட்டலங்கள் சர்வசாதாரணமான ஒன்றாகிவிட்டது. ஒரு கட்டத்தில் உணவுப் பொருட்களுடன் மதுபாட்டில்களும் உள்ளே வரத்துவங்கின. ஆசிரியர் சங்க நிர்வாகிகள் மிகக் கடுமையாகக் கண்டித்த பின்புதான் மது பாட்டில்கள் உள்ளே வருவது நின்றுபோனது.

சிறைச் சுவர்களில் பல இடங்களில், 'வாத்தியாரின் ஆட்சியிலே வாத்தியாரெல்லாம் சிறையிலே' 'தாயோ மதுரைச் சிறையிலே, தந்தையோ வேலூர் சிறையிலே, பிள்ளைகளோ

நடுவீதியிலே, முதல்வரோ ... மடியிலே', 'அரக்கக் குணம் கொண்ட அரங்கநாயகமே! மாற்று ஆசிரியர்களை நியமிப்போம் என்கிறாய், மாற்று அரசை நாங்கள் நியமிப்போம்', 'ஏ! ஆசிரியனே போராடிச் சிறைக்கு வா! இல்லையேல் சிரைக்கப் போ' போன்ற வசனங்கள் எழுதப்பட்டிருந்தன.

போராட்டம் நீண்ட நாட்கள் நடந்தது. ஆசிரியர்கள் நீண்ட நாட்கள் சிறையில் இருந்தனர். அவர்களை விடுதலை செய்யக்கோரி கம்யூனிஸ்ட் கட்சியினரும் அதன் வெகுஜன அமைப்புகளும் தொடர்ந்து போராடினர். சிறையிலிருந்த ஆசிரியர்களைக் கம்யூனிஸ்ட் தலைவர்கள் மட்டுமே சிறையில் வந்துபார்த்து ஆறுதல் அளித்தனர்.

மதுரை மத்தியச் சிறை வளாகத்துக்குள், கம்யூனிஸ்ட் கட்சி கொடி கட்டிய கார் ஒன்று நுழைந்தது. அங்குக் காவலில் இருந்த காவலர் காரைத் தடுத்து நிறுத்தினார். காருக்குள் இருந்த அந்த வயதான தலைவர், நான் உள்ளே நீண்ட தூரம் நடக்க முடியாது. எனவே காரை உள்ளே அனுமதிக்க வேண்டும் என்றார். மேலும், தனது பெயரைச் சொல்லி அதிகாரிகளிடம் அனுமதி கேட்கச் சொன்னார்.

காவலர் உள்ளே சென்று சொன்னதும், ஓர் உயரதிகாரி சிறைக்கு வெளியே வந்து, காரை உள்ளே அனுமதிக்குமாறு சொன்னார். கார் வளாகத்திற்குள் வந்ததும், அதிகாரி அருகே சென்று குனிந்து மரியாதையுடன் வணக்கம் வைத்தார். உள்ளே இருந்த தலைவர் தூய கதர்ச் சட்டை, வேட்டியுடன் கையில் ஓர் ஊன்றுகோலுடன் வெளிப்பட்டார். ஊன்று கோலை ஊன்றி மெயின் கேட்டை நோக்கி நடந்து வந்தார். சற்று நேரம் கேட்டைப் பார்த்துவிட்டுத் திரும்பிப் பார்த்தவாறு கேட்டார், "இங்கே ஒரு பூவரச மரம் இருந்ததே, என்னாச்சு?"

"ரெண்டு மாசத்துக்கு முன்னாலதான்யா வெட்டினோம். ரொம்ப பழைய மரமா இருந்துச்சு. இத்துப் போயிருந்துச்சு..." என்றார் அதிகாரி.

"ஆமா, ஆமா, நான் 30, 40 வருஷத்துக்கு முன்னால இருந்தப்பவே இருந்துச்சு. தோழர் பாலதண்டாயுதம்கூட, 'ஆயுள் தண்டனை அனுபவம்'ங்ற புத்தகத்திலும் இந்த மரத்தைப் பற்றி எழுதியிருப்பார். அவ்வளவு பழைய மரம்தான்" என்றார் அந்தத் தலைவர். அந்தத் தலைவரைப் பார்த்ததும் உள்ளே

இருந்த ஆசிரியர்கள், "தோழர் பி.ஆர். வாழ்க, தோழர் பி.ஆர். வாழ்க" என்று உணர்ச்சியுடன் முழக்கமிட்டனர். அவர்களை பி.இராமமூர்த்தி என்ற அந்த மூத்த தலைவர் அமைதிப்படுத்தி, அவர்களுக்கு வாழ்த்துச் சொல்லிவிட்டுச் சென்றார். இன்று ஆசிரியர்கள் எல்லோரும் பெருமைப்படும் அளவுக்கு ஊதியம் பெறுவதற்குக் காரணமாக அமைந்தது அந்தப் போராட்டம்.

1991 ஆம் ஆண்டு செல்வி ஜெயலலிதா அவர்கள் முதன் முதலாக ஆட்சிக்கு வந்த சில மாதங்களில், பேருந்துக் கட்டணங்கள் மிகக்கடுமையாக உயர்த்தப்பட்டன. அதனை எதிர்த்து இந்திய ஜனநாயக வாலிபர் சங்கம், மாநிலம் தழுவிய மாபெரும் போராட்டம் நடத்தியது. ஏராளமான வாலிபர்கள் கைதாகிச் சிறைகளில் நிறைந்தனர். கம்யூனிஸ்ட் கட்சியினர் போராட்டக் கைதிகளாகச் சிறைக்கு வரும்போது, அவர்களின் நடைமுறைகள் வித்தியாசமாக இருக்கும் என்று மூத்த காவலர்களும் மூத்த கம்யூனிஸ்டுகளும் சொல்வதுண்டு. அது உண்மை என்பதை அனுபவப்பூர்வமாகப் பார்க்க முடிந்தது. அப்போது கைதாகி வந்தவர்கள் சிறை அனுபவம் இல்லாத இளம் வாலிபர்கள். இருப்பினும் அவர்களாகவே சில வழிமுறைகளை வகுத்துக் கொண்டனர். சிறைக்குள் வந்த அடுத்த நாளே அவர்களுக்குள் உணவுக்குழு, பேச்சுவார்த்தைக் குழு, சுகாதாரக் குழு, தகவல் குழு என தனித்தனி குழுக்களை ஏற்படுத்திக் கொண்டனர். இந்த வழிமுறை சிறை நிர்வாகத்திற்கும் ஏதுவானதாக இருந்தது. போராட்டக் கைதிகளின் பிரச்னைகளுக்குத் தீர்வு காணவும் உதவியது.

வாலிபர் சங்கத்தைச் சேர்ந்தவர்கள் விசாரணைத் தொகுதியில் பூட்டப்பட்டிருந்தனர். அந்த ரிமாண்ட் பிளாக் தொகுதிகளில் இரண்டு பெரிய பிளாக்குகள் மட்டும்தான் இருக்கும். ஒரு பிளாக்கில் வழக்கமான சிறைக் கைதிகள் அதிகபட்சம் 300 பேர் மட்டுமே இருப்பார்கள். அதுவே நெருக்கடியாகத்தான் இருக்கும். கழிப்பறைகளும் பற்றாக் குறையாகத்தான் இருந்தது. கைதாகி வந்தவர்கள் 2000 பேர் என நெருங்கிக்கொண்டிருந்தனர். இரண்டு பிளாக்குகளுக்குள்ளும் 500, 500 பேர்கள் அனுமதிக்கப்பட்டனர். ரிமாண்ட் பிளாக்கை ஒட்டியிருந்த ஒன்பதாம் பிளாக்கில் இருந்த தண்டனைக் கைதிகளை இடமாற்றம் செய்து, அந்த பிளாக் போராட்டக்

கைதிகளுக்கு ஒதுக்கப்பட்டது. அதிலும் 300 பேர்களுக்கு மட்டுமே இடம் இருந்தது. அந்த பிளாக்கில் ஆயிரம் பேர் இருக்க வேண்டும் என அதிகாரிகள் உத்தரவிட்டனர். வாலிபர் சங்கத்தினர் சமாளித்துப் பார்த்தனர். இடநெருக்கடி அவர்களுக்கு பெரும் பிரச்னையாக இருந்தது. பேச்சுவார்த்தைக் குழுவினர் அதிகாரிகளிடம் பேசிப் பார்த்தனர். "உங்களைத் தொகுதி அறைகளில் பூட்டாமல் சுதந்திரமாகத்தானே விட்டுள்ளனர். தொகுதி வளாகங்களில் சமாளித்து இருந்துகொள்ளுங்கள். வேறு வழியில்லை" என்று அதிகாரிகள் கூறினார்கள்.

போராட்டக்குழுவினர் அதிகாரிகளிடம் ஒரு வேண்டுகோளை முன் வைத்தனர். "ரிமாண்ட் பிளாக் பகுதியில் பூட்டப்பட்டிருக்கும் கலையரங்கைத் திறந்துவிட்டால் இட நெருக்கடியைச் சமாளித்துக் கொள்ளலாம்" என்று கூறினார்கள் அதிகாரிகள் அதனை ஏற்க மறுத்துவிட்டனர். பேச்சு வார்த்தைக் குழுவினர் திரும்பி வருவதற்குள் கலையரங்கம் முன்பாகக் கூடி யிருந்த வாலிபர் சங்கத்தினர், முட்டிமோதி கலையரங்கைத் திறக்க முற்பட்டனர். சிறிது நேரத்தில் கையில் பெருந்தடிகளுடன் கான்விக்ட் வார்டர்கள், கப்பல் கேப்டன்கள் போல் வெள்ளைச் சீருடையில் அணிவகுத்து வந்தனர். சிறைக் காவலர்களும் லத்திகளுடன் வந்து, கலையரங்கம் முன்பு கூடியிருந்தவர்களை நோக்கி ஆவேசமாகப் பாய்ந்தனர். ஆனால், அடுத்த நொடியே அவர்கள் பின்வாங்கினர். அவர்களை முந்திக்கொண்டு கான்விக்ட் வார்டர்கள் முன்னேறி வந்தனர். அவர்களைப் பார்த்து வாலிபர் சங்கத் தலைவர்கள், "நீங்களும் எங்களைப்போன்ற கைதிகள்தான். இந்தச் சின்ன பிளாக் எங்களுக்குப் போதாதுன்னு, இந்தத் தியேட்டரைத் திறந்துவிடச் சொல்கிறோம். அதிகாரிகள் முடியாது என்கிறார்கள். இப்போ உங்களை அனுப்பி எங்களை மிரட்டிப் பார்க்கிறாங்க. நீங்க 50 பேர்கள்தான் இருப்பீங்க. நாங்க 2000 பேர் இருக்கோம். பார்த்துக்கோங்க" என்றதும், அதைப் பொருட்படுத்தாமல் வெண் படையினரில் சிலர், இளைஞர்களை நோக்கி வருவதை பார்த்த அவர்களின் கேப்டன் போலிருந்த சீனியர் கான்விக்ட் வார்டர் அவர்களைப் பின்வாங்கச் செய்தார். அந்த சீனியர் கான்விக்ட் வார்டர் ஒரு சில ஆண்டுகளுக்கு முன்பு வரை சிறையில் இருந்த கம்யூனிஸ்ட் கைதிகளுக்கு ஆதரவாக இருந்தவர் என்பதும், அவர் வெளியிலும் கம்யூனிஸ்ட் கட்சி ஆதரவாளராக இருந்த

ராமேஸ்வரம் ராமர் என்பதும், பின்னாளில் வாலிபர் சங்கத் தோழர்கள் தெரிந்துகொண்டனர்.

இந்தத் தள்ளுமுள்ளுகளுக்கு இடையில் கலையரங்கப் பூட்டுகள் உடைக்கப்பட்டு, கலையரங்கைத் தங்கள் கட்டுப் பாட்டுக்குள் கொண்டுவந்து தங்கள் வசமாக்கிக் கொண்டனர் வாலிபர் சங்கத்தினர். காக்கிப் படையும், வெண்படையும் திரும்பிச் சென்றனர்.

அந்தக் கலையரங்கில் நீண்ட வளாகம் வாலிபர் சங்கத்தின் இன்னொரு செயல்பாட்டுக்கும் உதவியாக அமைந்தது. மற்ற அரசியல் கட்சிகளைப் போலல்லாமல் இவர்கள் ஏற்படுத்தியிருந்த கம்யூன் முறை, சிறை அதிகாரிகளுக்குப் புதுமையாக இருந்தது. நேர்காணலில் உறவினர்கள் கொண்டுவந்து கொடுக்கும் அனைத்து பொருட்களையும் கம்யூன் வசம் ஒப்படைக்க வேண்டும். கம்யூன் குழுவினர் அந்த வளாகத்தில், பெரிய வெள்ளைப் போர்வைகளை விரித்து வைத்திருந்தனர். அதில் நேர்காணலுக்குச் சென்று பொருட்களோடு திரும்புபவர்கள் கொடுக்கும் பொருட்களை மலைபோல் குவித்து வைத்தனர். பீடிக்கட்டுகள், பிஸ்கட் பாக்கெட்டுகள், பழங்கள் எல்லாம் தனித்தனியாக குவித்து வைக்கப்பட்டன. அவற்றை இனம் வாரியாகப் பிரித்து அனைவருக்கும் சமமாகக் கிடைக்கும் வகையில் ஏற்பாடுகள் செய்து, மாலையில் வழங்கினார்கள். இதை எல்லோரும் மனமுவந்து ஏற்றுக் கொண்டனர். உள்ளூரில் இருப்பவர்களுக்கும் வசதியானவர்களுக்கும் நிறைய பொருட்கள் வருவதுண்டு. இந்தக் கம்யூன் முறையினால் தொலைதூரத்திலிருந்து வந்தவர்களுக்கும், நேர்காணல் வாய்க்கப் பெறாதவர்களுக்கும் அன்றாடம் பொருட்கள் கிடைத்த வண்ணம் இருந்தன. வெளியிலிருந்து நேர்காணலுக்கு வந்த மூத்த தோழர்களின் வழிகாட்டுதல்களும், குறிப்பாக அன்று மதுரை நகரின் மார்க்சிஸ்ட் கம்யூனிஸ்ட் கட்சியின் செயலாளராக இருந்த தோழர் பி.மோகன் அவர்களின் அறிவுரையுமே இதைச் சாத்தியமாக்கியது.

இவ்வாறு சிறையில் போராட்டக் கைதிகள் நிறையும்போது சிறைப் பணியாளர்கள் பணிச்சுமையால் சோர்ந்து வெறுப்பு மனநிலையிலேயே பணி செய்வார்கள். ஆனால் சிறை அதிகாரிகளுக்குப் பணிச்சுமை சற்றுக்கூடி இருப்பினும், அவர்கள் கொண்டாட்ட மனநிலையிலேயே மிதப்பார்கள். காரணம்,

சாதாரணக் கைதிகள் நிறைய பேர் சிறையில் இருக்கும்போது விதிப்படி உணவு வழங்கப்பட்டாலே, உணவுப் பொருட்கள் மூலம் மிகப்பெரும் தொகைகள் சம்பாதித்துவிடுவார்கள். கைதிகள் பெரும் எண்ணிக்கையில், அதிக நாட்கள் இருக்கும்போது, அவர்கள் சம்பாதிக்கும் தொகைக்கு அளவே இருக்காது. அதனால் போராட்டக் கைதிகள் அதிக எண்ணிக்கையில் சிறைக்கு வரவேண்டும். அதிக நாட்கள் இருக்க வேண்டும் என சிறையின் உயர் அதிகாரிகள் மட்டுமே எப்போதும் விரும்புவார்கள்!

*

பூமணியும் பூசாரி ஏட்டும்

ஒரு குளியல் காட்சி. அவிழ்த்துவிட்ட கூந்தல் கற்றை விரிந்து முதுகின் கீழ்வரை வழிந்துகொண்டிருந்தது. முதுகின் மேற்பகுதிவரை மறைத்துக் கட்டியிருந்த துணியும் அதன் மேல் பரவி ஒட்டியிருந்த கூந்தலும் நனைந்து தண்ணீர் வழிந்து கொண்டிருக்க, நடைபாதைத் தரையில் கட்டப்பட்டு இருந்த சிறிய தொட்டியை ஒட்டி குத்துக்காலிட்டு உட்கார்ந்து, குவளையிலிருந்த தண்ணீரைத் தலையில் ஊற்றிக் கொண்டிருந்த நபரைப் பார்த்து, கதவிடுக்கில் இருந்த ஓர் உருவம், "ஏண்டி ஆம்பளைங்க வாராங்கடி" என்றதும் படக் என்று திரும்பிப் பார்த்து எழுந்து, துணியைச் சரி செய்து கொண்டு அறைக்குள் சென்றது அந்த உருவம்.

இது வெளியுலகில் நடப்பது சாதாரணமான நிகழ்வே. ஆண்கள் மட்டுமே உள்ள சிறையில், இந்தக் காட்சியைப் பார்த்ததும் சற்று ஆடித்தான் போக வேண்டியிருந்தது. மனநோய்க் கைதிகளும், சிறைக் குற்றம் புரிந்து தண்டிக்கப்பட்ட கைதிகளும் இருக்கும் இடத்தில் இது எப்படிச் சாத்தியமாகும்?

அந்த பிளாக்கின் பொறுப்புத் தலைமைக் காவலரும், காவலரும், அந்த நீண்ட தொகுதியின் கடைசிப் பகுதியில் ஏதோ வேலையில் கவனமாக இருந்தனர். அந்த பிளாக்கின் முதலிரண்டு செல்களைத் தாண்டியதும், "ஐயா, பூமணி குளிச்சுகிட்டு இருந்தா, பொசுக்குன்னு வந்திட்டீகளே!" என்று உள்ளே

இருந்து நளினத்தோடு வந்த ஆண்குரல்தான் அதிர்ச்சியை அகற்றியது.

வெளியே வந்து சொன்ன திருநங்கை நடுத்தர வயதைத் தாண்டிய கருப்பழகியாக இருந்தாள். குரலைத் தவிர பெண்மையின் அனைத்து இலக்கணங்களும் அவளிடம் இருந்ததைப் பார்க்க முடிந்தது. பூமணி இதைவிடக் கூடுதல் கவர்ச்சியுடன் இருந்தாள். இப்படி இருவர் கைதாகி வந்துள்ளனர் என்பது அது வரை தெரியாமல் இருந்ததே, அந்த அதிர்ச்சிக்குக் காரணமாக இருந்தது.

பெண்மையின் எந்தச் சாயலும், எந்த வசீகரமும் இல்லாதவர்களைக்கூட ஓரினச்சேர்க்கைக்குத் தயார்படுத்தும் கைதிகள் இருக்கக்கூடிய சிறைகளில், திருநங்கைகளுக்கு அந்தப் பாதுகாக்கப்பட்ட பகுதி பொருத்தமானதுதான். கைதாகி வந்ததிலிருந்து 12 ஆண்டுகளுக்கும் மேலாக, 16 ஆண்டுகளுக்கும் மேலாக வெளியே போகாத கைதிகள் நிறையப்பேர் இருந்தனர். அவர்களில் எல்லோரும் ஓரினச்சேர்க்கையாளர்களாக இருப்பது மில்லை. அடிக்கடி பரோலில் வெளியே சென்று வருபவர்கள் எல்லோரும் ஓரினச்சேர்க்கையை வெறுப்பவர்களாக இருப்பதும் இல்லை. ஆனாலும் அடிக்கடி ஓரினச்சேர்க்கை பற்றிய புகார்கள் வருவதுண்டு. அப்படிப்பட்டவர்களைச் சிறுமைப்படுத்துவதும், மனித உரிமைகளைப் பொருட்படுத்தாமல் தண்டனை வழங்குவதும் அவ்வப்போது நடந்துகொண்டுதான் இருந்தன.

ஓரினச் சேர்க்கையாளர்கள் தங்களது பழக்கவழக்கங்களை ரகசியமாக வைத்துக்கொண்டாலும், ஒரு சில நாட்களில் அவை வெளிவந்துவிடும். போட்டியாளர்களும் தோல்வி அடைந்தவர்களும் காட்டிக்கொடுத்துவிடுவார்கள். ஒன்றாக இருந்தவர்களில் ஒருவர் பிரிந்து இன்னொரு சேர்க்கையாளருடன் உறவாடும்போது, அதைத் தாங்கிக்கொள்ள இயலாமல், கொலை தற்கொலை என்ற முடிவுகளுக்கும் சிலர் செல்வதுண்டு.

ஓரினச் சேர்க்கையாளர்களில் சிலர் முன்னெச்சரிக்கையுடன் ஆணுறையைப் பயன்படுத்திக்கொள்வதுண்டு. ஆணுறையாக அவர்கள் பயன்படுத்துவது மருத்துவமனைகளில் பயன்படுத்தப் படும் கையுறையேயாகும். ஒரு கையுறையில் ஐந்து ஆணுறைகள் தயாராகிவிடும். அதனால் சிறை மருத்துவமனைகளில் கையுறைகளை மிகுந்த பாதுகாப்பாக வைத்துக் கொள்வதுண்டு.

இன்னும் சில பேர் ரசனையுணர்வோடு சேர்க்கையில் ஈடுபடுவதுண்டு. சாமி படத்திற்குப் பூப்பறிப்பதாகச் சொல்லிக்கொண்டு, தன் இணையருக்கு அதனை இரகசியமாகப் பூச்சூட்டி மகிழ்வதும் உண்டு.

ஓரினச்சேர்க்கையாளர் என்று அறியப்பட்டவரும், அடிக்கடி சேர்க்கையில் ஈடுபடுபவர் என்ற புகாருக்கும் உள்ளானவரான ஒரு கைதி, சிறை அதிகாரிகளிடம் கையும் கலவியுமாகப் பிடிபடாமல் தப்பிக்கொண்டே இருந்தார். ஒருநாள் இரவுநேரத்தில் தன் இணையருக்குக் காலில் கொலுசைக் கட்டிவிட்டுத் தயாரானபோது அந்தச் சிறைவாசி சிக்கினார். அந்தக் கைதி சிக்கியதை விட அந்தக் கொலுசு சிக்கியதே சாதனையாகக் கருதப்பட்டது.

இப்படி ஓரினச்சேர்க்கையில் திருப்தி அடைந்தவர்கள் பரோலில் செல்வதற்குக்கூட ஆர்வம் காட்டாமல் இருந்ததுண்டு. வீட்டார்கள் பரோலில் எடுப்பதற்குத் தயாராக இருக்கும்போது, சம்பந்தப்பட்ட கைதி அதை தவிர்ப்பதைப் பார்த்து, குடும்பத்தில் இருப்பவர்களுக்குச் சந்தேகம் ஏற்படும். தவிர்த்ததற்கான காரணம் தெரிந்துகொண்ட பிறகு, நேர்காணல் அறையில் வந்து சண்டையிட்டுச் சென்ற சம்பவங்களும் உண்டு.

பரோலில் சென்று வந்த அடுத்த நாளே, ஓரினச் சேர்க்கைப் புகாரில் சிக்கியவர்களுமுண்டு. இந்தப் புகார்களில் சிக்குபவர்களை மிக மோசமான முறையில், சிறை அதிகாரிகள் தண்டிப்பது வழக்கமாக இருந்தது. புகாருக்கு உள்ளான அவர்களை மையக் கோபுரப் பகுதிக்கு அழைத்து வந்து விசாரித்து, அதன் முடிவின்படி அவர்களை நிர்வாணப்படுத்தி, முன் பக்கமும் பின் பக்கமும் சாம்பாரை ஊற்றி அதை ஒருவரை ஒருவர், மாறி மாறி நக்கச் சொல்லி அடிப்பார்கள். அவ்வாறு செய்யச் சொல்லி இருவரையும் அடிப்பதுடன், அவர்களைத் தனி செல்லில் பல நாட்கள் அடைத்து வைப்பது போன்ற தண்டனைகள் வழங்கப்படும். ஆனாலும், ஓரினச்சேர்க்கைப் புகார்கள் குறைந்தபாடில்லாமல் வந்துகொண்டே இருந்தன. ஒரு கைதியைப் பழிதீர்த்துக்கொள்ளக்கூட இதுபோன்ற குற்றச்சாட்டைப் பொய்யாகக் கைதிகள் சொல்வதும் உண்டு. இப்படியெல்லாம் இருக்கும் சிறைக்குள் திருநங்கைகள் வந்தால் எத்தனைப் பிரச்னைகள் ஏற்படும்!?

முன்பு, கைதாகிவரும் திருநங்கைகளை ஆண்கள் சிறைகளில் அனுமதித்து, அவர்களைத் தனிமைப்படுத்தி வைத்திருப்பார்கள். தற்போது அவர்களை அனுமதிப்பதில் சில நடைமுறைகள் பின்பற்றப்படுகின்றன. அறுவைசிகிச்சை செய்து ஆண்குறி அகற்றப்பட்ட திருநங்கைகள், அவர்களுக்காக இயங்கும் அமைப்புகளில் மூன்றாம் பாலினம் என்ற சான்றிதழ் பெற்று, மருத்துவ அறிக்கை பெற்று, நீதிமன்ற உத்தரவு பெற்ற திருநங்கைகள் மட்டுமே பெண்கள் சிறையில் அனுமதிக்கப்படுவர். அவ்வாறு இல்லாமல் கைதாகி வரும் திருநங்கைகள் ஆண்கள் சிறையில்தான் அனுமதிக்கப்படுவர். இந்த நடைமுறை இல்லாத காலத்தில்தான் பூமணி என்ற திருநங்கையும் அவர் கூட்டாளியும் ஆண்கள் சிறையில் அனுமதிக்கப்பட்டனர்.

அந்தத் தொகுதித் தலைமைக்காவலராக இருந்தவர், ஓய்வு பெறும் வயதை நெருங்கிக்கொண்டிருந்தார். வெளியில் அவர் குடியிருக்கும் பகுதியில் பூசாரியாகவும், அங்கு கோவிலில் நிர்வாக கமிட்டியிலும் இருந்தவர். அவரைக் கைதிகளும் காவலர்களும் 'சாமி ஏட்டையா' என்றே அழைப்பர்.

கைதிகளுக்கு இரவு உணவு மாலை நேரத்திலேயே வழங்கப்படுவது வழக்கம். அவ்வாறு வழங்கப்பட்ட உணவைச் சாப்பிட்ட பிறகு, கைதிகள் ஒவ்வொருவருக்கும் ஒவ்வொரு பீடி வழங்கப்படும். அந்தப் புகை இன்பத்தை அனுபவிக்கச் செய்தபின், சற்று நேரம் அந்த வளாகத்தைச் சுற்றி உட்காரச் செய்வார் அந்த ஏட்டையா. அந்த நேரத்தில் ஒவ்வொரு கைதியையும் பாட்டுப்பாடவும், ஆட்டம் ஆடவும் செய்வார். ஒரு சில கைதிகள் நல்ல பாடகர்களாகவும், சிலபேர் சுமாராகப் பாடுபவர்களாகவும் இருந்தனர். இதில் மனநோய்ச் சிறைவாசிகளும் சேர்ந்துகொள்வார்கள். அந்தச் சிறிது நேரம் அந்த வளாகம் கலகலப்பாக இருக்கும்.

ஒருநாள் ஒருவரும் பாட்டுப்பாட முன்வராத இடைவெளியில், பொக்கைவாய்க் கிழவனாக இருந்த பால்ச்சாமி என்ற கைதியிடமிருந்து ஒருகானம் பிறந்தது. மிகப் பழைய பாடலான,

"ஆளை ஆளைப் பார்க்கிறார்
ஆளை ஆளைப் பார்க்கிறார்
ஆட்டத்தைப் பார்த்திடாமல்
ஆளை ஆளைப் பார்க்கிறார்"

என்ற பாடல் வரிகள் தனித்த குரலில் ஒலித்தன. குழி விழுந்த கன்னத்தில் விரல் வைத்து, ஒரு வெட்டுவெட்டி அபிநயம் காட்டி, பாட்டுப் படித்ததும் அதுவரை அமைதியாக வேடிக்கை பார்த்துக்கொண்டிருந்த பூமணி நாட்டியத் தாரகையாகக் களமிறங்கி அனைவரையும் கிறங்கவைத்தாள். அடுத்த பாடலைப் பூமணியுடன் கைதாகி வந்த ஜெயா பாட, அதற்கும் சுழன்று, சுழன்று பூமணி ஆடினாள். கொஞ்சநேரத்தில் தண்டனைப் பகுதிகளிலிருந்து கைதிகள் சாரைசாரையாக வரத்துவங்கினர். வழக்கமாக மாலை அடைப்புகளுக்குச் செல்ல வேண்டிய நேரம் தாண்டியும், ஆடல் பாடல் நிகழ்த்தப்பட்டு, அதன் பிறகே நிறுத்தப்பட்டது. கலைந்து செல்ல மனமில்லாமல் மற்ற பிளாக் கைதிகள் சென்றனர். இந்த நிகழ்ச்சி ஒவ்வொரு நாளும் கூடுதல் வரவேற்புடன் நடந்துகொண்டிருந்தது. இந்த முயற்சியை அதிகாரிகளும் வரவேற்கவே செய்தனர்.

அந்த பிளாக்கின் வளாகத்திலிருந்த, எப்போதோ கட்டப்பட்டிருந்த சிறிய விநாயகர் கோயில் சிதிலமடைந்து காணப்பட்டது. அன்றாடம் அதைப் பார்க்கும் போதெல்லாம் அதை எடுத்துக் கட்ட வேண்டும் என்று நினைத்த சாமி ஏட்டையாவுக்கு ஒரு யோசனை தோன்றியது. அன்றாடம் வேடிக்கை பார்க்கவரும் கைதிகளிடம் ஒரு வசூலைப் போட்டு அந்த வேலையைத் துவக்கலாம் என்பதுதான் அந்த யோசனை. பழைய கட்டிடங்களில் இருந்து செங்கற்களைப் பிரித்து எடுத்துக் கொள்ளலாம் எனத் திட்டமிட்டார். ஏற்கெனவே கட்டுமானப் பணி நடந்தபோது, பொதுப்பணித்துறையினரிடமிருந்து திருடிய சிமெண்டும், சேகரித்த மணலும் இருப்பில் இருந்தது. வேலை செய்யத் திறமையான ஸ்தபதி உட்பட கட்டுமானப் பணி செய்பவர்கள் 7ஆம் பிளாக்கில் இருந்தனர். சிமெண்ட் மற்றும் இதரச் செலவுகளுக்குச் சொற்பப் பணமே தேவையாக இருந்தது. இதுகுறித்துச் சிறைக் கண்காணிப்பாளரிடம் பேசி அனுமதி பெற்றுவிட்டார். இனி வசூலும், வேலையும்தான் செய்ய வேண்டியவையாக இருந்தன.

அடுத்த நாள் மாலை நேரம். அந்த வளாகத்தை நோக்கி, வேறு வேறு பிளாக்குகளிலிருந்து கைதிகள் ஒவ்வொருவராக வரத்துவங்கினர். எல்லோரும் வட்டமாக அமர்ந்தும், நின்றும் வேடிக்கை பார்க்கத் தயாராக இருந்தனர். அவர்கள் மத்தியில் சாமி ஏட்டையா பேசினார், "இங்கு தினசரி உங்கள் கண்களுக்கும்,

காதுகளுக்கும் விருந்தாக கலை நிகழ்ச்சிகள் அரை மணி நேரம் நடக்கும். இதைப் பார்க்க வரும் நீங்கள் வெறுங்கையை வீசிக்கொண்டு வரக்கூடாது. உங்களிடம் இருக்கும் கடலை உருண்டைகளோ, சோப்புகளோ, பீடிகளோ எதுவென்றாலும் இங்கே விரித்து வைத்திருக்கும் போர்வையில் போட வேண்டும். நீங்கள் வழங்கும் ஒவ்வொரு பொருளும் காசாக மாற்றப்பட்டு, அதில் சிமெண்ட் மற்றும் கட்டுமானப் பொருட்கள் வாங்கி, இதோ இந்த விநாயகர் கோவிலைக் கட்ட வேண்டியுள்ளது. அதற்கு நீங்கள் எல்லாம் ஒத்துழைப்பு கொடுக்க வேண்டும்'' என்று அறிவித்தார். எல்லோரும் வரவேற்றுக் கைதட்டினர். கரகோசம் அடங்குவதற்குள்,

''சித்தாடை கட்டிகிட்டு
சிங்காரம் பண்ணிகிட்டு
மத்தாப்பு சுந்தரியொருத்தி
மயிலாக வந்தாளாம்''

என்ற பாடலை ஒரு கைதி பாட, அதற்கேற்றவாறு இரண்டு பேர் தாளம்போட, பூமணியும் ஜெயாவும் போட்ட குத்தாட்டம் கைதிகள் அனைவரையும் பரவசப்படுத்தியது. பூமணியுடன் சேர்ந்து ஆட, பல கைதிகள் ஏட்டையாவிடம் அனுமதி கேட்டனர். ஏட்டைய்யா ஒருவரை மட்டும் ஆட அனுமதித்தார், அதுவும் பூமணியைத் தொட்டுவிடக்கூடாது என்ற கடுமையான எச்சரிக்கையுடன். சுற்றி வேடிக்கை பார்த்த கைதிகள் குதூகலித்தனர்.

ஏட்டையா திடீரென அறிவித்தார். "இன்னைக்கு அவ்வளவு தான். நாளையிலிருந்து நீங்கள் கொடுக்கும் ஆதரவைப் பொறுத்து நிகழ்ச்சிகள் நடக்கும்." பூமணி பேச ஆரம்பித்தாள். அவள் பேசிக்கொண்டே, சுற்றிக்கொண்டே வந்தாள். கால்களில் சலங்கை கட்டாமலே சலங்கை ஒலி கேட்டது போலிருந்தது.

"இப்பவே நான் அஞ்சு சினிமாவுல பாடி இருக்கேன், நடிச்சிருக்கேன். 'ஒரு தலை ராகம்' படம் பார்த்திருக்கியா? அந்தப் படத்துல, கொக்கரக்கோ கோழி கூவுற வேளைங்கிற பாட்டுக்கு நான்தான்யா ஆடியிருக்கேன். என் மவுசே வேற. இங்க உங்க பீடிக்காக நா ஆடல்ல. இந்தச் சாமி ஏட்டையாவுக்காகவும், பாவமான உங்களுக்காகவும்தான்யா இந்தப் பூமணி ஆடுறா. புரிஞ்சுதா மீசைக்காரரே!" என்றவாறு கண்கள்வரை மீசை

வளர்த்து இருந்த கைதியின் மீசையை லேசாகத் தட்டியவாறு சொன்னதும், ஏட்டையா குறுக்கிட்டு, "ஏய் பூமணி... தொடாமல் பேசு..." என்று தடுத்தார்.

"ஏட்டையா, அவரு பெரிய மனுஷன்யா. எங்க மாமனார் மாதிரி இருக்காரு. அவரால என் கற்புக்குக் களங்கம் வராதுய்யா" என்று பூமணி சொன்னதும் சிரிப்பொலிகள் எழுந்தன.

கைதிகள் கலையும்போது சில யோசனைகள் சொன்னார்கள். "ஒவ்வொரு நாளும் ஒவ்வொரு பிளாக்கிற்கு வந்து ஆடினால், நிறைய வசூலாகும். பிளாக்கிலுள்ள எல்லோரும் பார்ப்பார்கள். மற்றவர்களும் வருவார்கள்" என்றனர். அது நல்ல யோசனையாக இருக்கவே, அதுபோலவே செய்யலாம் என்றார் ஏட்டையா.

அடுத்த நாள் மாலையில், மைய கோபுரத் தொகுதிகளில் ஐந்தாவது பிளாக் கூட்டிப் பெருக்கி சுத்தம் செய்யப்பட்டு இருந்தது. சிறைவாசிகள் பெரிய வட்டமாகச் சுற்றிலும் உட்கார்ந்தும் நின்றும் இருந்தனர். அந்த வட்ட மையத்தில் பெரிய போர்வைகள் விரிக்கப்பட்டிருந்தன. பூமணியும் ஜெயாவும் மிதமான ஒப்பனையுடன் தயாராக இருந்தனர். மெல்லிய போர்வையை முந்தி போல் தோளில் போட்டுக்கொண்டு, இடுப்பில் இறுக்கிக்கட்டிய துண்டுடன் வந்து வணங்கி, "அய்யா... வந்தனமய்யா வந்தனம், வந்த சனமெல்லாம் குந்தணுமய்யா குந்தணும்" என்று சேர்ந்திசை பாடி நிகழ்ச்சியைத் துவக்கினர். முதல் பாடல் முடிந்ததும் பீடிக் கட்டுகளும், கடலை உருண்டைகளும் போர்வையில் சேரத் துவங்கின. அடுத்தடுத்துப் பாடகர்கள் பாடல்கள் பாட, பூமணி மயிலாக, ஒயிலாக ஆடினாள். ஜெயாவும் அவ்வப்போது ஆடிட, நிகழ்ச்சி களைகட்டியது. போர்வைகளில் குளியல் சோப்புகளும், சலவை சோப்புகளும் பற்பசை மற்றும் உள்நாட்டு கடிதங்கள், அஞ்சல் உறைகளும் வந்து குவிந்தன. அரைமணி நேரம் எப்படிப் போனதென்றே தெரியவில்லை. காவலர்களும், இடைநிலை அதிகாரிகளும் அங்குவந்து ரசித்தனர். அவ்வப்போது கைக்கடிகாரத்தைப் பார்த்தவாறு கடமையிலும் கண்ணாய் இருந்தனர். ஏற்கெனவே செய்த முடிவின்படி 5 பாடல்களுடன் நிகழ்ச்சி நிறுத்தப்பட்டது.

விரிக்கப்பட்ட போர்வையில் இருந்த பொருட்களை இரண்டு கைதிகள் போர்வை முனைகளைப் பிடித்து அப்படியே தூக்கிச்

சென்றனர். ஏ.பி. தனியறை வளாகத்தில் சேர்ந்த பொருட்களை இனம் வாரியாகப் பிரித்து ஒரு அறையில் பூட்டி வைத்தனர்.

இப்படி ஒவ்வொரு நாளும், ஒவ்வொரு நிகழ்விலும் சேர்ந்த பொருட்கள் மொத்தமாகச் சேர்க்கப்பட்டு, சிறைப் பண்டகசாலையில் விற்க முடிந்ததை விற்றுப் பணம் பெற்று, மீதப் பொருட்களை வெளியே கடைகளில் விற்று, காசாக்கப்பட்டு வந்ததும், கட்டுமானப் பணிகள் துவங்கின. கட்டுமானப்பணிகள் நடந்துகொண்டிருந்தபோது பூமணியும் ஜெயாவும் ஜாமீனில் சென்றுவிட்டனர். திருட்டு வழக்கில் கைதாகி வந்தவர்களுக்கு உடனே ஜாமீன் கிடைப்பதாகத்தான் இருந்தது. "கோவில் வசூல் முடியும்வரை ஜாமீனில் வெளியே செல்லக்கூடாது!" என்ற சாமி ஏட்டையாவின் செல்லக் கட்டளையை ஏற்று, தாமதமாகத்தான் ஜாமீனுக்கு மனு அளித்தனர்.

அந்தச் சிறிய கோவில், கலை நுட்பத்துடன் கட்டப்பட்டு அந்த வளாகத்தில் இப்போதும் பராமரிக்கப்பட்டு வருகிறது. அந்தக் கோயில் கட்ட முன்கை எடுத்த சாமி ஏட்டையா, ஓய்வு பெறுவதற்குச் சில மாதங்களுக்கு முன்பு காலமாகிவிட்டார். அதன் பிறகும் இரண்டு, மூன்று முறை பூமணி திருட்டு வழக்கில் கைதாகி வந்தபோதெல்லாம், அங்கிருந்த கைதிகளிடமும் புதிதாக வந்த பணியாளர்களிடமும், சாமி ஏட்டையாவைப் பற்றியும், கோவில்கட்ட அவர்கள் ஒவ்வொரு பிளாக்காகச் சென்று ஆடி பொருளீட்டியதைப் பற்றியும் சொல்லிக்கொண்டிருந்தாள். அதை யாரும் பெரிதாக எடுத்துக்கொள்ளவில்லை.

ஆண்டுகள் பல கடந்தன. இப்போது பூமணிகள் எல்லாம் ஆண்கள் சிறையில் அனுமதிக்கப்படுவதில்லை. வெறும் மணிகள் மட்டுமே அனுமதிக்கப்படுகிறார்கள். ஓரினச்சேர்க்கையாளர்களின் எண்ணிக்கை முன்புபோல் இல்லையென்றாலும், முற்றிலும் இல்லாமலும் இல்லை. இங்கே இன்னொன்றையும் குறிப்பிட்டாக வேண்டும். இதே மத்தியச் சிறை வளாகத்தில் பெண்கள் தனிச்சிறையும் தனியாக இயங்குகிறது. முன்பு ஆண்கள் சிறையின் கண்காணிப்பாளரே பெண்கள் சிறைக்கும் பொறுப்பாளராகவும் இருந்தார். அப்போது பெண்கள் சிறையிலும் ஓரினச் சேர்க்கையாளர்கள் பிடிபடுவார்கள். அப்படிப் பெண் கைதிகளைத் தண்டிப்பதற்கும், பெண் கைதிளுக்குள் ஏற்படும் சண்டைகளின்போது அவர்களைக் கட்டுப்படுத்துவதற்கும் பெண் காவலர்கள், ஆண் காவலர்களை அழைப்பார்கள். ஆண்

காவலர்கள் லத்திகளை எடுத்துக்கொண்டு உள்ளே சென்று அடித்து நொறுக்கிவிட்டுத் திரும்புவார்கள். பெண் கைதிகளின் அலறல்கள் அடிக்கடி கேட்டுக்கொண்டே இருக்கும்.

இப்போதுதான் ஓரினச் சேர்க்கையாளர்கள் குறித்து உலகம் முழுவதும் ஒரு புதிய பார்வை பார்க்கப்பட்டு, அவர்களை அங்கீகரிக்கும் நிலை உருவாகியிருக்கிறது. 150 ஆண்டுகளுக்கு முன்பு எழுதப்பட்ட சிறை நடைமுறை நூலிலும் இதுபற்றிச் சொல்லப்பட்டிருக்கிறது. அதில் 'ஓரினச்சேர்க்கையாளர்களைத் தனியாகப் பிரித்து வைக்கவேண்டும்' என்று இருப்பதை, சிறை அதிகாரிகள், அவர்களைத் தனித்தனி அறைகளில் பிரித்துத் தண்டிக்க வேண்டும் என்று புரிந்துகொண்டு செயல்படுத்தி உள்ளதாக, புதிதாக வந்த ஓர் இளம் அதிகாரி தெரிவித்தார். இருந்தபோதிலும் ஓரினச் சேர்க்கையை ஊக்கப்படுத்தி விடக்கூடாது என்ற எண்ணத்தில் அவரும் 'அந்த நடைமுறையை விதியை ரகசியமாக வைத்துக்கொள்வதுதான் சரி' என்று செயல்படுகிறார்.

சாமி ஏட்டையா காலமான பிறகு, கருணை அடிப்படையில் அவரது மகன் பணியில் சேர்ந்தார். இதே சிறையில் எழுத்தராகப் பணியில் சேர்ந்து, வேறு பல ஊர்களுக்கு மாறுதலில் சென்று, பல ஆண்டுகள் கழித்து இச்சிறைக்கு மீண்டும் வந்த பிறகுதான் அவரது அப்பா கட்டிய கோயில் குறித்து கேள்விப்பட்டு, அடிக்கடி அந்தக் கோவிலை வணங்கிவிட்டுச் செல்வார். பிள்ளையார் மீது கொண்ட பக்தியினால்தான் அவர் வழிபடுகிறார் என எல்லோரும் நினைத்தனர். தன் அப்பாவின் நினைவாகத்தான் பிள்ளையாரை வணங்குகிறார் என்பது அவருக்கு மட்டும்தான் தெரியும்!

*

பால்ச்சாமியும் பசும்பொன் தேவரும்

‘**100** முறைக்குமேல் சிறை சென்றவர் மீண்டும் கைது’ இப்படித்தான் பால்ச்சாமி கைதாகும்போது பத்திரிகைச் செய்தி வரும். அவர் ஒவ்வொரு முறையும் கைதாகிச் சிறைக்குவரும்போது, மாப்பிள்ளைபோல் புதுவேஷ்டி, புதுச்சட்டை, புதுத்துண்டு அணிந்துதான் வருவார். சிறைக்கு வந்த அடுத்த நாளே, அவர் உடுத்தியிருந்த உடைகளை ஆடைக்கிடங்கில் ஒப்படைத்து, தண்டனைக் கைதிகள் அணிந்த பழைய வெள்ளை உடைதான் வேண்டுமெனக் கேட்டு வாங்கி அணிந்துகொள்வார். அவர் விசாரணைக் கைதியாக இருந்ததால், சொந்த உடையை உடுத்திக்கொள்ளலாம். அதுதான் அணியவும் வேண்டும். தண்டனைக் கைதிகளுக்கு மட்டுமே வெள்ளைச்சீருடை வழங்கப்பட வேண்டும். ஆனால், சிறை நிர்வாகம் பால்ச்சாமிக்குப் பழைய தண்டனை உடை வழங்கியவுடன் மகிழ்ச்சியுடன் அதனை அணிந்து சுறுசுறுப்பாகிவிடுவார். அடுத்தநாளே யாரும் சொல்லாமலேயே கடுமையாக உழைக்க ஆரம்பித்துவிடுவார்.

அதே ஏ.பி. தனியறைத் தொகுதிதான் அவருக்குப் பிடித்தமான இடமும்கூட. அவர் வந்த பிறகு அந்த இடம் நந்தவனம் போலாகிவிடும். செல்களும் பளிச்சென்று ஆகிவிடும். ஒற்றை நபராக ஒவ்வொரு இடமாகக் கூட்டிச் சுத்தம்செய்து, கழிப்பறைகளைக்

கழுவி, அறைகளை ஒட்டடை அடித்து, காலையிலிருந்து மாலை அடைப்புக்குச் செல்வதுவரை, ஓய்வில்லாமல் உழைத்துக்கொண்டே இருப்பதுதான் பால்ச்சாமியின் வழக்கமாக இருந்தது.

பொக்கை வாயும் மெலிந்த தேகத்தையும் பார்த்தால் 70 வயதுக்கு மேல்தான் மதிக்க முடியும். ஆனால் 30 வயதிற்கான சுறுசுறுப்பும் உழைப்புச் சக்தியும் அவரிடம் இருப்பதைக் காண முடிந்தது. சிரித்தால் ஒரே ஒரு பல்தான் தெரியும். இருப்பதும் அது ஒன்றாகத்தான் இருக்க வேண்டும். அந்தப் பல் எந்த இடத்தில் இருக்கிறது என்பதும் தெரியாது.

அவரது அர்ப்பணிப்பான உழைப்பை அங்கீகரித்து, அவருக்குக் கூடுதலாகவே உணவு உட்பட பல்வேறு சலுகைகள் வழங்கப்பட்டு வந்தன. அதற்காகவேதான் அவர் உழைப்பை நல்குவதாகவும் இருந்தது. அவர் ஏற்கெனவே பயன்படுத்திய குழியாக்கப்பட்ட ஈயத்தட்டினைத் தேடி எடுத்துக்கொள்வார். கிடைக்கவில்லை என்றால் வேறு தட்டினை எடுத்து, தட்டித் தட்டி ஆழமான, அகலமான சட்டியாகத் தயாரித்து எடுத்துக் கொள்வார். அதுதான் அவருக்கு அன்னப் பாத்திரம். ஒரு கைதிக்கு ஒரு சோற்றுக்கட்டிதான். ஆனால், அந்த அளவு அவருக்கானதல்ல. இரண்டு, மூன்று அச்சடிக்கப்பட்ட சோற்றுக்கட்டிகளை உடைத்து, தட்டு நிறையச் சாம்பாரை ஊற்றிக் கரைத்துக்கொள்வார். அது அவருக்குச் சாப்பிடும் சாப்பாடாக இருக்காது. அள்ளிப் பருகும் அமுதமாக இருக்கும். அதை ரசித்துக் குடித்த பிறகு, மேலும் ஒன்று, இரண்டு கட்டிகளை அதேபோல் தயாரித்து உள்ளே இறக்குவார். பீடிகளும் அவருக்குத் தேவைக்கு அதிகமாகவே சேர்ந்துவிடும். அதில் அவர் தன்னிறைவு அடைந்துவிடுவார்.

அவர் வேலைகளில் ஈடுபடும்போது, அவ்வப்போது பசும்பொன் தேவர் குறித்த தெம்மாங்குப் பாடல்களை முணுமுணுத்துக்கொள்வார்.

சிலசமயம் வேலையை நிறுத்திவிட்டு சத்தமாகவும் பாடுவார். முத்தாய்ப்பாக "தேவர் ஐயா என் தெய்வம்' என்று ஒரு கும்பிடு போட்டுவிட்டு, வேலையைத் தொடர்ந்து செய்வார். இதுமட்டும்தான் அவருக்குத் தெரியும் என்று எல்லோரும் நினைத்திருக்கும் நேரத்தில்தான் பூமணியின் ஆட்டத்தின்போது, "ஆளை ஆளைப் பார்க்கிறார்" என்ற பாடலை பாடி அசத்தினார்.

அடுத்து பூமணியின் ஆட்டத்திற்காக, "ஓ... ரசிக்கும் சீமானே வா" என்ற பாட்டையும் பாடினார் பால்ச்சாமி. பொது வேலைகளை மட்டுமே பொறுப்பாகச் செய்வார். முக்கியக் கைதிகள் யாராவது தங்களது துணிகளைத் துவைக்கச் சொன்னாலும், தட்டுகளைக் கழுவச் சொன்னாலும் பயங்கரக் கோபக்காரர் ஆகிவிடுவார். "என்னை என்ன தோட்டிப்பயன்னு நினைச்சுட்டியா? நான் பால்சாமித் தேவர்டா. உன் காசு பணம் எல்லாம் என் கால்த்தூசுக்குச் சமம்டா. நான் எங்க அய்யா, என் தெய்வம் தேவர் ஒருத்தருக்குத்தாண்டா நான் ஆடர்லி வேல பார்த்திருக்கேன். அவரைத் தவிர வேறு எவனுக்கும் ஆடர்லி வேல பார்க்க மாட்டேன்டா, தேவர்கிட்ட அப்படிச் சத்தியம் செஞ்சு கொடுத்தவண்டா இந்தப் பால்ச்சாமி!" என்று நாள் முழுக்க இதைச் சொல்லிக்கொண்டே இருப்பார். வேலை சொல்லும் கைதி யாராக இருந்தாலும் இதே வசனம்தான் நாள் முழுக்க. ஆனால், பொதுவேலைகளை யாரும் சொல்லாமலே அவராகச் செய்துகொண்டிருப்பார்.

பால்ச்சாமிக்கென்று குடும்பமோ, உறவுகளோ இருப்பதாகத் தெரியவில்லை. ஒன்று, அவரது குடும்பம் அல்லது உறவினர்களால் கைவிடப்பட்டவராக இருக்கலாம், அல்லது அவர், உறவினர்களைத் துறந்தவராக இருக்கலாம். வெளியில் இருந்தால் ஏதாவது ஹோட்டல்களில் துப்புரவுப் பணிகளைச் செய்து நாட்களைக் கடத்துவதும், அவ்வப்போது காவல் நிலையத்திற்குத் தானாகச் சென்று, "ஏதாவது கேஸ் இருந்தா போடுங்கய்யா. ஆறு மாசம் ஒரு வருஷத்துல முடியிற கேசா போடுங்கய்யா. நான் உள்ள போயிட்டு வந்தாத்தான் இந்த ஓட்டல்காரனுக்குப் புத்தி வரும்!" என்று கேட்டுக்கொள்வார். தன்னை மதிக்காத, தன் உழைப்பை மதிக்காத ஹோட்டல்காரரை இப்படித்தான் பழிவாங்க வேண்டும் என்பது அவரது எண்ணம்.

அவராக இவ்வாறு தேடிச் சென்று வழக்கை வாங்கிக் கொள்வதுமுண்டு. காவல் நிலையத்திலிருந்து இவரைத் தேடி வந்து வழக்கைத் தந்து, சொற்பத் தொகை ஒன்றைக் கையில் கொடுத்து, புதுவேஷ்டி, சட்டை எடுத்துக்கொடுத்து சிறையில் கொண்டுவந்து தள்ளிவிட்டுச் செல்வதும் உண்டு. அன்று மட்டும் அவர் விரும்பிய உணவைக் கேட்டு வாங்கிவரச் செய்து சாப்பிடுவார். அவர் சிறையிலிருந்து விடுதலையாகும் நாளை விட, சிறைக்குப் போகும் நாள்தான் அவருக்கு மகிழ்ச்சியானதாக

இருக்கும். காவல் துறையினரின் கவனிப்பும் அன்று மட்டும் அவருக்கு அப்படி இருக்கும்.

வாய்தாவுக்கு நீதிமன்றம் செல்லும்போது இதைவிடச் சலுகை சற்று குறைவாகவே கிடைக்கும். அவர் பெரிதாகக் கோரிக்கை எதுவும் வைப்பதில்லை. சீக்கிரம் வழக்கை முடித்துவிட வேண்டும் என்பதுதான் அவரது கோரிக்கையில் பெரிதாக இருக்கும். மற்றதையெல்லாம் காவலர்களே எளிதில் நிறைவேற்றிவிடுவார்கள். இப்படி இவர் வாங்கிய வழக்குகளையும், இவர்மீது போட்ட வழக்குகளையும் ஒத்துக்கொண்டு, தண்டனை பெற்ற வழக்குகள்தான் நூற்றுக்கும் மேலான வழக்குகள். பால்சாமிக்குத் தேவையான புதுத் துணிகளுக்கான செலவும் சில்லறைத் தேவைகளுக்கான செலவும் உண்மையான குற்றவாளிகளிடமிருந்தோ அல்லது வேறு எந்த வகையிலோ காவல்துறையினர் மூலம் நிறைவேற்றப்படும்.

பால்சாமி அனுமதிக்கப்பட்டிருக்கும்போது 'ஏ, பி' தனியறைத் தொகுதிப் பொறுப்புக் காவலர்கள் எந்தப் பயமும் இல்லாமல் இருப்பார்கள். வார நாட்களில் ஒவ்வொரு நாளும் ஒவ்வொரு பகுதியாக உயரதிகாரிகள் பார்வையிடும்போது அந்தப் பகுதியில் ஒரு காய்ந்த இலை, காகிதம் கிடந்தாலோ, அறைகளில் ஒட்டடைகள் இருந்தாலோ, கழிப்பறைகள் சுத்தம் இல்லாமல் இருந்தாலோ அவ்வளவுதான். அதிகாரிகள் பொறுப்புக் காவலரைத்திட்டி அவமானப்படுத்திவிடுவார்கள். ஒழுங்கு நடவடிக்கை ஓலைகூடக் கொடுத்துவிடுவார்கள். பால்சாமி இருந்தால் அந்தத் தொகுதி பொறுப்புக் காவலர்களுக்கு எந்தக் கவலையும் இருக்காது. வாரத்தில், எந்த நாட்களில் எந்த நேரத்தில் யார் வந்தாலும் ஒரு துண்டுக் காகிதத்தையோ, உதிர்ந்த இலைகளையோ வளாகத்தில் பார்க்க முடியாது. தொகுதி அறைகளும், கழிப்பறைகளும் சுத்தமாக இருக்கும். அவரும் வளாகத்தைவிட்டு எங்கும் செல்லமாட்டார். நீதிமன்றத்துக்கு அழைத்துச் செல்லும்போது மட்டும் ஆடை கிடங்கிலிருந்து அவரது உடையை எடுத்து அணிந்துகொண்டு புத்துணர்வுடன் புறப்பட்டுச் செல்வார். திரும்பி வரும்போது வரும் வழியிலேயே ஆடைக் கிடங்கில் ஒப்படைத்து, பழைய உடுத்தியிருந்த ஆடையை அணிந்துகொண்டு வருவார்.

அப்படி வாய்தாவுக்குப் போகும்போதும், திரும்பும்போதும் தனியாக இருக்கும் ஒரு கட்டடத்தின் முன்பு நின்று பக்தியுடன்

கும்பிட்டு, அந்த செல் வாசலில் மண்ணெடுத்து திருநீறாகத் தீட்டிக்கொண்டுதான் கடந்து வருவார். உடைந்த தட்டுமுட்டுச் சாமான்கள் போடப்பட்டிருக்கும் அந்த அறையை யாரும் பொருட்படுத்துவது இல்லை. அந்த அறையை பால்ச்சாமி கோவிலாக நினைத்துக்கொண்டு வணங்குவதையும் யாரும் பெரிதாக எடுத்துக்கொள்ளவில்லை. தெரிந்துகொள்ளவும் ஆர்வம் காட்டவில்லை.

ஒருநாள், மதியநேரத்தில் வேலை எல்லாம் முடித்து மதிய உணவை வழக்கம்போல் சட்டி நிறையச் சாப்பிட்டு, அந்தப் பகுதியில் ஒரு மரநிழலில் துண்டை விரித்துப் படுத்து, சற்று ஓய்வெடுத்தார். அவர் உழைப்பிற்கும் அவரெடுக்கும் ஓய்வுக்கும் கொஞ்சமும் சம்பந்தம் இருக்காது. சற்று நேரத்திலேயே ஓய்வு போதும் என முடிவு செய்து, சோம்பல் முறித்து "தேவர் என் தெய்வம்" என்று முணுமுணுத்ததைக் கவனித்த நான், "தேவர் எப்படிய்யா தெய்வமாவாரு? அவரும் மனுஷன்தானே பால்ச்சாமி..?" என்றேன்.

"ஐயா, தேவர் சாதாரண மனுஷப் பிறவி இல்லய்யா. தெய்வப்பிறவி. நாமெல்லாம் மூன்று நேரம் சோறு சாப்பிடுவோம். அவரு சோறே சாப்பிடமாட்டார். பழங்கள் மட்டும்தான் சாப்பிடுவார். அவரு செல்லுல எப்பவும் பழமாக் குமிஞ்சி கெடக்கும். எப்பப் பார்த்தாலும் கண்ணை மூடித் தியானம் பண்ணிக்கிட்டேதான் இருப்பாரு!"

"நீ எப்ப பால்ச்சாமி அவரைப் பார்த்த?"

"நான் முதன் முதல்ல இந்த ஜெயிலுக்கு வந்தப்பவே தேவரய்யாவப் பார்த்தேன். வெள்ளைக்காரன் காலத்திலேயும் பார்த்து இருக்கேன். அப்புறம் கொலைக் கேஸில் வந்தப்பவும் அவரைப் பார்த்து இருக்கேன். முதல்முதலா அவரைப் பார்க்கிறப்ப நல்ல இளந்தாரியா இருந்தாரு. என்னைவிட ஒரு நாலஞ்சு வயசு மூத்தவரா இருப்பாருன்னு நினைக்கிறேன்..."

"அவரு எந்தச் செல்லில இருந்தாருன்னு நான் சொல்லட்டுமா?" என்று கேட்டுவிட்டு, அவர் கோவிலாகக் கும்பிடும் செல்லைச் சுட்டிக்காட்டினேன்.

"ஆமாங்கய்யா, கரெக்டா சொல்லிட்டீங்க! தேவர் ஐயா எப்பக் கைதாகி வந்தாலும், அந்தச் செல்லுலதான்

இருப்பாரு. வெள்ளைக்காரத் துரைகிட்ட இங்கிலீஷ்ல அப்படிப் பேசுவாரு. சூப்பிரண்டு துரையே மிரண்டு போவாரு. அவருக்கு எடுபிடி வேலை நான்தான் பார்த்தேன். அந்த இடத்தைக் கண்ணாடிபோல வச்சிருப்பேன்" என்று அவர் சொன்னதிலிருந்து, அந்த அறைதான் பசும்பொன் முத்துராமலிங்கத்தேவர் இருந்த அறையாக இருக்கக்கூடுமென யூகித்தது சரிதான் என்று நினைத்துக்கொண்டேன்.

நான் பணியில் சேர்ந்த 1985ஆம் ஆண்டு, மதுரை மத்தியச் சிறையில் தலைமைக் காவலர் ஒருவர் இருந்தார். அவர் பெயர் முகமது காசிம். 50 வயதைக் கடந்தவராக இருந்தார். அவர் சில நாட்களிலேயே வேறு ஏதோ சிறைக்கு மாறுதலில் சென்று விட்டார். அதன் பிறகு அவரை நான் பார்க்கவே இல்லை. ஆனால், அவருடைய இளைய சகோதரர்கள் இருவர் என்னுடன் பணியில் இருந்தனர். ஒருவர் எனக்கு 15 ஆண்டுகளுக்கு முன்பே பணியில் சேர்ந்தவர். இன்னொருவர் எனக்கு ஓராண்டுக்கு முன்பு பணியில் சேர்ந்தவர். இந்த மூவருக்கும் தந்தை முகமது பாட்சா. அவரும் சிறைத்துறையில் சேர்ந்து 36 ஆண்டுகள் பணியாற்றி ஓய்வு பெற்றவர். அவர் 1936ஆம் ஆண்டில் காவலராக மதுரை மத்தியச் சிறையில் பணியில் சேர்ந்து, 1972ஆம் ஆண்டு ஓய்வு பெற்றவர் என்பதை அவரது மகன்கள் மூலம் தெரிந்துகொண்டேன்.

அவர் ஓய்வில் சென்று 33 ஆண்டுகளுக்குப் பின்பும், அவரது மகன்கள் இருவர் இதே மத்திய சிறையில் பணி செய்துகொண்டிருந்தனர். அவரது மகன்களைவிட, அவர் பணியில் முத்திரை பதித்தவராக இருந்திருக்கக்கூடும். மூத்த பல காவலர்களும் அதிகாரிகளும் அவரைப் பற்றி அவ்வப்போது நினைவுகூர்வதுண்டு. அவரை நேரில் சந்தித்துப் பேசினால், அவரிடமிருந்து பல தகவல்கள் கிடைக்கலாம் என நினைத்து, நானும், எழுத்தாளர் தோழர் ஷாஜகானும் அவரைச் சந்திக்கச் சென்றோம். 96 வயதைக் கடந்தவர். அவரைப் பார்த்த போது, அவரது மகன்கள் யாருக்கும் அப்படி உடல்வாகு அமையவில்லை என்றே தோன்றியது. 70 வயதுக்காரராகவே தோற்றமளித்தார். அவருடன் உரையாடிய போது அவர் சொன்னவை...

"நான் வேலைக்குச் சேர்ந்த காலத்தில், மாசத்துக்கு 15, 20 பேரைச் சக்கி அடிச்சுக்கிட்டே இருப்போம்...

(சக்கி அடிப்பது என்றால் தூக்குத்தண்டனைக் கைதிகளைத் தூக்கில் தொங்கவிடுவது என்று பொருள்.)

ஜெயில் முழுக்க தூக்குக் கைதிகளும், ஆயுள்தண்டனைக் கைதிகளுமாகத்தான் இருப்பாங்க. தூக்குத் தேதி உறுதியானவங்க மட்டும், தனி செல்லில் இருப்பாங்க...

ஒரு சாதாரண ஏட்டு, லத்தியோட வந்தாலே ஜெயிலுக்குள்ள ஒரு ஈ, காக்கா பறக்காது. எல்லாம் ஓடி ஒளிஞ்சுக்குவாங்க...

ஜெயில்ல அன்னைக்குக் கம்யூனிஸ்ட் கட்சிக்காரங்களச் சமாளிக்கிறதுதான் கஷ்டமா இருக்கும். எதற்கெடுத்தாலும் தட்டக் கவுத்திருவாங்க. அவங்கள மரியாதையுடன் நடத்தணும், நல்ல சோறு போடணும், யாரையும் அடிக்கக் கூடாது, இது அதுன்னு பிரச்னை பண்ணிக்கிட்டே இருப்பாங்க...

('தட்டக் கவித்திடுவாங்க' என்று அவர் குறிப்பிட்டது உண்ணாவிரதப் போராட்டத்தை.)

வைகை அணைக்கட்டுக் கரைகளைக் கைதிகளை வச்சுத்தான் கட்டிமுடிச்சோம். விடுதலை நாள் நெருங்கும் கைதிகளை எடுத்துக்கொண்டு, ஒவ்வொரு வாரமும் லாரியில் புறப்படுவோம். அடுத்த நாள் விடுதலையாகும் கைதிகளையும், வார ஓய்வுக் காவலர்களையும் அங்கிருந்து கூட்டி வருவோம். அதற்கு அடுத்த நாள் அடுத்த குழுவோடு புறப்படுவோம். அப்படி அங்கேயே இருந்து கரைகளைக் கட்டினோம்!"

"ரொம்ப முக்கியமான தகவலா இருக்கே" என்று தோழர் ஷாஜகான் ஆச்சரியமாகக் கேட்டுக்கொண்டிருந்தார்.

"பால்ச்சாமி என்ற பழைய கைதியத் தெரியுமா?" என்று நான் கேட்டதும், "ஆமா, அவன் இன்னுமா ஜெயிலுக்கு வந்துக்கிட்டு இருக்கான்" என்று சிரித்துக்கொண்டே கேட்டார்.

"அவன் பரமக்குடிக்காரன். நான் அவனப் பார்த்து ரொம்ப வருஷம் ஆச்சு. நான் வேலைக்கு சேர்ந்த பிறகுதான் திருட்டுக் கேஸில முதல் முதலாக ஜெயிலுக்கு வந்தான். நான் ரிட்டையர் ஆகுற போதும் ஜெயில்லதான் இருந்தான். முதல்ல வந்தப்ப தோட்டி வேலைசெய்ய ஆரம்பிச்சவன், கடைசி வரைக்கும் அந்த வேலையத்தான் செஞ்சிக்கிட்டு இருந்தான். கடுமையான உழைப்பாளி முத்துராமலிங்கத் தேவர் வந்தா, அவர்தான்

"தோட்டி வேலை எல்லாம் செய்யக்கூடாது... என் கூடவே இரு" என்று சொல்லி, அவர் வேலையை மட்டுமே செய்யச் சொல்லி, அவனப் பாத்துக்கிட்டார். அவர் விடுதலையாகிப்போனா பழையபடி தோட்டி வேலை செஞ்சாத்தான் அவன் வண்டி ஓடும்!" என்றார்.

"முத்துராமலிங்கத் தேவர் எந்த ப்ளாக்ல அய்யா இருந்தாரு?" பால்ச்சாமி ஏற்கனவே சொல்லி இருந்த தகவல் சரிதானா என்பதை அறியும் நோக்கோடு கேட்டதும், அவர் பளிச்சென பால்ச்சாமி சொன்ன தனியறையைத்தான் சொன்னார். அந்தத் தகவலை அவர் மூலம் உறுதிப்படுத்திக்கொண்டேன்.

பின்நாட்களில் சிறையில் பல பிளாக்குகளில் முத்து ராமலிங்கத் தேவரின் படங்கள் வரையப்பட்டு, அவரது சமூகத்தைச் சேர்ந்த கைதிகளால் பூஜிக்கப்பட்டு வந்தன. அதனால் சிறையில் சாதிரீதியான விரும்பத்தகாத சம்பவங்களும் நடந்து வந்தன. அதன் விளைவாகவே சில அதிகாரிகள், "எந்தத் தலைவர்களின் படங்களும் சிறையில் இருக்கக் கூடாது. அவர்கள் சுதந்திரத்திற்காக எந்தத் தியாகம் செய்தவர்களாக இருந்தாலும், அவர்களின் படங்கள் எதுவும் இருக்கக்கூடாது" என்று உத்தர விட்டனர். தன்னலம் காணாது தியாகம் செய்த தலைவர்களை ஒவ்வொரு சாதியினரும், தங்களது அடையாளமாகக் குறுகிய சாதிச் சிமிழுக்குள் வைத்துக்கொண்டதால், அதன் தொடர்ச்சி சிறையிலும் எதிரொலிக்கத் துவங்கியது. அதன் விளைவாக உன்னதமான தலைவர்கள் படங்களைக்கூட அழிக்க வேண்டிய நிலை சிறைகளில் உருவானது.

தற்போது சிறைப்பணிகளில் புதிய தலைமுறையைச் சேர்ந்த பணியாளர்களும், உயர் அதிகாரிகளும் இருக்கிறார்கள். ஒவ்வொரு சிறைகளிலும் சுதந்திரப் போராட்ட வீரர்கள் இருந்திருந்தால், அது குறித்த ஆவணங்களையும் தகவல்களையும் சேகரிக்குமாறு, சிறைத்துறைத் தலைவரிடமிருந்து ஓர் ஆணை வந்தது.

மதுரைச் சரக சிறைத்துறைத் துணைத் தலைவர் என்னை அழைத்து, "மதுரைச் சிறையில் சுதந்திரப் போராட்டத்திலும், அதன் பின்பும் முக்கிய தலைவர்கள் சிறையில் கைதியாக இருந்த விவரங்கள் உங்களுக்குத் தெரியுமா?" எனக் கேட்டார். ஒரு சில தலைவர்களின் பெயர்களை நான் குறிப்பிட்டேன். 'மதுரை காந்தி' என அழைக்கப்பட்ட என்.எம்.ஆர்.சுப்புராமன்,

பாரிஸ்டர் ஜார்ஜ் ஜோசப், சங்கரலிங்க நாடார், காமராஜர், பி.இராமமூர்த்தி, பசும்பொன் தேவர், என்.சங்கரய்யா, கே.டி.கே.தங்கமணி, ஐ.மாயாண்டி பாரதி போன்ற சிலரின் பெயர்களை நான் சொன்னதும்,

"அது பற்றிய ஆவணங்கள் எங்க இருக்குன்னு தெரியுமா, தேடி எடுக்க முடியுமா?" எனக் கேட்டார். "ஆவணங்கள் கிடைப்பது சிரமம்தான் சார். சுதந்திரப் போராட்டத் தியாகிகள் என்று போலி சான்றிதழ்கள் வழங்கியதால், சில அதிகாரிகள் மேல் குற்றம் சுமத்தப்பட்டு நீதிமன்றத்தில் வழக்கு நடந்தது. அப்போது அனுப்பப்பட்ட முக்கிய ஆவணங்கள் எவையும் திரும்பப் பெறப்படாமல் இருக்கின்றன" என்றேன்.

"முத்துராமலிங்கத் தேவர் இந்த ஜெயில்ல இருந்ததாச் சொன்னீங்களே. எந்த ப்ளாக்ல இருந்தாருன்னு தெரியுமா?" எனக் கேட்டார்.

"தெரியும் சார், ஆனா மன்னிக்கணும். அத நான் யார்கிட்டயும் சொல்லப்போறது இல்லை சார்!" என்றேன்.

"ஏன்?"

"இப்ப நாம அவர் படங்கள வச்சிருந்தா எடுத்துக்கிறோம். வரைஞ்சிருந்தா அழிச்சிடறோம். நிலைமை இப்படி இருக்கும்போது, அவர் இருந்த செல் எதுன்னு தெரிஞ்சுக்கிட்டா அதை நினைவுச்சின்னமா மாத்தச் சொல்லுவாங்க. தேவர் ஜெயந்தி விழா நாள் அன்னைக்கு அதைச் சிறைக்குள்ளே கொண்டாடுவாங்க. அதனால் பல வேண்டாத பிரச்னைகள் உருவாகலாம். அதனால்தான் அவர் இருந்த செல்ல நான் யாருக்கும் சொல்லப்போறது இல்ல சார்!" என்றேன்.

"சரி, சரி, சொல்ல வேண்டாம். அதுதான் சரி!" என்றார் அந்த அதிகாரி.

ஒரு தேசத் தலைவரை, சாதிச் சிமிழுக்குள் அடைத்தால், அவர் பெருமை அதற்குள் சுருங்கிப் போய்விடுகிறது என்பது சாதிவெறியர்களுக்கு எப்போதுதான் தெரியப்போகிறதோ..?

*

டவர் மாணிக்கம்

ஆசிரியர்கள் சிறையில் இருந்தபோது, சிறையில் ஒரு பகுதியில் இருந்த பெரிய அரசமரத்தின் உச்சியில் ஏறி, ஒரு கைதி, சிறை அதிகாரிகளை வசைமாரி பொழிந்துகொண்டிருந்தான். ஏறிய கைதி 'டவர் மாணிக்கம்'. நெடுமரமாய் வளர்ந்திருந்தான். சிறைகளில், மரங்களில் ஏறி கைதிகள் கலாட்டா செய்வது வழக்கமான ஒன்றுதான், ஆனால், டவர் மாணிக்கம் அதில் தேர்ந்தவனாக இருந்தான். உயரத்திலும் உடல்வாகிலும் அவனுக்கு இணையாக ஒரு காவலர்கூட இருந்த மாதிரித் தெரியவில்லை.

உடல்தான் அப்படி. சக கைதிகளிடமும் அதிகாரிகளிடமும் சாதாரணமான நேரங்களில் குழந்தையைப்போல் குழைந்து குழைந்து பேசுவான். இளம் காவலர்களைக்கூட "ஐயா... ஐயா" என்று, அவனது தோற்றத்திற்குப் பொருந்தாத வகையில் மரியாதையுடன் பேசுவான். காவலர்கள், உயரதிகாரிகளுக்கு, வலது காலைத் தரையில் உதைத்து சல்யூட் அடிக்கும்போது ஒரு சத்தம் கேட்கும். சல்யூட் அடிப்பவர்களின் வலுவுக்குத் தகுந்தவாறும், திறமைக்குத் தகுந்தவாறும் அந்த ஓசை வேறுபடும்.

டவர் மாணிக்கம் செருப்பில்லாத வெறும் காலில் அடிக்கும் சல்யூட், பட்டாசுபோல் ஒலிக்கும். உயர் அதிகாரிகளுக்கும், இளநிலை அதிகாரிகளுக்கும் எந்தப் பாகுபாடும் இல்லாமல் சல்யூட் அடிப்பான். அதெல்லாம் அவன் சாதாரணமாக இருக்கும்போது

மட்டும்தான். அவனது எதிர்பார்ப்புகள் நிராகரிக்கப்படும்போது அவனது வாயிலிருந்து வரும் வார்த்தைகள் வேறுவிதமாக இருக்கும். யாரும் எதிர்பாராத நேரத்தில் மரங்களில் ஏறிக்கொண்டு அவனது கோரிக்கையை வைத்து, தேவைகளை நிறைவேற்றிக்கொள்வான்.

அப்படி ஒன்றும் அவனது தேவைகள் பெரிதாக இருக்காது. அன்றாடம் அவனுக்குத் தேவையானது பீடிகளும், ஐந்தாறு வெங்காயமும், தக்காளியும்தான். வெங்காயமும் தக்காளியும் அன்றாடம் வழங்கப்படும் சாம்பாரைச் சுவையானதாக மாற்றிடத் தேவையாக இருந்தன. இவை எந்தத் தடங்கலும் இல்லாமல் கிடைத்தால் அமைதியாக இருப்பதுடன், காவலர்களுக்கும் நிர்வாகத்திற்கும் உதவியாக இருப்பான். திருட்டு வழக்குகளில் வழக்கமாகச் சிறைக்கு வரும் 'சிறைப்பருந்து'தான் அவன்.

சிறைகளில்தான் அவன் மரமேறி நினைத்ததைச் சாதித்துக் கொண்டிருந்தான். அப்போதெல்லாம் அவன் மரமேறி மாணிக்கமாகத்தான் இருந்தான். மரமேறி மாணிக்கம், டவர் மாணிக்கமானது தனிக்கதை.

எம்.ஜி.ஆர் அவர்கள் உடல்நிலை சரியில்லாமல் இருந்த சமயம். தமிழ்நாடு முழுவதும் வீதிக்கு வீதி பிரார்த்தனைக் கூட்டங்கள் நடந்தவண்ணம் இருந்தன. அப்போது தமிழகமெங்கும் எல்லா ஊர்களிலும், எல்லா நேரமும் ஒலித்துக்கொண்டிருந்தது ஒரு பாடல். 'ஒளி விளக்கு' என்ற திரைப்படத்தில், உடல் முழுக்கத் தீக்காயங்களுடன் உயிருக்குப் போராடிக் கொண்டிருக்கும் எம்ஜிஆர், குணமடையவேண்டி சௌகார் ஜானகி பாடுவதாக அமைந்த, பி.சுசீலா பின்னணி பாடிய "இறைவா உன் மாளிகையில் எத்தனையோ மணி விளக்கு..." என்ற பாடல்தான் அது.

இப்படி எம்ஜிஆருக்காகத் திண்டுக்கல்லில் நடந்தவொரு பிரார்த்தனைக் கூட்டத்தில், கோவில் கோபுரத்தின் மேலேறி உடலெங்கும் கத்தியால் கீறிக்கொண்டு இரத்த அபிஷேகம் செய்தான் மாணிக்கம். கோவில் சிலைகள் எல்லாம் இரத்தம் வடிந்துகொண்டிருந்தது. பிரார்த்தனைக் கூட்டம் பிரமித்துப் போய் நின்றது. தீயணைப்பு வீரர்கள், காவலர்கள் சேர்ந்து கலெக்டர் முன்னிலையில் கீழே இறக்கப்பட்டான். காயங்களில் தையல்கள் போடப்பட்டு, மருத்துவமனையில் சிறப்பான மருத்துவம் வழங்கப்பட்டது. அண்ணா திமுக கட்சியின் முக்கிய

பிரமுகர்கள் நேரில் வந்து அவனைப் பார்த்து, ஆறுதல் சொல்லி பணமும் கொடுத்துச் சென்றனர். சிலநாட்கள் அவனைப் பற்றி பத்திரிகைகளிலும் செய்திகள் வந்த வண்ணம் இருந்தன.

இந்தச் செய்தி அமெரிக்காவில் சிகிச்சை பெற்று வந்த எம்.ஜி.ஆரின் கவனத்துக்கும் போனது. எம்.ஜி.ஆர் குணமடைந்து முதலமைச்சரான பின்பு, மாணிக்கத்தை வரவழைத்து ரூபாய் 50 ஆயிரம் பணம் கொடுத்தார். அப்போதிருந்துதான் மரமேறி மாணிக்கம், 'டவர் மாணிக்கம்' என்று அழைக்கப்பட்டான்.

இரண்டு ஆண்டுகள் கழித்து, மதுரை மாவட்டம் இரண்டாகப் பிரிக்கப்பட்டு, 'திண்டுக்கல் அண்ணா மாவட்டம்' என்ற புது மாவட்டம் உருவாக்கப்பட்டது. துவக்க நிகழ்ச்சிக்கு முதலமைச்சர் எம்.ஜி.ராமச்சந்திரன் வருவதை முன்னிட்டு, முதல் நாளிலிருந்தே நகரம் திருவிழாக்கோலம் கண்டிருந்தது. காலை 7 மணிக்கெல்லாம் திண்டுக்கல் ரவுண்ட் ரோட்டில் இருந்த பிஎஸ்என்எல் டவரின் உச்சியில், ஒரு மனிதன் இருப்பதை மக்கள் அண்ணாந்து பார்த்துக்கொண்டிருந்தனர். காவல்துறையினரும், தீயணைப்பு வீரர்களும் சகல ஏற்பாடுகளுடன் வந்து குவிந்தனர். அந்த இரும்புக் கோபுரத்தின் உச்சியில் இருந்தவன் மாணிக்கம் தான்.

விடிவதற்கு முன்பே உச்சிக்குப் போய்விட்டான், தனியாக அல்ல. அவனுடைய மூன்று வயது மகனுடன். தண்ணீர் பாட்டில், பிஸ்கட் பாக்கெட்டுகள், பிட் நோட்டீஸ்களுடன் உச்சியில் அமர்ந்துவிட்டான். மேலே இருந்து பறந்து வந்த பிட் நோட்டிஸ்கள்தான் அவன் மேலே இருந்ததை முதலில் அறிவித்தன. தனக்கு அரசு சார்பில் வீடு ஒன்று ஒதுக்கீடு செய்ய வேண்டும், என்பதுதான் அவனது ஒற்றைக் கோரிக்கையாக இருந்தது.

கீழே இருந்து மெகாபோன் மூலம் அதிகாரிகள் அவனிடம் பேச்சுவார்த்தை நடத்தினார்கள். அவன் சமாதானம் அடையவில்லை. தொலைநோக்குக் கருவி மூலம் அதிகாரிகள் அவன் நடவடிக்கைகளைக் கண்காணித்தார்கள். அவன் ஒற்றை ஆளாக இருந்தால் எப்படியாவது இறக்கி விடலாம். உடன் அவன் மகனையும் வைத்துக் கொண்டுள்ளதால், மிகுந்த கவனத்துடன்தான் நிலைமையைக் கையாள வேண்டியிருந்தது. மேலே இருந்த அவனிடமும் ஒரு சிறிய பைனாகுலர் இருந்ததையும்

அதிகாரிகள் கவனித்தனர். கலெக்டரும் வந்து சேர்ந்தார். தொடர்ந்து பேசியதில் அவர் அளித்த உறுதிமொழியை நம்பி இறங்கத் தயாரானான். தீயணைப்பு வீரர்களும் மேலே வருவதற்குச் சம்மதித்தான். அந்தக் கோரிக்கையும் அவனுக்கு நிறைவேறியது.

ஆசிரியர்கள் கைதாகி வந்ததிலிருந்து டவர் மாணிக்கத்திற்குச் சில்லறைத் தேவைகள் பல நிறைவேறி இருந்தன. சிறை நிர்வாகத்துக்கு எந்தத் தொந்தரவும் தராது இருந்தான். அவனைப் பார்க்க ஆசிரியர்கள் பலரும் வந்து சென்ற வண்ணமாய் இருந்தனர். இவனும் அவர்களைப் பார்க்க வேறு பிளாக்கிற்குப் போய்வருவதுமாக இருந்தான். இதைக் கவனித்த உயரதிகாரிகள், அவனைச் செல்லில் பூட்டி வைக்குமாறு உத்தரவிட்டனர். அதன்படி மூன்று வேளை உணவுக்கு மட்டுமே அவன் திறந்துவிடப்பட்டான். ஒவ்வொரு நாளும் தன்னைப் பூட்ட வேண்டாம் எனவும், தண்டனையைத் தளர்த்த வேண்டும் எனவும் கெஞ்சிக்கொண்டிருந்தான். “நான் இந்த வளாகத்தை விட்டு எங்கேயும் போகமாட்டேன்!” என்று சத்தியம் செய்து பார்த்தான். யாரும் செவி சாய்ப்பதாகத் தெரியவில்லை. உணவுக்காகத் திறந்துவிடப்பட்ட போது காவலரை ஏமாற்றிவிட்டு அந்த இடத்தைக் கடந்து போய் மரத்தில் ஏறினான்.

அந்த அரசமரத்தைச் சுற்றி ஆயிரக்கணக்கில் ஆசிரியர்கள் பதைபதைப்புடன் பார்த்துக்கொண்டிருந்தனர். சில ஆசிரியர்கள் தங்கள் மாணவனிடம் பேசுவதுபோல் அக்கறையுடன் பேசிப் பார்த்தனர். காக்கிச் சட்டைக்காரர்கள் மிரட்டியும் பார்த்தனர், கெஞ்சியும் பார்த்தனர். ஆசிரியர்களின் மத்தியில் காக்கிகளின் கௌரவம் காற்றில் பறந்துகொண்டிருந்தது. பேச்சு வார்த்தைகளின் மூலம் அவனை இறக்குவதற்கான முயற்சி ஒரு பக்கம் நடந்து கொண்டிருந்தபோதே, சிறை அதிகாரிகள் வேறு ஒரு முயற்சியில் ஈடுபட்டுக்கொண்டிருந்தனர்.

மரத்தில் இருப்பவனுக்கு ஈடாக இன்னும் சில மரமேறும் திறனுள்ள கைதிகளைத் தேர்வு செய்துகொண்டிருந்தனர். மீட்புச் சிறைவாசிகள் குழுவில் மிலிட்டரி செல்வமும் இருந்தார், மரம் வெட்டி ராஜேந்திரன் இருந்தார். நெசவுக்கூடத்தில் நெய்த பேண்டேஜ் துணி கயிறாகத் திரிக்கப்பட்டு பல மீட்டர்கள் தயாராகி இருந்தன. திரிக்கப்பட்ட பேண்டேஜ் துணி வெள்ளைநிற வடமாக மாறியது. அதன் முனையைப் பற்றிக்கொண்டு

மிலிட்டரி செல்வமும் மரம்வெட்டி ராஜேந்திரனும் அவர்களைத் தொடர்ந்து இன்னும் இருவரும் மரமேறினர்.

இதைப் பார்த்த மாணிக்கம், கையில் வைத்திருந்த துணியால் முறுக்கப்பட்ட கயிறை ஒரு கொப்பில் கட்டிவிட்டு, மறுமுனையில் சுருக்குத் தயாரித்து அதில் தலையை நுழைத்துக் கொண்டு தொங்குவதற்கும், கீழே இருந்து சென்ற முதல் இரண்டு கைதிகள் அங்கே நெருங்குவதற்கும் சரியாய் இருந்தது. வேடிக்கை பார்த்தவர்கள் பதறினார்கள். பதை பதைப்புடன் கூக்குரலிட்டனர். கூக்குரல் சட்டெனக் கைதட்டல் ஆக மாறியது. ஒரு கைதி மாணிக்கத்தின் டவுசரைப் பிடித்து ஒரு கையால் தூக்கிக்கொண்டிருந்தார். இன்னொரு கைதி தாங்கிப்பிடித்து மேலே தூக்கினான்.

அவர்களைத் தொடர்ந்து மேலே வந்தவர்களில் ஒருவர் கழுத்து முடிச்சைத் தளர்த்தினார். மற்றொருவர் வெண்ணிற வடக்கயிறை அக்குள்களுக்குள் செலுத்தி இறுக்கமாக ஒரு முடிச்சு போட்டுவிட்டார். மூர்ச்சையாகிக் கிடந்த மாணிக்கத்தின் பெரு உடலை மிகச் சாமர்த்தியமாக, ஒரு பெருங்கிளையின் இணைப்பின் வழியாக கிணற்றில் வாளி இறக்குவதைபோல், ஒவ்வொரு அடியாகத் தாங்கிப் பிடித்தவாறு கீழே இறக்கினார்கள். சாகசத்துடன் நடந்த இந்த நிகழ்வை வேடிக்கைப் பார்த்துக்கொண்டிருந்த ஆசிரியர்களும் வடக்கயிறைப் பிடிக்கச் சேர்ந்து கொண்டனர். மாணிக்கம் தரையை நெருங்கும்போது சில காவலர்கள் லத்திகளை ஓங்கிக்கொண்டு நெருங்கினார்கள்.

“நடிக்கிறான் பாரு...” என்ற குரல்கள் வந்த வண்ணமிருந்தன. “யாரும் அவனைத் தொடக்கூடாது!” என்று ஓர் அதிகாரி காவலர்களைத் தடுத்து நிறுத்தினார். மருத்துவமனையிலிருந்து எடுத்துவரப்பட்ட இரும்புப் படுக்கையில் கிடத்தப்பட்டு, சிறை மருத்துவமனைக்குக் கொண்டு செல்லப்பட்டான் மாணிக்கம். சிறிது நேரத்தில் மயக்கம் தெளிந்து அதிகாரிகளிடம் மன்னிப்புக் கேட்டான். அவனது அந்தக் கோரிக்கையும் ஒருவழியாக நிறைவேற்றப்பட்டது.

அதற்குப் பிறகு சிறையில் இருந்து விடுதலையாகிச் சென்று, மீண்டும் சிறைப்பட்டு வந்து அப்போதும் மரங்களில் ஏறி, அவனைப் புதுப்பித்துக்கொண்டே இருந்தான் டவர் மாணிக்கம். 1991ஆம் ஆண்டு மதுரை மத்தியச் சிறையில், குருசாமி என்ற

கைதிக்குத் தூக்குத் தண்டனையை நிறைவேற்ற வேண்டியிருந்தது. சிறை நிர்வாகம் அதில் தீவிரமாக ஈடுபட்டுக் கொண்டிருந்தது. கடைசியாகத் தூக்கிலிடப்பட்டு 15 ஆண்டுகளுக்கு மேல் ஆகியிருந்தது. தூக்கிலிடும்போது பின்பற்றப்படும் நடைமுறைகள் தெரிந்தவர்கள் அபூர்வமாகி இருந்தனர். அதனால் அதிகாரிகள் திண்டாடிப் போயிருந்தனர். அவ்வேளையில்தான், மிக உயரமாக வளர்ந்த அந்தப் புளியமரத்தின் உச்சியில் ஏறியிருக்கிறான் டவர் மாணிக்கம் என்ற செய்தியும் அதிகாரிகளுக்குப் போய்ச்சேர்ந்தது.

மரத்தின் உச்சியிலிருந்து டவர் மாணிக்கத்தின் வழக்கமான வசை மொழிகள் மழையாகப் பொழிந்தன. காலை 9 மணிக்கு மரத்தில் ஏறியவனிடம் அவ்வப்போது ஒருசில காவலர்களும், இடைநிலை அதிகாரிகளும் வந்து பேச்சு வார்த்தை நடத்திப் பார்த்துத் தோல்வியுடன் திரும்பினர். சில மூத்த கைதிகள், காலம் மாறிவிட்டது, உன் ஆட்டம் இனிப் பலிக்காது என எச்சரிக்கை செய்து பார்த்தனர். வேடிக்கைப் பார்க்கும் கைதிகளின் எண்ணிக்கையும் மாணிக்கம் விரும்பும்படியாக அமையவில்லை. யாராவது ஒரு அதிகாரி பேச்சு கொடுக்கும்போது அதற்கு உடன்படாமல் வசைமாரி பொழிந்தான். அப்போது இருந்த சிறைக் கண்காணிப்பாளர் ஒருவர்தான், அவனை விட உயரத்திலும் உடல்வாகிலும் மிஞ்சி யிருந்தார். மூர்க்கத்தனத்திலும் குறைவில்லாத முரடராகவே இருந்தார். அந்த அதிகாரி அவனுடைய கோரிக்கை எதையும் அவர் கேட்டதாகத் தெரியவில்லை.

"நான் வந்தால் அவனை அடித்தே கொன்று விடுவேனென்று சொல்லுங்கள். அவனுடைய செல்ல விளையாட்டு என்கிட்டச் செல்லுபடியாகாது என்று சொல்லிவிடுங்கள்!" என்று ஒவ்வொருவரிடமும் சொல்லி அனுப்பினார். அவர் நேரடியாக அந்த இடத்திற்கு வராமல் இருந்தார். வெயிலும் கொளுத்திக்கொண்டிருந்தது. டவர் மாணிக்கத்தின் போராட்டம் கண்டுகொள்ளப்படாமல் இருந்ததும் அதுவே முதல் முறையாக இருந்தது. அவன் ஏறியிருந்த மரத்திற்குக்கீழ் யாரும் இருப்பதாகத் தெரியவில்லை. ஒவ்வொரு பிளாக்கிலும் இருந்த கைதிகள், அவரவர் வேலையில் ஈடுபட்டுக்கொண்டே மரத்தையும் ஒரு பார்வை பார்த்துக்கொண்டனர். டவர் மாணிக்கத்திற்குத் தொண்டை வறண்டு குரலும் எடுபடாமல் போனது.

ஒரு கொப்பில் கைலியைக் கிழித்து முறுக்கிக் கட்டியிருந்தான். மறுமுனையில் சுருக்கு முடிச்சுப் போட்டுத் தயாராக நீண்ட நேரம் வைத்திருந்தான். அதிகாரிகள் வரும்போது அதில் தலையை நுழைப்பதும் எடுப்பதுமாக பலமுறை முயற்சி செய்தாகிவிட்டது.

நீண்ட நேரத்திற்குப் பிறகு சுற்று வந்த அதிகாரி ஒருவர் அவனிடம் பேச்சுக் கொடுத்தார். ஒரு சில கைதிகளும் காவலர்களும் அங்கு வந்து சேர்ந்தனர். அவர்களின் வேண்டுகோள்களை அலட்சியம் செய்தவன், சுருக்குக்குள் தலையைக் கொடுத்து பின் பக்கமாகச் சாய, சுருக்கு அவிழ்ந்து பின்நோக்கிச் சாய்ந்த டவர் மாணிக்கம், தலைகீழாகச் சுற்றி, சுழன்று, அடுத்தடுத்து கிளைகளில் தட்டித் தட்டிச் சுழன்றும் பெருத்த ஓசையுடன் தரையில் வந்து விழுந்தான்.

காங்கிரீட் தளம்போல் இறுகிப் போயிருந்த மண் தரையில் தலைபட்டு, தரையில் பள்ளம் விழுந்தது. முழங்கை மோதிய இடம் ஆழமான குழியானது. “அம்மா” என்ற முனகலுடன் அடங்கிப்போனது அவன் உயிர்!

விசாரணை ஆரம்பமானதால், அவன் தலைப் பட்டும் முழங்கைப் பட்டும் ஏற்பட்ட பள்ளங்களை மேவுவதற்குப் பல மாதங்களாகின. டவர் மாணிக்கம் மரத்தின் உச்சியில் கட்டியிருந்த கிழிந்த லுங்கி காற்றிலாடி அவனது கதையை நீண்ட நாட்களுக்குச் சொல்லிக்கொண்டிருந்தது.

*

மணி என்கிற புரட்சிமணி

நான் வேலைக்குச் சேர்ந்து சில நாட்கள் கழித்து ஒரு தண்டனைக் கைதி, நான் இருந்த இடம் நோக்கி வந்தார்.

"சார், உங்களுக்கு எந்த ஊர்?" புதிதாகப் பார்க்கும் நபர்களிடம் அறிமுகத்திற்காகக் கேட்கும் பொதுவான கேள்வியாகத்தான் கேட்டார். ஆனால், என்னைப்பற்றி ஏதோ தெரிந்துதான் வந்திருக்கிறார் என்பது அவர் பேசியதிலிருந்து தெரிந்துகொள்ள முடிந்தது.

"மதுரைதான்" என்றதும், அடுத்த கேள்வி,

"மதுரையில எங்கே?"

"பெத்தானியாபுரம்" எனது பதிலால் பரவசமானது அவரது முகம்.

"நீங்க எந்த ஊரு?" என்று நான் கேட்டேன்.

"தேனி ஆண்டிபட்டிப் பக்கம் சார்."

நான்தான் தப்பா யூகித்துவிட்டேனோ என நினைத்தேன்.

"பெத்தானியாபுரத்தில ராமமூர்த்தின்னு ஒரு கம்யூனிஸ்ட் கட்சிக்காரரத் தெரியுமா சார்?" எனக் கேட்டார் அவர்.

"ராமமூர்த்தினு கம்யூனிஸ்ட் கட்சியில யாரும் இல்லையே" என்ற எனது உறுதியான பதிலால் அவர் முகம் இன்னும் மலர்ந்தது.

“அவர் சிபிஐகாரர். டீ கடை வைத்திருக்கிறார்...”

“ஓ! அவரா? அவரத் தெரியுமே” என்றேன்.

“அப்படி யாருமே கம்யூனிஸ்ட் கட்சியில இல்லைன்னு சொன்னீங்களே சார்?”

“பெத்தானியாபுரத்தில் வலுவான கம்யூனிஸ்ட் கட்சி கிளைகள் நிறைய இருக்கு. சிபிஐல அவர் ஒருத்தர்தான் இருக்காரு” என்றேன்.

“நீங்க கம்யூனிஸ்ட்டா?” என்று ரகசியமாகக் கேட்டார்.

“நான் அரசு ஊழியராச்சே. அப்படியெல்லாம் ஒண்ணும் இல்ல. நீங்க சிபிஐயா?” என நான் கேட்டேன்.

“சிபிஐலதான் சார் இருந்தேன். இங்க ஜெயிலுக்கு வந்த பிறகு சிபிஎம்” என்றார். நான் அவரது பெயரைக் கேட்டேன். “மலைச்சாமி” என்றார். எனக்குச் சற்று ஏமாற்றமாக இருந்தது. வெளியில் சில நாட்களுக்கு முன்பு தோழர்கள் சில பேர் சொன்ன பெயரை நான் எதிர்பார்த்தேன்.

ஆனால், அந்தப் பெயர்க்காரர்தான் ஒற்றர்போல இந்த மலைச்சாமியை அனுப்பினார் என்பதைப் பின்னர் தெரிந்துகொண்டேன். அன்றைய சிறைச் சூழலும் ஏன் வெளிச் சூழலும்கூடக் கம்யூனிஸ்டுகளுக்குக் கெடுபிடியானதாகவே இருந்தது. அதனால் வந்தவரும் கவனமாகவே பேச வேண்டியிருந்தது. நானும் உஷாராக இருக்க வேண்டியிருந்தது.

மதுரை நகரின் மார்க்சிஸ்ட் கம்யூனிஸ்ட் கட்சியின் செயலாளர் தோழர் எம்.முனியாண்டி அவர்கள் என்னிடம்,

“மணி என்ற தோழரைத் தெரியுமா?” எனக்கேட்டார். தெரியாதென்றேன். அவரே தொடர்ந்தார்,

“வெளியேதான் அவர் மணி. சிறையில் அவர் புரட்சி மணி ஆகிட்டாரு” என்று சிரித்துக்கொண்டே சொன்னவர். மேலும் தெரிவித்தார்,

“இங்க சிம்மக்கல் பகுதியில டிங்கர் வேலை பார்த்துக்கிட்டு இருந்தாரு. ஆயுதபூஜை அன்னைக்கு மாமுல் கேட்டு வந்த ரவுடிகளுடன் சண்டை போட்டு, அதுல ரெண்டுபேரக் குத்திக் கொன்னுட்டாரு. அதுல ஆயுள்தண்டனையாகி உள்ள

இருக்கிறாரு. இங்கே இருக்கும்போது அவரு அண்ணா திமுக கட்சியில இருந்து இருக்கிறாரு. அங்கபோயி நம்ம தோழர் கருப்பையா கூடச் சேர்ந்து, கம்யூனிஸ்ட் கட்சிக்காரராகி புரட்சிமணி ஆகிட்டார். அவர் கூடத் தொடர்பு ஏற்படுத்திக்கங்க. ரொம்பக் கவனமா இருக்கணும். நீங்க கம்யூனிஸ்ட்டுன்னு யாருக்கும் தெரியக்கூடாது. நம்ம தோழர்களையே அடிக்க வேண்டிய சூழ்நிலை வந்தாலும் நீங்க அடிக்கணும். அதுல தயக்கம் காட்டக்கூடாது. இல்லன்னா மத்தவங்க மாட்ட அடிக்கிற மாதிரி அடிச்சுடுவாங்க. உங்களையும் சந்தேகப்படுவாங்க. எந்த இடத்திலேயும் நீங்க யாருன்னு காட்டக் கூடாது" என்றவர், தொடர்ந்து அவருடைய சிறை அனுபவங்களை நிறையச் சொன்னார். மேலும் ஒரு முக்கிய தகவல் ஒன்றையும் சொன்னார்.

"கட்சி தடை செய்யப்பட்டு அடக்குமுறையில் இருந்தகாலத்தில், ஒரு முறை தோழர் ஏ.கே.ஜி. கைதாகி மதுரை சிறைக்கு வந்தார். அவருக்கு நான் குஸ்தி சொல்லிக் கொடுத்தேன். அது எல்லாம் ஒரு காலம். இப்ப எல்லாம் மாறிப்போச்சு" என்றார்.

நான் புரட்சிமணியைப் பார்க்க வேண்டும் என்று காத்திருந்தேன். அப்போதுதான் மலைச்சாமி வந்து, பேசிவிட்டுப் போனார். அடுத்த நாள் புரட்சி மணியே வந்து பேசினார். அவரும் சிறையில் நான் எப்படி நடந்து கொள்ள வேண்டுமென்று அறிவுறுத்தினார். அவருடைய பேச்சிலிருந்து சிறையில் 'செவ்வியக்கம்' செயல்பட்டு வருகிறது என்பதை அறிய முடிந்தது. குறிப்பாக ஐந்தாம் பிளாக்கில் பெரும்பாலும் தோழர்களே இருந்தனர். வேறு சில பகுதிகளிலும் ஒரு சில தோழர்கள் இருந்தனர். சிறை நிர்வாகம் அவ்வாறு பிரித்து வைத்தனர். ஒரே பிளாக்கில் எல்லோரும் இருந்தால், அவர்களைச் சமாளிப்பது, அடக்குவது சிரமம் என்பதால் அந்த ஏற்பாடு. அது குறித்தெல்லாம் புரட்சி மணி தெளிவாகச் சொல்லிச் சென்றார். அடுத்தடுத்த நாட்களில் இன்னும் சில தோழர்கள் வந்து அறிமுகமானார்கள். அவர்களுடன் உரையாடும்போதுதான் மணி என்ற பெயருடன் 'புரட்சி' என்ற முன்னொட்டு வந்த, கதையை அறிய முடிந்தது.

மலைச்சாமி, சிறைக்குள் சிவப்புச் சட்டை வெள்ளை வேட்டியுடன் முதல் நாள் தண்டனை பிளாக் ஒன்றில் அனுமதிக்கப்பட்டிருந்தார். அனுமதியின்போது சிவப்புச்

சட்டையை உள்ளே அனுமதிக்க இயலாதென அதிகாரிகள் கண்டிப்புடன் சொன்னார்கள். அதற்கு அவர் பத்து வருஷமா நான் சிவப்புச் சட்டைதான் போட்டுக்கிட்டு இருக்கேன். வேற சட்டை இல்லை" என்று சொல்லியிருக்கிறார். அவர் எடுத்து வந்த பையிலும் சிவப்புச் சட்டையும் வேட்டியும்தான் இருந்துள்ளது. சிறை அதிகாரிகள் நீண்ட ஆலோசனைக்குப் பிறகு, நாளைதான் தண்டனை உடைகளைக் கொடுத்து, சொந்த உடைகளை வாங்கித் துணிக்கிடங்கில் வைத்துக்கொள்வது வழக்கம் என முடிவெடுத்து அனுமதித்துள்ளனர். ஆனால், உள்ளே அடுத்த நாள் விவகாரம் வேறு விதத்தில் வந்தது.

புதிதாகத் தண்டனை பெற்று வரும் கைதிகள் 6ஆம் பிளாக்கில்தான் அனுமதிக்கப்படுவர். அந்த பிளாக்கில் புதிதாக வரும் கைதிகளுக்கு வேலை எழுதப்படும் வரை, அதே பிளாக்கில் இருந்து, வேலைகளுக்குத் தகுந்தவாறு பிளாக் ஒதுக்கப்படும். அதற்கு ஒரு சில நாட்கள் ஆகலாம். அதுவரை அவர் சொந்த உடையில் இருந்து கொள்ளலாம்.

ஐந்தாம் பிளாக்கில் இருக்கும் கைதிகள் 6ஆம் பிளாக் ஜன்னல் வழியாகப் பார்த்தபோது, சிவப்புச் சட்டை வெள்ளை வேஷ்டியுடன் ஒருவரின் நடமாட்டத்தைப் பார்த்து பரபரப்பும் பரவசமும் அடைந்தார்கள். வந்தவர் அவர்களின் தோழராக இருக்கலாம் என்பதே அதற்குக் காரணமாக இருந்தது. காலையில் சிறை பிளாக்குகள் திறக்கப்பட்டதும் ஐந்தாம் பிளாக்கில் இருந்த கம்யூனிஸ்ட் கைதிகள், வந்தவரைப் பற்றித் தகவல் தெரிந்து கொள்ள ஒருவரை அனுப்பிவைத்தனர். அவர் மூலம் அவரது பெயர், ஊர், வழக்கு விபரம், தண்டனைக் காலம், குடும்பச்சூழல் எல்லாம் தெரிந்துகொண்டனர்.

மலைச்சாமி, தேனி ஆண்டிபட்டி பக்கம், ஒரு கொலை முயற்சி வழக்கில் 5 ஆண்டுகள் கடுங்காவல் தண்டனை பெற்றவர் என்பதைத் தெரிந்துகொண்டனர். அவரைத் தங்களது பிளாக்கிற்கு எடுத்துக்கொள்ள தோழர்கள் முயற்சித்தனர். மலைச்சாமிக்கு, மறுநாள் வேலை எழுதவேண்டிய நாள் வந்தது. அவருக்கு வெளிக்குழு வேலை எழுதப்பட்டது. வெளிக்குழு வேலை என்றால் சிவப்பு முரட்டுத் துணி மேற்சட்டையும், சிவப்பு காற்சட்டையும்தான் அணிய வேண்டும். சிறை வளாகம், அதிகாரிகளின் குடியிருப்புகள், காவலர் குடியிருப்புப் பகுதிகள், கவாத்துத்திடல், சிறை வெளிச் சுற்றுச் சுவர்ப் பகுதிகளில்

துப்புரவுப்பணிகள் செய்து, பராமரிக்கும் பணிகளைச் செய்ய வேண்டும். கைதிகள் சிகப்புச் சட்டை, சிவப்பு டவுசருடன் எங்கு இருந்தாலும் காவலர்களுக்குப் பளிச்செனத் தெரிந்துவிடும். காவலர்கள் எளிதாகக் கண்காணிக்கவே இந்த ஏற்பாடாக இருந்தது.

காலை ஏழு முப்பது மணிக்கு ஒரு சங்கொலி ஒலிக்கும். தொழில் கூடங்களில் வேலை செய்பவர்கள் தொழில் கூடங்களுக்கும், வெளிக்குழுவில் வெளி வேலைக்குச் செல்பவர்கள் வெளியேயும் செல்ல வேண்டும். பதினொன்று முப்பது மணிக்கு மீண்டும் சங்கொலி ஒலிக்கும், அதற்குள் எல்லோரும் வேலை முடித்து அவரவர் தொகுதிக்குத் திரும்ப வேண்டும். மீண்டும் பன்னிரண்டு முப்பது மணிக்குச் சங்கொலித்தால், மீண்டும் அவரவர் வேலைகளுக்குத் திரும்பவேண்டும். மாலை நான்கு முப்பது மணிக்கு இறுதியாக ஒரு சங்கொலி ஒலிக்கும். வேலை முடித்து அவரவர் தொகுதிகளுக்கு வந்து சொந்த வேலைகளைக் கவனிக்க வேண்டும். இதுதான் சிறையில் வேலை நேரம்.

சிறை மதில்களுக்குள்ளே இருப்பதைக் காட்டிலும், வெளிக்காற்றைச் சுவாசிப்பதும், வெளி உலகை சற்றுத் தரிசிக்கவும் ஒரு வாய்ப்பாக இருப்பதால் மற்ற கைதிகள் வெளியில் செல்ல விரும்பவே செய்வார்கள். ஆனால் மலைச்சாமி அதை விரும்பவில்லை. அவர் சிறை அதிகாரிகளிடம் தனக்கு வேறு வேலை எழுதுமாறு கோரிக்கை வைத்தார். அதிகாரிகள் ஏற்றுக்கொள்ளவில்லை. அவர்கள் சொன்ன காரணங்கள் ஏற்புடையதாக இருந்தபோதிலும், இறுதியில் சொன்ன காரணம் மலைச்சாமிக்கு ஆத்திரத்தை ஏற்படுத்தியது.

சிறை அதிகாரிகள் சொன்ன காரணங்கள்...

"வருடத் தண்டனைக்காரர்களுக்கு அவுட்கேங் வேலைதான் எழுத முடியும். அதுவும் நீ ஏற்கெனவே விசாரணைக் கைதியாகச் சில மாதங்கள் இருந்திருக்க. இந்த வேலைதான் எழுத முடியும். உள்ளே வேலைகள் செய்யப் போதுமான கைதிகள் இருக்கிறார்கள். வெளியில்தான் தேவையாக இருக்கிறது. வெளி வேலைகளுக்குப் போனால், தண்டனைக் கழிவு நாட்கள் கூடுதலாகக் கிடைக்கும்."

இறுதியாக, "நீ சிவப்புச் சட்டைதான் போடுவேன், வேறு கலர் சட்டை போடமாட்டேன்னு சொன்னயில்ல.

இப்பச் சிகப்புச் சட்டையும் சிகப்புக் கால்சட்டையும் கூடப் போட்டுக்கோ...” என்றதும்,

“என் உயிரே போனாலும் அதற்கு நான் சம்மதிக்க மாட்டேன். மனித குலத்தின் விடுதலைக் குறியீடான என்னோட சிவப்பு சட்டையைக் கழட்டிவிட்டு அடிமைச் சின்னமான இந்த உங்களுடைய சிவப்புச் சட்டைய நான் போடமாட்டேன்” என்றதும் மடார் எனப் பிடரியில் விழுந்த அடியில் மலைச்சாமி முன்னோக்கி விழயிருந்தவர், சுதாரித்துத் திரும்பிப் பார்த்தார். முகத்திலும் இரண்டு அடிகள் அடுத்தடுத்து விழுந்தன. உட்கார்ந்து எழுதிக்கொண்டிருந்த அதிகாரி எழுதுவதை நிறுத்திவிட்டு, “ஏய், ஏய்... நிறுத்துங்கப்பா...” என்று பொய்யாகத் தடுத்து,

“எப்பா, மலைச்சாமி! நீ வெளியே பெரிய ஆளா இருக்கலாம். இங்கே நீ கைதி, தண்டனை கைதியாக இருக்க. மறந்துடாத. சொன்ன வேலையைப் பார்த்திட்டு, தண்டனைக் காலத்தைக் கழிச்சிட்டு விடுதலையாகிப் போகப் பாருப்பா!”

அந்த மிரட்டலுக்கு மிரளாத மலைச்சாமி, “நான் உள்ளேயே சாகறதுக்குத் தயார். நீங்க என்ன அடித்துக் கொன்னாக்கூடப் பரவாயில்லை. ஆனா நீங்க கொடுக்குற சிவப்புச் சட்டை போட்டுக்கிட்டு அடிமைபோல வேலை செய்யமாட்டேன்!” என்றார் உறுதியாக.

“ஏப்பா, இவன என்ன செய்வீங்களோ தெரியாது. இப்ப அஞ்சு நிமிஷத்துக்குள்ள இவனுக்கு அவுட்கேங் டிரஸ்ஸை மாட்டி என் முன்னால நிப்பாட்ட வேணும். இவனை இழுத்திட்டுப் போயிட்டு கொண்டு வாங்கப்பா!” என்று உத்தரவிட்டார் அதிகாரி. இரண்டு முரட்டுக் காவலர்கள் மலைச்சாமி கழுத்தைப் பிடித்துத் தள்ளிக்கொண்டே வந்து, ஆடைக் கிடக்கு வாசலுக்கு முன் நிறுத்தி, லத்தியை ஓங்கியவாறு “என்ன சொல்லுற. சிவப்பு டிரஸ்ஸப் போட முடியுமா? முடியாதா?” என்றார்கள்.

“போடமாட்டேன்” என்றதும், மலைச்சாமியின் உடலில் பல இடங்களில் கல்மூங்கில் லத்திகள் பட்டு முறிந்து தெறித்தோடின.

எங்கிருந்தோ வந்த மணி காவலர்களைத் தள்ளிவிட்டு, “ஏன்யா இப்படிப் புதுசா வந்த கைதிய அடிக்கிறீங்க? அடிக்கிறதுக்கு யார்யா உங்களுக்கு அதிகாரம் கொடுத்தது?” என்று உரத்த குரல் எழுப்பினார். அந்த இடம் நிசப்தமானது.

ஒற்றை மனிதராக யாரென்றே தெரியாத தனக்காகக் குரல் கொடுத்த மணியை நன்றியுடன் பார்த்தார் மலைச்சாமி. "இவர் மேல் விழுந்த அடிக்கெல்லாம் நீங்க பதில் சொல்லியே ஆகணும். நாங்க இன்னைக்கு 'தட்டக் கவுத்த'ப் போறோம். அமைதியா இருக்கிற ஜெயில நீங்கதான் கெடுக்கிறீங்க" மணியின் கீச்சுக் குரல் மிரட்டலாக எழுந்தது.

மணியின் ஆவேசத்தை எதிர்பார்க்காத காவலர்கள் அடங்கிப் போனார்கள். ஏதேதோ சமாதான வார்த்தைகள் சொல்லிப் பார்த்தார்கள். அந்த இடத்தில் சற்று நேரத்தில் மணிக்கு ஆதரவாகக் கைதிகள் திரண்டனர். இறுதியில் ஒரு வழியாக மணியின் கோரிக்கை ஏற்கப்பட்டு மலைச்சாமி வெளிக்குழுவில் செல்ல வேண்டாம் என்றும், அவர் விரும்பும் பிளாக்கிலேயே இருந்து கொள்ளலாம் என்றும் முடிவானது. அப்போது கூட மணி வெறும் மணி ஆகத்தான் அழைக்கப்பட்டார்.

மதுரைச் சிறையில் கருப்பையா என்ற ஆயுள்தண்டனைச் சிறைவாசி ஒருவர், நீண்ட நாட்களாக இருந்தார். அவர் வெளியில் இருக்கும் போதே மார்க்சிஸ்ட் கம்யூனிஸ்ட் கட்சியில் இருந்தவர். பிற்காலத்தில் மார்க்சிஸ்ட் கம்யூனிஸ்ட் கட்சியின் மதுரை நகர் மாவட்டச் செயலாளராகவும், மதுரை நாடாளுமன்ற உறுப்பினராகவும் இருந்த தோழர் பி.மோகன் அவர்களுக்கு மார்க்ஸிய அரசியலை அறிமுகம் செய்துவைத்துக் கம்யூனிஸ்ட்டாக்கியவர்தான் இந்தக் கருப்பையா. விடுதலை ஆன பின்பும் மார்க்ஸிஸ்ட் கம்யூனிஸ்ட் கட்சியில் இணைந்து சிறப்பாகச் செயல்பட்டுக் கொண்டிருந்தபோதே ஈழத்தமிழர் பிரச்னையில் கட்சிக்கு எதிராகத் தொடர்ந்து பேசி வந்தது மட்டுமல்லாமல், சிறையில் இவருடன் நீண்ட நாட்களாக இருந்த தோழர். தியாகு ஆரம்பித்த 'தமிழ் தமிழர் இயக்கம்' என்ற அமைப்புடன் தொடர்பு வைத்திருந்தாலும், இவரால் கட்சிக்குக் கொண்டு வரப்பட்ட மோகன் இவர்மீது நடவடிக்கை எடுத்து கட்சியிலிருந்து நீக்க வேண்டி வந்தது தனிக்கதை.

கருப்பையா, சிறையில் மார்க்ஸிய இயக்கம் மறைமுகமாகச் செயல்படுவதற்கும், மார்க்ஸியத் தத்துவங்களைப் போதிப்பதற்கும் முன்முயற்சி எடுத்தவர். சிறைக் கைதிகள் தங்களது உரிமைகளுக்காகவும், சிறை நிர்வாகத்தின் அடக்கு முறைகளுக்கு எதிராகவும் போராடுவதற்கு போர்க்குணத்தை ஊட்டி ஊக்கப்படுத்தியவர். மதுரைச் சிறையில் இவரால்

பலர் கம்யூனிஸ்ட் கட்சிக்கு ஈர்க்கப்பட்டனர். அவர்களில் தற்போதும் மதுரை நகரில் மார்க்ஸிஸ்ட் கம்யூனிஸ்ட் கட்சியில் தனது குடும்பம் முழுவதையும் ஈடுபடுத்தி அர்ப்பணிப்புடன் செயல்பட்டு வரும் தோழர் டான்யா ராஜேந்திரனும் ஒருவர். மணியும் அவ்வாறே கருப்பையாவால் ஈர்க்கப்பட்டு கம்யூனிஸ்ட் ஆனவர்தான். தோழர் கருப்பையாவுக்கு ஆதரவான கைதிகள் அனைத்து பிளாக்குகளிலும் நிறைந்திருந்தார்கள். சில தோழர்களுக்கு இ.எம்.எஸ். என்றும், சுந்தரையா என்றும், ஏகேஜி என்றும் செல்லப் பெயர்கள் சூட்டப்பட்டு அழைக்கப்பட்டனர். 5ஆம் பிளாக் முழுக்க கம்யூனிஸ்ட் ஆதரவாளர்களாக இருந்தனர். தமிழகச் சிறைகளில் சிறைக் கைதிகளுக்கும், சிறைக் காவலர்களுக்கும் சிம்மசொப்பனமாக இருந்த சில அதிகாரிகளுக்கு இவர்கள்தான் சிம்மசொப்பனமாக இருந்தனர். இவர்களுடைய சிந்தனைக் கருத்துக்களுக்கு ஈடுகொடுக்க முடியாதவர்களாய் அந்த படித்த உயர் அதிகாரிகள் திணறினர். எந்த அச்சுறுத்தலுக்கும் பணியாதவர்களாகவும் அடக்குமுறைகளுக்கு அடங்காதவர்களாகவும் இருந்தனர்.

சிறையில் கைதிகளுக்கு வழங்கப்படும் உணவு தரமாக இருக்கவேண்டும் என்றும், காய்கறிகள் புழு இல்லாதவைகளாக இருக்க வேண்டும் என்றும், சிறைவாசிகளை அடிமைகள்போல் நடத்தக் கூடாது என்றும், கோரிக்கைகள் வைத்ததுடன் சிறைக் காவலர்களுக்கு 8 மணி நேரப் பணி வழங்க வேண்டும் என்ற கோரிக்கையையும் இணைத்து உண்ணாவிரதப் போராட்டம் நடந்தது. நீண்ட நாட்களாக நடந்த போராட்டத்திற்குப் பிறகு ஒரு சில கோரிக்கைகள் ஏற்றுக்கொள்ளப்படும் என்ற உத்திரவாதத்துடன் அந்தப் போராட்டம் முடிவுக்கு வந்தது.

ஒரு சில நாட்கள் கழிந்தன. ஒருநாள் மாலை அடைப்புக்குக் கைதிகள் சென்று அவரவர் பிளாக்குகளில் பூட்டப்பட்டபின், இரண்டாம் பிளாக்கிற்கு மொத்தக் காவலர்களும் அணிவகுத்துச் சென்றனர். வழி நடத்திச் சென்ற அதிகாரிகள் குழு பிளாக்குக்குள் நுழைந்தது. கருப்பையாவை அழைத்து அவரது உடமைகளை எடுத்துக்கொண்டு வெளியே வருமாறு அழைத்தனர். கருப்பையா அவரது உடமைகளை எடுத்துக்கொண்டு வெளியே வந்தார். அந்த பிளாக்கில் முதலில் அமைதி நிலவியது. பிறகு சற்று சலசலப்பு ஏற்பட்டு அடங்கியது. சற்று நேரத்தில் மூன்றாம் பிளாக்கிலிருந்து 'டமார்' 'டமார்' என்ற பெருத்த சத்தமும்

கூச்சலும் குழப்பமுமாக இருந்தது. அங்கிருந்த மண்பானைகள் தூக்கி வீசி உடைத்து, தட்டுகளைச் சுவரில் அடித்து ஓசை எழுப்பி, எதிர்ப்புக் குரல்கள் ஓங்கி ஒலித்தன.

கருப்பையா அவர்களை நோக்கி, "இந்த நிர்வாகத்தால் இதை மட்டும்தான் திறமையாகச் செய்ய முடியும். அமைதியாக இருங்கள் தோழர்களே. நான் போய் வருகிறேன்" என்று சத்தமாகப் பேச, அவரை மேலும் பேசவிடாமல் அவரைத் தள்ளிக்கொண்டு சென்றனர் காவலர்கள். 5ஆம் பிளாக் கைதிகளும் அதேபோன்று பிளாக்குகளுக்குள்ளே எதிர்ப்புக் கோஷமிட்டனர். அமைதி நிலவ நீண்டநேரம் ஆனது. கருப்பையா கடலூர் சிறைக்கு அழைத்துச் செல்லப்பட்டார் என்ற செய்தி அடுத்த நாள் காலையில் கைதிகளுக்குத் தெரியவந்தது. மூன்றாம் பிளாக்கில் முதல் எதிர்ப்புக் குரல் மணியிடம் இருந்துதான் வந்தது. ஒற்றை நபராக ஆர்த்தெழுந்து கிடைத்த பொருட்களை எல்லாம் அடித்து நொறுக்கி ஆவேசம் காட்டினார். அதிலிருந்துதான் மணி 'புரட்சி மணி' ஆனார். கருப்பையா சிறை மாற்றம் செய்யப்பட்ட பிறகு, புரட்சி மணிதான் அவரது இடத்தை நிரப்பும் விதமாகச் செயல்பட்டு வந்தார். போர்க்குணத்தில் கருப்பையாவுக்குக் குறைந்தவரல்ல புரட்சி மணி. ஆனால் மார்க்ஸியத் தத்துவப் பயிற்சியில் சற்றுப் பின்தங்கியவராக இருந்தார். தோழர் எம்.முனியாண்டிக்குப் பிறகு, மதுரை நகர் மார்க்சிஸ்ட் கம்யூனிஸ்ட் கட்சியின் செயலாளர் ஆனார் தோழர் பி.மோகன். அவர் ஒருமுறை என்னிடம் புரட்சி மணி குறித்து விசாரித்துவிட்டு, ஒரு தகவலைச் சொன்னார். புரட்சி மணியின் மனைவிக்கு வங்கிக் கடனில் தையல் இயந்திரம் ஒன்று வாங்கிக் கொடுக்கப்பட்டுள்ளது என்பதைப் புரட்சிமணியிடம் தெரிவிக்கச் சொன்னார். புரட்சி மணி மார்க்ஸிய இயக்கத்தில் ஈடுபாட்டுடன் இருந்ததற்கு அடையாளமாக, அவரது மகனுக்கு காரல் மார்க்ஸ் என பெயர் சூட்டியிருந்தார். கொஞ்ச நாளிலேயே புரட்சி மணி மீதும் நடவடிக்கை எடுக்கப்பட்டு, கடலூர் சிறைக்கு மாற்றம் செய்யப்பட்டார்.

சில ஆண்டுகள் கழித்து மதுரைச் சிறைக்கு மீண்டும் மாறுதலில் வந்தார் புரட்சி மணி. மதுரைச் சிறை வாசிகளின் குணாம்சங்கள் மாறியிருந்தன. அவருடைய முந்தைய தோழர்கள் பலர் விடுதலையாகிச் சென்றிருந்தனர். ஏற்கெனவே இருந்தவர்களின் செயல்பாடுகளிலும் சிந்தனையிலும் ஏற்பட்ட

மாற்றங்கள், அவருக்கு ஏமாற்றமும், சோர்வும் அளிப்பதாக இருந்தன. மார்க்ஸியத் தத்துவத்தில் ஓரளவு தேர்ச்சி பெற்றவராகத் திரும்பியிருந்தார் புரட்சி மணி. அவர் மதுரை சிறைத் தோழர்களுக்கு, 'முரண் தர்க்கப் பொருள் முதல்வாதம்' குறித்து எளிய முறையில் வகுப்பு எடுக்க வேண்டும் என்ற முடிவோடு வந்திருந்தார். அதில் யாரும் ஈடுபாடு காட்டவில்லை என்பது அவருக்கு வருத்தமாக இருந்தது. சில ஆண்டுகளில் அவர் விடுதலையாகிச் சென்றுவிட்டார்.

பல ஆண்டுகள் கழித்து, கோயம்புத்தூரில் நடந்த சிபிஎம் மாநாட்டில் அவரைச் சந்திக்க நேர்ந்தது. நீண்ட வெள்ளைத் தாடியுடன் காணப்பட்டார். மதுரை அனுப்பானடியில் டிங்கரிங் ஒர்க்ஷாப் நடத்திக்கொண்டு மகிழ்ச்சியாக வாழ்ந்து வருவதாகத் தெரிவித்தார்.

*

கிளர்ச்சிக்காரன் கில்லாடி கிருஷ்ணன்

அவரைப் பார்த்த மாத்திரத்திலேயே தமிழ்நாட்டுக் காரர் இல்லை என்றுதான் எண்ணத்தோன்றும். நேப்பாள்காரர் போன்றோ, வட நாட்டுக்காரர் போன்றோதான் இருப்பார். அவர் பேசும் தமிழ் கூடச் சரளமாக வராது. மழலைத் தமிழ்போலக் கொஞ்சம் வித்தியாசமாகத்தான் இருக்கும். மதுரைக்காரர்தான். சௌராஷ்ட்ரா சமூகத்தைச் சேர்ந்தவர். சிறுவயதிலேயே தமிழ்நாட்டுக்கு வெளியே வடமாநிலங்களில் வாழ்ந்து இருக்கிறார். அவர் ஒரு சிறைப்பறவை. வழக்கமாக வந்து செல்லும் குற்றவாளி. கருப்புக் குல்லாதான். நான் முதன் முதலில் பார்த்த போது 50 வயது மதிக்கத் தக்கவராக இருந்தார். 10 ஆண்டுகள் கழித்துப் பார்த்தபோதும் அப்படியேதான் இருந்தார். கட்டையான உருவம். சிவந்த மேனி. உடற்பயிற்சி எதுவும் செய்யாமலே இறுகிய உடற்கட்டு. வயிற்றில்கூட ஆறு கட்டங்களாகத் தசைகள் இறுகி இருந்தன. அவருடைய ஒவ்வொரு அசைவிலும் சுறுசுறுப்பு இருக்கும். காலைச் சுண்டிச் சுண்டியே நடப்பார். அதில் ஒரு அலட்சியம் தெரியும். சிறையில் நடக்கும் நல்லவை, கெட்டவை அனைத்திலும் முன்நிற்பார். முதன் முதலில் கொலை வழக்கில் வந்தவர், அடுத்து அடிதடி, திருட்டு என பல வழக்குகள். கைதிகளின் போராட்டத்தைத் தூண்டவும் செய்வார். தானாக

எழும் போராட்டங்களைச் சமாதானப் படுத்தவும் செய்வார். அதில் கலந்து சமர்புரியவும் செய்வார். சிலசமயம் அடங்காமல் அத்துமீறி ஆர்ப்பரிப்பார். சிலசமயம் அடங்கி அமைதியாகியும் விடுவார்.

கைதிகள் சிறையில் நடத்தும் போராட்டங்களில் இவர் தலையிட்டால், அடுத்த நொடியே வெளி உலகின் கவனத்தை ஈர்க்கச்செய்துவிடுவார். சுற்றுச்சுவர் ஓரமாக இருக்கும் பிளாக்குகளின் மேல் ஏறிக்கொண்டு, தொண்டை கட்டும் வரை கத்திக் கத்தியே செய்திகளை வெளி உலகத்திற்குத் தெரிவிப்பார். அது கைகூடாமல் போனால் அடுத்த உத்தியைக் கையாள்வார். கைதிகளின் போராட்டச் செய்திகளைக் காகிதத்தில் எழுதி எழுதி ஒட்டிய ஈயச் சாப்பாடுத் தட்டுகளை, சாலையை நோக்கிப் பறக்கவிடுவார். சிறையின் மாடிக் கட்டிடங்களில் இருந்து, பறக்கும் தட்டுகளில் வரும் செய்திகளே அன்றைய மாலைப் பத்திரிகையின் பரபரப்புச் செய்திகளாகும்.

அவர் விசாரணைத் தொகுதிகளில் இருந்தால் விசாரணைக் கைதிகளுக்கு அவர்தான் தலைவர். தண்டனைத் தொகுதிகளில் இருந்தால் நம்பகமான போராட்டக்காரராகச் செயல்பட்டு தண்டனைக் கைதிகளின் அன்பைப் பெறுவார். போராட்டக் களத்தில் புரட்சிக்காரராகவும், சிறையில் மனிதாபிமானியாகவும், வெளி உலகில் சமூக விரோதியாகவும் செயல்பட்ட வித்தியாச மான மனிதக்கலவையாக இருந்தார் கில்லாடி கிருஷ்ணன்.

சிறையில் ஓர் இடத்தில் இருக்க மாட்டார். எல்லா இடங்களிலும் சுற்றி வருவார். அவரின் ஒவ்வொரு அசைவிலும் சிறைக்குற்றங்களோ, சிறைவாசிகளின் நலன்களோ, நிர்வாக நலன்களோ இருக்கும். சிறைக்குற்றம் எனில் அது கஞ்சா போன்ற சிறையில் தடை செய்யப்பட்ட பொருட்களை ரகசியமாகப் பரிவர்த்தனை செய்வதாக இருக்கும். தண்டனைக் கைதிகள் பல கோரிக்கைகளை முன்வைத்துப் போராடும்போது, அதில் எந்த ஒரு கோரிக்கையும் அவருக்குச் சம்பந்தம் இல்லாததாகக்கூட இருக்கலாம், அந்தப் போராட்டத்திலும் அவரது பங்களிப்பு நிச்சயமாக இருக்கும்.

அப்படித்தான் அந்தப் பெரும் போராட்டமும் அமைந்தது. 1995ஆம் ஆண்டுவரை, மதுரை மத்தியச் சிறையைத் தவிர மற்ற சிறைகளில், நேர்காணல் அறையென்பது சிறைவாசிகளை

நேர்காணவரும் உறவினர்களுக்கும், சிறைவாசிகளுக்கும் இடையில் கம்பிவலை இருக்கும். இடையில் இடைவெளி இருக்காது. கம்பி வலை இடுக்கில் பார்க்க வந்தவர்களைத் தொட்டுப் பேசலாம். நேர்காணல் அதிகாரிக்குத் தெரியாமல் பணத்தையோ, கஞ்சா போன்ற சில தடை செய்யப்பட்ட பொருட்களையோ ரகசியமாகப் பரிமாறிக்கொள்ள வாய்ப்பு இருக்கும். இதனால் சிறையில் பல விரும்பத்தகாத சம்பவங்கள் அவ்வப்போது நடந்து கொண்டிருந்தன.

சென்னைச் சிறையில் ஒரு சம்பவம் நடந்துள்ளது. நேர்காணலுக்கு வந்துவிட்டுத் திரும்பிய போதெல்லாம் ஒரு கைதி போதையுடன் காணப்படுவார். இவ்வளவுக்கும் பல கட்டச் சோதனைகளுக்குப் பிறகுதான் தாண்டிச் செல்ல முடியும். வெளியில் இருந்து வருபவர்களின் பொருட்களைச் சோதனை செய்து, நேர்காணல் அறைக்குச் செல்ல முடியும். அப்படி இருந்தும் இது எப்படிச் சாத்தியமானது என்று சிறை அதிகாரிகளுக்குப் புதிதாகவும் இருந்தது. பெரும் பிரச்னையாகவும் இருந்தது.

ஒருவழியாக அந்த ரகசியம் கண்டுபிடிக்கப்பட்டது.

நேர்காணலுக்கு வந்த பெண் சிறிய பிளாஸ்டிக் பையில் மதுவை நிரப்பி, அந்தப் பைக்குள் ஒரு உறிஞ்சு குழாயைச் செருகிக்கட்டி, தனது ஜாக்கெட்டுக்குள் தெரியாதவாறு மறைத்துவந்து, அதை யாருக்கும் தெரியாமல் கம்பி வலைக்குள் நுழைத்துவிட்டு, நேர்காண வந்த கைதி யாருக்கும் சந்தேகம் ஏற்படாதவாறு, கம்பி வலையை பிடித்துக்கொண்டு உறிஞ்சிக்கொண்டும், அவ்வப்போது பேசிக்கொண்டும் போதையை ஏற்றிக்கொண்டு வெளியேறிவிடுவார். அந்த ரகசியம், உளவுப் பார்வையால் வெளிப்படவில்லை. காவலர்களின் காமப் பார்வையால் கண்டுபிடிக்கப்பட்டது.

நேர்காணலுக்கு வரும் போது அந்தப் பெண்ணின் மார்புப் பகுதி செழுமையாகவும், எடுப்பாகவும் இருந்துள்ளது, திரும்பிச் செல்லும்போது வற்றிப்போயும், காற்றாடிப் போயுமிருந்துள்ளது. சில காவலர்கள் அதை உன்னிப்பாகக் கவனித்து உயரதிகாரியின் கவனத்திற்குக்கொண்டு சென்றார்கள். அடுத்த முறை அந்தப்பெண் வந்தபோது பெண் காவலர்களை வைத்துச் சோதனை செய்ததில், கையும் பையுமாகப் பிடிபட்டார்.

இதுபோன்ற பல நிகழ்வுகள் பல சிறைகளில் நடந்த வண்ணம் இருந்ததால், இவற்றைத் தவிர்க்கும் பொருட்டு, கம்பிகளுக்கு இடையில் கண்ணாடி இழைகள் பொருத்தப்பட வேண்டும் என அரசால் முடிவு செய்யப்பட்டது.

மதுரைச் சிறையில் நேர்காணல் அறைகள் கம்பிவலைகள் கூட இல்லாமல்தான் இருந்தன. பார்வையாளர்களுக்கும் சிறைவாசிகளுக்கும் இடையில் நேர்காணல் அதிகாரி நடந்து செல்லும் அளவுக்கு மட்டுமே குறுகிய இடைவெளி இருக்கும். இரண்டு தரப்புக்கும் இடையில் இடுப்பளவு உயரம் மட்டுமே உள்ள நீண்ட சுவர் இருக்கும். தண்டனைக் கைதிகள் என்றால் வெள்ளைக் காற்சட்டை, மேற்சட்டை அணிந்து இருப்பதால், எளிதில் அவர்களைக் கண்காணிக்க இயலும். விசாரணைக் கைதிகள் என்றால் மிக விழிப்புடன் கண்காணிக்க வேண்டும். தடுப்புச்சுவர் தாண்டிச் சென்று, பார்வையாளர்களுடன் கலந்து விட்டால் கண்டுபிடிப்பது சிரமம். மேலும் தண்டனைக் கைதிகள் என்றால் நீண்ட நாட்களாக உள்ளே இருப்பதாலும் பழக்கப்பட்ட முகங்களாகவும் இருப்பதாலும் அவர்களைப் பற்றி பயப்பட வேண்டியது இருக்காது.

சில கைதிகள், சுவர் தாண்டிப் பார்வையாளர்களை நெருங்கிப் பேசிக்கொள்வதும் உண்டு. அதையும் தாண்டி, தடவிக் கொள்வதும் உண்டு. மேலும் தண்டனைக் கைதிகளில் சிலர், சிறை அதிகாரிகளுக்குப் பணம் கொடுத்தும், பல்வேறு விதமான அன்பளிப்புகள் கொடுத்தும் நேர்காணல் அறையைச் சாத்தியமுள்ளவரை சிற்றின்பக் கூடமாகப் பயன்படுத்தி வந்தனர். நேர்காணல் முடிந்து மாலையில் அந்த அறையைத் தண்ணீர்விட்டுக் கழுவிவிட வேண்டிய அளவுக்கு நடவடிக்கைகள் அங்கே அரங்கேறி இருக்கும். இது போன்ற ஒழுங்கீனமான நடவடிக்கைகளில் ஈடுபடும் கைதிகளும், சிறையில் பல்வேறு வழிகளில் பணம் சம்பாதிக்கும் கைதிகளும், சிறைகளில் கைதிகளின் உரிமைகளுக்கான போராட்டங்கள் நடக்கும்போது அதில் பங்கேற்பதில்லை. பங்கேற்பு இல்லை என்றால்கூட பரவாயில்லை, கருங்காலிகளாகச் செயல்பட்டு, அதிகாரிகளுக்கு ஆதரவாகவும் அடக்குமுறைகளுக்கு உடந்தையாகவும் இருப்பார்கள்.

மற்ற சிறைகளில் நேர்காணல் அறை என்பது உறவினர்களுடன் பேசமட்டுமே பயன்படுத்தப்பட்டது. மதுரைச் சிறையில் செய்கைகளும் சேர்ந்துகொண்டன. இந்த நிலையில்தான்

தமிழ்நாட்டின் சிறைகளில் நேர்காணல் அறைகளில் குறுக்கே கம்பிகளையும், கண்ணாடி தடுப்பும் பொருத்தப்பட வேண்டும் என முடிவெடுக்கப்பட்டது. அதற்கான வேலைகள் துவங்கியதும் அதற்கு எதிரான எதிர்ப்புக்குரல்கள் இதர சிறைகளில் எழுந்து அடங்கிப் போயின. மதுரை மத்தியச் சிறையில் மட்டும் போராட்டம் தீவிரமடைந்தது.

கைதிகள் தரப்பில், ஏற்கனவே நேர்காணல் அறையில் ஒரே இடத்தில் அதிகம்பேர் பேசுவதால் ஒரே இரைச்சலாக இருக்கும், இதில் கண்ணாடித் தடுப்புகள் நடுவில் பேசினால் பேரிரைச்சலாக இருக்கும். பேசுவதும் கேட்காது. முகமும் தெளிவாகத் தெரியாது. இது மனித உரிமைகளுக்கு எதிரானது எனச் சொல்லப்பட்டது. சிறை நிர்வாகமோ, பேசினால் கேட்கக் கூடிய அளவில் இடைவெளி இருக்கும் எனச் சொல்லியது. ஆனால், இருதரப்பிலும் அவரவர் நிலைகளில் உறுதியாக இருந்தனர். கைதிகளின் உரிமைகளுக்காகவும் நலன்களுக்காகவும் போராட்டங்கள் நடக்கும்போது கண்டுகொள்ளாமல் இருந்த பல கைதிகள் தாங்கள் இதுவரை அனுபவித்துவந்த சிற்றின்பங்கள் பறிபோய்விடுமோ என்ற உணர்வு மேலோங்க போராட்டத்தில் தீவிரம் காட்டவே நாளுக்கு நாள் போராட்டம் அதிகரித்து, மதுரை மத்தியச் சிறை போர்க்களமாக மாறியது.

உண்ணாவிரதப் போராட்டம் ஒரு சிலரால் வழக்கம்போல ஆரம்பிக்கப்பட்டது. நாளாக நாளாக மொத்தக் கைதிகளும் உண்ணாவிரதத்தில் ஒற்றுமையுடன் கலந்துகொண்டனர். ஏற்கெனவே மதுரைச் சிறையில் சாதாரணக் கைதியாக இருந்த, ராமர் என்ற ஆயுள்தண்டனைக் கைதி கடலூர் சிறைக்கு மாற்றப்பட்டு இருந்தவர், மீண்டும் மதுரைச் சிறைக்கு வந்து இருந்தார். கடலூர் சிறையில் இருந்தபோது அங்கு கம்யூனிஸ்டுச் சிறைவாசிகளுடன் பழகி, பயிற்சி பெற்றுத் திரும்பியிருந்தார். அவர்தான் அந்தப் போராட்டத்தில் ஒட்டு மொத்தக் கைதிகளின் நாயகனாக இருந்து செயல்பட்டார். அடுத்தகட்டமாகக் கில்லாடி கிருஷ்ணன் வந்து சேர்ந்தார்.

சிறைகளில் என்ன நடந்தாலும் மாலை 6 மணிக்கு பிளாக்குகளில் அவரவர் அடைப்புகளுக்குப் போயாக வேண்டும். மாலையில் அடைப்புகளுக்குச் சிறைவாசிகள் போக மறுப்பது மிகப்பெரிய சிறைக்குற்றமாகக் கருதப்படும். மாலை அடைப்புகளில் சிறைவாசிகளை அடைக்க இயலாமல்

போனால், அது நிர்வாகத் திறமையின்மையாகக் கருதப்படும். மாலை அடைப்புக் கணக்கு நேர்வாகாமல் அன்றைய பணி நிறைவு பெறாது. இரண்டு நாட்கள் கைதிகள் உண்ணாவிரதம் அமைதியான முறையில் இருந்தனர். ஒரு தரப்பு சாத்வீகமான முறையில் உணவு எடுத்துக்கொள்ளாமல் அந்தந்தப் பிளாக்குகளில் இருந்தனர். இன்னொரு தரப்பு தனியாகச் சுற்றுச்சுவர், வாயில் கதவு உள்ள ஒரு பெரிய பிளாக்கைக் கைப்பற்றிக்கொண்டு, காவலர்கள் எவரையும் உள்ளே வரவிடாமல் தங்கள் கட்டுப்பாட்டுக்குள் கொண்டு வந்தனர்.

சிறையில் இருந்த மொத்த கைதிகளின் எண்ணிக்கை 1300க்கும் மேல். காவலர்கள் எண்ணிக்கை 100 பேருக்கும் குறைவே. அதிலும் விடுப்பு மற்றும் அதிகாரிகளின் வீடுகளுக்கு ஆடர்லிகளாகப் போனவர்கள் போக, பணியில் இருந்த காவலர்கள் மொத்தம் 50 பேருக்கும் குறைவே.

கைதிகள் கைப்பற்றியிருந்த எட்டாம் தொகுதியிலிருந்த கைதிகள் வெளியே வந்தும் செல்வதுமாகவும் இருந்தனர். இதர பிளாக் கைதிகளும் உள்ளே சென்று வந்தனர். அவர்களைத் தடுத்து நிறுத்துவது ஆபத்தானதாக இருந்தது. கைதிகள் பலரிடம் ஏதாவது ஓர் ஆயுதம் இருந்ததைப் பார்க்க முடிந்தது. ஒவ்வொரு பிளாக்கைச் சுற்றிலும் மேலே கூர்மையான இரும்புப் பட்டைகளால் வேலி போடப்பட்டிருந்தது. நூறாண்டுகளுக்கு முன்பு போடப்பட்ட அந்த வேலிகளிலிருந்த இரும்புப் பட்டைகளைப் பெயர்த்தும், பிரித்தும் எடுத்து, அதனை மேலும் கூர்தீட்டி ஈட்டியாகவும், தரையில் தேய்த்து, தேய்த்து வாளாகவும் ஏந்திக்கொண்டு வலம் வந்து கொண்டிருந்தனர். மனித உயிர்களைக் கொன்ற அனுபவம் உள்ளவர்களின் கைகளில், வாழ்க்கையே கேள்விக்குறியானவர்களின் கைகளில் இது போன்ற ஆயுதங்கள் இருப்பது எவ்வளவு ஆபத்தானது!? சிறைக்காவலர்கள் மூங்கில்களையும், பிரம்புகளையும் லத்திகளாக வைத்துக்கொண்டு பரிதாபமாக சுற்றிக்கொண்டும், வலம் வந்துகொண்டும் இருந்தனர். கைதிகளும் அவர்களைப் பரிதாபமாகத்தான் பார்த்தனர். அவ்வப்போது எதிர்ப்படும் சிறைக் காவலர்களிடம் அவர்கள்,

“ஐயா, நீங்க எல்லாம் ஒதுங்கிப் போயிடுங்கய்யா. அதிகாரிகள் சொல்றாங்கன்னு நீங்க லத்தியத் தூக்கிக்கிட்டு எங்ககிட்ட வராதீங்க. எங்க கிட்ட எல்லாவிதமான ஆயுதங்களும் இருக்கு.

நாங்களா யாரையும் எதுவும் செய்ய மாட்டோம். எங்களைத் தொட்டா நாங்க எதைப் பற்றியும் கவலைப்பட மாட்டோம். எத்தனை உயிர் போனாலும் பின் வாங்க மாட்டோம்" எனச் சொல்லிக்கொண்டிருந்தனர்.

லத்திகளை வைத்துக்கொண்டு வரும் காவலர்களை ஒரு பொருட்டாக மதிக்காமல், இரும்புக் கம்பிகளையும் பட்டைகளையும் கைகளில் ஏந்தியவாறு கைதிகள் அவர்கள் முன்பு நடமாடிக்கொண்டிருந்தனர். உண்ணாவிரதம் இருப்பவர்கள் இருக்க, மற்றவர்கள் உணவுக் கிடங்கைக் கைப்பற்றி, தேவையான உணவுப் பொருட்களைக் கொண்டுவந்து எட்டாம் பிளாக்கில் சேர்த்தனர். எட்டாம் பிளாக் இரும்பு கேட் அருகே கைதிகள் முறைவைத்துக் காவல் புரிந்தனர். முதலில் தற்காப்புக்காக மிளகாய்ப்பொடி மட்டுமே எடுத்து வருவதாகத் திட்டமிடப்பட்டது. அதன்பிறகு தேயிலைத்தூள் பாக்கெட்டுகளும், சீனி மூட்டைகளும் தூக்கி வரப்பட்டன. அவ்வப்போது கருந்தேனீர் மட்டுமே தயார் செய்து அருந்தி அல்லும் பகலும் களத்தில் அசராமல் நின்றனர்.

உணவு சாப்பிட்டால் போராட்டத்தை இன்னும் வலுவாக நடத்தலாமே என்ற யோசனை பிறந்த பிறகே அரிசி, காய்கறி, மசாலா பொருட்கள் எல்லாம் வந்து சேர்ந்தன. எட்டாம் தொகுதிக்கு வெளியே இருந்த கைதிகள் உண்ணாவிரதம் இருந்து கொண்டே அவர்களுக்குப் பல உதவிகள் செய்தனர். விறகு சேகரிக்கப்பட்டு, சிக்கனமாகச் சமைத்து, கொஞ்சமாகச் சாப்பிட்டு போராட்டத்தில் வீரியம் காட்டியவாறு நின்றனர்.

போராட்டக் கைதிகளின் பிரதான கோரிக்கை, உடனடியாக மாவட்ட ஆட்சித்தலைவர் பேச்சுவார்த்தைக்கு வர வேண்டும் என்பதாக இருந்தது. பலமுறை சிறைநிர்வாகத்திடம் கோரிக்கை வைத்தாகி விட்டது. நிர்வாகம் கலெக்டரிடம் தெரிவித்த பின்பும், எந்த பதிலுமே கலெக்டரிடம் இருந்து வரவில்லை. கட்டிடங்களுக்கு மேலே இருந்து கூச்சலிட்டும், தட்டுகளைத் தட்டி ஓசை எழுப்பியும், வெள்ளைப் போர்வையில் பெரிய எழுத்துக்களில் போராட்டச் செய்தியை எழுதி, தூக்கிப் பிடித்தும், சாலையில் வேடிக்கை பார்க்கும் பொதுமக்களுக்கு போராட்டச் செய்தியை தெரியப்படுத்தினர். இரண்டு நாட்களாக மாலை அடைப்புகளில் கைதிகளைப் பூட்ட இயலவில்லை. செய்வது அறியாது திகைத்து நின்றது சிறை நிர்வாகம்.

கட்டடத்துக்கு மேல் ஏறி நின்று கலவரத்தில் ஈடுபடும் கைதிகளைப் கட்டுப்படுத்தும் வேலையில் ராமரும், கில்லாடி கிருஷ்ணனும் இருந்தனர். சமையலுக்கு வேறு ஆட்கள் பொறுப்பேற்று இருந்தனர். எட்டாம் தொகுதியில் நுழைவாயில் காவலுக்கு ஒரு குழு, வெளித் தொடர்பு, போக்குவரத்துக்கு ஒரு குழு. உணவுக்குழு என வேலைப் பகிர்மானம் முறையாக செய்யப்பட்டது. போராட்டக்குழு எல்லோரையும் ஒன்றிணைத்து, திட்டமிட்டுச் செயல்பட்டு வந்தது.

பலப் பிரயோகம் நடத்தியாவது கைதிகளைப் பிளாக்குளில் அடைத்துவிட வேண்டும் என, கலெக்டரிடம் இருந்து கட்டளை வந்தது. ஆயுதப்படைக் காவலர்கள் தலைக்கவசங்களுடனும், தடுப்புக் கவசங்களுடனும் சிறைக்குள் அணிவகுத்து நிற்கின்றனர் என்ற செய்தி வந்து சேர்ந்தது. கட்டடத்திற்கு மேலிருந்தவர்கள் மேலும் தீவிரம் காட்டினர். மாடிகளில் மேல் தளங்களில் பதிக்கப்பட்டிருந்த தட்டோடுகள் பெயர்த்து உடைத்துக் குவிக்கப்பட்டன. கைப் பிடிச்சுவர் உடைக்கப்பட்டு செங்கற்கள் பிரித்தெடுத்துக் குவிக்கப்பட்டன.

2

நீண்ட நேரமாக எட்டாம் பிளாக்கிற்கு எந்தக் கைதியும் செல்லவுமில்லை, எந்தக் கைதியும் உள்ளே இருந்து வரவுமில்லை. ஒருவித அமைதி நிலவியது. மாலை வெயில் மங்கத் துவங்கியிருந்த நேரம். வழக்கமான பறவைகளின் இரைச்சல்கள் கூட இல்லாமல் இருந்தன. எட்டாம் தொகுதி வெளிச்சுற்றுச் சுவரோடு சுவராக காவலர்கள் நின்றுகொண்டிருந்தனர். மேலேயிருந்து ஏவுகணைகளாக வரும் கல்வீச்சு குறையும் இடைவேளைகளில் சுவரோடு ஒன்றியிருந்தவர்கள், தப்பி வருவதும், புதிய காவலர்கள் ஓடிப்போய் சுவரோடு ஒட்டிக்கொள்வதுமாக இருந்தனர்.

எந்த நேரத்திலும் ஆயுதப்படை காவலர்கள் உள்ளே வரலாம் அவர்களுடன் சேர்ந்து உள்ளே நுழைந்து கைதிகளை ஒரு கை பார்த்துவிடத் தயாராக இருந்தனர் சிறைக் காவலர்களில் சிலர். எட்டாம் பிளாக்கிலிருந்து சற்றுத் தொலைவில் மைய கோபுரத்தைக் சுற்றி, சாலையில் இரண்டு பக்கங்களிலிருந்தும் கையில் வைத்திருந்த ஆயுதங்களுடன் ஆவேசமாக ஓடி வந்தனர் கைதிகள். இரண்டு பக்கமும் இருந்து ஓடி வந்தவர்கள், ஒரே

அணியாக சேர்ந்துகொண்டு இரண்டு முனைகளிலுமிருந்து விரட்டி வந்த ஆயுதக் காவலர்களுடன் மோதினர். இரண்டு தரப்பிலும் மூர்க்கம் காட்டப்பட்டது. இரண்டு தரப்பிலும் காயங்கள் ஏற்பட கைதிகள் தரப்பு எட்டாம் பிளாக்கை நோக்கிப் பின்வாங்கியது. அவர்களைத் தாக்கிக்கொண்டே முன்னேறி வந்த ஆயுதப்படைப் காவலர்களைப் பார்த்து, சுவரில் ஒட்டியிருந்த சிறைக் காவலர்கள், அவர்களை பின் வாங்கிச் செல்லுமாறு கூக்குரலிட்டனர்.

அதனை புரிந்துகொள்ளாமல் குழப்பமடைந்த ஆயுதப்படைக் காவலர்களுக்குச் சற்று நேரத்தில் விபரீதம் புரிந்தது. மேலே இருந்து சீறிப்பாயும் தோட்டாக்களாக வந்தன கற்கள். குறுகிய வாயிலுக்குள் பின்வாங்கிய கைதிகள், மூர்க்கத்தனமாக தாக்கி விரட்டிவிட்டு பின்வாங்கித் திரும்பினர்.

சுற்றுப்பாதையில் ஒரு கைதி எந்த அச்சமும் பதட்டமும் இல்லாமல் நடந்து வந்தார். கன்னங்கள் இரண்டு பக்கங்களையும் நிரப்பிய பெரிய மீசை. கனத்த உயரமான உருவம். அவரது கம்பீரம், ஆயுதப் படைக் காவலர்களை மிரளச் செய்தது. ஆனால் அவர் நிராயுதபாணியாக நிதானமாக இடத்தைக் கடந்து வந்து, அவர் பிளாக்கான ஏழாம் பிளாக்கை நோக்கிச் சென்றார். அவரை விரட்டிச் சென்ற சில காவலர்களை திரும்பிப் பார்த்து ஏதோ சொல்ல, அடுத்தடுத்து வந்த காவலர்கள் சுற்றி நின்று தாக்கினர். தாக்குதலை எதிர்கொள்ள முடியாமல், மலை சரிந்ததுபோல் சரிந்து விழுந்தார் அந்தக் கைதி. விழுந்தவர்மேல் மேலும் பலமான லத்தி அடிகளும், உதைகளும், மிதிகளும் விழுந்தன. அவரைப் பின்தொடர்ந்து வந்த இன்னொரு கைதி தலைதெறிக்க ஓடி ஒளிந்தான். விழுந்த கைதி பைக்கரா பாண்டி. பிரபல தி.மு.க. காரர். விழுந்தவர் எழவில்லை, இறந்து போனார். பிளாக்குகளில் பூட்டப்பட்ட கைதிகள் பாதுகாப்பாக இருந்தனர். வெளியில் இருந்த, கண்களில் பட்ட கைதிகள் எல்லாம் கடுமையாகத் தாக்கப்பட்டு ஆங்காங்கே பிணங்களாகவும், பிணம் போலவும் கிடந்தனர். வந்து தாக்கிக்கொண்டிருந்த ஆயுதப்படை காவலர்களுக்கு போராட்டக் கைதியா, பொதுவான கைதியா எனத் தெரியாமல் கண்ணில் பட்டவர்களையெல்லாம் அடித்து நொறுக்கினர்.

பைக்கரா பாண்டியின் உடல் சிறை மருத்துவமனைக்குக் கொண்டு செல்லப்பட்டது. அவர் உயிர் எப்போது பிரிந்தது எனத் தெரியாது. உயிருக்குப் போராடிக் கொண்டிருந்த இன்னும் சில

கைதிகளை அவசர ஊர்தியில் அள்ளிப்போட்டு, மதுரை அரசு ராஜாஜி மருத்துவமனைக்குக் கொண்டு சென்றனர். கட்டிடத்தின் மேலே இருந்தவர்களுக்கு விபரீதம் புரியத் துவங்கியது. உயிர் இழப்புகள் ஏற்பட்டிருக்கலாம் என யூகித்துக்கொண்டனர். எத்தனை பேர் இறந்தனர் எனத் தெரியாது. சிறைக்காவலர்கள் சில பேரும் சேர்ந்துதான் தாக்கினார்கள் எனத் தெரிந்ததும் சிறைக் காவலர் குடியிருப்புகளை நோக்கி மேலே இருந்து கற்கள் மழையெனக் கொட்டின. காவலர் குடியிருப்பில் எதிர் எதிரே உள்ள கூரைகளுக்கு இடையே சிறிய நடைபாதை. இரண்டு தாழ்வாரங்களிலும் ஆயுதப்படைக் காவலர்கள் பதுங்கியிருந்தனர். கல் மழை ஓய்ந்த பொழுதில், காவலர்கள் எட்டிப் பார்த்தனர்... வெளியே வந்து நின்று பார்த்தனர். பார்ப்பது தெரிந்ததும் பறந்துவந்தன கற்கள். காவலர் குடியிருப்பை நோக்கி ஆபாச மொழியில் அர்ச்சனை செய்தனர்.

“ஏய், வார்டர்களோட பொண்டாட்டிமார்களே, உங்க புருஷன்கள் எவனும் இனி வீட்டுக்கு வர மாட்டானுங்க. நாங்க இப்படியே இறங்கி உங்க வீட்டுக்குள்ள புகுந்துடுவோம்!” என்பது போன்ற அர்த்தங்களில், அருவருப்பான மொழிகளில் மிரட்டல்கள் வந்துகொண்டிருந்தன. கில்லாடி கிருஷ்ணன் அங்கு வந்து அவர்களைத் தடுத்து விரட்டி அடித்துவிட்டு குடியிருப்புவாசிகளை நோக்கிக் கும்பிட்டு கொண்டே,

“இந்தப் பசங்க பேசினதுக்கு எங்கள மன்னிச்சுக்கோங்க தாய்மார்களே. நாங்க யாரும் ஜெயில் வார்டர்கள எதிரிகளாப் பார்க்கல. ஆனா அவங்கள்ல சில பேர் போலீஸ்காரங்ககூடச் சேர்ந்துக்கிட்டு, எங்க ஆளுகள அடிச்சுக் கொல்லுராங்க. எங்க பசங்க எத்தனை கல்லு எறிஞ்சு இருக்காங்க. உங்க கூரைல ஒரு ஓடு உடைஞ்சு இருக்கா பாருங்க. பாதையில் இத்தனை கல்லு விழுந்திருக்கே ஒரு கல்லாவது கூரை மேல விழுந்து இருக்கா. நாங்க அப்படித்தான் பொறுப்போட போராடிக் கொண்டிருக்கிறோம். இனி காக்கிச் சட்டைக்காரங்க கண்ணுல பட்டா கல்லெறிவோம். கையில கிடைச்சா கொல்லுவோம். தாழ்வரத்தில இருக்க போலீஸ்காரங்கள வெளியே போகச் சொல்லுங்க!” என்று தொண்டை கட்டிய நிலையிலும், மூச்சை அடக்கி அவர் குரலில், அவர் மொழியில் தெளிவாகச் சொல்லி முடித்தார். குடியிருப்பு சுற்றுச்சுவரில் ஏறிய ஒரு சிறுவன், மேலே மாடியில் உள்ள கைதிகளைப் பார்த்து சத்தமாகக் கத்தினான்,

"கொலைகாரப் பாவிகளா, எங்க அப்பாவக் கொன்னுட்டீங்களேடா. அவர் நேத்திலிருந்து சாப்பிடக்கூட வராம உள்ளேயே இருந்தாரே. அவர் உங்களுக்கு என்னடா பாவம் செஞ்சாரு?"

மேலே இருந்து கில்லாடி கிருஷ்ணன் "தம்பி, வீரபத்திரன் ஏட்டையா மகனா நீங்க? உங்க அப்பாவா நாங்க யாரும் கொல்லல தம்பி. அவர் இங்கே வந்திருந்தாகூட நாங்க அவர ஒண்ணும் செஞ்சு இருக்க மாட்டோம். உங்க அப்பா இங்கே வரவே இல்லையே. எப்படிச் செத்தார்னு எங்களுக்குத் தெரியாது சாமி. போலீஸும், ஜெயில் அதிகாரிகளும் எங்க மேல பழி போடப் பார்க்குறாங்க தம்பி!"

இந்த உரையாடலுக்குப் பிறகுதான் குடியிருப்பு வாசிகளுக்கு இந்தச் சிறுவனின் தந்தை வீரபத்திரன் ஏட்டையா இறந்துவிட்டார் என்ற செய்தியே தெரிந்தது. குடியிருப்புகளில் ஓலமும் கதறலுமாய் இருந்தன. சிறைக்கொட்டடியின் மொட்டைமாடியிலிருந்து மண்டியிட்டுக் கைகளைத் தலைக்கு தூக்கியவாறு கில்லாடி கிருஷ்ணன் கத்திக்கொண்டிருந்தார்,

"அம்மா தாய்மார்களே! வீரபத்திரன் ஏட்டையாவோட பிள்ளைகள் நாங்களெல்லாம். அவர நாங்க யாரும் சாயந்திரத்துக்குப் பிறகு பார்க்கவே இல்லை. ரிசர்வ் போலீஸ்காரங்க ஓடிவந்து அவர் மேலே விழுந்து இருக்கலாம். இல்ல அவராக் கீழே விழுந்திருக்கலாம். நாங்க யாரும் ஒரு ஜெயில் வார்டரக் கூடத் தொடவில்லை. நாங்கள் கொலைகாரர்கள்தான். ஆனா இந்தச் சாவுக்கு நாங்க காரணம் இல்லம்மா" கில்லாடி கிருஷ்ணனை அமைதிப்படுத்தி இரண்டு கைதிகள் பின்னோக்கி இழுத்துச் சென்றனர்.

ஆயுதப்படைக் காவலர்கள் உள்ளே நுழைந்தபோது சூரியன் மறைந்து இருள் சூழத்துவங்கிய நேரமாக இருந்தது. எட்டாம் பிளாக்கிற்கும் மையக் கோபுரத்திற்கும் இடைப்பட்ட இடத்தில் ஒரு பெரிய புளியமரத்தின் கீழ்தான் ஏட்டையா வீரபத்திரன் விழுந்து கிடந்தார். மருத்துவர்கள் சோதித்துப் பார்த்து உயிர் பிரிந்ததை உறுதிசெய்தனர். உடலில் எந்த இடத்திலும் ஒரு காயமும் இல்லை. அவரை அடித்துக் கொன்றுவிட்டார்கள் என்று பரவிய செய்திக்குப் பிறகுதான் சிறைக் காவலர்களும் கொலை வெறியுடன் களம் இறங்கினார்கள். ஆயுதப்படை காவலர்கள் வெளியில் சுற்றிக்கொண்டிருந்த கைதிகளை

அடித்துத் துரத்தினார்கள். சிறைக் காவலர்கள் ஒவ்வொரு பிளாக்காகப் பூட்டி, கணக்கெடுத்து, போராட்டக் கைதிகளை பொறுக்கி எடுத்து அடித்து நொறுக்கினார்கள்.

எட்டாம் பிளாக், கைதிகளின் கட்டுப்பாட்டில் இருந்ததால் போராட்டத்தில் ஈடுபட்ட கைதிகள் மட்டும் அவ்வப்போது உள்ளே சென்று வந்துகொண்டிருந்தனர். அவர்கள், அவரவர் பிளாக்கிற்குச் செல்லாமல், எல்லாப் பக்கமும் சுற்றித்திரிந்து கொண்டிருந்தனர். அவர்களில் சில பேர்களின் பெயர்ப்பட்டியல் நிர்வாகத்திடம் இருந்தது.

அதில் முக்கியமானவனாக ஜமால்சா என்ற வருடத் தண்டனை பெற்ற கைதியின் பெயரும் இருந்தது. அவன் கொள்ளை வழக்கில் தண்டனை பெற்றவன். ஆயுதப்படைக் காவலர்களின் வேட்டைக்குப் பின், ஏட்டையா வீரபத்திரனைப் பிணமாகத் தூக்கிச் சென்றபின், அவன் யார் கண்ணிலும் படவில்லை. ஒவ்வொரு பிளாக்காகத் தேடிப் பார்த்தனர், எந்த பிளாக்கிலும் அவனில்லை. ஆங்காங்கே அடிபட்டு விழுந்து கிடந்த அவர்களைப் புரட்டிப் பார்த்தனர். எதிலும் இல்லை. எட்டாம் தொகுதிக்குள் அவன் நுழையவே இல்லை என ரகசியமாகக் கண்காணித்து வந்த காவலர்கள் சொல்லிக் கொண்டிருந்தார்கள். சிறையின் சந்து பொந்து, இண்டு இடுக்கு என எல்லா இடங்களிலும் தேடிப் பார்த்தனர்.

வேறு சிலர் கிடைத்து அவர்களும் அடித்து வீழ்த்தப் பட்டனர். அடிபட்டவர்கள் ஓலமும், அடிபடுபவர்களின் அலறலுமாக இருந்தது சிறைமுழுக்க. கட்டிடங்கள் மேலே எல்லாம் டார்ச் லைட் அடித்துப் பார்த்தனர். எங்கும் ஜமால்சா காணப்படவில்லை. டார்ச் லைட்டை ஒவ்வொரு மரங்களிலும் அடித்துப் பார்த்து வந்தனர். ஒரு மரத்தில் கிளைகளுக்கு இடையே வெள்ளைத்துணி தென்படவும், அனைத்து ஒளிக் கதிர்களும் ஒற்றை புள்ளியில் குவிந்தன. அது கைதி உடைதான். சுருட்டி வைக்கப்பட்டிருந்தது. ஒளிக்கதிர்கள் பிரிந்து கிளைகளை ஊடுருவின. துணி இருந்த கிளையின் எதிர் கிளையின் உச்சியில் மரத்தை கட்டி பிடித்தபடி இருந்த உருவம் தென்பட்டது. மீண்டும் ஒற்றைப் புள்ளியில் ஒளிக்கதிர்கள் குவிந்தன. ஜட்டி மட்டுமே அணிந்திருந்த உருவம் சற்றே அசைந்ததும், எல்லாத் திசைகளிலும் இருந்து கற்கள் விசையுடன் பறந்தன. இறங்கினாலும், அங்கேயே

இருந்தாலும் அடிபட்டுச் சாவது உறுதி என எண்ணிய ஜமால்சா, மரத்தைக் கட்டிப் பிடித்தபடி கதறிக்கொண்டே இருந்தான். இன்னும் சில கல்லெறிகள் பலமாக விழவே பிடியை நழுவவிட்டு கீழே விழுந்தான். அவனை அப்படியே போட்டுவிட்டு, ஐந்தாம் பிளாக்கை நோக்கி ஆவேசமாக சென்றது அந்தக்குழு.

அந்தக் குழுவிற்குத் தலைமை தாங்கிச் சென்ற அந்த இளம் அதிகாரி சாதாரண நாட்களிலேயே கொடூரமாகத் தாக்கும் குணமுடையவர். அடிக்கும்போது அவர் நல்லவர் கெட்டவர் எனப் பார்க்கமாட்டார். அவர் அடி பலமாக விழவேண்டும், பார்ப்பவர்கள் பதற வேண்டும் என்று எண்ணியபடிதான் அடிப்பார். அந்த அடிகள் என்ன விளைவை ஏற்படுத்தும் என்பதை எல்லாம் யோசிக்காமல் அடிப்பார். அப்படித்தான் எட்டாம் பிளாக் தொகுதிக்குள் நுழையாமல், ஆயுதம் ஏதும் ஏந்தாமல் அமைதியான முறையில் போராட்டத்தில் ஈடுபட்ட கம்யூனிஸ்ட் கணேசனும் அடிபட்டு விழுந்துகிடந்தார். அவர் முன் பற்கள் உடைந்திருந்தன. பூட்ஸ் காலால், காலில் மிதித்துக்கொண்டு அடித்ததில், முன்கால் பகுதிகள் சிதைந்து போயின. அதன் பிறகுதான் ஜமால்ஷா வேட்டை நடந்தது.

முன்னதாக சிறைக்காவலர்களிடம் சிக்கிய முக்கியமான போராட்டக் கைதி எல்டின். இவன் ஆட்டோ சங்கரின் கூட்டாளி. தூக்குத் தண்டனைக் கைதியாக மதுரை சிறையில் சில ஆண்டுகளாக இருந்து வந்தான். அவன் இந்தப் போராட்டத்தில் தீவிரமாகப் பங்கேற்று, அதிகாரிகளின் கோபத்திற்கு ஆளானவனாக இருந்தபோதும் குறைந்த அடிகளுடன் அப்போதைக்குத் தப்பித்துக் கொண்டான். அவனுக்கு ஒரு சில மாதங்களில் மரண தண்டனை காத்திருந்தது. தேடுதல் குழு ஐந்தாம் தொகுதிக்குள் நுழைந்தது. கைதிகள் எல்லோரும் அமைதியாக நான்கு நான்கு பேராக வரிசையாக உட்கார்ந்திருந்தனர். எல்லா நாட்களிலும் இப்படித்தான் கணக்கெடுப்புக்கு உட்கார வேண்டும். காவலர்கள் கணக்கைச் சரிபார்த்தனர்.

"சிலஞ்சியம் எங்க இருக்கிற. வெளியே வாப்பா" என்றார் தலைமை அதிகாரி. அவர் வெளியே வந்ததும் அந்த பிளாக் பூட்டப்பட்டது. சில காவலர்கள் சிலஞ்சியம் மீது லத்தியுடன் பாய்ந்தனர். சில அதிகாரிகள் அவர்களைத் தடுத்து நிறுத்தினர். அது நல்லெண்ணத்துடன் இல்லை. பிளாக்கில் மற்ற கைதிகள் எதிரில் யாரும் அடித்துவிடக் கூடாது என்பதற்காகத்தான்.

சிலஞ்சியம் அப்படி ஒன்றும் இந்தப் போராட்டத்தில் தீவிரமாகப் பங்கேற்கவுமில்லை. அதிகாரிகளுக்கு ஆத்திரமூட்டும் வகையில் எந்த நடவடிக்கையிலும் ஈடுபடவுமில்லை. ஆனால் இதற்கு முன்பாகச் சிறையில் நடந்த பல போராட்டங்களில், கம்யூனிஸ்ட் கைதிகளுடன் சேர்ந்து முனைப்பு காட்டியதே காரணமாக இருந்தது. அதற்குப் பழி தீர்க்க இந்த வாய்ப்பினைப் பயன்படுத்திக் கொண்டனர்.

அந்த ப்ளாக் வளாகத்தைத் தாண்டுவதற்குள் பொறுமை இழந்த சில காவலர்கள் சிலஞ்சியத்தின் முதுகில் கைகளால் தாக்கியும், கால்களால் உதைத்தும் தள்ளிக்கொண்டு சென்றனர். பிளாக் பார்வையைத் தாண்டியதும் சுற்றி நின்று காவலர்கள் லத்தியால் அடித்ததில் சிலஞ்சியம் அதே இடத்தில் சரிந்தார். ஆங்காங்கே விழுந்து கிடந்த அவர்களை ஒரு கையால், ஒரு கையையோ ஒரு காலையோ மட்டுமே பிடித்துத் தூக்கியோ, இழுத்தோ சென்றனர். சில பேரை வேண்டுமென்றே தரையில் மோதச்செய்து தூக்கிச் சென்றனர். தூக்கி வரப்பட்டவர்கள் சிறை மருத்துவமனை வளாகம் எங்கும் கிடந்தனர். ஆம்புலன்ஸ் வரவர வெளிமருத்துவமனைக்கு அள்ளிப்போட்டுக் கொண்டு சென்றனர்.

ஒருவழியாக எட்டாம் பிளாக் தவிர்த்து அனைத்துப் பிளாக்குகளும் பூட்டப்பட்டு கணக்கெடுப்பு நடத்தப்பட்டது. பிளாக்குகளில் பூட்டப்பட்டவர்கள், வெளி மருத்துவமனையில் அனுமதிக்கப்பட்டவர்கள் போக, மீதம் உள்ளவர்கள் 40 பேர்கள். அவர்கள்தான் எட்டாம் பிளாக்கிற்குள் ஆயுதமேந்தியவர்களாக இருக்கிறார்கள் எனத் தீர்மானிக்கப்பட்டது. தூரத்திலிருந்து ஒலிபெருக்கிகள் மூலமாக அவர்களைக் கீழே இறங்கி வருமாறு எச்சரிக்கை விடப்பட்டது. அவர்கள் ஆவேசம் காட்டியவாறு இருந்தனர். சிறைக்கு வெளியே ஆயுதப்படைக் காவலர்கள் துப்பாக்கிகளுடன் மரங்களில் ஏறி அங்கிருந்து குறிப்பார்க்க வசதி பார்த்துக்கொண்டிருந்தனர். திருப்தி ஏற்படாததால் துப்பாக்கிகளுக்கு வேலை கொடுக்காமல் நிதானம் காட்டினர். எட்டாம் தொகுதி சுற்றுச்சுவரை ஒட்டிக்கொண்டு காவலர்களும், எட்டாம் தொகுதிக் கட்டிடங்களுக்கு மேல் உள்ளவர்களும் இரவு முழுவதும் தூங்காமல் காவல் காத்தனர்.

அடுத்த நாள் காலையில் சிறைத்துறை ஐ.ஜி. காளிமுத்து, ஐ.பி.எஸ். தலைமையில் ஒரு குழு வந்தது. அக்குழு நேராக

எட்டாம் பிளாக்கிற்குள் நுழைந்தது. மேலே இருந்து எந்த எதிர்ப்பும் இல்லாமல் அமைதியாக இருந்தது.

ஐ.ஜி. கீழே இருந்தவாறே போராட்டக்காரர்களைப் பார்த்து, "மரியாதையா எல்லோரும் கீழே இறங்கிடுங்க. நீங்களே இறங்கி வந்தா உங்களுக்கு நல்லது. இல்லைனா உங்களை எப்படி இறக்கணும்னு எங்களுக்குத் தெரியும்!" எனச் சொன்னார். ஐ.ஜி.யுடன் வந்த அதிரடிப்படைக் காவலர்களின் சீருடையே அச்சமூட்டுவதாக இருந்தது. கருப்பு நிறத்தில் முழுக்கை சீருடை அணிந்திருந்தார்கள். தலையில் தொப்பிக்குப் பதிலாகக் கருப்பு துணியைக் கட்டியிருந்தார்கள். ஒரு சில காவலர்கள் பலவிதமான ஆயுதங்கள் வைத்திருந்தனர். மேலே இருந்து கில்லாடி கிருஷ்ணன்,

"ஐயா நாங்க இறங்கி வரத் தயாரா இருக்கிறோம். அமைதியாப் போராட்டம் நடத்தியவர்களை, அடிச்சே கொன்னுட்டாங்க. அவங்களையே அடிச்சுக் கொன்னவங்க எங்களைச் சும்மா விடமாட்டாங்கய்யா. அடிபட்டுச் சாகுறதைவிட மேலிருந்து குதிச்சு செத்துறலாம்னு இருக்கோம்!" என்றார்.

"உன் பேரு என்னடா?" என்றார் ஐ.ஜி.

"கிருஷ்ணன் அய்யா..."

"ஓ! நீ தான் கில்லாடி கிருஷ்ணனா? கிழட்டுக் கிருஷ்ணனா இருக்கீயேடா!"

"கில்லாடின்னு போலீஸ்தான்யா பேர் வச்சது. நீங்க அடிக்க மாட்டோம்னு உத்தரவாதம் கொடுத்தா இறங்கிவரத் தயாராக இருக்கோம் ஐயா. அடிக்கக் கூடாதுன்னு சொல்லுங்கய்யா!" என்று கைகூப்பி வேண்டினார்.

சிறைத்துறை டி.ஐ.ஜி.யையும் மற்ற சிறை அதிகாரிகளையும் திரும்பிப்பார்த்த ஐ.ஜி.,

"ஜெயில் போலீஸோ, வெளி போலீஸோ, இறங்கிவாறவன் எவனையும் அடிக்கக் கூடாது. உங்களால இறக்க முடியல இல்ல. இதுக்கு நான் சென்னையிலிருந்து வரவேண்டியிருக்கு. யாரும் எந்தக் கைதியையும் தொடக்கூடாது" என்று எச்சரிக்கை செய்தார்.

மேலே இருந்து இறங்குவதற்கு முதல் ஆளாக ராமர் தயாரானான். இந்தப் போராட்டத்தில் முக்கியமானவர்களில்

முதன்மையானவன் ராமன்தான். அடுத்துதான் கில்லாடி கிருஷ்ணன். சில கைதிகள் அவனை இறங்கச் சம்மதிக்காமல், தாங்களே முதலில் இறங்குவதாகக் கூறினார்கள். ராமர் அவர்களைச் சமாதானப்படுத்திவிட்டு இறங்கி வந்தான். இறங்கும்போது அவன் உடம்பு நடுங்கிக்கொண்டிருந்தது. 'இந்த நடுக்கம் அடிக்கு பயந்துதான்' எனக் கீழே இருந்தவர்கள் நினைத்தனர். 'கட்டிடங்களில் ஏறி இறங்கிப் பழக்கம் இல்லாததே இந்த நடுக்கதத்திற்குக் காரணம்' என மேலே இருந்தவர்கள் பேசிக்கொண்டனர். கடைசியில் இரண்டு அதிரடிப்படை வீரர்கள் இறங்குவதற்கு உதவினார்கள். இறங்கிவந்த ராமரை மண்டியிட்டு உட்கார வைத்தனர். அடுத்தடுத்து இறங்கியவர்கள் மிக வேகமாக இறங்கி வருவதைப் பார்த்து அதிரடிப்படையினரே அசந்து போயினர். வரிசையாக மண்டியிட்டு உட்கார்ந்தவர்களை எண்ணிப் பார்த்தனர் 39 பேர் இருந்தனர். யாருக்கும் ஒரு அடிகூட விழவில்லை.

மேலே கடைசியாகக் கில்லாடி கிருஷ்ணன்தான் இருந்தார்.

"ஐயா நீங்க இங்கே இருக்கிற வரைக்கும் யாரும் அடிக்க மாட்டாங்கனு தெரியும். நீங்க போன பிறகு என்ன நடக்கும்கிறதும் தெரியும். போலீஸ் ஸ்டேசன்ல ஆரம்ப காலத்தில வாங்கின அடிமட்டும்தான், அதுக்குப்பிறகு போலீஸ்ல அடிவாங்கினதில்ல. ஜெயிலடி எனக்கு சகஜம் ஆகிப்போச்சுய்யா. போலீஸ் அடியைவிட ஜெயில் அடி கொடூரமானது. இனி நான் சில நாள்ல செத்தா, அதுக்கு இந்த ஜெயில் அதிகாரிகதான்யா பொறுப்பு. அடிச்சுக் கொல்றதுன்னா என்ன மட்டும் கொல்லட்டும்யா. நான் உங்களை மட்டும்தான் நம்பி இறங்குறேன்!" என்று சொல்லிவிட்டு நான்கு திசைகளையும் பார்த்துக் கும்பிட்டுவிட்டு, அந்த பிளாக்கின் மாடி விளிம்பில் மண்டியிட்டு முத்தமிட்ட பிறகு இறங்கினார் கில்லாடி கிருஷ்ணன். ஐ.ஜி. முன்னால் வந்து கும்பிட்டுவிட்டு வரிசையில் கடைசியாக மண்டியிட்டு உட்கார்ந்தார். சிறை அதிகாரிகளின், சிறைக் காவலர்களின் பார்வைகளில் அனல் பறந்தது.

வெளி மருத்துவமனையில் கைதிகள் எண்ணிக்கை அதிகமாக இருந்தது. தீவிர சிகிச்சைப் பிரிவில் பல கைதிகள் ஆபத்தான நிலையில் இருந்தனர். அவர்களுக்குக் காவலாக ஆயுதப்படை காவலர்கள், ஒவ்வொரு வார்டுகளிலும் நிறைந்திருந்தனர். இது ஒரு பக்கம் என்றால், சிறைக்காவலர்கள் பலர் தலைகளிலும், கை

கால்களிலும், நெஞ்சிலும் கட்டுப் போட்டு உள்நோயாளியாக அனுமதிக்கப்பட்டிருந்தனர். அவர்கள் எவருக்கும் உண்மையில் சிறு காயம்கூட ஏற்படவில்லை என்பதுதான் குறிப்பிடத்தக்கது. விசாரணைக் கமிஷனில் இருந்து தப்பிப்பதற்கும், விருது பெறுவதற்கும் உயர் அதிகாரிகளால் இந்த ஏற்பாடு செய்யப்பட்டிருந்தது.

கலவரம் ஓய்ந்த நிலவரமாய்க் கடந்தன இரண்டு நாட்கள். கலவரத்தில் களமாடிய கைதிகள் ஒவ்வொருவருக்கும் சிறை மாற்றல் ஆணைகள், சென்னைத் தலைமையகத்திலிருந்து ஒவ்வொரு நாளும் வந்துகொண்டிருந்தன. இதை எதிர்கொள்ளத் தயாராகவே இருந்தனர் சிறைவாசிகள். எப்போது அழைப்பார்கள், எப்போது அடிப்பார்கள், எப்போது அனுப்புவார்கள் என்று ஒவ்வொருவரும், ஒவ்வொரு நாளும் எதிர்பார்த்துக் கொண்டேயிருந்தார்கள். கிளைச்சிறைகளிலிருந்து கலவரத்தைக் கட்டுப்படுத்த வரவழைக்கப்பட்ட காவலர்கள், மீண்டும் திரும்ப அனுப்பப்படாமலிருந்தனர். கலவரத்தை அடித்து ஒடுக்குவதில் அதிக ஆர்வம் காட்டியவர்கள், அவர்களாகவே இருந்தனர். அவர்களுக்கு மத்திய சிறைக் கைதிகளைத் தெரியாது. கைதிகளுக்கும் அவர்களைத் தெரியாது. அதனால் அடிப்பதில் தயக்கமோ பாகுபாடோ அவர்களிடம் இருக்கவில்லை.

முதலில் ராமரை ஒரு அறைக்குள் அழைத்துச் சென்றனர். அழைத்துச் சென்ற காவலர்கள் இருவருக்கும் ஆஜானு பாகுவான உடல்வாகு. ராமர் சராசரி ஆளாக இருந்தான். அந்த அறையில் சிறைவாசிகளை ஒடுக்குவதில் மூர்க்கம் காட்டிய அந்த இளம் அதிகாரி மேஜையின் முன் உள்ள நாற்காலியில் அமர்ந்திருந்தார். அறையின் மூலையில் புதிதாக வாங்கி வரப்பட்ட புதிய தடிகளும், பழைய தடிகளும் சாத்திவைக்கப்பட்டிருந்தன. ராமர் அந்த அதிகாரியின் முன் தலைகவிழ்ந்து நின்றான்.

"ஏம்பா ராமரு! நீ போய் சேலம் ஜெயில்ல உன் வீரத்தைக் காட்டு!" என்றார் அதிகாரி.

மௌனமாக இருந்த ராமரைப் பார்த்து "சரின்னு சொல்லு, இல்ல இல்லன்னு சொல்லு" என்றார். என்ன சொன்னாலும் அடி உறுதி என்பதை யூகித்துக் கொண்ட ராமர், தொடர்ந்து அமைதியாகவே இருந்தான். காவலர்கள் யாரும் இன்னும் தடிகளை எடுக்காமல் இருந்து ராமருக்கு குழப்பத்தை

ஏற்படுத்தியது. திடீரென ஒரு காவலர், ராமரின் ஒருகையைப் பலம் கொண்ட மட்டும் இழுத்து, சுவரில் மோதச் செய்தார். மோதி விழுந்தவனை அடுத்த காவலர் கை தூக்கி இழுத்து அதே பாணியில் இன்னொரு சுவரில் மோதச் செய்தார். ராமர் எழுந்து உட்கார்ந்து அடிபட்ட இடங்களைப் பார்த்துக்கொண்டிருந்தான். காவலர்கள் இரண்டும் பேரும் நெருங்கி வந்து ஆளுக்கு ஒரு கையை பிடித்துத் தூக்கி எதிரே உள்ள சுவரை நோக்கி இழுத்து விட்டனர். சுவரில் முகம் மோதாமல் இருக்க தனது கைகளால் தடுத்த போதும் தலை சுவரில் மோதி அறை அதிர்ந்தது.

"ஐயா, போதும்யா. விட்டுடுங்கய்யா!" என்று கும்பிட்டான் ராமன்.

"இவன கேட்டில கொண்டுபோய் விட்டுட்டு வா..!" ஒரு காவலரை ஏவினர் அதிகாரி. இன்னொரு கும்பிடு போட்டுத் திரும்புகையில், இன்னும் சில அடிகளும் குத்துகளும் ராமரின் முதுகில் விழுந்தன. நடக்க இயலாமல் உடல் நடுக்கத்துடன் தடுமாறிக்கொண்டே நடந்தான் ராமர். அவனை அழைத்துச் செல்ல வந்த ஆயுதப்படைக் காவலர்கள் ஆயத்தமாக இருந்தனர்.

அடுத்து கில்லாடி கிருஷ்ணனை அழைத்து வந்தனர்... அழைத்து வந்தனர் என்பதைவிட, அடித்து இழுத்து வந்தனர் என்பதே சரியாக இருக்கும். அடிக்கும் காவலர்களைப் பரிதாபமாகப் பார்த்த கிருஷ்ணன், "ஐயா உங்க ரெண்டு பேரையும் எனக்குத் தெரியாது. பழைய காவலர்களைக் கேட்டுப் பாருங்கய்யா. நான் ஜெயிலுக்குச் செல்லப் பிள்ளையா. எனக்குக் காவலர்கள் யாரும் எதிரி கிடையாது. காவலர்களுக்கு ஒரு பிரச்னைனாலும் அதிகாரிககிட்டயும், கைதிகள் கிட்டயும் பேசி உதவி செய்யுறவன்யா இந்தக் கிருஷ்ணன்..." என்று சொல்லிக்கொண்டே நடந்து, அறைக்குள் நுழைந்ததுமே மூலையில் கிடந்த லத்திகளைத் தானாகவே அள்ளி வந்து மேஜைமேல் வைத்துவிட்டு, அதிகாரிமுன் மண்டியிட்ட கில்லாடி கிருஷ்ணன், "சரி அடிங்க, நான் என்ன சொன்னாலும் அடிக்கத்தான் போறீங்க, நான் எதுவும் பேசல, என்ன அடிச்சு கொல்லலாம்!" என்று சொல்லிக்கொண்டே கைகளை இறுகக் கட்டிக்கொண்டார்.

பெரும்பாலும் இப்படி மண்டியிடச் செய்தால் பாதங்களிலும் புட்டங்களிலும்தான் அடிகள் விழும். அதற்கு

வசதியாகவே மண்டியிட்டு உட்கார்ந்திருந்தார் கிருஷ்ணன். ஆனால் முதல் அடி, அடியாக விழாமல் முதுகில் பலமான உதையாக விழுந்தது. குப்புற விழுந்தவர் மீண்டும் எழுந்து பழைய நிலையிலேயே நிமிர்ந்து மண்டியிட்டார். திரும்பிப் பார்க்கவில்லை. அவர் பாதங்களில் அடிகளை எதிர்கொள்ளத் தயாராக இருக்கும்போது, முதுகில் அடிகள் விழுந்தன. கல் மூங்கில் லத்திகள் உடைந்து தெறித்தன. அடுத்து புட்டங்களிலும் சில அடிகள் விழுந்தன. பாதங்களில் அடிகள் விழவே இல்லை. வலி தாங்க முடியாத கதறலுக்குப் பதிலாக முனகலே கேட்டன. உருண்டு புரண்டபோதும் அடிகளும் மிதிகளும் விழுந்த வண்ணமே இருந்தன. ஒருகட்டத்தில் மலம் கழித்துவிட்டார் கில்லாடி. அந்த இடமே நாறிப் போனது!

"அய்யா மன்னிச்சுடுங்கய்யா. நானே சுத்தம் பண்ணிக்கிறேன். அதுக்கப்புறம் அடிங்கய்யா!" எனக் கெஞ்சினார் கில்லாடி கிருஷ்ணன். அவர் உடனடியாக வெளியே உள்ள கழிவறைக்கு அழைத்துச் செல்லப்பட்டார். அங்கு டவுசரை அலசி அப்போதைக்கு அவரையும் சுத்தம் செய்துகொண்டார். உடலெல்லாம் வலிதான், வீக்கம்தான். அப்போதைக்கு அவர் அதைப் பொருட்படுத்தாமல் வாளியில் தண்ணீரைத் தூக்கிக் கொண்டுவந்து அந்த அறையைச் சுத்தம் செய்தார். விளக்குமாறால் தண்ணீரை வெளியே தள்ளிவிட்டு வந்தவரிடம் இன்னொரு டவுசர் கொடுக்கப்பட்டது. அதைமாற்றிவிட்டு அடுத்த தாக்குதலை எதிர்பார்த்து மறுபடியும் அவராகவே மண்டியிட்டார். பலம் இழந்து அவராகவே குப்புற விழுந்தார்.

அவரை வெளியே கொண்டு செல்லுமாறு புறங்கையால் சைகை காட்டினார் அதிகாரி. அவரை கடலூர் மத்தியச் சிறைக்கு அழைத்துச் செல்ல ஆயுதப்படைக் காவலர்கள் தயாராக இருந்தனர். அவரது அனைத்து உடைமைகளும் அதற்கு முன்பே, அங்கு ஒரு துணிப் பையில் இருந்தன.

தன்னை அடித்தக் காவலர்களைப் பார்த்து, "நான் போறேன் ஐயா, திருப்திதானே? குறை ஒண்ணுமில்லையே..?" என்று கேட்டுவிட்டு, பையைத் தூக்கிக்கொண்டு தள்ளாடி நடக்க ஆரம்பித்தார் கில்லாடி கிருஷ்ணன்!

*

ஓடமும் ஒருநாள் வண்டியில் ஏறும்

'ஆண்டவரும் சிறைக்கு
வந்திருக்கிறார், ஆம்
சென்றமுறை ஆண்டவர்
சிறைக்கு வந்திருக்கிறார்,
ஐந்தாண்டு அலுப்பு நீங்க
ஒய்வெடுத்துப் போனார்!'

ஒரு கவிதைப்போட்டிக்காக, நான் சிறை குறித்து எழுதிய வரிகள்.

ஒரு மூத்த தோழரிடம் ஒருமுறை பேசிக் கொண்டிருந்தபோது அவர் சொன்னார்,

"சிறை உண்மையிலேயே ஒரு வித்தியாசமான இடம்தான். சாதாரண பிக்பாக்கெட் திருடனிலிருந்து சுப்ரீம் கோர்ட் நீதிபதிகள் வரைக்கும் கைதிகளாக வருவதற்கு வாய்ப்பு உள்ள இடம்தான் இந்தச் சிறைச்சாலைகள்!" அவர் இவ்வாறு சொல்லிய காலம்வரை சுப்ரீம் கோர்ட் நீதிபதிகள் யாரும் கைதிகளாக, சிறைக்கு வந்திருக்கிறார்களா எனத் தெரியவில்லை. ஆனால் சமீபத்தில் உச்ச நீதிமன்ற நீதிபதி, நீதியரசர் திரு.கர்ணன் என்பவர் நீதிமன்ற அவமதிப்பு வழக்கில் கைது செய்யப்பட்டு, சிறைக்கு வந்து சென்றுள்ளார் என்பதிலிருந்து அந்த வார்த்தைகளில் எவ்வளவு தீர்க்க தரிசனம் இருந்துள்ளது என்பதை அறியமுடிகிறது.

அரசியல் போராட்டங்களில், அரசியல்வாதிகள் சிறைக்கு வருவதும், பின்பு அவர்கள் ஆட்சிக்கு வருவதும், அதன்பிறகு பல்வேறு வழக்குகளில் சிக்கி, மீண்டும் அவர்களே கைதிகளாகச் சிறைக்கு வருவதும் உலகில் எல்லா நாடுகளிலும், எல்லாக் காலங்களிலும் நடந்துகொண்டிருக்கும் நிகழ்வுதான். அதேபோல், சிறையின் உயரதிகாரிகளாக இருந்தவர்கள் கைதாகிச் சிறையில் இருந்த வரலாறும் உண்டுதான்.

நேர்காணல் அறையில் கண்ணாடித் தடுப்புகள் அமைப்பதை எதிர்த்து, மதுரைச் சிறையில் நடந்த மிகப்பெரிய போராட்டத்திற்குச் சில மாதங்களுக்கு முன்பு ஒரு நாள் மாலையில், சிறை வளாகம் கூட்டிப் பெருக்கிச் சுத்தம் செய்யப்பட்டது. அவசர அவசரமாகப் பூந்தொட்டிகள் கொண்டு வரப்பட்டு, அங்கே வைக்கப்பட்டு, சற்று நேரத்திலேயே அந்த இடம் புதுப்பொலிவு பெற்றது.

காவலர்கள் புதிய சீருடை அணிந்து, வண்ண இறகுகள் இணைக்கப்பட்ட தொப்பிகள் அணிந்து, இடுப்பைச் சுற்றிய வண்ணப்பட்டைகளுக்குமேல், இடைவாரை அணிந்து அணிவகுப்பு மரியாதைக்கு ஆயத்தமாகி வரிசையாக நின்றிருந்தனர். அணிவகுப்பு அதிகாரி இரண்டு, மூன்று முறை அணிவகுப்பு மரியாதையை ஒத்திகை பார்த்து, குறைகள் சரி செய்யப்பட்ட திருப்தியுடன் விரைப்பாக நின்றார். கலெக்டர் மத்திய சிறையை நெருங்கிவிட்டார் என்பதைத் தெரிந்துகொண்டு, சிறை கண்காணிப்பாளர் தனது அலுவலகத்திலிருந்து இறங்கி, பிரதான வாயிலுக்கு வெளியே வந்து, அணிவகுப்பு வளாகத்தின் ஓரமாக நின்றுகொண்டார்.

தொடர்ந்து ஹாரன் ஒலி எழுப்பியவாறு ஒரு கார் சிறை வளாகத்திற்குள் வந்தது. அதைத் தொடர்ந்து வந்த இன்னும் சில கார்களும் வந்தடைந்தன. அணி வகுப்பு அதிகாரி தனது உரத்த குரலால் வளாகமே அதிரும் வண்ணம் அணிவகுப்பின் ஆயத்தக் கட்டளையைச் சொன்னார். தரையில் நிறுத்தப்பட்டிருந்த துப்பாக்கிகள் ஒரே சீரான அசைவுகளில் வலது புறத்திலிருந்து இடது கைக்கு மாறி, தோள்களில் சாத்தப்பட்டன.

காரிலிருந்து இறங்கி வந்த கலெக்டர், நேராக அணிவகுப்பு அதிகாரிக்கு முன்புறம்வந்து சிலைபோல் நின்றார். அடுத்தக் கட்டளைக்கு, ஒரே சீரான மூன்று சப்தங்களுடன் அவரவர்

முகத்துக்கு நேராகத் துப்பாக்கிகள் செங்குத்தாக நிறுத்தப்பட்டன. கலெக்டரும் அணிவகுப்பு அதிகாரியும் சல்யூட் அடித்துக் கொண்டனர். அடுத்த கட்டளைக்குத் துப்பாக்கிகள் மீண்டும் சீராகத் தோள்பட்டைக்கு வந்தவுடன், அணிவகுப்பு மரியாதையை ஏற்றுக்கொண்டதற்கு அடையாளமாக மீண்டும் ஒரு சல்யூட் அடித்துவிட்டு, சிறைவாயிலை நோக்கி நடந்தார் கலெக்டர். சிறைக் கண்காணிப்பாளர் அவருக்கு சல்யூட் அடித்து, வரவேற்று உள்ளே அழைத்துச் சென்றார்.

சிறைக்குள் எல்லாப் பிளாக்குகளுக்கும் சென்று கைதிகளைப் பார்த்துப் பேசினார் கலெக்டர். "உங்களுக்கு ஏதும் குறைகள் இருந்தால் என்னிடம் சொல்லலாம். உங்களுக்கு உணவு, மருத்துவ வசதிகள் எல்லாம் சரியாக வழங்கப்படுகிறதா? சிறை அதிகாரிகள் உங்களைத் தொந்தரவு செய்கிறார்களா?" என ஒவ்வொரு பிளாக்கிலும் கைதிகளிடம் கேட்டார். கைதிகள் எல்லோரும் சொல்லி வைத்தாற்போல்,

"எங்களுக்கு எந்தக் குறையும் இல்லை ஐயா... சிறை அதிகாரிகள் எங்களை நல்லபடியாகப் பார்த்துக்குறாங்க... பொது மன்னிப்பு விடுதலைக்கு மட்டும் நீங்க உதவி செஞ்சா போதும் ஐயா..!" என்றேதான் சொன்னார்கள். அந்த ஆய்வுப் பணிகளை முடித்துக்கொண்டு போனார் கலெக்டர். அந்த மாவட்ட ஆட்சித் தலைவரைத்தான் கைதிகள், போராட்டத்தின்போது நேரில் வர வேண்டும் எனக் கோரிக்கை வைத்தனர். சிறை அதிகாரிகள் இந்தக் கோரிக்கையைப் பலமுறை கலெக்டரின் கவனத்திற்குக் கொண்டு சென்றும், அவர் வருவதாகத் தெரிவிக்கவில்லை. 'துப்பாக்கிச் சூடு நடத்தியாவது போராட்டத்தை முடித்து, கட்டுக்குள் கொண்டுவர வேண்டும்!' என்ற உத்தரவே அவரிடமிருந்து வந்தது. அடுத்த நாள் காலை, சென்னையிலிருந்து சிறைத்துறை ஐ.ஜி. நேரில் வந்த பிறகுதான் போராட்டம் முடிவுக்கு வந்தது.

அந்தப் போராட்டமும், கலவரமும், இறப்புகளும் நடந்து ஒரு சில மாதங்கள் கடந்து விட்டன.

மதுரை மாவட்டத்தில், சுடுகாடுகளில் கூரைகள் அமைப்பதில் ஊழல் நடந்துள்ளதாகக் குற்றம் சாட்டப்பட்டு, அதே கலெக்டர் கைது செய்யப்பட்டு சிறையில் விசாரணைக் கைதியாக அடைக்கப்பட்டார். தங்கள் மீது துப்பாக்கிச் சூடு நடத்த உத்தரவிட்ட கலெக்டர் கைதாகி சிறைக்கு வந்துவிட்டாரே என்ற

மகிழ்ச்சியுடனும், அவரை எந்த வகையிலாவது அவமானப்படுத்த வேண்டும், வாய்ப்பு கிடைத்தால் தாக்கிவிட வேண்டும் என்ற மன நிலையுடன் கைதிகள் வலம் வந்துகொண்டிருந்தனர். சிறை நிர்வாகம் இதனைக் கவனத்தில் கொண்டு மிகவும் பாதுகாப்பான ஒரு பிளாக்கில் தனியறையில் கலெக்டரை அடைத்தனர். அந்த கலெக்டர்தான் திரு.சம்பத் ஐ.ஏ.எஸ்.!

அணிவகுப்பு மரியாதை கொடுத்து அழைத்து வரப்பட்ட ஓர் உயரதிகாரி, சில மாதங்கள் கழித்து, இப்போது ஒரு சாதாரணக் காவலரைப் பார்த்தாலும் பதட்டமடைந்தார். காவலர்கள் அவரை "ஐயா" என்று மரியாதையுடன் அழைத்தனர். அவர் சாதாரணக் காவலரைக்கூட "சார்" என்று அழைத்தார். நேர்காணலுக்கும், மருத்துவமனைக்கும், கண்காணிப்பாளர் அலுவலகத்திற்கும் அழைத்துச் செல்லும்போது, மிகுந்த பாதுகாப்புடன் அவரை அழைத்துச் செல்ல வேண்டியிருந்தது. பிளாக்கைவிட்டு வெளியே வரும்போதெல்லாம், ஒருவித பதட்டத்துடன் எங்கேயும் பார்க்காமல் தலைகுனிந்து தரையைப் பார்த்தவாறே சென்று வந்தார்.

இந்த நிகழ்வு நடப்பதற்கு 5 ஆண்டுகளுக்கு முன்பு தமிழ்நாட்டு அரசியல் தலைவர்களில் மிக முக்கியமான தலைவர்களில் ஒருவராக இருந்தவர் திரு. கே.ஏ.கிருஷ்ணசாமி. இவர் திராவிட இயக்க முன்னோடி தலைவர்களில் ஒருவரான திரு. கே.ஏ.மதியழகன் அவர்களின் தம்பியும் ஆவார்.

திரு. எம்.ஜி.ராமச்சந்திரன் அவர்கள் தி.மு.க.விலிருந்து நீக்கப்பட்டு, அவர் தனிக்கட்சி ஆரம்பித்தபோது, முதல் ஆளாக வந்து இணைந்து கொண்டவர் கே.ஏ.கே. எம்.ஜி.ஆர். மறைவுக்குப் பிறகு, தி.மு.க. ஆட்சிக்கு வந்த பின்பு அவர் ஒரு குற்ற வழக்கில் கைது செய்யப்பட்டு, மதுரைச் சிறையில் விசாரணைக் கைதியாகப் பல நாட்கள் இருந்தார். பொதுவாக ஒரு அரசியல் பிரமுகரோ, முக்கியப் பிரமுகரோ கைதாகிச் சிறைக்கு வந்தால் அவர் தனியாக ஒரு வசதியான தொகுதியிலோ, தனி அறையிலோ அடைக்கப்படுவது வழக்கம். ஆனால் கே.ஏ.கே., எந்தவித வசதியுமில்லாத சாதாரணக் கைதிகளுடன் சேர்த்தே அடைக்கப்பட்டார். 300 பேர்கள் இருக்கக் கூடிய ஒரு தொகுதியில், 30 பேர்கள் நெருக்கடியாக இருக்கக்கூடிய ஓர் அறையில்தான், விசாரணைக் கைதியாக அவர் இருந்தார். எல்லாக் கைதிகளுக்கும் வழங்கப்பட்ட உணவே அவருக்கும் வழங்கப்பட்டு வந்தது.

சமையலறையிலிருந்து பிளாக்குகளுக்கு பெரிய சாம்பார் அண்டாக்களைத் தூக்கி வருவதற்குப் பலசாலிகளான கைதிகளே வருவார்கள். அன்றைய காலத்தில் சமையலறையில் வேலை செய்யும் கைதிகள் பெரும்பாலும் அப்படித்தான் இருந்தார்கள், அல்லது சில நாட்களிலேயே அப்படி ஆகிவிடுவார்கள்.

அதிலும் காளி என்ற ஆயுள்தண்டனைக் கைதி, அவனுக்கு இணையான தேகபலமுள்ள உள்ள இன்னொரு கைதியுடன் சேர்ந்து பெரிய இரும்பு அண்டாவைச் சாம்பாருடன், அலம்பாமல் தூக்கி வருவதை எல்லோரும் வேடிக்கை பார்ப்பார்கள். அந்த வெற்று அண்டாவை இருவர் தூக்குவதே சிரமமாக இருக்கும். அதில் 300 பேருக்கான சாம்பாரை நிரப்பி, அதன் இரண்டு பக்கமும் உள்ள பெரிய இரும்பு வளையங்களுக்குள் கழியைச் செலுத்தி, தோள்களில் தூக்கிக்கொண்டு, அண்டா ஆடாமல் இருக்க, ஒரு கையால் தாங்கிப் பிடித்துக்கொண்டு வேகமாக வருவது ஒரு சாகசமாக இருக்கும். அப்படி ஒருமுறை காளி தூக்கி வந்த அண்டாவை இறக்கி வைத்துவிட்டு, சற்று இளைப்பாறும் போதுதான், கே.ஏ.கே. அவர்களை தற்செயலாகப் பார்த்தான் காளி.

"ஐயா, நீங்க இந்த பிளாக்லதான் இருக்கீங்களா?" என்று ஆச்சரியமாகக் கேட்டான்.

"ஆமாப்பா, இங்கதான் இருக்கேன். ஏன் கேட்கிற?"

"நீங்க எப்படி இங்க இருக்கீங்க..? சாப்பாடும் இதத்தான் சாப்பிடுறீங்களாய்யா..?" என்றான்.

"ஆமாப்பா. இங்கதான் இருக்கேன். இதே சாப்பாடுதான். நல்லாத்தான் இருக்கு. பத்து நாள்ல எல்லாம் பழகிப்போச்சு" என்றார் அசட்டுச் சிரிப்புடன் கே.ஏ.கே.

அடுத்த நாளிலிருந்து, சமையலறையில் வேலைக்காரர்களுக்கு அவர்கள் தயாரிக்கும் சிறப்புச் சாம்பாரை இன்னும் சிறப்பாகத் தயார் செய்து, சமையலறையில் வேலை செய்யும் ஒரு விசாரணைக் கைதி மூலம் கே.ஏ.கே.வுக்கு இரகசியமாகக் கொடுத்து வந்தான் காளி. அந்த சாம்பாருக்கும், பெயர் ஏதும் சொல்ல இயலாத ருசியான குழம்பு வகைகளுக்கும் கே.ஏ.கே. அடிமையாகிப்போனார். அந்தப் பிளாக்கிற்கு அன்றாடம் அண்டா தூக்கிச் செல்லும் போதெல்லாம் காளியை நன்றியுடனும் பாசத்துடனும் பார்த்தார் கே.ஏ.கே. காளி ஒரு சிறு

மதுரை நம்பி | 141

புன்னகையுடன் திரும்பிவிடுவான். அவ்வப்போது இரண்டொரு வார்த்தைகளும் பேசிக் கொள்வதுண்டு. கே.ஏ.கே.வுக்கு ஜாமீன் கிடைக்க இரண்டு மாதங்களுக்கு மேலானது. அவர் ஜாமீனில் விடுதலை ஆகும்வரை, காளி விதவிதமான குழம்பு வகைகளை செய்து அனுப்பிக்கொண்டே இருந்தான்.

கே.ஏ.கே. ஜாமீனில் விடுதலையாகிச் சென்று ஆறு மாதங்கள்கூட ஆகவில்லை. ஆட்சி மாற்றம் ஏற்பட்டு செல்வி ஜெயலலிதா முதல்முறையாக முதலமைச்சரானார். திரு.கே.ஏ.கே அவர்கள் சிறைத்துறை மற்றும் சட்டத்துறை அமைச்சரானார். அமைச்சரான ஒரு சில வாரங்களில் மதுரை மத்தியச் சிறைக்கு வருகை தந்தார். அவர் விசாரணைக் கைதியாக இருந்தபோது எந்த கண்காணிப்பாளர் இருந்தாரோ, அவர்தான் அப்போதும் இருந்தார். மற்ற உயர் அதிகாரிகளும் மாறுதலில் செல்லாமல் அங்கேதான் இருந்தார்கள்.

அவருக்கு அணிவகுப்பு மரியாதை அளிக்கப்பட்டது. கைகுலுக்கி வரவேற்று உள்ளே அழைத்துச் சென்றார் கண்காணிப்பாளர். கண்காணிப்பாளரும் மற்ற அதிகாரிகளும் ஒருவிதக் குற்ற உணர்வுடனும், சங்கடத்துடனும் நடந்து கொள்வதைப் பார்க்க முடிந்தது. அமைச்சர் எதையும் மனதில் வைக்காமல் பெருந்தன்மையுடன் நடந்துகொண்டார். முதலில் அவர் இருந்த பிளாக்கைச் சுற்றிப் பார்த்தார். அவருடன் இருந்த கைதிகளில் சிலர் அப்போதும் இருந்தனர். அவர்கள் முகமெல்லாம் மலர்ந்திருந்தன. அவர்களுடன் பேசிவிட்டு, மற்ற பிளாக்குகளுக்கும் சுற்றுச் சென்று வந்து, கண்காணிப்பாளர் அலுவலகத்தில், கண்காணிப்பாளர் இருக்கையில் அமர்ந்தார் அமைச்சர். அதிகாரிகள் எல்லோரையும் உட்காரச் சொல்லிவிட்டு,

"எங்கே காளிதாசக் காணோம்?" என்றார். உணவுப்பொருள் பண்டகசாலையில் காளிதாஸ் என்ற ஒரு தலைமைக் காவலர் இருந்தார். அவரைத்தான் அமைச்சர் கேட்கிறார் என நினைத்த கண்காணிப்பாளர், "அந்த ஏட்டு சப் ஜெயிலுக்கு ட்ரான்ஸ்பர்ல போயிட்டாரய்யா" என்றார்.

"இல்ல சார், நான் கேட்டது ஆயுள்தண்டனைக் கைதி காளிதாச..." என்றார் அமைச்சர். அதன்பிறகுதான் அந்தக் காளிக்கு உண்மையான பெயர் காளிதாஸ் என்பதே சிறைப் பணியாளர்களுக்குத் தெரியவந்தது.

உடனடியாகச் சமையல் அறையில் இருந்த காளிக்குத் தகவல் போனது. அவசர அவசரமாக முகத்தை மட்டும் கழுவிக்கொண்டு, போட்டிருந்த டவுசருக்கு மேல் வியர்வையில் நனைந்திருந்த உடம்பை அரைகுறையாகத் துடைத்து, சட்டையை மாட்டிக்கொண்டு கண்காணிப்பாளர் அலுவலகத்திற்குள் நுழைந்தான் காளி. அவனைப் பார்த்தவுடன் மந்திரியின் முகமெல்லாம் மலர்ந்தது.

"வா காளி... வா! நல்லா இருக்கியா?" என்று எழுந்து சென்று, காளியை கட்டிப்பிடித்துக்கொண்டு முதுகை தட்டிக் கொடுத்தார். அமைச்சர் காலில் விழுந்து வணங்க வேண்டும் என்ற வேகத்துடன் வந்தவனைக் கட்டிப்பிடித்துக்கொண்டு அதற்கு வாய்ப்புக் கொடுக்காமல் செய்துவிட்டார் அமைச்சர். கண்களில் இருந்து வழிந்த கண்ணீரைக் கட்டுப்படுத்த முடியாமலும் துடைக்க முடியாமலும் திண்டாடினான் காளி.

"காளிதாஸ், தைரியமாய் இருப்பா. உனக்கு விடுதலை வாங்கித் தாரேன். வெளில வந்து எங்க தோட்டத்துல நீ இருக்கலாம்" என்றார் அமைச்சர். இதற்காகத்தான் அவர் மதுரைச் சிறைக்கு வருகை தந்தாரோ என எண்ணத் தோன்றியது. அந்த ஆய்வை முடித்துக்கொண்டு போன சில நாட்களிலேயே காளிக்கு 'விடுதலை ஆணை' வந்து வெளியே சென்றுவிட்டான்.

கைதியாகச் சிறையில் இருந்தவர் சிறைத்துறை அமைச்சராக வந்ததும், மாவட்ட ஆட்சித் தலைவராக அதிகாரத் தோரணையில் ஆய்வுக்காகச் சிறைக்கு வந்தவர், அதே சிறைக்கு கைதியாக வந்ததும் கவனம்பெறாமல் கடந்துபோன நிகழ்வுகளாகிப் போயின!

*

செவ்வியக்கத்திற்காக...

1984ஆம் ஆண்டு, மார்ச் 23 அன்று, மதுரை செல்லூரில் ஒரு கொலை நடந்தது. கொலை செய்யப்பட்டவர் ஒரு சமூக விரோதி. கொலைக் குற்றம் சாட்டப்பட்டுக் கைதானவர்கள் மார்க்சிஸ்ட் கம்யூனிஸ்ட் கட்சியைச் சேர்ந்த 4 பேர்.

கைத்தறி நெசவாளர்களும், பட்டறைத் தொழிலாளர்களும் நிறைந்த பகுதி மதுரை செல்லூர். அன்று மதுரை நகரில் மார்க்ஸிஸ்ட் கம்யூனிஸ்ட் கட்சிக்கு வலுவான கட்சிக் கிளைகள் இருந்த பகுதிகளில் செல்லூர்ப் பகுதி மிகமுக்கியமானதாக இருந்தது. செல்லூர்ப் பகுதியை ஸ்டாலின்கிராட் என்றும் மேலப்பொன்னகரத்தை லெனின்கிராட் என்றும் தோழர்கள் சொல்லி மகிழும் அளவிற்கு இரண்டு பகுதிகளிலும் கட்சிக்கு உறுதியான அடித்தளம் இருந்தது. செல்லூர் கைத்தறி வேலை களுக்குப் பொன்னகரம் அரசரடிப் பகுதியிலிருந்தும் தொழிலாளர்கள் சென்றுவந்தனர்.

சாதாரணமாக எல்லாத் தொழிலாளர்களும் கூலியைக் கொஞ்சம் கூடுதலாகப் பெறுவதற்கு இரவு 7 மணிவரை வேலை செய்வார்கள் என்றால், கம்யூனிஸ்ட் கட்சியைச் சேர்ந்த தோழர்கள் பெரும்பாலும் மாலை 04:30 மணிக்கெல்லாம் வேலைகளை முடித்துக்கொண்டு, அவரவர் பகுதிகளுக்குச் சென்றுவிடுவார்கள். குளித்து முடித்து அவரவர் கூடும் இடங்களுக்கு வந்து சேர்வார்கள்.

அப்போது தீக்கதிர் நாளேடு மாலை நேர இதழாகத்தான் வந்துகொண்டிருந்தது. அதில் வரும் செய்திகளையும் கட்டுரைகளையும் படித்து உரையாடுவார்கள், விவாதிப்பார்கள். அப்போதெல்லாம் தோழர்களுக்கு அன்றாடம் கட்சி வேலைகள் இருந்து கொண்டேதான் இருக்கும். பொதுக்கூட்டங்கள், பேரவைக் கூட்டங்கள், ஆர்ப்பாட்டங்கள், தர்ணாக்கள், தெருமுனைக் கூட்டங்கள், ஊர்வலங்கள், மாநாடுகள், வசூல் வேலைகள், அவரவர் தெருப் பிரச்னைகள், மக்கள் பிரச்னைகள் என்று எல்லா வேலைகளிலும் தோழர்கள் பங்கெடுப்பார்கள். வாழ்வாதாரத்திற்கான குறைந்தபட்சக் கூலிக்காக மட்டுமே வேலையைச் செய்வதும், கட்சி வேலைகளுக்காகச் சில நாட்கள் அதையும் இழந்து, கட்சிப் பணியாற்றுமளவிற்கு வர்க்க உணர்வு பெற்ற தொழிலாளர்களாகத் தோழர்கள் இருந்தனர்.

“இந்தச் சமூக அமைப்பில் நாம் பெறும் சம்பளத்தில் சொத்துக்களையா சேர்க்க முடியும்? நாம் கம்யூனிஸ்டுகள். தனிச்சொத்துடைமைச் சமூக அமைப்பிற்கு எதிரானவர்கள். சமூக மாற்றத்திற்காக, நாம் சிறிது நேரம் ஒதுக்க வேண்டியுள்ளது. அதற்குத் தகுந்தவாறு நமது வேலைகளை அமைத்துக்கொள்ள வேண்டும்” என்று மூத்த தோழர்கள் போதித்துக்கொண்டிருந்த காலமது.

செல்லூர்ப் பகுதியில் வேலை முடித்து வைகை ஆற்றைக் கடந்து, பொன்னகரம் பகுதிக்குப் பெண் தொழிலாளர்கள் செல்ல வேண்டியிருந்தது. ஆற்றைக் கடக்க ஒற்றையடிப் பாதையே இருந்தது. சமூக விரோதிகள் பெண் தொழிலாளர்களை வழிமறித்து வம்பு செய்வதும் வழிப்பறி செய்வதுமாக இருந்தனர். இந்தச் சமூக விரோதச் செயல்களில் செல்லூர் ரவுடிகளும் பொன்னகரம் ரவுடிகளும் ஈடுபட்டு வந்தனர். செல்லூரில் சாலையோரங்களில் சிறிய கடை நடத்துபவர்களிடம் மாமூல் கேட்டு மிரட்டுவது, கடைகளைச் சூறையாடுவது போன்ற செயல்களில் ரௌடிகள் ஈடுபட்டனர். அந்தப் பகுதி வியாபாரிகள் கம்யூனிஸ்ட் கட்சியின் ஆதரவுடன் காவல் நிலையங்களில் புகார் செய்தனர். ஆனாலும் ரவுடிகள் அட்டகாசம் குறைந்தபாடில்லை. சில தோழர்கள் நேரடியாகத் தட்டிக் கேட்க ஆரம்பித்ததும் அவர்களையும் தாக்க ஆரம்பித்துவிட்டனர்.

அகிம்சாபுரம் என்றும் தாகூர் நகர் என்றும் சுயராஜ்யபுரம் என்றும் வீதிகளுக்குப் பெயர் வைக்கப்பட்டிருந்த செல்லூர்ப் பகுதிகளில் ரவுடிகளின் ராஜ்ஜியமே நடந்தது. புதிதாக ஒரு

வீதிக்குக் கம்யூனிஸ்ட் கட்சியின் சார்பில், தூக்குமேடைத் தியாகி பாலு வீதி எனப் பெயர் சூட்டி, பெயர்ப் பலகை வைக்கப்பட்டது. சமூக விரோதிகள் அந்தப் பெயர்ப் பலகையை அடித்து நொறுக்கிவிட்டு வேறு ஒரு பெயரை வைத்தனர். மக்கள் ஆதரவுடன் தோழர்கள் மீண்டும் தூக்குமேடைத் தியாகி பாலு வீதி எனப் பெயர் பலகை வைத்துப் பாதுகாத்தனர். அந்தப் பெயரே இன்று வரை நிலைத்து இருக்கிறது.

அதுவெல்லாம் சமூக விரோதிளுக்கு ஆத்திரமூட்ட, தோழர்களைத் தாக்கத் தயாராகிக்கொண்டிருந்தனர். அப்போதெல்லாம் தோழர்கள் இயல்பாகவே தூங்கும்போது தவிர, மற்ற நேரங்களில் மூன்று, நான்கு பேர்களாகவே இருப்பார்கள். சிக்கலான சூழ்நிலையை உணர்ந்து எதையும் எதிர்கொள்ள அவர்களும் தயாராகவே இருந்தனர்.

எல்லா வீடுகளிலும் கழிப்பறைகள் இல்லாத காலம் அது. நடுத்தர மக்களில் சிலர் வீடுகளில் மட்டுமே கழிப்பறைகள் இருந்தன. இயற்கை உபாதைகளுக்கு, கண்மாய்க் கரைகளுக்கும் ஆற்றங்கரைகளுக்கும், தெருவோரங்களுக்கும் ஒதுங்குவதையே சாதாரண ஏழை மக்கள் வழக்கமாக வைத்திருந்தனர்.

அப்படித்தான் அன்று பகத்சிங் நினைவுநாள் நிகழ்ச்சிக்குச் சென்றுவந்த உத்வேகத்துடன் இருந்த தோழர்கள், கண்மாய்க் கரைக்குச் சென்றுவிட்டு, வீடுகளுக்குத் தூங்கச் செல்லலாம் எனச் சென்ற தோழர்களை ரகசியமாகப் பின் தொடர்ந்தனர் ரௌடிகள். திடீரென ஆயுதங்களுடன் பாய்ந்தனர். தோழர்களும் எதிர்த் தாக்குதலில் இறங்கினர். இறுதியில் ரவுடி ஒருவன் குத்துப்பட்டுக் கீழே விழுந்தான். ரவுடிகள் சிதறிப் பின் வாங்கினர், தோழர்கள் திரும்பி வந்துவிட்டனர். குத்துப்பட்டு விழுந்த ரவுடியை அவனது கூட்டாளிகள் மருத்துவமனைக்குத் தூக்கிச் சென்றனர். அவன் சாவதற்கு முன் அளித்த மரண வாக்குமூலத்தின் அடிப்படையிலும், உடனிருந்த கூட்டாளிகள் அடையாளம் காட்டியதன் அடிப்படையிலும் 4 தோழர்கள் கைது செய்யப்பட்டனர். தோழர்கள் கணேசன், ஜீவா, அசோகன், சிக்கந்தர் ஆகியோரே அந்த நால்வர். அந்த நால்வரில் சண்டையில் கலந்துகொண்டவர்களில் மூன்று பேர் இருந்தனர். சண்டையில் கலந்துகொள்ளாத ஒருவரும் இருந்தார். சண்டையில் கலந்துகொண்ட இன்னும் ஒரு சில தோழர்களின் பெயர்கள் முதல் தகவல் அறிக்கையில் இல்லாமலும் இருந்தது.

அந்தக் கொலைச் சம்பவம் நடந்தபோது நான் பணியில் சேரவில்லை. அந்தச் சண்டையில் தொடர்புடைய தோழர் ஒருவர், எங்கள் பகுதியில் தலைமறைவாக இருந்தார். அவர் பெயர் வழக்கில் சேர்க்கப்படவில்லை. நான் பணிக்குச் சேர்ந்த சில மாதங்களிலேயே கொலை வழக்கு முடிந்து, அந்த நான்கு இளம் தோழர்களும் ஆயுள்தண்டனை பெற்று சிறைக்கு வந்தனர்.

தோழர்கள் புரட்சிமணியும், டான்யா ராஜேந்திரனும், அவர்களை அரவணைத்துக் கொண்டனர். கணேசன் 28 வயது நிரம்பியவராகவும் மற்றவர்கள் அவரைவிட இளையவர்களாகவும் இருந்தனர். அவர்கள் வரவால் சிறைத் தோழர்கள் உற்சாகம் அடைந்தனர். தோழர்கள் சிக்கந்தரும் அசோகனும் பாவலர் வரதராஜன் பாடல்களையும், கிராமியப் பாடல்களையும், செங்கொடிப் பாடல்களையும் பாடி அசத்தினர். அவர்கள் பாடல்களுக்கு ரசிகர்கள் அதிகமானார்கள். வழக்கம் போலவே ஈயத்தட்டுகள் இசைத்தட்டுகளாக மாறின. ஒவ்வொரு பிளாக்கிலிருந்தும் பாட்டுப் பாட அழைப்புகள் வந்தன. அன்பளிப்பாகப் பீடிக்கட்டுகளும், கடலை உருண்டைகளும், சிறைப் பயன்பாட்டுப் பொருட்களும் கணிசமாகக் கிடைத்தன. அவையெல்லாம் பயன்பாட்டுக்குப்போக பணமாக்கப்பட்டு, வெளியே கட்சிக்கு வளர்ச்சிக்கு நன்கொடையாக அனுப்பவும் செய்தனர்.

சிறை நிர்வாகம் இந்த நடவடிக்கைகளைக் கவனித்து வந்தது. சில நாட்களிலேயே தோழர் புரட்சி மணியை கடலூர் சிறைக்கு மாற்றம் செய்தனர். நான்கு புதிய சிறைத் தோழர்களையும் பழைய தோழர்களையும் வெவ்வேறு பிளாக்குகளுக்குப் பிரித்து அனுப்பினர். சிறை நிர்வாகம் சிறையில் செவ்வியக்கத்தை ஒழிக்கும் நோக்கோடு கவனமாகக் கண்காணித்து வந்தது. அதனால் புதிதாக வந்த தோழர்களும் தங்கள் செயல்பாடுகளைச் சற்று குறைத்துக் கொள்வது நல்லது என தோழர் டான்யா ராஜேந்திரன், அவர்களிடம் அறிவுறுத்தினார்.

செல்லூர்த் தோழர்கள் வழக்கு, கட்சியின் மாவட்டக் குழு சார்பாக மேல்முறையீடு செய்யப்பட்டது. மேல்முறையீட்டு மனு ஏற்றுக்கொள்ளப்பட்டு தோழர் கணேசனைத் தவிர மற்ற மூன்று பேர்களுக்கும் ஜாமீன் வழங்கப்பட்டது. சிறையில் செவ்வியக்கச் செயல்பாடுகள் கொஞ்சம் கொஞ்சமாகக் குறையத் துவங்கின.

ஒருநாள், 'ஏ' செல் 'பி' செல் தொகுதியில் 'பி' செல்லில் ஒரு கைதி தூக்கில் தொங்கி இறந்துவிட்டதாக வந்த செய்தியால் சிறையில் பரபரப்பு ஏற்பட்டது. தோழர் கணேசன், கலெக்டர் உடனடியாக வர வேண்டும் என்றும் முறையான விசாரணை நடத்த வேண்டும் என்றும் கோரிக்கை வைத்தார். சிறை நிர்வாகம் அலட்சியம் செய்தது. தண்டனைக் கைதிகள் உண்ணாவிரதம் இருந்தனர். இது பற்றிய ரகசியச் செய்திக் குறிப்பு ஒன்று கட்சி அலுவலகத்திற்கு அனுப்புவதற்கு கணேசன் கையெழுத்துடன் தயார் செய்யப்பட்டது. அது சிறை நிர்வாகத்தின் கையில் சிக்கி தோழர் கணேசன் சித்திரவதைக்குள்ளானார்.

நான் ஒரு சொந்த வேலையாக, மார்க்ஸிஸ்ட் கம்யூனிஸ்ட் கட்சி நகர்க்குழு அலுவலகம் இருக்கும் பகுதிக்குச் சென்றபோது, அலுவலகத்தில் தோழர்கள் பி.எம்.குமார், பி.மோகன், என்.நன்மாறன் இவர்களுடன் சுதந்திரப் போராட்ட வீராங்கனை, நேதாஜி மதுரை வந்த போது முத்துராமலிங்கத் தேவருடன் வரவேற்பு அளித்த ஒப்பற்ற தலைவர் தோழர் ஜானகி அம்மாள் அவர்களும் இருந்தார்கள். மதுரையில் நிறுவப்பட உள்ள தூக்கு மேடைத் தியாகி தோழர் பாலு சிலையைச் செய்வதற்கு, சிற்பியைப் பார்த்துப் பேச, பாலுவின் படத்துடன் நாகர்கோவில் செல்லத் தயாராகிக்கொண்டிருந்தனர்.

அப்போது அவர்கள், தோழர் கணேசன் அடிபட்டு, சித்திரவதைக்கு உள்ளாக்கப்பட்டு, தனி செல்லில் இருக்கும் செய்தி குறித்து என்னிடம் விசாரித்தார்கள்.

நான் சொன்ன விஷயங்களைக் கவனத்துடன் தோழர்கள் கேட்டனர். நாகர்கோவில் சென்று வந்து, உடனடியாகத் தலையிடு வதாகச் சொன்னார்கள். மற்ற தோழர்கள் ஏற்கெனவே என்னைத் தெரிந்தவர்கள்தான். தோழர் ஜானகி அம்மாள் அவர்கள் என்னை உன்னிப்பாகக் கவனித்துக்கொண்டிருந்தார்கள். பிறகு என்னை அழைத்து மிகுந்த வாஞ்சையோடு, "தோழர், நீங்க ரொம்பக் கவனமா இருக்கணும். உங்கள மாதிரி போலீஸ்காரரா இருந்த நம்ம தோழர் பாலுவோட சிலையைச் செய்யும் சிற்பியப் பார்க்க நாங்க புறப்படுகிறோம். பாலுவ நினைவுபடுத்துகிற மாதிரி நீங்க வந்து நிக்கிறீங்க தோழர். அந்தக் காலத்துல தோழர் பாலுவுக்கு ஜெயில்ல வில்லிபாபுங்கிற ஜெயில் வார்டர் உதவி செஞ்சாரு. பிறகு வேலையே வேண்டாம்னு சினிமாவில நடிக்கப் போயிட்டார். பராவாயில்லையே எல்லாக் காலத்திலேயும்,

எல்லா இடத்திலேயும் உங்கள மாதிரித் தோழர்கள் இருக்கிறது நம்பிக்கையா இருக்கு” என்றார். வயதானதால் ஏற்பட்ட தளர்ச்சியால் அவரது குரலில் நடுக்கம் இருந்தது. ஆனால், கனிவும் உறுதியுமான அந்த வார்த்தைகள் இன்னும் எனது நெஞ்சில் ஒலித்துக்கொண்டிருக்கின்றன.

இன்று மதுரை மாவட்ட மார்க்ஸிஸ்ட் கட்சி அலுவலகத்திற்கு முன்பு கம்பீரமாக நிற்கும் தியாகி பாலுவின் சிலை, முதலில் செல்லூரில்தான் நிறுவப்பட்டது. சிலை திறப்பு விழாவின்போது, தோழர் பாலுவுக்குச் சிறையில் உதவிகள் செய்த வில்லிபாபு, இயக்கத்தில் பாலுவின் தியாக வாழ்க்கை நாடகமாக நடத்தப்பட்டது. பாலுவாக வில்லிபாபுவே நடித்தார்.

நாகர்கோவில் சென்று வந்த அடுத்த நாளே, மதுரை மத்தியச் சிறையில் கூடுதல் கண்காணிப்பாளர் அறையில் தோழர்கள் பி.எம்.குமாரும், பி.மோகனும் உட்கார்ந்திருந்தனர். கூடுதல் கண்காணிப்பாளரும், ஜெயிலரும் வந்தவர்களின் நோக்கம் அறிந்து அவர்களைச் சமாதானம் செய்ய, ஏதேதோ பேசிக் கொண்டிருந்தனர். வழக்கம்போல் எல்லா உயர் அதிகாரிகளும் சொல்வதுபோல், கம்யூனிஸ்ட் கட்சியின் மீது தங்களுக்கு நன்மதிப்பு உள்ளதாகவும் கட்சியின் வரலாறு பற்றி, நேர்மையைப் பற்றியெல்லாம் புகழ்ந்தனர்.

“ஜெயில்ல கைதிகள் தூக்குப்போட்டுத் தற்கொலை செய்றது எல்லாம், எல்லாக் காலத்துலயும் நடக்கிறதுதான். நாங்க அதைத் தடுப்பதற்கு எவ்வளவோ முயற்சிகள் பண்ணிட்டுதான் இருக்கோம். நீங்க நினைக்கிற மாதிரி எல்லாம் இப்ப ஜெயில் இல்ல. எவ்வளவோ மாறிடுச்சு. இப்ப நாங்க யாரையும் அடிக்கிறதுகூட இல்ல. மனித உரிமைக் கமிஷனுக்கும் உங்களுக்கும் நாங்க பதில் சொல்லணுமில்ல. கைதிகளுக்குத் தரமான சாப்பாடு, அவர்களுக்குத் தேவையான வசதிகள் செய்து கொடுத்துவிட்டுத்தான் இருக்கிறோம். கைதி அவனாத் தற்கொலை பண்ணிக்கிட்டா, நாங்க என்ன பண்ண முடியும்? உங்க கட்சிக்காரங்க அதைப் புரிஞ்சுக்காம, அதைப் பெரிசாக்கி அமைதியான ஜெயிலக் கெடுக்கப் பார்க்கிறாங்க. அவங்களுக்கு நல்லா அறிவுரை சொல்லிட்டுப் போங்க...”

“நீங்க சொன்ன தரமான சாப்பாடும், வசதிகளும் தானா வந்ததில்ல சார். எங்க ஆளுங்க அதுக்கெல்லாம் எத்தனை

போராட்டம் நடத்த வேண்டியிருந்தது" என்று தோழர் பி.மோகன் அவருக்குப் பதில் சொன்னார். நீண்ட வற்புறுத்தலுக்குப் பிறகு தோழர் கணேசன் அழைத்துவரப்பட்டார். அவர் தலைமுடி அலங்கோலமாக வெட்டப்பட்டிருந்தது. தோழர்கள் ஆவேசமானார்கள். "இது மனித உரிமை மீறல். இதற்கு நீங்கள் பதில் சொல்லியே ஆகவேண்டும்!" என்று தோழர் மோகன் கர்ஜனை செய்தார்.

தோழர் கணேசன் மௌனமாக சட்டையின் ஒவ்வொரு பட்டனாக அவிழ்த்து, சட்டென சட்டையைக் கழட்டிக் கட்டினார். அவரது சிவந்த மேனியில் வரிப்புலியின் வரிகள், சிவப்பும், கருஞ்சிவப்பும், கறுமையுமாக இருந்தன. இரண்டு தலைவர்களும் கொதித்துப் போனார்கள். பிரச்னையைச் சட்டமன்றத்திற்கு எடுத்துச் சென்று, முதலமைச்சர் கவனத்திற்குக் கொண்டு போவோம்" என்றனர்.

"நாங்க சிறை நடைமுறைப் புத்தகத்தில என்ன போடப் பட்டிருக்கிறதோ, இருக்கிறதோ அப்படித்தான் நடவடிக்கை எடுத்திருக்கிறோம். தனிச் செல்லில் இப்பப் பூட்டியிருக்கோம். நீங்க முக்கிய தலைவர்கள் எல்லாம் வந்துசொல்றதுனால பனிஷ்மென்ட் இல்லாம இப்பவே பிளாக்குக்கு அனுப்பிடுறோம். நீங்க உங்க தோழருக்கு கொஞ்சம் அட்வைஸ் பண்ணுங்க. நீங்களும் எங்களுக்கு கொஞ்சம் ஒத்துழைப்பு கொடுங்கள்" என்றார் கூடுதல் கண்காணிப்பாளர்.

அன்று மாலையே தோழர் கணேசன் பனிஷ்மென்ட் செல்லிலிருந்து விடுவிக்கப்பட்டு, அவரது பிளாக்கிற்கு வந்து விட்டார். தனிமைச் சிறையில் சித்ரவதை அனுபவித்து, அதிலிருந்து விடுபட்டவருக்கு, அன்றிரவே ஜூலியஸ் பூசிக்கின் 'தூக்குமேடைக் குறிப்புகள்' என்ற புத்தகத்தை ரகசியமாக அவரிடம் சேர்ப்பித்தேன். அந்தப் புத்தகம், சோர்விலிருந்த தனக்கு எழுச்சி ஊட்டியதாக தோழர் கணேசன் நன்றியுடன் இன்றுவரை சொல்லிக்கொண்டிருக்கிறார்.

சிறையில், சிபிஎம் தோழர்கள் மீது ஏற்கெனவே மிகக் கடுமையான அடக்குமுறைகளை நிகழ்த்தப்பட்டுள்ளன. சிபிஎம் தோழர்களும், எந்த அடக்குமுறைக்கும் அஞ்சாமல் எதிர்த்துப் போராடிக்கொண்டிருந்தனர். ஒருகட்டத்தில் தோழர்கள் கருப்பையா, திருப்பாச்சேத்தி மாயாண்டி போன்றவர்களின்

அறிவுறுத்தலின்படி பரோலில் சென்ற டான்யா ராஜேந்திரன், பரோல் விடுப்பு முடிந்து திரும்பும்போது இரண்டு மடக்குக் கத்திகளை மறைத்து எடுத்து வந்திருந்தார். சோதனையில் கத்திகள் சிக்கின. டான்யா ராஜேந்திரன் மாட்டிக்கொண்டார். மாட்டிக்கொண்டவர் கடுமையான சித்திரவதைக்குள்ளான போதும் தோழர்களைக் காட்டிக்கொடுக்கவில்லை. மயங்கி விழும்வரை அடிகள் விழுந்தன. இந்த அனுபவத்தினையும், மூத்த தோழர்கள் யாரும் இல்லாத, மாறியுள்ள புதிய சூழ்நிலையையும் கருத்தில் கொண்ட ராஜேந்திரன், ‘போராட்டத்தில் வேகம் காட்ட வேண்டாம்’ என எச்சரித்திருந்தார். கணேசன் கையெழுத்துடன் கடிதம் மாட்டிக்கொண்டதால் இராஜேந்திரனும் அதில் தலையிட முடியாமல் போனது. சில மாதங்கள் கடந்த நிலையில் தோழர் கணேசனுக்கு ஜாமீன் கிடைத்து வெளியே சென்று விட்டார். டான்யா ராஜேந்திரனும் தண்டனைக் காலம் முடிந்து விடுதலையாகிச் சென்றுவிட்டார்.

நான்காண்டுகள் கழித்து மேல்முறையீட்டு மனு உயர்நீதி மன்றத்தில் விசாரணைக்கு வந்தது. முடிவில் கணேசனுக்கு ஆயுள்தண்டனை உறுதி செய்யப்பட்டும், மற்றவர்களுக்கு விடுதலை என தீர்ப்பானது. சில ஆண்டுகள் ஜாமீனில் வெளியே இருந்த தோழர் கணேசன் மீண்டும் சிறைபுகவேண்டி வந்தது. சிறையில் குறிப்பிடடுச் சொல்லும்படியான தோழர்கள் யாரும் இருக்கவில்லை. இந்தச் சூழ்நிலையில்தான் நேர்காணல் அறையின் தடுப்புகள் அமைக்கப்பட்டு, அதை எதிர்த்து நடந்த போராட்டத்தில் கலந்துகொண்டு அவர் கடுமையாகத் தாக்கப்பட்டதை பற்றி முந்தைய அத்தியாயத்தில் குறிப்பிட்டிருந்தேன்.

காலம் உருண்டோடியது. தோழர் கணேசன் கான்விக்ட் வார்டர், சிறை மொழியில், காணிக்கை வார்டர் என்றும் அழைக்கப்படும் தண்டனைக் காவலர் ஆனார். இந்தக் காலகட்டத்தில்தான் தியாகி லீலாவதி கொலைக் குற்றவாளிகள் விசாரணைக் கைதிகளாக வந்தனர். அவர்களைப் பார்க்கும்போதெல்லாம் தோழர் கணேசன் உணர்ச்சி வசப்பட்டார். தோழர் கணேசனைத் தெரிந்துகொண்ட அந்தக் கொலைகாரர்கள், கணேசனின் நடவடிக்கைகளைப் பார்த்து அவருடன் தகராறுக்குத் தயாரானார்கள். சிறையில் அந்தக் கொலையாளிகளுக்கு ஆட்கள் அதிகம் இருந்தனர். சிறையில்

இருந்த கஞ்சா வியாபாரிகளும், ரவுடிகளும் அவர்களுக்கு உறவினர்களாகவும் தொழில்முறை கூட்டாளிகளாகவும் இருந்து வந்தனர். ஆனாலும் கணேசன் அவர்களின் மிரட்டலுக்கு அஞ்சாமல் எதிர்த்து நின்றார். தோழர் கணேசனுக்கு ஆதரவாகத் தோழர் முத்துக்காளையும், ஆயுள்தண்டனைக் கைதிகளாக இருந்த விவசாய விடுதலை முன்னணியைச் சேர்ந்த தோழர்கள் சிவகாமு, திசை கர்ணன் ஆகியோரும் இருந்தனர். அதன் பிறகுதான் லீலாவதி கொலையாளிகள் விலகிச் சென்றனர்.

நீண்ட காலம் சிறையில் இருந்தபோதும் கொஞ்சம் கூடச் சோர்வடையாத கம்யூனிஸ்ட்டாக தண்டனைக் காலத்தைக் கழித்தார் தோழர் கணேசன். கட்சிப் பத்திரிகைகளையும் கட்சி வெளியீடுகளையும் அவ்வப்போது படித்து சிறையில் பல்வேறு இயக்கத்தினருடன் வாதங்கள் நடத்துவார். குடும்பம் வறுமையில் வாடிய போதும் சிறையில் மனம் வாடாமல் இலட்சிய உறுதியுடனும் 16 ஆண்டுகள் சிறையில் கழித்து விடுதலையானார்.

தோழர் கே.முத்தையா தனது ‘உலைக்களம்’ நாவலில் “உலைக்களத்தில் விழும் சம்மட்டி அடிக்குத் துறுக்கல்தான் தெறித்து ஓடிவிடும். உண்மையான இரும்பு மட்டுமே தாக்குப் பிடித்து உருப்படியாகும்” என எழுதியிருப்பார். தோழர்கள் கணேசன், டான்யா ராஜேந்திரன் போன்றவர்கள் செங்கொடி இயக்கத்தின் உருக்குப் போன்ற லட்சியப் பிடிப்புடன் இருந்ததி னால்தான், எத்தனை சோதனைகள் வந்தாலும் இன்றுவரை கட்சியின் தீவிரப் பற்றாளர்களாகச் செயலாற்றி வருகிறார்கள்

தோழர் கணேசன் தற்போது தீக்கதிர் அலுவலகக் காவலாளியாக வேலை செய்கிறார். கட்சி உறுப்பினராகவும் செயலாற்றி வருகிறார். அதேபோல் தோழர் டான்யா ராஜேந்திரன், அவரது மனைவி தோழர் சசிகலா, அவரது மகள் டான்யா ஆகியோர் கட்சியிலும், அதன் வெகுஜன அமைப்புகளிலும் தீவிரமாகச் செயல்பட்டு வருகிறார்கள்.

*

ஆட்டோ சங்கரும் அமுதகானமும்

1988ஆம் ஆண்டில் தமிழ்நாட்டுப் பத்திரிகைகளில் மிகவும் பரபரப்பான செய்தியாக வந்தது எதுவென்று பார்த்தால் அது கண்டிப்பாக ஆட்டோ சங்கரின் குற்ற சரித்திரமாகத்தான் இருக்கும். உண்மையில் தமிழகத்தை உலுக்கிய சம்பவங்களாகத்தான் அவை இருந்தன. ஆட்டோ சங்கரின் குற்றச்செயல்களை மையப்படுத்தி எடுக்கப்பட்ட 'புலன் விசாரணை' என்ற திரைப்படமும் வெற்றிகரமாக ஓடியது.

கள்ளச்சாராயம், விபச்சாரம், ரவுடியிசம் போன்ற சட்ட விரோதச் செயல்களில், திருவான்மியூர் பகுதியில் கொடிகட்டிப் பறந்த கொடூரன்தான் இந்த ஆட்டோ சங்கர். அவன் மீது பல கொலை வழக்குகள் இருந்தன. அவன் கைது செய்யப்பட்டு சென்னை மத்தியச் சிறையில் இருந்தான். ஜாமீனில் வெளியே வர முடியாத அளவுக்கு, அவனது குற்றச் செயல்களின் தன்மையும், அவனுடன் கூடிக் கூத்தாடி, கொண்டாடிய காவல்துறை உயர் அதிகாரிகளும், அரசியல் கட்சித் தலைவர்களும் ஏற்படுத்திய தடைகளும் இருந்தன. ஜாமீனில் வெளியே போக முடியாது என்பதைத் தெளிவாகத் தெரிந்து கொண்ட ஆட்டோ சங்கர் என்ற கௌரி சங்கர், எப்படியாவது சென்னை மத்திய சிறையிலிருந்து தப்பிச் செல்ல வேண்டும் என முடிவு செய்தான். அதற்கான திட்டமும் வகுத்தான்.

அவன் இருந்த பிளாக்கில் காவலர்களுக்கு எடுபிடியாக வேலை செய்த கைதிகளை வைத்து, அவன் பூட்டப்பட்டிருந்த செல்லின் சாவியை மட்டும் சோப்புக்கட்டியில் அழுத்தி அச்சு எடுத்துக்கொண்டான். அச்சு எடுக்கப் பயன்படுத்தப்பட்ட சோப்பு, சிறையின் தயாரிப்பே. அந்தச் சலவைச் சோப்பு அச்சு எடுப்பதற்குப் போதுமான, நெகிழ்வான கட்டியாகவே இருக்கும். மங்கலான மஞ்சள் வண்ணத்தில் இருந்த அந்த அச்சு எடுக்கப்பட்ட சோப்புக் கட்டியைத் துணியால் சுற்றி, சிறையின் சுற்றுச் சுவருக்கு வெளியே வீசினான் ஆட்டோ சங்கர்.

சென்னை பழைய மத்தியச் சிறை, பார்க் ஸ்டேஷனை ஒட்டியே அமைந்திருந்தது. தண்டவாளங்களைத் தாண்டிச் சில அடி தூரம் நடந்தால், சிறையின் சுற்றுச்சுவர் வந்துவிடும். ஆள் நடமாட்டம் இல்லாத, புதர் மண்டிய அந்தப் பகுதியில் விழுந்த சோப்பை எடுத்துக் கொள்வதில் எந்தச் சிரமமும் இருக்காது.

நேர்காணலுக்கு முறையாக வந்த கூட்டாளிகளிடம் ஆட்டோ சங்கர், சுற்றுச்சுவரின் எந்தப் பக்கம் நிற்க வேண்டும் எனவும், உள்ளே இருந்து வெளியே தெரியும் மரங்களையும், கட்டிடங்களின் ஜன்னல்களையும் குறிப்பிட்டுச் சொல்லி, அதற்கு நேராக நிற்கச் சொல்லி அனுப்பியிருந்தான். வெளியே தயாராக நிற்பதற்கு அடையாளமாக வெளியே இருந்து சிறிய கல் உள்ளே வந்துவிழும். உள்ளே இருந்து வெளியே பதிலுக்கு வந்து விழும். இதுதான் ரகசிய பரிவர்த்தனைக்கான ஏற்பாடு. இப்படித்தான் சோப்புக்கட்டி வெளியே வந்து விழுந்தது. அதிலிருந்த சாவி அச்சை வைத்து புதுச்சாவி தயாராகி, அதே முறையில் உள்ளே வந்தது. சாவியை உள்ளே போட்டுவிட்டு, முறைப்படி மனு எழுதி நேர்காணல் அறையில் வந்து பேசினார்கள் ஆட்டோ சங்கரின் கூட்டாளிகள். சாவி சரியாக இருக்கிறது என்று மகிழ்ச்சி தெரிவித்த சங்கர், நள்ளிரவைத் தாண்டிய பிறகு, இன்னும் சில பொருட்களுடன், சாவி வீசிய அதே இடத்திற்கு வருமாறு சொல்லி அனுப்பினான்.

அதன்படி அவனது கூட்டாளிகள் நள்ளிரவைத் தாண்டிய நேரத்தில் பார்க் ஸ்டேஷன் தண்டவாளங்களைத் தாண்டி, இருட்டில் பதுங்கிப் பதுங்கி சுற்றுச் சுவர் ஓரமாகக் காத்திருந்தனர். சங்கருக்குத் தோதான காவலர்களே இரவுப் பணியில் இருந்தனர். பணியில் இருந்த காவலரிடம் நீண்ட நேரம் பேச்சுக் கொடுத்துவிட்டு, தனக்குத் தூக்கம் வருவதாகச்

சொல்லிவிட்டுத் தூங்க ஆயத்தமானான். காவலரிடம், தான் தூங்கிய பிறகு அங்கும் இங்கும் நடந்து தூக்கத்தைக் கெடுக்கக் கூடாது என்று, ஏற்கெனவே செல்லமாகக் கட்டளையிட்டிருந்தான். அதன்படி இனி அந்தக் காவலர் இந்தப் பக்கம் வரமாட்டார் என்பதை உறுதி செய்துகொண்டு, போர்வையைச் சுருட்டி, ஒரு மனிதன் படுத்திருப்பதுபோல அமைத்துவிட்டு, கதவு இடுக்கு வழியாக பூட்டை எட்டிப் பிடித்து, சாவியைக் கச்சிதமாகச் செலுத்தி பூட்டைத் திறந்தான். எந்தச் சத்தமும் இல்லாமல் பூட்டு பூப்போலத் திறந்தது.

திறந்த கதவைச் சத்தமில்லாமல் சாத்தி, பூட்டையும் பூட்டியதுபோல் கோர்த்து வைத்துவிட்டு, பூனைபோல் எட்டு வைத்து இருட்டிலும், நிழலிலுமே நடந்து சுற்றுச்சுவர் பக்கம் வந்து நின்று, கல்லுக்குப் பதிலாக ஒரு மண்கட்டியை எடுத்து வெளியே தூக்கிப் போட்டான். கல் போட்டால் விழும் சப்தம் இரவு நிசப்தத்தில் தெளிவாகக் கேட்கும் என்பதால்தான் மண் கட்டி வீசப்பட்டது. வெளியே இருந்து ஒரு பெரிய வடக்கயிறு உள்ளே வந்து விழுந்தது. பிடித்து ஏறுவதற்கு வசதியாக ஆங்காங்கே முடிச்சுப் போடப்பட்டிருந்தது. அந்தக் கயிற்றில். மெதுவாகக் கயிற்றைப் பிடித்து லாகவமாகச் சுவரில் ஏறிநின்று, சுவர் விளிம்பில் இருந்த கம்பியில், கயிற்றைச் சுற்றிவிட்டு அதையே பிடித்துக் கீழே இறங்கித் தப்பி ஓடிவிட்டான். மீண்டும் பத்திரிகைகளின் தலைப்புச்செய்தியில் இடம் பிடித்தான் ஆட்டோ சங்கர்.

ஆட்டோ சங்கர் தப்பித்த பிறகு தமிழ்நாட்டின் சிறைகளில் எல்லாம் ஒரு சில மாற்றங்கள் செய்யப்பட்டன. ஒரு பெரிய சம்பவம் நடந்துவிட்ட பிறகு, அதே மாதிரி இன்னொரு சம்பவம் நடந்துவிடக்கூடாது என்பதற்காக மாற்றங்கள் செய்யப்படுவதுண்டு. எந்தக் காலத்திலேயோ, எந்தச் சிறையிலேயோ கதவின் கம்பிகளைக் கொஞ்சம் கொஞ்சமாக அறுத்து, அறுத்த இடத்தில் பிசினையோ, சோப்பையோ வைத்து கம்பியை ஒட்ட வைத்து, சமயம் கிடைத்தபோது தப்பி ஓடியதாகவும், அதன்பிறகுதான் அனைத்துச் சிறைகளிலும் கம்பி தட்டும் பரிசோதனை என் அன்றாடம் கையில் ஒரு கம்பியை வைத்து, எல்லா ஜன்னல் கதவுகளையும் தட்டிப் பார்த்து உறுதியாக இருக்கிறது என்று அதற்குரிய பதிவேட்டில் எழுதிக் கையொப்பம் இடவேண்டும் என்ற நடைமுறையைப்

பின்பற்றி வருவதாக சொல்லப்படுவதுண்டு. அதேபோல், கழிப்பறை ஜன்னலில் ஒரு கைதி தூக்கில் தொங்கினால், தமிழ்நாடு முழுக்க அனைத்துச் சிறைகளிலும் உள்ள ஜன்னல் கம்பிகள் நீக்கப்பட வேண்டும் என உத்தரவு வரும். கழிப்பறைக் கிராதிகளில் தூக்கில் தொங்கினால், எல்லாக் கிராதிகளும் அகற்றப்படும். கழிப்பறைக்குள் தகாத செயல்களில் கைதிகள் ஈடுபட்டால் கழிப்பறைக் கதவுகள் எல்லாம் அகற்றப்படும் அல்லது உள்ளே உட்கார்ந்தால் தலைதெரியும் அளவுக்கு மட்டுமே கதவுகள் பொருத்தப்படும். அப்படித்தான் எல்லாச் சிறைகளிலும் இப்போதும் கதவுகள் அமைக்கப்பட்டுள்ளன.

அப்படித்தான், ஆட்டோ சங்கர் தப்பித்த சம்பவத்துக்குப் பிறகு அனைத்துச் சிறைகளிலும் இரண்டு நடைமுறைகள் பின்பற்றப்பட்டு வருகின்றன. ஒன்று, கதவு இடுக்குகளுக்கும் பூட்டுப் பொந்துகளுக்கும் இடையில், கை எட்டாதவாறு இரும்புத் தகடுகள் பொருத்தப்பட வேண்டும். இரண்டு பூட்டுகளின் சாவித்துவாரங்கள் உள்பக்கமாக, அதாவது சுவரைப் பார்த்தவாறு பூட்டப்பட வேண்டும்.

வெளியே தப்பி ஓடிய ஆட்டோ சங்கர், தமிழ்நாட்டைவிட்டு வடமாநிலங்களை நோக்கிச் சென்றுவிட்டான். அங்கே கொஞ்ச நாள்தான் அவன் சுதந்திரமாகச் சுற்றித் திரிய முடிந்தது. சிறையிலிருந்து தப்பி ஓடத் தெரிந்த சங்கருக்கு தலைமறைவாக வாழத் தெரியாமல் போலீஸில் சிக்கிக்கொண்டான். மீண்டும் சிறையில் அடைக்கப்பட்டான். சென்னை மத்தியச் சிறையில் இருந்து தப்பி ஓடிய அவனை, இனி எந்தச் சிறையில் வைப்பது என சிறைத்துறை ஆலோசித்தது, ஒரு சிறப்புச் சிறை ஒன்றை உருவாக்கி பாதுகாப்பை பலப்படுத்தி, அதில் அவன் வழக்கு முடியும்வரை வைத்திருக்க வேண்டும் என முடிவு செய்தது. அதன்படி தேர்வு செய்யப்பட்டது செங்கல்பட்டு கிளைச்சிறை. செங்கல்பட்டு கிளைச்சிறையைச் சுற்றி மத்திய ஆயுதப்படை காவலர்களையும், சிறைக்குள்ளே தமிழ்நாட்டின் பல்வேறு சிறைகளில் இருந்து தேர்வு செய்யப்பட்டக் காவலர்களையும் வைத்து, காவலைப் பலப்படுத்தலாம் என முடிவு செய்யப்பட்டது.

அப்படித்தான், அதுவரை பத்திரிகைகளில் மட்டுமே பார்த்து வந்த ஆட்டோ சங்கரை செங்கல்பட்டு சிறப்புக் கிளைச் சிறையில், நேரில் பார்க்க நேர்ந்தது. அங்கே ஆட்டோ சங்கரும் அவனது கூட்டாளிகள் 7 பேரும் இருந்தனர். ஆட்டோ சங்கர்

மட்டும் தனியாக ஒரு பிளாக்கில் கூடுதல் பாதுகாப்புடன் வைக்கப்பட்டிருந்தான். காலையில், குளிப்பதற்கும் காலை உணவுக்கு மட்டுமே அவனது செல் வராண்டா திறக்கப்படும். காலை உணவுக்கும், மதிய உணவுக்கும் செல் கதவு மட்டும் திறந்து, உணவைக் கொடுத்துப் பூட்ட வேண்டும். உள்ளேயே கழிப்பறை இருக்கும். மற்றவர்கள் இரண்டு பிரிவுகளாக, இரண்டு பிளாக்குகளில் இருந்தனர்.

ஆட்டோ சங்கர் காலையில் கண்விழித்ததும், பைபிளைத் திறந்து உள் அட்டையில் ஒட்டி வைக்கப்பட்டிருக்கும் அவனது குடும்பப்படத்தைச் சற்று நேரம் பார்த்துவிட்டு, அதன் பிறகு காலைக்கடனை முடித்துவிட்டு பைபிளை வாசிக்க ஆரம்பிப்பான். சில சமயம் கிறிஸ்துவப் பாடல்களை மிக இனிமையாகப் பாடுவான். ஒரு நாள் அவன் பாடி முடித்து எழுந்தவுடன்,

"இவ்வளவு இனிமையா பாடறியே... கிருஸ்துவப் பாடல் மட்டும்தான் பாடுவியா?" எனக் கேட்டேன்.

"சினிமாப் பாட்டும் ஓரளவு பாடுவேன் சார். அப்புறமாப் படிச்சுக் காட்டுறேன். நல்லா இருக்கான்னு கேட்டுச் சொல்லுங்க சார்" என்றான்.

"சார், எந்த ஊரிலிருந்து வந்து இருக்கீங்க?" எனக் கேட்டான். "மதுரையிலிருந்து" என்று சொன்னதும், அன்றைக்கு மதுரையில் மிகப் பிரபலமாக இருந்த சில ரவுடிகளைக் குறிப்பிட்டு அவர்களைத் தனக்குத் தெரியும் என்றும், சிறைக்கு வருவதற்கு முன்பே அவர்களுடன் தனக்குத் தொடர்பு இருந்ததாகவும் தெரிவித்தான். அப்போது என்னுடன் பேசத் துவங்கியவன், பிறகு என்னிடம் எப்போதும் பேசுவதற்கு ஆர்வம் உள்ளவனாக இருந்தான். அப்படித்தான் சிறையில் இருந்து தப்பிய சாகசத்தைச் சொன்னான். வெளியில் இருக்கும்போது எப்போதும் ஏசியிலேயே இருந்ததாகவும். பெரும்பாலும் ஏசி காருக்குள்ளேயே உட்கார்ந்து இருந்ததாகவும் தெரிவித்தான். காரில் விலை உயர்ந்த வெளிநாட்டு ஆடியோ செட் இருந்ததாகவும் சொன்னான். கார் பறிமுதல் செய்யப்பட்டதைக் காட்டிலும், ஆடியோ செட் பறிபோனதற்காகத்தான் மிகவும் வருத்தப்பட்டதாகச் சொன்னான்.

திருவான்மியூர், மகாபலிபுரம் பகுதிகளில் ஊருக்கு ஒதுக்குப் புறமான பகுதியில் குடிசைகள் அமைக்கப்பட்டதாகவும், அந்தக் குடிசைகளை வெளியிலிருந்து பார்க்கத்தான் குடிசைகளாகத்

தெரியும், உள்ளே குளிர்சாதன வசதியுடன் படுக்கைகளும் கழிப்பறைகளும் இருக்கும் என்று தெரிவித்தான்.

கள்ளச்சாராயத்தில் கொடிகட்டிப் பறந்தபோது, சில காவல்துறை அதிகாரிகளை மகிழ்விப்பதற்காகத் தனக்கிருந்த சினிமாத் தொடர்புகளை வைத்து, சில துணை நடிகைகளையும் மெயின் நடிகைகளையும் அவர்களிடம் அனுப்பிவைத்தான். அதன்மூலம் காவல்துறை உயரதிகாரிகளிடம் அவனுக்கு நெருக்கம் ஏற்பட்டது. இந்தத் தரகு வேலையில் அவனிடம் மேலும் மேலும் பணமும் குவியத் தொடங்கியது. ஆளுங்கட்சி உயர்மட்டத் தலைவர்களின் தொடர்புகளும் கிடைக்கத் துவங்கியது.

அவனது நவீன குடிசையிலிருந்து விபச்சாரத்தில் ஈடுபட்ட பெண்கள் டிசர்ட், ஜீன்ஸ் பேண்ட் அணிந்துகொள்பவர்களாக இருந்தனர். அவர்களுக்கு ஒரு நாள் கட்டணமாக, அவன் நிர்ணயித்து இருந்தது 4000, 5000 ரூபாயாகும். அந்தப் பெண்கள் வாடிக்கையாளர்களிடம் கூடுதலாகப் பெறும் பணமும், அன்பளிப்பும், பொருளும் அவர்களே வைத்துக்கொள்ளலாம் என்ற தொழில் தர்மமும் அவனிடம் இருந்தது. அந்தப் பெண்கள் போலீஸுக்கோ இதர ரவுடிகளுக்கோ பயப்படாமல் தங்கள் தொழிலை நிறைவாகச் செய்துவந்தனர். சில உல்லாச ஊதாரிகள் மதுக்கிறக்கத்திலும், மாது மயக்கத்திலும் தங்கச் சங்கிலிகளையும் பரிசளித்து, அடுத்தும் அவர்களே வேண்டுமென முன்பதிவும் ஒப்பந்தமும் செய்துகொள்வதும் உண்டு.

அந்தப் பாலியல் தொழிலாளிகளுக்கு, மிக உயர் தரமான அசைவ உணவுகள் அன்றாடம் தயாரிக்கப்படும். அவர்கள் வெளியில் போனால், அதைவிட நட்சத்திர ஓட்டல் உணவு கிடைப்பதால் பெரும்பாலும் தயார் செய்யப்பட்ட உணவுகள் மீதம் ஆகிவிடும். மீதமான அசைவ உணவுகள் வியாபார மையங்களுக்குக் கொண்டு செல்லப்பட்டு அதுவும் பணமாக்கப்படும். எல்லாவற்றையும் தனித்தனியாக கணக்கிடப்பட்டு, மாலையில் ஆட்டோ சங்கர் இருக்கும் இடத்திற்கு வந்து சேரும். அந்த காலத்திலேயே அவனது ஒருநாள் வரவு செலவு ரூ.75,000 முதல் ரூ.1,50,000 ஆக இருந்துள்ளது.

விபச்சாரத்தில் ஈடுபட்ட பெண்கள் ஆட்டோ சங்கரிடம் வந்தால், தொழிலில் பாதுகாப்புக்கு உத்தரவாதம் இருந்ததால்,

திரையுலகிலிருந்தும், ஆந்திராவில் இருந்தும் பலர் ஆட்டோ சங்கரிடம் தொடர்பு வைத்திருந்தனர். ஆட்டோ சங்கர் கைவசம், திரையுலகிலிருந்து விபச்சாரத்துக்கு வந்தவர்களும் இருந்தனர். அந்தத் தொழிலில் இருந்து சினிமாவுக்குப் போனவர்களும் இருந்தனர்.

இரவு, பகல் எந்த நேரம் அவன் செல்லுக்குப் பணிக்குப் போனாலும், அவன் என்னைப் பார்த்ததும் மிகுந்த உற்சாகம் அடைவான். அவனைப் பேசச் சொல்லி, கேட்க கேட்க, அசராமல் இனிக்க இனிக்க அவன் கதைகளைச் சொன்னான்.

“ஐயா, நான் நைட்ல தூங்கிட்டு இருந்தாலும் உங்க பாரா நேரத்தில என்னை உசுப்பிடுங்கய்யா. உங்ககிட்ட பேசுறது எனக்கு பெரிய ஆறுதலாக இருக்குய்யா” என்பான். சில நேரங்களில் அவனைப் பாடச் சொல்லிக் கேட்பேன். அவன் தனக்குப் பிடித்த பாடல்கள் எனச் சொல்லி,

‘மன்றம் வந்த தென்றலுக்கு மஞ்சம் வர எண்ணம் இல்லையோ’

‘உன்னைத்தானே, தஞ்சம் என்று நம்பி வந்தேன் நானே’

‘செந்தூரப் பூவே நீயும் தேன் சிந்த வா வா’

போன்ற பாடல்களைப் பாடுவான். அந்தப் பாடல்களில் சொக்கித்தான் போகவேண்டும். அந்தப் பாடல்களைப் பாடி முடித்ததும்,

“ஐயா, உங்களுக்குப் பிடிச்ச பாட்டச் சொல்லுங்க தெரிஞ்சா பாடுறேன்” என்பான். அப்படி நான் சொன்ன பாடல்களையும் மிக நன்றாகவே பாடினான். ஆனாலும், அவனுக்குப் பிடித்த அந்த மூன்று பாடல்களையே நானும் திரும்பத்திரும்ப பாடச்சொல்லிக் கேட்பேன்.

ஒரு மாதம் அங்கு பணி முடிந்துத் திரும்பும் போது,

“ஐயா, நீங்க வந்ததிலிருந்து ஒரு மாசம் போனதே தெரியலய்யா. உங்ககிட்ட பேசினது எனக்கு ஆறுதலாக இருந்ததய்யா. நிறைய விஷயங்களத் தெரிஞ்சுகிட்டேன் ஐயா. கொஞ்ச நாள்ல எங்களை எல்லாம் மறந்திடுவீங்க. ஆனா இந்த மூணு பாட்டையும் நீங்க எப்பக் கேட்டாலும் என்னை நினைப்பீங்க. இன்னொரு ரவுண்டு இங்கே டூட்டி கேட்டு

வாங்கய்யா” என்று அன்பொழுக நெகிழ்ந்து பேசியவனிடமிருந்து விடைபெற்று வந்தேன்.

செங்கல்பட்டு சிறப்பு நீதிமன்றத்திலேயே அவனது வழக்கு விசாரிக்கப்பட்டு, அவனுக்கும் அவனுடைய மைத்துனன் எல்டினுக்கும் மரணதண்டனையும், மற்றவர்களுக்கு ஆயுள் தண்டனையும் வழங்கப்பட்டுள்ளதாகத் தீர்ப்பளிக்கப்பட்டது. ஆட்டோ சங்கர் சேலம் சிறைக்கும், அவனுடைய மைத்துனன் எல்டின் மதுரை மத்தியச் சிறைக்கும், மற்றவர்கள் வெவ்வேறு சிறைக்கும் மாற்றப்பட்டனர்.

எல்டின் மதுரை சிறைக்குத் தூக்குத்தண்டனைக் கைதியாக வந்து 4 ஆண்டுகளுக்குப் பிறகு தூக்கிலிடப்பட்டான். அதே நாளில் ஆட்டோ சங்கரும் சேலம் சிறையில் தூக்கிலிடப்பட்டான். மதுரை மத்தியச் சிறையில் நடந்த கைதிகளின் கலவரத்தின்போது எல்டின் தீவிரமாக ஈடுபட்டிருந்தான். மதுரைக்கு வந்ததிலிருந்து எல்டினிற்கும் சில சிறைக் காவலர்களுக்கும் அன்றாடம் பிரச்னைகள் ஏற்பட்டுக்கொண்டே இருந்தன. அதற்குக் காரணம் அவன் சென்னைத் தமிழில், “இன்னமா” “வாப்பா” “போப்பா” என்று பேசுவது, மதுரைக் காவலர்களுக்கு எரிச்சலூட்டுவதாக இருந்தது. மதுரைக் காவலர்களின் பேச்சு, அவனுக்கு மிரட்டலாகத் தெரிந்தது. அவன் சென்னைத் தமிழில் சீறுவதும், காவலர்கள் அவன்மீது ‘செந்தமிழில்’ பாய்வதும் அன்றாடம் நடந்துகொண்டிருந்தது. இரண்டு தரப்பும் தகவமையக் கொஞ்சம் தாமதமானது.

மதுரை சிறைக் கலவரம் நடந்தபோது சிறை மருத்துவராக ஒரு பெண் மருத்துவர் இருந்தார். அவர் கண்களில் அஞ்சனம் தீட்டி, உதடுகளில் சாயம் தீட்டி, குதிரைவால் கொண்டை போட்டு, குளிர் கண்ணாடி அணிந்துதான் மருத்துவச் சேவைக்கு வருவார். சிறைக் கைதிகளாக ஆண்கள் மட்டுமே இருக்கும் சிறைகளில் இப்படி அலங்கார பொம்மையாக வருவது, சிறை உயரதிகாரிகளுக்குச் சங்கடத்தை ஏற்படுத்தியது. சங்கடத்தைத் தெரியப்படுத்தவும் சங்கடமாக இருந்தது அவர்களுக்கு. மருத்துவ சேவையில் எந்தக் குறையும் சொல்ல இயலாத அளவிற்கு நிறைவாகவே செய்தார் அந்த மருத்துவர்.

எல்டின் உள்ளிட்ட போதைப்பொருளுக்கு அடிமையான கைதிகள் ‘டைசிபார்ம்’ என்ற மாத்திரைகள் தர வேண்டும்

என்றும், ஊசி போட வேண்டும் என்றும் மருத்துவமனைக்கு வந்து அடிக்கடி தொந்தரவு செய்வார்கள். மற்ற மருத்துவர்களும் பணியாளர்களும் தொல்லை பொறுக்க முடியாமலோ, மிரட்டலுக்குப் பயந்தோ கொடுத்துவிடுவார்கள். ஆனால் அந்தப் பெண் மருத்துவர், அந்த மாத்திரைகளும், ஊசிகளும் தேவைப்படுபவர்களுக்கு மட்டுமே வழங்கப்படும் என்றும் போதைப் பயன்பாட்டுக்குத் தர இயலாது என்றும் கறாராகச் சொல்லிவிட்டார். அதனால், அந்த மருத்துவரை ஒருமையில் பேசுவதும், நடை, உடை, பாவனைகளைக் கிண்டல் செய்வதுமாக இருந்தான் எல்டின்.

தூக்குத்தண்டனை நிறைவேற்றுவதற்கு முதல் நாள் வரை, எல்டின் எந்தவிதப் பதட்டமோ, பயமோ, சோர்வு இல்லாமல் இயல்பாகவே இருந்தான். தண்டனை நிறைவேற்ற அதிகாலையில் அவனை ஜெயிலர் அலுவலகத்திற்கு அழைத்து வந்தனர். அங்கு சிறை கண்காணிப்பாளர், சிறை மருத்துவர், மேஜிஸ்ட்ரேட் உட்கார்ந்திருந்தனர். எல்டின் வந்ததும் நேராகச் சிறை மருத்துவரின் கால்களில் விழுந்து வணங்கினான். சற்றும் எதிர்பார்க்காத மருத்துவர் சட்டெனப் பதட்டத்துடன் எழுந்தார்.

"அம்மா, உங்களை நான் ரொம்பப் பேசிட்டேன். என்னை மன்னிச்சிடுங்க அம்மா" என்றான் எல்டின். அந்த மருத்துவர் விம்மி அழுதார். "நீ என் பிள்ளை மாதிரிப்பா. நான் உன்னை கோபிக்கவே இல்லையே கண்ணா" என்று தழுதழுத்து அவனைச் சமாதானப்படுத்தி, அவன் கண்ணீரையும் துடைத்துவிட்டார். அந்த இடமே சற்று நிசப்தமாகவும் நெகிழ்ச்சியாகவும் இருந்தது.

தூக்குக் கொட்டடியில் எல்லா ஏற்பாடுகளும் தயாராக இருந்தன. தூக்குமேடை பொறுப்பு அலுவலர் ஜன்னல் வழியாக எட்டிப் பார்த்தார். 'எல்லாம் தயாரா?' என்று சைகையில் அவரிடம் கேட்டுவிட்டு எழுந்தார் கண்காணிப்பாளர். காவலர்கள், எல்டினை அந்தப் பலிபீடத்தை நோக்கி அழைத்துச் சென்றனர். அவனைத் தொடர்ந்து அதிகாரிகளும் அந்தக் கொலைக்கூடத்திற்குள் நுழைந்தனர். அடுத்த சில நொடிகளில் சட்டபூர்வமான அந்தக் கொலை நிகழ்த்தப்பட்டது.

அதேநாளில், அதே நேரத்தில் சேலம் மத்தியச் சிறையில் ஆட்டோ சங்கருக்கும் தூக்குத்தண்டனை நிறைவேற்றப்பட்டது. அதுபற்றி அங்குப் பணியில் இருந்த நண்பர்களிடம் விசாரித்த

போது, ஆட்டோ சங்கர் முதல் நாள் இரவு முழுக்க தூங்காமல் விழித்து இருந்ததாகவும், அவ்வப்போது அவன் செல்லுக்குப் பார்வையிட வந்த அதிகாரிகளிடமும், அந்த பிளாக்கின் பொறுப்பு அதிகாரியிடமும்,

"ஐயா, ஏதாவது தகவல் வந்திருக்குமான்னு கேட்டுப் பாருங்க. தந்தி ஆபீஸுக்குப் போன் பண்ணிப் பாருங்கய்யா. காலைல கொடுக்கலாம்னு அவங்கபாட்டுக்கு அசால்டா இருந்திடுவாங்க..." என்று கேட்டுக்கொண்டே இருந்ததாகவும், படுப்பதும், எழுவதும், நடப்பதுமாகவே இரவு முழுவதும் இருந்ததாகவும் தெரிவித்தனர்.

அதிகாலை 4:30 மணியைக் கடந்ததும், இனி கொஞ்ச நேரத்தில் தனக்கு நிகழ இருக்கும் மரணத்திலிருந்து தப்பிக்க எந்த வாய்ப்பும் இல்லை என்பதை உறுதி செய்துகொண்ட சங்கர், அதிகாரியிடம் வெள்ளைப் பேப்பரும், பேனாவும் வேண்டுமெனக் கேட்டு வாங்கி, தனது மகளுக்குக் கடிதம் எழுதத் துவங்கி விட்டதாகவும், அதன் பிறகு எந்தத் தயக்கமும் இல்லாமல், அழைக்க வந்த அதிகாரிகளுடன் தூக்குக்கொட்டடியை நோக்கிச் சென்றதாகவும் நண்பர்கள் தெரிவித்தனர்.

தனது மகளுக்கு எழுதிய கடிதத்தின் போட்டோ, நக்கீரன் இதழில் வெளியிடப்பட்டு இருந்தது. அந்தக் கடிதத்தில் தேதி குறிப்பிடப்பட்டு 04:30 என்று குறிப்பிடப்பட்டிருந்தது. கடிதத்தின் தலைப்பில் பைபிள் வாசகம் எழுதப்பட்டிருந்தது. அதன்பிறகு அந்த கடிதத்தில்,

"நான் போய் வருகிறேன் மகளே. கடைசி நேரம் வரை, உன்னைப் பார்க்காமல் போகிறேனே என்பதைத் தவிர எனக்கு வேறு எந்தக் கவலையும் இல்லை மகளே. நீ எடுத்த முடிவு சரியானதுதான். நீ தேர்ந்தெடுத்த வாழ்க்கையும் சரிதான். இதை நான் ஏற்றுக்கொள்ள மாட்டேன் என்று எப்படி முடிவு செய்தாய். எனது ஆசீர்வாதங்கள் என்றும் உனக்கு உண்டு. அம்மாவிடம் உன்னை ஏற்றுக்கொள்ளுமாறு சொல்லி இருக்கிறேன். இனி அம்மா உன்னை ஒன்றும் சொல்ல மாட்டாள். அதனால் நீயும் உன் கணவரும் அம்மாவைப் போய்ப் பாருங்கள்" போன்ற எதிர்கால வழிகாட்டுதல் குறித்தெல்லாம் அந்த இரண்டு பக்கக் கடிதத்தில் எழுதியிருந்தான்.

கோடு போடாத வெள்ளைத்தாளில், கோடு போட்டதுபோல் ஒவ்வொரு வரியும் நேர்த்தியாக எழுதப்பட்டிருந்தது. எந்த இடத்திலும் அடித்தல் திருத்தல் இல்லாமல் இருந்தது. மனதில் இருந்த சுமையை மடலில் இறக்கி வைத்துவிட்டு, மரண வாசலை நோக்கிப் போயிருக்கிறான் ஆட்டோ சங்கர்.

ஆண்டுகள் இத்தனைக் கடந்த பின்பும் அவன் என்னிடம் சொன்னது போலவே, 'மன்றம் வந்தத் தென்றலுக்கு மஞ்சம் வர நெஞ்சம் இல்லையோ...', 'உன்னைத்தானே, தஞ்சம் என்று நம்பி வந்தேன் நானே...', 'செந்தூரப் பூவே நீயும் தேன் சிந்த வா வா...' ஆகிய மூன்று பாடல்கள் எந்தச் சூழ்நிலையில் என் காதில் விழுந்தாலும் ஆட்டோ சங்கர் என் நினைவுக்கு வந்துதான் போகிறான்.

*

குருவியும் குருசாமியும்

ஆட்டோ சங்கரின் மைத்துனன் மதுரைச் சிறையில் தூக்கிலிடப்பட்ட ஆண்டு 1995. அதன் பிறகு இதுவரை தமிழ்நாட்டில் எவருக்கும் தூக்குத் தண்டனை நிறைவேற்றப்படவில்லை. ஆனாலும் தமிழ்நாட்டுச் சிறைகளில் மரணதண்டனைக் கைதிகள் சிலர், இன்னும் இருக்கத்தான் செய்கிறார்கள். மரணதண்டனையாக அவ்வப்போது அமர்வு நீதிமன்றங்களால் தீர்ப்பு வழங்கப்படுவதும், மேல்முறையீட்டில் அந்தத் தண்டனை உறுதி செய்யப்பட்டோ, ரத்து செய்யப்பட்டோ ஆயுள் தண்டனையாகவோ, வருடத் தண்டனையாகவோ, விடுதலையாகவோ உயர்நீதிமன்றத்திலோ, உச்ச நீதிமன்றத்திலோ தீர்ப்பு அளிக்கப்படுவதுண்டு. அதுவரை மரணதண்டனைக் கைதியாகவே அவர் சிறையில் இருப்பார்.

எல்டினுக்கு அந்தத் தண்டனை எளிதாக நிறை வேற்றப்பட்டது. அதற்குக் காரணம், நான்கு ஆண்டுகளுக்கு முன்புதான் ஒரு மரணதண்டனை நிறைவேற்றப்பட்டது. அந்த அனுபவம் இருந்ததால் எல்டினுக்கு மரணதண்டனை நிறைவேற்றுவதில் சிரமம் இருக்கவில்லை.

பதினேழு ஆண்டுகள் கழித்தே 1991 ஆம் ஆண்டு குருசாமி என்பவருக்கு தூக்குத் தண்டனை நிறைவேற்றப்பட்டது.

தூக்குத் தண்டனை நிறைவேற்றிப் பழக்கமுள்ள பணியாளர்கள் யாரும் அப்போது பணியில் இருக்கவில்லை. தூக்குத் தண்டனை வழக்கமான நடைமுறையாக இருந்தபோது, பணியில் இருந்த மூத்த காவலர்கள், அன்று பாராப் பணியிலிருந்த காவலர்களே இருந்தனர். தூக்குக் கொட்டடிக்குச் சென்று மரண தண்டனையை நிறைவேற்றிட அனுபவம் உள்ள காவலர்கள் எவரும் இருக்கவில்லை. அதனால் சிறை நிர்வாகம் சற்றுத் திணறியது. உயரதிகாரிகள் மூத்த சிறைக் காவலர்களை அழைத்து ஆலோசித்தனர். பலபேரைத் தூக்கிலிட்டுப் பழக்கமுள்ள ஓய்வுபெற்ற தலைமைக் காவலர் ஒருவர், பக்கத்தில் ஒரு தனியார் நிறுவனத்தில் காவலாளியாக பணி செய்து வருவதாகவும், அவரை வைத்து ஒத்திகை பார்த்து, அவர் உதவியுடன் நிறைவேற்றலாம் என்று ஒரு மூத்த தலைமைக் காவலர் சொன்னார். அதன்படி அந்தக் காவலாளியை அழைத்து வந்தனர். அவர் ஓய்வில் சென்று 15 ஆண்டுகளுக்கு மேலாகியிருந்தது. அவர் பணியிலிருந்தபோது இருந்த ஒரு சிலரே, அப்போது சிறையில் பணியில் இருந்தனர்.

வந்தவர் வயதானவராக இருந்தாலும் வாட்ட சாட்டமாக இருந்தார். பெரிய சோடாபுட்டிக் கண்ணாடி அணிந்திருந்தார். ஆனாலும், கண்களைச் சுருக்கி உற்றுப் பார்ப்பவராகவே இருந்தார். இரண்டு, மூன்று நாட்களாக வருவதும் போவதுமாக இருந்தவர், தேவையான எல்லா ஏற்பாடுகளையும் கச்சிதமாக செய்து வைத்திருந்தார். தூக்குக் கொட்டடியின் சுற்றுச்சுவர்களுக்கு உள்ளேயும் வெளியேயும் வெள்ளையடிக்கப்பட்டிருந்தன. உள்ளே மண்டிக்கிடந்த புதர்கள் வெட்டி அகற்றப்பட்டு, தரை சமப்படுத்தப்பட்டு செம்மண் மேவப்பட்டிருந்தது. இரும்புத் தூண்களுக்கும் இணைப்புச் சட்டங்களுக்கும் கருப்பு பெயிண்ட் அடிக்கப்பட்டது. பலிபீடத் தகடுகளுக்கும் கருப்பு பெயிண்ட் அடிக்கப்பட்டது. விசைகளின் பாகங்களுக்கு எண்ணெய் விடப்பட்டு, இயக்கிச் சரி பார்க்கப்பட்டது.

ஜெயிலரின் அலுவலகத்தில் நீளமாகவும், அகலமாகவும் இருந்த கனத்த மரப்பெட்டியின் கதவு இரண்டு பேர் சேர்ந்து, மேலே தூக்கி திறக்கும் நிலையில் இருந்தது. அப்படி அதைத் திறந்து பார்த்தபோது பெரிய கருநாகம் சுருண்டு கிடந்ததுபோல், வடக் கயிறு இருந்தது. வெளியே எடுத்துப் பார்க்கும்போது, அது விறைத்து வளையமாகக் காணப்பட்டது. அந்தக் கயிறு நனைத்து நெகிழ்த்தப்பட்டது. சுருக்குப் பகுதிக்கு லேசாக

எண்ணெய் தடவப்பட்டது. தூக்கு மேடை இரும்புச் சட்டத்தில் பொருத்தப்பட்டு, சுருக்கு இலகுவாக இறுகி அகலும் விதத்தில் பலமுறை இழுத்துவிடப்பட்டது. மணல் மூட்டையை மனித வடிவத்தில் கட்டி விசைப்பலகை மேல் வைத்து, நிறுத்தி சுருக்குக் கயிறு மாட்டி, விசைப்பலகையை அசைத்து ஒத்திகை பார்க்கப்பட்டது. 'டமார்' என்ற ஓசையுடன் காலடித் தகடு உள்ளே சென்று சுவரில் மோதியது. மணல்மூட்டை தூக்கு மேடையிலிருந்து பாதாளத்திற்குள் சென்றது. மேலே கயிறு மட்டும் ஆடியது. இரண்டு மூன்று முறை ஒத்திகையுடன் காவலர்களுக்குப் பயிற்சியளித்தார், அந்த மரணதண்டனை நிபுணர். அதிகாரிகளுக்கும் திருப்தி. இவையெல்லாம் தூக்கு தண்டனை நிறைவேற்றுவதற்கு இரண்டு நாட்களுக்கு முன்பே முடிவடைந்துவிட்டது.

அதற்கு இரண்டு வாரங்களுக்கு முன்புதான் அரசிடமிருந்து அந்தக் கைதிக்கு மரணதண்டனைத் தேதி உறுதி செய்யப்பட்டு ஆணை வந்தது. அன்று மாலை அடைப்பு முடியும் வரை, அந்தத் தகவல் யாருக்கும் தெரியாமல் ரகசியமாக வைக்கப்பட்டது. கைதிகள் எல்லோரையும் பிளாக்குகளில் பூட்டிய பிறகு, ஒரு அதிகாரி வந்து காவலர்கள் அணிவகுத்து நிற்குமாறு சொன்னார். அணிவகுத்து நின்ற காவலர்களை உரத்த குரலில் கட்டளைச் சொற்களைச் சொல்லி அழைத்துச் சென்றார். காலணி அணிந்த காவலர்களின் காலடி ஓசையில், மரங்களில் அடைந்திருந்த பறவைகள் சலசலத்து பறக்கத் துவங்கின. பிளாக்குகள் எல்லாம் பரபரப்பானது. ரகசிய அடுப்புகள் அணைக்கப்பட்டன. கொதிக்கும் குழம்புப் பாத்திரங்கள் மூடி மறைக்கப்பட்டன. கஞ்சாப்புகை கலைத்து விடப்பட்டது. கஞ்சாவை வீசி எறிய மனமில்லாத சிலர் பதுக்கிக்கொண்டனர்.

காவலர் படை நேராக இரண்டாம் பிளாக் வந்து நின்றது. பிளாக் காவலர் பூட்டைத் திறந்து, கதவைத் திறந்து வைத்தார். உள்ளே சென்ற அதிகாரி ஒருவர்,

"ஏப்பா, குருசாமி படுக்கையை எல்லாம் எடுத்திட்டு வெளியே வாப்பா" என்றபோதுதான் எல்லோருக்கும் தெரிந்தது குருசாமிக்குச் சாவோலை வந்துவிட்டதென்று. குருசாமிக்கு அவன் உடமைகளை எடுத்துக்கொள்ள இரண்டு கைதிகள் உதவினர். குருசாமி தனது படுக்கை விரிப்புகளை நேர்த்தியாக மடித்து எடுத்துக்கொண்டு ஒரு கையில் பிளாஸ்டிக் வாளியையும்

எடுத்துக்கொண்டு, சக கைதிகளுக்கு வணக்கம் தெரிவித்து விடைபெற்றார். சக கைதிகள் குருசாமியைப் பரிதாபமாகப் பார்த்தனர். அவர்கள் நம்பிக்கை வார்த்தைகளும் தைரியமும் சொன்னார்கள். அழைத்துச் செல்ல வந்த அதிகாரிகள், "இது ஒண்ணும் ஃபைனல் ஆர்டரில்ல. இன்னும் சில நாள்ல ரத்து செய்து வேறொரு ஆர்டர் வரும். அதுவரைக்கும் குருசாமி செல்லில்தான் இருக்கணும்!" என்றனர். குருசாமி வெளியில் வந்ததும் கதவு பூட்டப்பட்டது.

'B' செல் பகுதியில் ஒரு செல் மட்டும், மாலையிலேயே சுத்தம் செய்யப்பட்டது இதற்குத்தான் என்று, அதுவரை அந்த பிளாக் தலைமை காவலருக்குக்கூடத் தெரியாமல் இருந்தது. அந்தச் செல்லில் குருசாமியைப் பூட்டிவிட்டுக் காவலர்கள் பெரிய சாதனையைச் செய்ததுபோல் அன்றையக் கடமையை முடித்து வெளியே சென்றனர்.

குருசாமி சிறைக்கு வந்து பத்து ஆண்டுகளுக்கு மேலாகிவிட்டது. யாரிடமும் அதிகமாகப் பேசாத சுபாவமாக இருந்தார். அவர் ஒருவர்தான் மரணதண்டனைக் கைதியாக சிறையில் இருந்தார். மரணதண்டனைக் கைதியாக இருந்தாலும் மேல்முறையீடு, கருணை மனு நடவடிக்கை எல்லாம் முடிந்து தூக்கிலிடும் தேதி உறுதிப்படுத்தப்படும்வரை, மற்ற கைதிகளுடன் இருந்து கொள்ளலாம். அப்படித்தான் இத்தனை வருடங்களாக இருந்து வந்தார் குருசாமி. அவரால் சிறையில் யாருக்கும் எந்தப் பிரச்னையும் ஏற்பட்டதில்லை. அவர் உண்டு, அவர் வேலை உண்டு என்ற நிலையில் அமைதியாகவே இருந்தார்.

சாத்தூர் அருகே வெங்கடாசலபுரம்தான் அவரது சொந்த ஊர். உடன்பிறந்த அண்ணனையும் அண்ணியையும் வெட்டிக் கொன்று, தலைகளை எடுத்துக்கொண்டு ஒரு சிறிய கோவிலுக்குள் போய் பதுங்கிக்கொண்டார். கையில் அரிவாளுடன், இரண்டு தலைகளுடன் கோவிலுக்குள்ளே குருசாமி, வெளியே ஊரே நின்று பதைபதைக்க வேடிக்கை பார்த்தது. காவல்துறையினர் உள்ளே நுழையத் தயக்கம் காட்டினர். மாவட்ட கலெக்டர் வந்த பிறகுதான் காவலர்கள் உள்ளே செல்லத் தயாரானார்கள். அதற்கு முன்பாகவே வெளியே வந்து அரிவாளையும் தலைகளையும் கீழே வைத்துவிட்டு கைகளைக் கட்டிக்கொண்டு தலைகுனிந்து நின்றார் குருசாமி. கொடூரமான இந்த இரட்டைக் கொலைக்குத்தான் மரணதண்டனை விதிக்கப்பட்டிருந்தது.

அண்ணன், அண்ணி மேல் அவ்வளவு பாசமாக இருந்தவர் தான் குருசாமி. அதைவிட அவர்களுடைய மகன் குருவியிடம் பாசமாக இருந்தார். குருசாமி தன் அண்ணனிடமும் அண்ணியிடமும் தாய் தந்தையைப்போல் அன்பு காட்ட, அதே போல் அவர்களும் குருசாமி மேல் அளவற்ற பாசம் காட்டினர்.

குருசாமி, அவருடைய அண்ணன் மகன் குருவியை எங்கே போனாலும் கூடவே அழைத்துச் செல்வார். காட்டுக்கு அழைத்துச் சென்று நுங்கு வெட்டிக் கொடுப்பார். குளங்களிலும் கிணறுகளிலும் நீச்சல் சொல்லிக் கொடுப்பார். மலைகளிலும் மரங்களிலும் ஏறி, தேன் எடுத்துக் கொடுப்பார். சந்தை கூடும் ஊர்களுக்கு அழைத்துச் சென்று, அவனுக்குப் பிடித்தவைகளை எல்லாம் வாங்கிக் கொடுப்பார். யாராவது குருவியைக் காட்டி, யாரெனக் கேட்டால் "மகன்தான், அண்ணன் மகன் என்பான்" குருவிக்கும் அவன் அப்பா அம்மாவைவிட , அவன் சித்தப்பாவைத்தான் பிடிக்கும், "அப்பா அப்பா" என்றுதான் கூப்பிடுவான்.

இவையெல்லாம் குருசாமியின் திருமணம் வரைக்கும்தான். குருசாமியின் அண்ணனும் அண்ணியும்தான் பெண்பார்த்துத் திருமணம் செய்து வைத்தார்கள். அதன்பிறகு எல்லாம் கொஞ்சம் கொஞ்சமாக மாறத் துவங்கின. திருமண நாளன்று இரவு குருசாமியின் அறையில்தான் இருந்தான் குருவி. அவன் அம்மா பலமுறை அழைத்தும் அவன் போகவில்லை. எப்பொழுதும் போலவே அங்கேதான் படுப்பேனென்று படுத்தவனைத் தூங்கிய பிறகுதான் தூக்கிச் செல்ல முடிந்தது.

ஒரு சில நாள் கழித்து பள்ளிக்கூடம் போக, புதிய ஸ்கூல் பேக் வேண்டுமென அதிகாலையிலேயே எழுந்து, சித்தப்பாவின் வீட்டு கதவைத் தட்டினான் குருவி. கதவு திறந்தது பத்ரகாளியாக நின்றாள் சித்திக்காரி. பார்த்துப் பதறினான் குருவி.

"என்னடா வேணும் உனக்கு. காலையிலயே சனியன் மாதிரி வந்து கதவைத் தட்டுற. என்னடா வேணும்?" வார்த்தைகளில் அனல் பறந்தது. "குருவப்பா ஸ்கூல் பேக் வாங்கித் தாரதாகச் சொன்னாரு" குருவி சொல்லி முடிப்பதற்குள், "ஏன்? உங்க அப்பா ஆத்தா வாங்கித் தர மாட்டாங்களா? நீ உங்க அப்பனுக்குப் பொறந்தியா? சித்தப்பனுக்குப் பொறந்தியா?" சித்தியின் கேள்வி சிவகாசி பட்டாசாக வெடித்தது. சத்தம் கேட்டு எழுந்து வந்த

குருசாமியை உள்ளே தள்ளிவிட்டு கதவை சாத்திக் கொண்டாள். பேயறைந்தவன்போல் இருந்த குருவியை அவன் அம்மா வந்து அடித்து இழுத்துச் சென்றாள். அடுத்த நாள் குருவிக்கு ஸ்கூல் பேக் வந்து சேர்ந்தது ரகசியமாக. அதுதான் குருசாமியிடம், குருவி வாங்கிய கடைசிப் பொருளாக அமைந்தது. கொஞ்சம் கொஞ்சமாய்க் குருவி குருசாமியைவிட்டு விலகினான். குருவப்பா வெறும் சித்தப்பாவாக மாறினார்.

குருசாமியிடமும் மாற்றங்கள் தென்படத் துவங்கின. அண்ணன் அண்ணியிடம் பேசுவதை முற்றிலுமாக நிறுத்திக் கொண்டார். போதாக்குறைக்கு குருசாமியின் மைத்துனனும் வந்து, கொம்பு சீவிவிட்டு, குருசாமியை வேறு மனிதனாக மாற்றி விட்டான். மாடாக உழைப்பது, சாப்பிடுவது, தூங்குவது என்ற சுழற்சி முறையிலேயே ஒவ்வொரு நாளும் ஓடின. சாந்தமான குருசாமியின் முகத்தில் குழப்ப ரேகைகள் தென்படத் துவங்கியது மைத்துனரின் வருகைக்குப் பிறகுதான்.

அண்ணனின் உழைப்பில் கொஞ்சம் கொஞ்சமாகச் சேகரித்த சொத்துக்களான வண்டி மாடுகள், வீடுகள் எல்லாவற்றிலும் பங்கு கேட்டு குருசாமிக்கு வெறியூட்டினான் மைத்துனன். ஆரம்பத்தில், "அண்ணன் உழைப்பிலும் அண்ணியின் உழைப்பிலும் உண்டான சொத்தில் பங்கு கேட்பது நியாயமில்லை" என்று குருசாமி சொல்லிப் பார்த்தார். எல்லாவற்றுக்கும் பதில் சொன்னாள் குருசாமியின் மனைவி. மனைவியும் மைத்துனனும் எப்போதும் இப்படிப் பேசிப்பேசியே ஒரு மனிதனை வெறி பிடித்த மிருகமாக மாற்றி, கொலை செய்ய வைத்துவிட்டனர்.

குருசாமியின் திருமணம் நடந்து ஐந்து வருடங்கள் கழித்தே, அந்தக் கொடூரம் நடந்தது. பதினைந்து வயதில் தாய் தந்தையரை இழந்த குருவியை, அவன் தாய்மாமன் அழைத்துச்சென்று வளர்த்தார். வெறும் சோறு போட்டு வளர்க்கவில்லை. வெறியூட்டியே அவனை வளர்த்தார். குருவிக்கு இருபது வயது நெருங்கும்போது, குருசாமியின் மைத்துனரை வெட்டிக் கொலை செய்தான். அவன் சித்தப்பா இருந்த சிறைக்கே வந்துவிட்டான்.

மைத்துனர் கொலையான செய்தி கேட்டுக் கொஞ்சமும் கலங்காமல் இருந்தார் குருசாமி. அவர் கவலையெல்லாம் அண்ணன் மகன் குருவியும் கொலைகாரனாக ஆகிவிட்டானே என்பதாகத்தான் இருந்தது.

அண்ணன் மகன் குருவி சிறைக்கு வந்த அன்று ஆவலோடு தூரத்தில் நின்று அவனைப் பார்த்தார் குருசாமி. 'பெரிய பையனா வளர்ந்துட்டானே' என்று மனதுக்குள் நினைத்துக்கொண்டார். அதேபோல் குருவி, குருசாமியை சிறையில் பார்த்தபோது 'திருமணத்திற்கு முன்பு இருந்த குருவப்பா போலவே இருக்கிறாரே' என்று நினைத்துக்கொண்டான்.

ஒரே சிறையில் இருவரும் இருந்தபோதும், ஒருவரை ஒருவர் பார்த்துக்கொள்ளாமல் பேசிக்கொள்ளாமலேயே இருந்தனர். குருசாமி மனநல சிகிச்சை பெற்று வருவதாகவும் குருவி தெரிந்துகொண்டான். அந்த மனநலக் குறைபாடுதான் கொலைவெறியாக மாறி இருந்ததோ என்று தனக்குத்தானே சமாதானப்படுத்திக்கொண்டான்.

மரணதண்டனைக் கைதியாக 11 ஆண்டுகள் கழித்த பின்பும் குருசாமி சிறையில் இருக்கும் இடம் தெரியாமல் அமைதியாக இருந்தார். குருவி அப்படியல்ல ஆயுள்தண்டனைக் கைதியாக வந்த ஐந்து ஆண்டுகளுக்குள்ளாகவே அதிகாரிகளின் எடுபிடி வேலையெல்லாம் செய்து, அவர்களின் செல்லப்பிள்ளையாக ஆனான். அதிகாரிகளுடன் எல்லா இடங்களுக்கும் எல்லா நேரங்களிலும் செல்லும் ஒரே கைதி குருவியாகத்தான் இருந்தான்.

குருசாமியை 'பி' செல் தொகுதியில் அடைத்த பிறகு, அவருடைய உறவினர்கள் தினசரி வந்து பார்த்துப் பேச அனுமதி வழங்கப்பட்டிருந்தது. மரணதண்டனைத் தேதி உறுதிசெய்யப்பட்டக் கைதி, உறவினர்களைச் சந்திக்க நேர்காணல் அறைக்குச் செல்ல வேண்டியதில்லை. நேராகச் சிறைக்குள்ளே கைதி பூட்டப்பட்டிருக்கும் செல்லுக்கே வந்து உறவினர்கள் பார்த்து, பேசிவிட்டுச் செல்லலாம். குருசாமியின் மனைவி வந்து பார்த்து அழுது புலம்பியபோதும் அதையெல்லாம் குருசாமி பொருட்படுத்தியதாகத் தெரியவில்லை. எந்த உணர்ச்சியையும் வெளிக்காட்டாதவராகவே இருந்தார். 'உன்னால்தானே எல்லாம் நடந்தது. இப்ப அனுபவி' என்ற தோரணையில் இருந்தார் குருசாமி. வந்தவர்கள்தான் பேசினார்கள், அழுதார்கள்.

குருசாமி, மௌனகுருசாமியாகவே இருந்தார்.

மரணத் தேதிக்கு முதல் நாள் பார்வையாளர்கள் எல்லாம் பார்த்துவிட்டுப் போன பிறகு, 'B' செல்லை நோக்கி வந்தான் குருவி. குருசாமி இருந்த செல்லுக்கு வெளியே அழுதுகொண்டே

நின்றிருந்ததைப் பார்த்த காவலர், "ஏய், இங்க என்னய்யா பண்ற?" என கேட்டபோதுதான் குருசாமி செல்லுக்குள் இருந்து திரும்பிப் பார்த்தார்.

குருசாமி, பூட்டப்பட்டிருந்த செல்லின் கதவுக் கம்பியைப் பிடித்துக் கொண்டு "வாடா மகனே! என்ன மன்னிச்சிக்கோடா. எங்க உன்னப் பார்க்காமலே செத்துப் போயிடுவேன்னு நினைச்சேன்டா. இனி சந்தோசமாச் சாவேன்டா. அந்தச் சண்டாளி, உங்க சித்திக்காரி வந்தப்பக்கூட, அவகிட்ட ஒரு வார்த்தை பேசலடா. எனக்கு யாரைப்பத்தியும் கவலை இல்லடா. உன்ன நினைச்சுத்தாண்டா கவலைப்பட்டேன். நீயும் இந்த வயசுல கொலையப் பண்ணிட்டு வந்துட்டியேடா. நல்லபடியாத் தண்டனையை கழிச்சு வீட்டுக்குப் போயி, நீ நல்லா இருக்கணும்டா" இத்தனை வார்த்தைகளைக் குருசாமி பேசியது அதுவரை சிறையில் யாரும் பார்த்ததில்லை. குருவி கம்பியில் முகம்பதித்து, குருவப்பாவையே பார்த்துக்கொண்டிருந்தான்.

"சொல்லுடா மகனே... என்ன மன்னிச்சிட்டயா, இல்லையா? நீ என்ன மன்னிச்சிட்டா போதும்டா. சாவுத் தண்டனையைச் சந்தோசமா ஏத்துக்குவேன்டா..!" கெஞ்சினார் குருசாமி.

"மன்னிச்சிட்டேன்பா. எனக்கு உன் மேல எந்தக் கோபமும் இல்லப்பா. உன்னக் கொலைகாரனா ஆக்கினவனத்தான் நான் கொன்னுட்டேனே. அதோட எல்லாம் முடிஞ்சிடுச்சுப்பா" என்றான் குருவி. அந்த இடத்தில் கைதிகளும் காவலர்களும் கூடிவிட்டனர். அழுதுகொண்டிருந்த குருவியைச் சமாதானம் செய்து அழைத்துச் சென்றனர்.

அடுத்தநாள், அதிகாலை 04.30 மணிக்கு சிறை அதிகாரிகள், குருசாமி இருந்த செல்லுக்கு முன் வந்து நின்றனர். குருசாமி தூங்கிக்கொண்டு இருந்ததைப் பார்த்து ஆச்சரியப்பட்டனர். "குருசாமி" என்று குரல் கொடுத்ததும் பதற்றத்துடன் எழுந்து "வணக்கம் ஐயா" என்றார்.

"ரெடியாகி வாங்க குருசாமி..." என்று சொன்னதும், அவர் படுக்கையை உதறி அதனைச் சுருக்கம் இல்லாமல் நேர்த்தியாக மடித்து, இனி அது அவருக்குத் தேவைப்படாது என்றபோதும், ஒழுங்காக ஓரத்தில் அடுக்கி வைத்தார். காவலர் கதவைத் திறந்துவிட்டு, "பல் விலக்கிக் குளிக்கணும் குருசாமி" என்றார். கையில் பல்பொடியைத் தட்டி பல் தேய்த்துக்கொண்டே

வராண்டாப் பக்கம் வந்தார். வெளியே கான்விக்ட் காவலர்களும் நிறையப் பேர் இருந்தனர்.

குளித்துவிட்டு வந்து உடை மாற்றிக்கொண்டு தனக்குக் கொடுத்த சூடான பாலை ஒரு சின்னச் சிரிப்புடன் குடித்துவிட்டு, காக்கிப் படை அதிகாரிகளைப் பின்தொடர்ந்து சென்றார் குருசாமி. அவர்களைத் தொடர்ந்து அமைதி ஊர்வலம்போல் தண்டனைக் காவலர்களும், சிறைக் காவலர்களும் அணிவகுத்துச் சென்றனர். ஆங்காங்கே பிளாக்குகளில் இருந்து, அந்த அதிகாலை இருட்டில் குருசாமியை அழைத்துச் செல்வதை அமைதியாகப் பார்த்துக் கொண்டிருந்தனர். வழக்கமான காலை நேரப் பறவைகளின் சத்தங்கள்கூட இல்லாமல் அமைதியாக இருந்தது.

எந்தவித உணர்ச்சியும் இல்லாமல் பலிபீடம் வரையில் குருசாமி நடந்து வந்த விதமும், நடந்துகொண்ட முறையும் எல்லோருக்கும் ஆச்சரியமாகவே இருந்தது.

சற்று நேரத்தில் "டமார்" என்ற பெருத்த ஓசை கேட்க, தூக்குமேடை மேலே நின்றிருந்த குருசாமி பாதாளத்திற்குள் தொங்க, மேலே வடக்கயிறு மட்டும் ஆடித் துடித்து அடங்கியது!

அரை மணி நேரம் கழித்து கான்விக்ட் வார்டர்கள் இருவருடன் குருவியும் தூக்குக்கொட்டடிக்கு வந்தான். கொட்டடியைச் சுற்றித் துப்பாக்கியுடன் காவலர்கள் நின்று இருந்தனர். குருவி கையில் பிளாஸ்டிக் பை ஒன்று இருந்தது. இன்னும் இரண்டு கான்விக்ட் வார்டர்கள், ஸ்ட்ரெச்சருடன் வந்தனர். அவர்களுடன் சேர்ந்து குருவியும் அந்தப் பாதாள அறைக்குள் இறங்கினான். குருசாமியின் கழுத்தை இறுக்கிக் கொண்டிருந்த கயிற்றைத் தளர்த்தி, தொங்கிக்கொண்டிருந்த உடலை விடுவித்து, குருவி கொண்டு வந்திருந்த புதிய வேஷ்டி சட்டையை அந்த உடலுக்கு அணிவித்து வெளியே தூக்கி வந்தனர்.

குருசாமியின் உடலை வாங்கிச் செல்ல அவனது மனைவியும் உறவினர்களும் வெளியே காத்திருந்தனர். சிறை அதிகாரிகளிடம் அனுமதிபெற்று, அன்று குருவி மொட்டை போட்டுக்கொண்டான்!

*

ஆர்டர்லி அழகப்பன்

அழகப்பன் ஓய்வு வயதை நெருங்கிக் கொண்டிருந்தார். அவர் பணியில் சேர்ந்த ஒருசில நாட்களிலேயே உயர் அதிகாரிகளின் பங்களாக்களுக்கு ஆர்டர்லியாகச் சென்றவர்தான், ஓய்வுபெறும் வயதிலும் அதே பணியைத்தான் செய்துவந்தார். வாலிப வயதில் எப்படி இருந்தாரோ தெரியவில்லை. 50 வயதில் கால்கள் இரண்டும் உள்பக்கமாக வில்லாக வளைந்து இருந்தன. அவரை முழுமையான காவலர் சீருடையில் யாருமே பார்த்திருக்கவில்லை. அரசிடமிருந்து அவருக்கு வழங்கப்படும் காக்கி துணிகளில் ஒரே ஒரு மேல் சட்டையை மட்டுமே தைத்து வைத்திருந்தார். மற்றதை எல்லாம் காக்கி பேன்ட்டுகளாகத்தான் தைத்துக்கொள்வார்.

முழுமையான காவலர் சீருடையை அணிய வேண்டிய அவசியமே ஏற்படாது என்று உறுதியான நம்பிக்கையிலிருந்தார். அந்த நம்பிக்கை வீண் போகவுமில்லை.

சிறையில் பணியில் இருக்கும் நூற்றுக்கும் மேற்பட்ட சக காவலர்கள் பல பேருக்கு, அவர் காவலராகத்தான் இருக்கிறார் என்பதே தெரியாமல் இருந்தது.

புதிய சிறைக் கண்காணிப்பாளர் வேறு சிறையிலிருந்து மாறுதலில் வந்து பத்து நாட்களுக்கு மேல் ஆகியிருந்தது. அவரது குடும்பத்தினர்

இன்னும் அந்த பங்களாவுக்கு வந்து சேரவில்லை. புதிய கண்காணிப்பாளருக்கு அவர் வந்ததிலிருந்து பங்களாவில் அனைத்து வேலைகளும் அழகப்பன்தான் செய்தார். கண்காணிப் பாளரின் தேவையறிந்து அவர் சொல்லாமலேயே அழகப்பன் செய்தது, கண்காணிப்பாளருக்கு ஆச்சரியமாக இருந்தது. அழகப்பனின் தனிச்சிறப்பே அதுதான். கண்காணிப்பாளரின் வீட்டுப்பொருட்கள் இரண்டு லாரிகளில் வந்து இறங்கின. ஒரு லாரியில் எருமை மாடுகளும், பசு மாடுகளும் வந்தன. ஏற்கெனவே தயாராக இருந்த கைதிகளை வைத்துப் பொருட்கள் எல்லாம் இறக்கப்பட்டன. கண்காணிப்பாளர் சிறையில் அவர் அலுவலகத்தில் இருந்தார். சிறிதுநேரத்திலேயே, திறந்து வைத்திருந்த பெரிய கேட்டின் வழியாக ஒரு கார் வந்து நின்றது. அழகப்பன் வலது இடது புறமாக கடிகார பெண்டுலம் போல் ஆடிஆடி வேகமாக வந்து, கார் கதவைத் திறந்து பவ்யமாக வணக்கம் வைத்தார்.

காரிலிருந்து கண்காணிப்பாளரின் மனைவிதான் முதலில் இறங்கினார். "நீங்கதான் ஆர்டர்லி அழகப்பனா? இதுக்கும் முன்னால இருந்த சூப்பிரண்டோட ஒய்ஃப் போன்ல உங்களப்பத்தி சொன்னாங்க. அவங்க வீட்டைப் பார்த்தது மாதிரி நல்லபடியாகப் பார்த்துக்கணும்பா. அய்யாவும் பாப்பாவும்தான் இங்கே இருப்பாங்க. நான் ஊருல இருக்கிற தோட்டங்களைப் பார்க்கப் போயிடுவேன். எல்லாத்தையும் நீதான் பார்த்துக்கணும்" என்றார் அந்த அம்மையார்.

"அம்மா, நீங்க கவலைப்படாதீங்க அம்மா. நல்லபடியா எல்லாத்தையும் நான் பாத்துக்கிறேன்ம்மா" என்று சொல்லிக் கொண்டே, அந்த அம்மையாருடன் வந்த இளம் பெண்ணிடம் இருந்த பெரிய பேக்கை வாங்கிக்கொண்டு, பங்களாவுக்கு அழைத்துச் சென்றார் அழகப்பன்.

உள்ளே கைதிகள் பெரிய இரும்பு பீரோக்களையும், கட்டில் களையும் எங்கே வைப்பது என்ற உத்தரவுக்காகக் காத்திருந்தனர்.

"இங்க பாருங்கப்பா. அந்த பீரோ ரொம்ப வெயிட்டா இருக்கும். உள்ளே ஜாமான் எதையும் எடுக்கல. கவனமாத் தூக்கி இந்த மூலையில் வச்சிருப்பா" என்று அந்த அம்மையார் சொன்னதும், இரண்டு முரட்டு கைதிகள் அந்தப் பீரோவை அலேக்காகத் தூக்கி மூலையில் வைத்தனர்.

கனத்த உயரமான உடம்பும் மீசையுமாக இருந்த கைதியைப் பார்த்து "நீதான் வண்டாரி ராமனா?" என்றார், அந்த அம்மையார். கைதிகளுக்கு ஆச்சரியமாக இருந்தது. இப்போதுதான் வந்திருக்கிறார் அதற்குள் எப்படி பெயரைத் தெரிந்து கொண்டாரென்று!

வண்டாரி ராமன் வியப்பிலிருந்து மீளாதவனாய் "ஆமாம்மா! கைதிங்க பேரக்கூடக் கரெக்டாச் சொல்லுறீங்களேம்மா" என்றான் வண்டாரி ராமன். வழக்கமான ஜெயில் சூப்பிரண்டு குடும்பத்தினர் போன்று, உயர் நடுத்தரக் குடும்பத்தின் எந்தச் சாயலும் அவர்களிடம் இருக்கவில்லை. ஒரு கிராமியக் கலாசாரச் சாயல்தான் அவர்களிடமிருந்தது. ஜெயில் சூப்பிரண்டுகூட அப்படித்தான் இருந்தார். அதற்குக் காரணம் அவர் உண்மையிலேயே நிலப்பிரபுத்துவப் பாரம்பரியக் குடும்பத்திலிருந்து வந்த முதல் அரசு அதிகாரியாக இருந்ததாக் கூட இருக்கலாம். இல்லை, அவர் பத்தாண்டுகளுக்கு மேலாகத் துறைரீதியான ஒழுங்கு நடவடிக்கைக்கு ஆளாகி, பணிநீக்கம் செய்யப்பட்டு, நீதிமன்ற ஆணை பெற்றுப் பணிக்குத் திரும்பி இருந்ததாகக்கூட இருக்கலாம்.

அவ்வளவு பெரிய வீட்டில் கண்காணிப்பாளரும் அவருடைய 24 வயது மகளும் மட்டுமே இருந்தனர். சமையல் வேலைக்கு ஒரு காவலர், அவர் உதவிக்கு ஒரு கைதி, மாடுகளைப் பராமரிக்க ஒரு கைதி, வீட்டையும் வாசலையும் சுத்தம் செய்ய ஒரு கைதி, துணி துவைத்துத் தேய்க்க ஒரு கைதி, இந்தக் கைதிகளைக் காவல் காக்க ஒரு காவலர், மொத்த மேற்பார்வைக்கு அழகப்பன்.

மாடுகளுக்குப் புல்லறுத்துக் கொண்டுவந்து போடுவது, சாணி அள்ளித் தொழுவத்தைச் சுத்தம் செய்வது எல்லாம் வண்டாரி ராமன் வேலை. வண்டாரி என்பது அவன் ஊர்ப் பெயர். சிறையில் நிறைய ராமன்கள் இருந்ததால் அவனை வண்டாரி ராமன் என்று அழைத்து, அது சுருங்கி வண்டாரி என்பதே நிலைத்துவிட்டது. வண்டாரிக்குச் சில ஆண்டுகளாக இதே வேலைதான். மற்ற கைதிகள் அடிக்கடி வேலைகளை மாற்றினாலும், வண்டாரி மட்டும் அதே வேலையைச் செய்து வந்தான். அவன் ஆயுள்தண்டனைக் கைதி.

வேலை செய்யும் காவலர்களிடமும், கைதிகளிடமும் ஜெயில் சூப்பிரண்டின் மகள் ஜெயந்தி பேச்சுக் கொடுத்துப் பேசிக்கொண்டே இருப்பாள். பகல் நேரத் தொலைக்காட்சியில்

ஒளிபரப்பு சேவையில்லாத காலமது. தனியாக ஒரு பெண் எவ்வளவு நேரம் சும்மாவே இருப்பது. கைதிகளுடன் பேசி அவர்களுடைய கதைகளைக் கேட்பதும், அவர்களுடன் உரையாடுவதும்தான் ஜெயந்திக்கு பொழுதுபோக்காகவும் இருந்தது. கைதிகளில் ஒருவர் மட்டும் 35 வயது உடையவராகவும் மற்றவர்களெல்லாம் 45 வயதைக் கடந்தவர்களாகவும் இருந்தனர். கைதிகளும், காவலர்களும் ஜெயந்தியை "பாப்பா" என்றும், "பாப்பம்மா" என்றும் பாசத்தோடும் பயத்தோடும், அழைத்துப் பேசுவார்கள்.

வண்டாரி ராமன்தான் கொஞ்சம் உரிமையுடன் ஜெயந்தியிடம் பேசுவான். அந்த உரிமை சாதிப் பாசத்தால் கிடைத்த அங்கீகாரமாக இருந்தது. பதினோரு மணிக்கெல்லாம் வேலை முடித்து வீட்டின் கொல்லைப்புறத்தில் கைதிகள் சிறைக்குள் போவதற்கு தயாராகிக் கொண்டிருக்கும்போது, ஒருநாள்,

"ஆமா பாப்பா, பால்தான் நிறைய இருக்கே, எல்லாருக்கும் காப்பி போடச் சொல்லும்மா" என்றான் வண்டாரி. அதன் பிறகு ஒவ்வொரு நாளும் 11 மணிக்குமேல் காபி தயாராகிவிடும். அப்போது அங்கே உட்கார்ந்து எல்லாரும் பேசுவார்கள். சமையல் கைதி காப்பி கொண்டுவந்து எல்லாருக்கும் கொடுக்கும் வரையிலும், அதைக் குடித்து முடிக்கும் வரையிலும் ஒரே அரட்டைதான். கைதிகள் தரையிலும், குத்துக்கல்லிலும் உட்கார்ந்துகொண்டு பேசுவார்கள். ஜெயந்தி நாற்காலியில் ஒய்யாரமாக உட்கார்ந்து பேசுவாள்.

காவலர்கள், கைதிகள் எல்லாரும் காப்பியோ டீயோதான் குடிப்பார்கள். பாப்பாவுக்கு மட்டும் ஹார்லிக்ஸ்.

ஒருநாள் வண்டாரி ராமன் காப்பி குடிக்கும் முறையைப் பார்த்து முகம் சுழித்த ஜெயந்தி, "ஏன் வண்டாரி, மாடு கழனித் தண்ணியக் குடிக்கிற மாதிரியேதான் காப்பியக் குடிப்பியா? காப்பித் தம்ளரை கவ்வித்தான் குடிப்பியா? பாரு மீசையெல்லாம் ஒழுகுது..." என்றாள்.

எல்லாரும் சிரித்து விட்டனர்.

"வயசாகிப் போச்சும்மா. இனி எப்படிம்மா பழக்கத்த மாத்துறது? நாங்க மாடு மாதிரி உழைப்போம். மாடு மாதிரி குடிப்போம்" வஞ்சகமில்லாமல் சொன்னான் வண்டாரி.

அடுத்த நாளே, புதிதாகச் சில்வர் டம்ளர்கள் கைதிகளுக்கும் காவலர்களுக்கும் வாங்கி வந்தார் அழகப்பன். அழகப்பன் வேண்டாம் என எடுத்துச் சொல்லியும் ஏழு டம்ளர்கள் வாங்கி வரச் சொன்னது ஜெயந்திதான். அந்த டம்ளர்கள் கொல்லைப்புறத்தைத் தாண்டி வீட்டிற்குள் வந்து விடக்கூடாது என உத்தரவு போட்டாள் ஜெயந்தி.

வண்டாரி ராமனும், ஜெயில் சூப்பிரண்டும் ஒரே சாதியைச் சேர்ந்தவர்கள்தான். கண்காணிப்பாளரின் பெயருடன் சாதியைப் பின்னொட்டாக இணைத்தே எல்லாரும் சொல்வார்கள். அவரும் அதையே விரும்புவார். அவரும் சுயசாதிப் பெருமைப் பேசிமகிழ்பவராக இருந்தார். கைதிகளில் பெரும்பாலோர் அவர் சார்ந்த சாதிக்காரர்களாக இருந்தபோதும், அவர்கள் எல்லாரையும்விட வண்டாரியிடம் கொஞ்சம் கூடுதல் பாசத்தோடுதான் இருந்தார். கண்காணிப்பாளரின் மனைவியும் சாதிப் பாசத்தைக் காட்டத்தான் செய்திருந்தார். ஆனால், 'ஜெயந்தி மட்டும் ஏன் இப்படி நடந்து கொள்கிறாள்' என வண்டாரிக்கு வருத்தமாகத்தான் இருந்தது.

ஜெயந்தி எல்லாரிடமும் சகஜமாகப் பேசினாலும் டோபி வேலை செய்யும் கணேசன் என்ற ஆயுள்தண்டனைக் கைதியுடன் மட்டும் பேசுவது வித்தியாசமாகப்பட்டது முதலில் வண்டாரிக்குத்தான். அந்த டோபி கணேசன் கொஞ்ச நாளாகத் தன்னை அலங்காரம் செய்வதில் அக்கறை காட்டி வந்தான்.

துணித்தேய்ப்பு மேசை அவ்வளவு நாள் வீட்டிற்கு வெளியேதான் இருந்தது. அந்த மேசை வீட்டிற்குள் ஓர் ஒதுக்குப் புறமாகப் போனது, தற்செயலானது என்றுதான் வண்டாரியும் அழகப்பனும் நினைத்திருந்தனர்.

கைதிகள் காலை 7:30 மணிக்கு வேலைக்கு வந்து 11.30 மணிக்குச் சிறைக்குச் செல்வதற்கு முன்பாக எல்லாரும் காபியோ டீயோ சாப்பிடுவார்கள். டோபி கணேசனுக்கு மட்டும் ரகசியமாக ஆர்லிக்ஸ் வந்ததைக் கவனித்தபிறகுதான் வண்டாரியும், அழகப்பனும் தீவிரக் கண்காணிப்பில் ஈடுபட்டனர். மற்றவர்கள் யாருக்கும் இது தெரியவுமில்லை. கண்டு கொள்ளவுமில்லை.

துணி தேய்க்கும் வேலை எப்போதாவதுதான் இருக்கும். ஆனால் கணேசனும், ஜெயந்தியும் எப்போதும் வீட்டுக்குள்ளேயே இருந்தனர். தங்களைக் கண்காணிக்கத் தொடங்கியது தெரியாமல்,

கணேசனும் ஜெயந்தியும் அடிக்கடி வீட்டுக்குள் செல்வதும் வருவதுமாக இருந்தனர்.

சமையல் வேலை முடிந்ததும் அந்தக் கைதியை மட்டும் சிறைக்குள் அனுப்பிவிட்டு, காவலர் அவர் வீட்டுக்குச் சென்றுவிடுவார். மாடுகளை அவிழ்த்து மேய்ப்பதற்கு, சிறைத் தோட்டங்களுக்குக் கொண்டுபோக, வண்டாரியை அனுப்பி விடுவாள் ஜெயந்தி. சரி, அழகப்பன்தான் வீட்டில் இருக்கிறாரே என்று, வண்டாரியும் தோட்டத்துக்குப் போனால், எதையாவது கடையில் வாங்கி வரும்படி அழகப்பனையும் அனுப்பிவிடுவாள்.

ஒருநாள் தீவிர யோசனையுடன் மாடுகளை மேயவிட்டுவிட்டுத் தோட்டத்தில் இருந்த வண்டாரி, மாடுகளை மரங்களில் கட்டிப்போட்டுவிட்டு பங்களா நோக்கி வேகமாக வந்தான். அவன் நினைத்தது போலவே அழகப்பன் வீட்டில் இல்லை. அவர் சைக்கிளும் வளாகத்தில் இல்லை. கணேசனைத் தேடிப்பார்த்தால் அவனையும் காணவில்லை. முன்வாசல் கதவு எப்போதும் போல், தாழிடப்பட்டு இருந்தது. கொல்லைப்புறக் கதவு திறந்து நிசப்தமாக இருந்தது. ஒட்டகம்போல் இருந்த வண்டாரி பூனைபோல் சத்தமில்லாமல் உள்ளே நுழைந்தான். தேய்ப்புப் பலகையின்மீது, முன் தினம் தேய்த்த துணிகள், அப்போதைக்குத் தேய்த்ததுபோல் அடுக்கி வைக்கப்பட்டிருந்தன. படுக்கை அறைக் கதவு சாத்தப்பட்டு இருந்தது.

கொலை செய்யும்போதும், போலீசில் பிடிபடும்போதும் நடுங்காத வண்டாரியின் உடம்பு நடுங்கியது. கால்களிலும் நடுக்கம்.

“ஏம்மா பாப்பா ஜெயந்தி..?” என்று குரல் கொடுத்தான். குரலிலும் நடுக்கம்.

“என்ன வேணும்..?” உள்ளேயிருந்து வந்த குரலிலும் பதட்டம் தெரிந்தது. “வெளியே வாம்மா!” அதட்டலாக எழுந்தது வண்டாரியின் குரல்.

“நீ என்ன, வீட்டுக்குள்ள எல்லாம் ஓம் பாட்டுக்கு வந்துட்டு இருக்க?” அதிகார வார்த்தைதான். ஆனால், அதில் அதிகாரம் தொனிக்கவில்லை.

“வெளிய வாம்மா!” இனி இவனிடம் தப்பிக்க வழியில்லை என்ற நிலையில் சுடிதாரைச் சரிசெய்து கொண்டு, தலை முடியைச் சரிசெய்துகொண்டு வேகமாக வெளியே வந்து,

“என்ன பழக்கம் இது... பெட்ரூம் பக்கம் வாரது” என்றாள்.

“கணேசன் எங்கம்மா?” மிரட்டலாகக் கேட்டான்.

“என்கிட்டக் கேட்டா? வெளியில போய்ப் பாரு!” என்று சொல்லிக்கொண்டு ஜெயந்தி வெளியே போனாள்.

வண்டாரி படுக்கையறைக் கதவை உள்பக்கமாகத் தள்ளினான். அங்கிருந்து பார்த்தால் உள்ளே யாரும் இருப்பதாகத் தெரியவில்லை. கதவை இன்னும் கொஞ்சம் உள்பக்கமாக தள்ளிப் பார்த்தான். அதற்கு மேலே கதவு நகரவில்லை. கதவை அப்படியே சுவரோடு சேர்த்து நெருக்கினான்.

உள்ளே நெறிபட்டு நசுங்கிய கணேசன், “வண்டாரி, என்னக் கொன்னுடாத வண்டாரி. உன் கால்ல விழுகிறேன் வண்டாரி. நீதான் என்னைக் காப்பாத்தணும்...” ரகசியமாகக் கதறிக்கொண்டு, செத்த எலிபோலச் சுருண்டு கிடந்தான். கதவின் அழுத்தம் குறைந்த கணத்தில், வண்டாரியின் கால்களைப் பிடித்துக் கெஞ்சினான். வெளியில் இருந்து வீட்டுக்குள் நுழைந்த ஜெயந்தியைக் கவனித்த வண்டாரி, அவனை அப்படியே விட்டுவிட்டு, ஜெயந்தி நுழைந்த இன்னொரு படுக்கை அறைக்குள் நுழைந்தான்.

உள்ளே இருந்த கட்டிலில் குப்புற விழுந்து கிடந்த ஜெயந்தியைப் பார்த்து, “ஏம்மா, நான் உன் சாதிக்காரன். உங்க அப்பாவும் அம்மாவும் அதனால் என்மேல நம்பிக்கை வச்சுப் பாசம் காட்டினாங்க. நான் வாய் வெச்சுக் குடிச்ச டம்ளர் ஆகாதுன்னு, புதுசா வாங்கி வரச்சொன்னியே. இப்ப இந்த வண்ணாப்பய எச்சு மட்டும் உனக்கு இனிக்கிதோ. அவனுக்கு மட்டும் ஹார்லிக்ஸ் கொடுக்கிறது. அன்னைக்கே அய்யாகிட்டச் சொல்லாமல்விட்டதுதான் தப்பாப் போச்சு!” என்றான் வண்டாரி.

“மன்னிச்சுக்கோ வண்டாரி, என் கூடப்பிறந்தவனா உன்னை நினைக்கிறேன். அப்பாகிட்ட இதச் சொல்லிடாத. சொன்னா நான் செத்துருவேன்!” ஜெயந்தி சொல்லிக்கொண்டிருந்த போதே அழகப்பன் வீட்டுக்குள்ளே வந்துவிட்டார். அவருக்கு எதையும் சொல்ல வேண்டிய அவசியம் இருக்கவில்லை. கணேசன் இருந்த நிலையையும், ஜெயந்தி இருந்த கோலத்தையும், வண்டாரி நின்றிருந்த இடத்தையும் பார்த்தவுடன் எல்லாமே அவருக்கு என்ன நடந்திருக்கும் என்பவை மனக்கண்ணில் காட்சிகளாக ஓடின.

கணேசனுக்கு அதன்பிறகு சில ரத்தக் காயங்களும், ஊமைக் காயங்களும் ஏற்பட்டன. மாடுமுட்டிக் கீழே தள்ளியதில்

கணேசனுக்குக் காயம் ஏற்பட்டதாகச் சொல்லி சிறை மருத்துவமனையில் சேர்த்துவிட்டார் அழகப்பன்.

இரண்டு நாட்களாகப் பங்களாவுக்கு வண்டாரி வரவில்லை. புதிய காவலர்களும், புதிய கைதிகளும் பங்களா வேலைக்கு வந்தனர். இதைப் பார்த்த அழகப்பன், மிகுந்த மன வேதனையுடனும் யோசனையுடனும் இருந்த கண்காணிப்பாளரிடம் சென்று,

"ஐயா, எப்பவும் போல வண்டாரி இங்க வேலைக்கு வருவதுதான்யா நல்லது. கணேசனத் தவிர மத்தவங்க எல்லாம் வரட்டும்யா. இல்லைனா என்ன ஏதுன்னு வண்டாரிகிட்ட எல்லாரும் கேப்பாங்க. அவன் யார்கிட்டயாவது உளறாமப் பார்க்கணுமய்யா!" என்றார்.

"ம்... நல்ல யோசனைதான். வண்டாரிய உடனே அனுப்பச் சொல்லி ஜெயிலுக்குப் போன் போடு" என்றார் கண்காணிப்பாளர்.

"ஐயா, நான் சொல்றேன்னு தப்பா நினைக்காதீங்கய்யா. நீங்க வேற எந்த ஊருக்காவது டிரான்ஸ்பர் வாங்கிட்டுப் போயிடுங்கய்யா. இனி இங்கே இருக்கிறது நல்லது இல்லைங்கைய்யா" தயக்கத்துடன் சொன்னார் அழகப்பன்.

"அதுக்கு நான் ஏற்கெனவே ஏற்பாடு பண்ணிட்டேன்பா" என்றார் கண்காணிப்பாளர். அவர் விடுப்புப் போட்டு வீட்டிலேயே இருந்தார். அடுத்த ஓரிரு நாள் அவரது மனைவியும் வந்துவிட்டார்.

புதிதாக ஒரு கண்காணிப்பாளர் சிறைப் பொறுப்புகளை ஏற்றுக்கொண்டார். அவருக்கு வீடு இன்னும் ஒதுக்கீடு செய்யப்படாமல் இருந்ததால், அவர்கள் ஒரு விடுதியில் தங்கியிருந்து வேலைக்கு வந்து போய்க்கொண்டிருந்தார். பழைய கண்காணிப்பாளர் வேறு ஊருக்கு மாறுதலில் சென்றுவிட்டார். அவர் இன்னும் வீட்டைக் காலி செய்யாமல்தான் இருந்தார். வீட்டில் அந்த அம்மையார் மதியத் தூக்கத்தில் இருந்தார். ஜெயந்தி வெளியே உட்கார்ந்து ஏதோ புத்தகம் படித்துக் கொண்டிருந்தாள். அங்கே வந்த அழகப்பன்,

"ஏம்மா பாப்பா, நீ தலைக்குக் குளிச்சு எத்தன நாளாச்சு?" என்று அவர் கேட்டதும் அதிர்ச்சி அடைந்த ஜெயந்தி,

"நீ ரொம்ப ஓவராப் போற. எதுக்கு இதெல்லாம் கேட்குற? மரியாதையாய் இருந்துக்கோ!" என்றாள்.

"நீ கைதிகிட்டத் தப்புப்பண்ணாம, ஒரு காவலர் கிட்டத் தப்புப் பண்ணியிருந்தா, நான் இதக் கேட்கப் போறதில்ல. ஏன்னா அந்தக் காவலரே மருந்து மாத்திரை வாங்கித் தந்திடுவான். கைதி எங்கே போய், எப்படி வாங்க முடியும். எப்படி உனக்குத் தர முடியும்?" நிதானமாகச் சொன்னார் அழகப்பன்.

"அதெல்லாம் எங்களுக்குத் தெரியும். உன் வேலைய மட்டும் பாரு!"

"இப்படிச் சொன்ன அதிகாரிகளோட மனைவிகளையும் பார்த்துட்டேன். அவங்க பிள்ளைகளையும் பார்த்துட்டேன். எத்தனை பேருக்கு வயித்தக் கழுவ மருந்து மாத்திரை வாங்கிக் கொடுத்து இருக்கேன் தெரியுமா?" அழகப்பனின் வார்த்தைகளில் பொறுப்புணர்வும் கடமையுணர்வும் மேலோங்கியிருந்தது.

ஜெயந்திக்கு அழகப்பனின் அந்த சேவை தேவைப்படாமலே போனது.

அவர் வேலைக்குச் சேர்ந்து முப்பத்தி எட்டு ஆண்டுகள் ஆயின. அவர் பணிக்காலத்தில் முதலமைச்சரின் நற்பணி விருதும், ஜனாதிபதி விருதும் பெற்றார். எந்தக் குற்றச்சாட்டுக்கும் ஆளாகாமல் தண்டனைகள் ஏதும் பெறாதவர்களுக்கே இந்த விருதுகள் வழங்கப்படுவது வழக்கம்.

காவலர்களாகக் களப்பணி செய்பவர்களுக்கு இந்த விருதுகள் கிடைப்பது அரிது. பணிக்குத் தாமதமாக வருவது, சீருடை சரியாக அணியாமல் இருப்பது, மூத்த பணியாளர்களுக்கு மரியாதை செய்யாமல் இருப்பது, முகச்சவரம் செய்யாமல் இருப்பது, கவாத்து பயிற்சியிலும், கடமையிலும் கவனக் குறைவாக இருப்பது போன்ற தவறுகள் எதுவுமே நடக்காமல் இருபது வருடங்களைக் கடப்பது எளிதல்ல.

காலமெல்லாம் அழகப்பன் போன்று ஆர்டர்லிகளாகப் பணியாற்றுபவர்களுக்கே இந்தக் கௌரவம் எளிதாகக் கிட்டும். சரியாகச் சோறு வடிக்கவில்லை என்றோ, துணி துவைக்கவில்லை என்றோ பாத்திரம் கழுவவில்லை என்றோ அவர்கள் மீது ஒழுங்கு நடவடிக்கை மேற்கொள்ள இயலாது அல்லவா.

மதுரை நம்பி | 181

மாறுதலில் சென்ற கண்காணிப்பாளருக்கு அங்கே வீடு ஒதுக்கியாகிவிட்டது என்று செய்தி வந்ததும், இரண்டு லாரிகளில் வீட்டுச் சாமான்களும், ஒரு லாரியில் மாடுகளும் ஏற்றப்பட்டு அனுப்பப்பட்டன. கண்காணிப்பாளர் பணியில் சேர்ந்த சிறையிலிருந்து காவலர் ஒருவர் ஓட்டி வந்த காரில் ஜெயந்தியும் அவளது அம்மாவும் ஏறிக்கொண்டனர். வணக்கம் சொல்லி வழியனுப்பிட வந்த அழகப்பனிடம் அந்த அம்மையார் சொன்னார்,

"இப்ப வந்திருக்கிற சூப்பிரண்டும் அய்யா மாதிரி நல்லவருதான்பா. அந்த அம்மாவும் தங்கமானவங்க. அந்த அம்மாகிட்ட உங்களப் பத்தி நல்லாச் சொல்லி இருக்கேன். பாத்துக்கப்பா. நன்றிப்பா." அழகப்பன் அந்த அம்மையாரை நன்றியுடன் வணங்கி விடை கொடுத்தார்.

கடைசி இந்த ஒரு வருடத்தையும் இப்படியே இங்கேயே ஓட்டிவிடலாம் என்ற தெம்புடனும் நம்பிக்கையுடனும் கேட்டைப் பூட்டினார் ஆர்டர்லி அழகப்பன்.

*

ஒற்றைக்கண் சிவராசனின் கூட்டாளிகள்

உலகையே உலுக்கிய ராஜீவ்காந்தி கொலை நடந்து முடிந்து, கொலைக்குத் திட்டம் வகுத்துத் தந்து நிறைவேற்றிய ஒற்றைக்கண் சிவராசனும், அவன் கூட்டாளிகளில் சிலரும் போலீசாரிடம் சிக்காமல் தற்கொலை செய்துகொண்டதற்குப் பிறகு, மதுரை மத்தியச் சிறைக்கு 10க்கும் மேற்பட்ட இளைஞர்கள் கொண்டுவரப்பட்டனர். அவர்களில் பெரும்பாலோர் படித்த இளைஞர்களாக இருந்தனர். அவர்கள் எல்லாரும் ஒற்றைக்கண் சிவராசனுடன் தொடர்பில் இருந்தவர்கள் என்ற குற்றச்சாட்டில் கைதாகி வந்தவர்கள்.

மதுரை மத்தியச் சிறையின் பாதுகாப்பு, அவர்கள் வந்த பிறகு மேலும் பலப்படுத்தப்பட்டது. 'பி' செல்லில் 24 அறைகளில் முதல் அறையிலிருந்து 6ஆவது அறை வரை அவர்கள் இருக்கும் பகுதியாகப் பிரிக்கப்பட்டு, ஏழாவது அறையிலிருந்து தடுப்புச் சுவர் கட்டப்பட்டது. அந்த இளைஞர்களின் முகங்களில் யாருக்கும் எந்தக் கவலையும் இருந்ததாகத் தெரியவில்லை. கோடியக்கரையில் இருந்து இலங்கைக்குப் படகுச் சேவை செய்த இரு இளைஞர்களைத் தவிர மற்றவர்கள் படித்தவர்களாக இருந்தார்கள். அதில் சிலபேர் தமிழர் மீட்சி படை என்ற பெயரில் ஆயுதப்பயிற்சி பெற்றவர்களாக

இருந்தனர். அவர்களுக்கு ஆயுதப் பயிற்சியளித்த ஒருவரும் இருந்தார். அவர்தான் அந்தக் குழுவிலேயே மிகவும் இளையவராக இருந்தார். ஆயுதப்பயிற்சி பெற்றவர்கள் ராமநாதபுரம் பகுதியைச் சேர்ந்தவர்களாக இருந்தனர். இன்னும் சில பேர் திண்டுக்கல், பழனியைச் சேர்ந்தவர்களாகவும் இருந்தனர். அவர்களில் சத்திய மூர்த்தி, ஜவகர் போன்றவர்கள் பெரியாரியக் கொள்கையில் தீவிரப் பற்றுள்ளவர்களாகவும், கூடவே தமிழ்த் தேசியம் பேசக் கூடியவர்களாகவும் இருந்தனர். சார்லஸ், சிமியோன் ஆகியோர் சரளமாக ஆங்கிலம் பேசக்கூடியவர்கள். வேறு எந்தத் தத்துவ ஆர்வமும் இல்லாதவர்களாகவும் இருந்தனர்.

இவர்கள் எல்லாரையும்விட, மிக முக்கியமானவராக இருந்தவர், தமிழர் மீட்சிப் படைக்கு ஆயுதப்பயிற்சி அளித்த இளைஞர்தான். அவர் அப்போது அவ்வளவு முக்கியமானவராக யாருக்கும் தெரியவில்லை. 20 வயது மதிக்கத்தக்கவரான அவர், அந்தக் குழுவினரைத் தவிர வேறு யாருடனும் பேசியதாகத் தெரியவில்லை. மற்றவர்கள் எல்லாம் காவலர்களிடமும் கைதிகளிடமும் சகஜமாகப் பேசி மகிழ்ந்தனர். அந்த முக்கிய இளைஞரைப் பற்றிப் பிறகு பார்க்கலாம்.

அந்த இளைஞர்கள் பகல் நேரங்களில், செல்கள் திறந்து இருந்த நேரங்களில் எல்லாரிடமும் அளவளாவிப் பேசிக் கொள்ள இயலும். மாலை 6 மணிக்கு ஒரு செல்லில் இரண்டு அல்லது மூன்று பேர் மட்டுமே இருக்க முடியும். அப்படி மாலையில் அடைப்பிற்குள் சென்றபிறகு, அவர்கள் அடுத்த நாள் காலை 6:00 மணிக்குப் பிறகுதான் வெளியே வர இயலும். அதுவே பொதுவான சிறை விதியுமாகும். அப்படி பூட்டப்பட்ட பிறகு தங்களுக்குத் தேவையானதை, பிற செல்களில் இருப்பவர்களுக்குக் கொடுத்து, வாங்க காவல் பணியில் உள்ள காவலர்களின் உதவியை நாட வேண்டியிருக்கும். எல்லாச் சிறைவாசிகளுக்குமே இது ஒரு பிரச்னையாகவே எப்போதும் இருக்கும். எல்லாக் காவலர்களும் ஒரே மாதிரியாக இருக்க மாட்டார்கள். சில காவலர்கள் உதவி கேட்கும் கைதிகளின் தராதரம், பரிமாற்றம் செய்யும் பொருட்களைப் பார்த்து உதவி செய்வார்கள். சில காவலர்கள், சொன்னதை எல்லாம் செய்யக் கூடியவர்களாக இருப்பர். அதாவது பீடி, சிகரெட், குழம்பு, தின்பண்டவகைகளையும் அதனுடன் சேர்த்து கஞ்சா போன்ற தடை செய்யப்பட்ட பொருட்களையும் தெரிந்தும் தெரியாமலும்

இடம் மாற்றுவது உண்டு. சில காவலர்கள் எந்த பொருளையும் யாருக்கும் கொடுக்க முடியாது என முகத்தில் அறைந்ததுபோல் சொல்லிவிடுவார்கள்.

ஒருநாள் அந்த இளைஞர்கள் மாலை அடைப்பிற்குப் பின், திண்பண்டங்களையும் புத்தகங்களையும் அடுத்தடுத்த செல்லில் இருக்கும் சக நண்பர்களுக்குக் கொடுக்க உதவுமாறு காவலரிடம் கேட்க, அந்தக் காவலரோ, “நான் இந்த வேலை செய்யுறதுக்கு வரல. இதையெல்லாம் லாக்கப்பிற்கு முன்னாலேயே செஞ்சிருக்கணும்“ என்று சொல்லி மறுத்துவிட்டார். அடுத்த நாள் என்னிடம் முறையிட்டார்கள்.

“சார், நாங்க பூட்டப்படாமல் வெளியிலிருந்தா எந்த உதவியும் கேட்போமா சார். செல்லுல பூட்டின பிறகுதான உங்ககிட்ட உதவி கேட்கிறோம். அதைக்கூட மனிதாபிமானத்தோட செய்ய மாட்டார்களா சார். நேற்று ஆறாவது அறையில இருந்தவருக்குத் தலைவலி மருந்து கொடுக்கச் சொல்லிக் காவலரக் கூப்பிட்டதற்கு, அந்தக் காவலர் கடுமையாகப் பேசிட்டாரு சார்” என்று வருத்தத்துடன் சொன்னார்கள்.

நான் அவர்களிடம், “சில காவலர்கள் அப்படித்தான் இருப்பார்கள்...” என்று சொல்லிவிட்டு, “நான் சொல்வதை ஏற்பாடு செய்து கொள்ளுங்கள், எந்தக் காவலரையும் பூட்டிய பிறகு உதவிக்கு அழைக்க வேண்டியதிருக்காது” என்றேன். மிக ஆர்வத்துடன் என்னைப் பார்த்தனர். ஒரு சாப்பாட்டுத் தட்டினை எடுத்து, அதன் விளிம்பில் ஒரு ஓட்டையைப் போட்டுக் கொள்ளுங்கள். பழைய துணியைக் கிழித்து, நீளமான கயிறாகத் திரித்து, அதைத் தட்டுடன் இணைத்துக் கட்டி விடுங்கள். மறுமுனையில் துணியைச் சிறிய பந்துபோல் சுருட்டிக் கட்டி வைத்துக்கொள்ளுங்கள். அந்த தட்டில் நீங்கள் கொடுக்க வேண்டிய பொருளை வைத்து, பக்கவாட்டில் எந்த செல்லுக்கு வேண்டுமோ அங்கே இணைப்புக் கயிறைத் தூக்கி எறியுங்கள். அதை அவர்கள் எட்டி எடுத்துக் கொள்வார்கள். அந்தத்தட்டு உங்கள் எல்லா அறைகளுக்குள்ளும் எளிதாகப் போய்வரும்” என்று முழுவதுமாகச் சொல்லி முடிப்பதற்கு முன்பே,

“நல்ல யோசனையா இருக்கே சார். அது மாதிரியே செய்துடலாம்” என்றனர். “இது எப்போதோ கைதிகள் செய்த உத்திதான்” என அவர்களிடம் சொன்னேன். அன்று மாலையில்

இருந்து பூட்டிய செல் வாசலில், ஏதாவது ஒன்றில் பரிசல்போல் அந்தத் தட்டு கட்டி வைக்கப்பட்டிருந்தது.

அவர்களிடம் நான் அவ்வப்போது அவர்கள் இயக்கம் குறித்தும், செயல்பாடு குறித்தும், படிக்கும், படித்த புத்தகங்கள் குறித்து பேசியதில் இருந்து, நான் எந்த சித்தாந்தச் சார்புடையவன் என்பதை எளிதாகத் தெரிந்துகொண்டனர். சத்தியமூர்த்தியும், ஜவகரும் என்னிடம் அரசியல் தத்துவார்த்த பிரச்னைகளில் அவ்வப்போது விவாதம் செய்வார்கள். மற்றவர்கள் எங்கள் வாதங்களைக் கூர்ந்து கவனிப்பார்கள். அதுபோன்ற சந்தர்ப்பங்களில் ஒருமுறைகூட ஆயுதப் பயிற்சி அளித்த அந்த இளைஞர் கலந்துகொண்டதில்லை.

ஒருமுறை ஜவகர் என்னிடம் கேட்டார், "கடவுள் மறுப்புக் கொள்கைகளை கம்யூனிஸ்டுகள் ஏன் பேசுவதில்லை. கடவுள் குறித்து உங்கள் பார்வை என்ன?"

"கடவுள் இருப்பதும் இல்லை என்பதும் கவைக்கு உதவாத வெறும் பேச்சு. கஞ்சிக்கில்லாதார் கவலை நீங்கவே கருத வேண்டியதை மறந்தாச்சு. பழங்கதைகளப் பேசி காலம் வீணாச்சு" என்ற பட்டுக்கோட்டையின் பாடல் வரிகளைச் சொல்ல ஆரம்பித்த போதே,

"புதுசா ஏதாச்சும் சொல்லுங்க சார். இது ரொம்பப் பழைய பதிலா இருக்கு" என்று கிண்டலாகச் சொல்லிச் சிரித்தனர். நான் சளைக்காமல் "கேள்வி பழைய கேள்விதானே. அதான் பழைய பதில்" என்று சொல்லிவிட்டு,

"கடவுளை கற்பித்தவன் முட்டாள்" என்ற தந்தை பெரியாரின் வார்த்தைகளில் எங்களுக்கு முரண்பாடு உண்டு. கடவுள் இல்லை என்பதில் உடன்பாடு உண்டு" என்றேன். வியப்புடன் என்னைப் பார்த்தனர்.

"கடவுளைக் கற்பித்தவன் முட்டாளாக இருந்திருக்க முடியாது. ஆகப்பெரும் அறிஞனாகத்தான் இருந்திருக்க வேண்டும்" குழப்பத்துடன் கூர்மையாகக் கவனித்தனர்.

நான் தொடர்ந்தேன்.

"இல்லாத ஒன்றை ஆண்டாண்டுக் காலமாக, கோடானுகோடி மக்களை ஈர்க்கும்படியாகவும், நம்பும்

படியாகவும் கற்பித்தவர்கள் எப்படி முட்டாள்களாக இருக்க முடியும்..?" அவர்கள் முகங்களில் மகிழ்ச்சி தெரிந்தது.

ஆளும் வர்க்கம் அளவில் மிகச்சிறியது. ஆளப்படும் வர்க்கம் மிகப்பெரிய ஜனத்திரள் கொண்டது. அந்த ஜனங்களை அடக்கியாள, ஆளும் வர்க்கத்திற்கு வெறும் ஆயுதங்கள் மட்டும் போதாது. சிந்தனைரீதியாக அவர்களை முடக்கிப் போட ஒரு சித்தாந்தம் தேவைப்பட்டது. அதுதான் கடவுள் என்ற கற்பிதம்!"

மேலும் தொடர்ந்தேன்,

"காலம் காலமாக மனிதர்களின் மனங்களில் படிந்துவிட்ட மூடநம்பிக்கைகளை, வெறும் பிரச்சாரம் மூலம் நீக்கிவிட இயலாது. உங்களைப்போல, என்னைப்போல ஒருசிலரைத்தான் பகுத்தறிவாளர்களாக மாற்ற முடியும். வெகு ஜனங்களின் வாழ்வாதாரப் பிரச்னைகளையும், சமூகக் கட்டமைப்புகளையும் தொடர்ச்சியான போராட்டங்களின் மூலமே புரியவைக்க முடியும். கடவுள் எதிர்ப்பு பிரச்சாரப் போதனைகளுடன் அவர்களை நெருங்கி, வென்றெடுப்பது இயலாது!" என்று எனக்குத் தெரிந்த முறையில் விளக்கினேன். அவர்கள் அதை ஏற்றுக்கொள்ள இயலாதவர்களாக இருந்தபோதும், என்னுடைய வாதத்தை நிராகரிக்க இயலாதவர்களாகவும் இருந்தனர்.

அவர்கள் இருந்த தொகுதிக்கு பணிக்குச் செல்லும் போதெல்லாம் அவர்களுடன் உரையாடுவது வழக்கம். அவர்களும், "சார் நீங்க வரும்போதுதான் இந்த மாதிரிப் பேசி விவாதம் செய்ய முடியுது. நாங்களும் நிறையப் படிக்க வேண்டும் என்ற உந்துதலும் ஏற்படுது" என்று மகிழ்ச்சியாகத் தெரிவித்தனர்.

அந்த இளைஞர்கள் பக்கத்து செல்களிலிருந்த மனநோய்ச் சிறைவாசிகளைப் பராமரிப்பதிலும் அவர்களுடன் உரையாடு வதிலும் அக்கறை காட்டினார்கள். அவர்களின் வருகைக்குப் பிறகு பல மனநோய்க் கைதிகள் அன்றாடம் பல் துலக்கி, குளித்து சுத்தமாக இருந்ததைப் பார்க்க முடிந்தது. இனிமையான பாடல்களை எப்போதும் முணுமுணுத்தபடி, தனக்குள் சிரித்துக் கொண்டிருந்த ஜோசப், அதன்பிறகு பாடல்களைத் தெளிவாகவும், இனிமையாகவும், முழுமையாகவும் பாடிக்கொண்டு இருந்ததைப் பார்க்க முடிந்தது. ஜோசப் எந்தப் பாடலையும் நேரடியாக பாடல் வரிகளைப் பாடமாட்டார். அதன் ஆரம்ப இசையை

வாயால் இசைத்துவிட்டு, ஆலாபனை செய்துவிட்டுத்தான் பாடலைப் பாடத் துவங்குவார். ஜோசப் குறித்து அவர்கள் விசாரித்துச் சொன்ன பிறகுதான் தெரிந்தது அவர் இசைக்குழுவை நடத்தி வந்த கலைஞரென்று. அந்த ஆயுள் தண்டனைச் சிறைவாசி, அந்த இளைஞர்கள் அங்கு இருந்த வரையில்தான் அவர் பாடகராகவும், குளித்து சுத்தத்துடனும் இருந்தார். அவர்கள் ஜாமீனில் சென்றபிறகு மறுபடியும் அவர் அழுக்கடைந்தவராகவும், பல் துலக்காதவராகவும், தனக்குள் முணுமுணுத்துக்கொள்ளும் மனநோய்ச் சிறைவாசியாகவே இருந்தார்.

ஒருமுறை, மிலிட்டரி செல்வம் தூரத்தில் நின்று புதிதாக வந்திருந்த அந்த இளைஞர்களை வேடிக்கை பார்த்துக் கொண்டிருந்தார். நான் அங்கு பணியில் இருப்பதைப் பார்த்து தயங்கித் தயங்கி அந்த இடத்திற்கு வந்தார். மற்ற எந்தச் சிறைவாசியும் அந்த இடத்திற்கு வருவதற்குத் தடை விதிக்கப் பட்டிருந்தது. மிலிட்டரி செல்வம் என்னுடன் பேசிக்கொண்டே அவர்களுடன் பேச ஆர்வம் காட்டினார். நான் கண்டு கொள்ளவில்லை. மிலிட்டரி அவர்களிடம்,

"உங்களுக்கு எல்லா ஆயுதங்களும் பயன்படுத்தத் தெரியுமா" என்று கேட்டார். அதற்கு சத்தியமூர்த்தி "எங்களுக்கு அரிவாளையும், அறிவையும் தவிர வேற எந்த ஆயுதத்தையும் பயன்படுத்தத் தெரியாது. ஆயுதப் பயிற்சி எடுத்தவங்க இரண்டு பேர்தான். ஆயுதப்பயிற்சி கொடுத்தவரும் இங்கேதான் இருக்கிறாரு. அவரு யாரிடமும் அதிகம் பேசமாட்டாரு. நீங்க சேகர் கிட்டப் பேசுங்க" என்று சேகர் என்பவரை அருகே அழைத்து, "இவர்தான் தமிழர் மீட்புப் படையின் தளபதி" என்று அறிமுகப்படுத்தினார்.

சேகர் சில நவீன ஆயுதங்களைக் குறிப்பிட்டும் அந்த ஆயுதங்களைக் கண்ணை கட்டி விட்டாலும் தனித்தனியே பிரித்து, மீண்டும் இணைத்துவிடுவேன் என்று சொன்னார். அதன் தொழில்நுட்பங்கள் குறித்தும் இருவரும் பேசிக் கொண்டனர். சேகர் குறிப்பிட்ட ஆயுத வகையில் ஒன்று மிலிட்டரிக்கும் தெரியாமல் இருந்தது.

மிலிட்டரி, "கைதிகள் உங்களைப் பற்றிச் சொன்னாங்க. நான் அப்படி இருக்க வாய்ப்பில்லைன்னு சொன்னேன். ஆனா

நீங்க உண்மையிலேயே நல்ல பயிற்சி பெற்றவர்கள்தான்" என்று சான்று அளித்துவிட்டு அந்த இடத்தைவிட்டுச் சென்றார்.

இரண்டு நாட்கள் கழித்து 'பி' செல்லுக்கு முன்பிருந்த கட்டிடத்தைத் தாண்டி வளர்ந்து இருந்த மரத்திலிருந்த குயிலொன்று சடசடத்து அடர்ந்த கிளைகளில் சிக்கிக்கொண்டது. கொஞ்ச நேரத்தில் அந்தக் கிளையை நோக்கி ஒரு கைதி மரத்தில் ஏறிவருவது தெரிந்தது. அதன் பிறகுதான் தெரிந்தது அது மிலிட்டரி செல்வம் வேலையென்று. அவர் கவட்டை வில்லில் அடித்த குயிலைத்தான் செல்வம் எடுக்கப் போகிறாரென்று. அவர் மரத்திலிருந்தவாறே, "சாரி சார், மன்னிச்சிடுங்க. அடிபட்ட குயில எடுத்துட்டு உடனே இறங்கிடுறேன்" என்று சைகை மொழியில், சத்தமில்லாமல் சொல்லிக் கொண்டிருந்த மிலிட்டரி சடாரென முறிந்த கிளையுடன் தரையை நோக்கிப் போனார். விழுந்தவர் எழ முடியாமல் உட்கார்ந்திருந்தார். 'பி' செல்லில் இருந்த இளைஞர்களே ஓடிச்சென்று தூக்கினர். இரண்டு குதிக்கால்களும் பெயர்ந்து ரத்தம் கொட்டியது. இளைஞர்கள் துண்டை நனைத்துப் பெயர்ந்த கால்களைச் சேர்த்து இறுக்கக் கட்டி மருத்துவமனைக்குத் தூக்கிச் செல்ல உதவினர்.

நீண்ட நாட்கள் சிகிச்சைக்குப் பின்னும் மிலிட்டரி நொண்டி நொண்டியேதான் நடந்தார். விடுதலையை எதிர்நோக்கியிருந்த அவரிடம் விடுதலையானால் என்ன வேலைக்கு போகப் போகிறாய் என்று யாராவது கேட்டால் கொஞ்சமும் வாய் கூசாமல், "கொள்ளை அடிக்கிற வேலைக்குத்தான் போவேன். ஜெயில்ல இத்தனை வருஷமா இருந்தாச்சு. வெளியே போய் உழைச்சி எல்லாம் வாழ முடியாது" என்பார்.

"நொண்டிக் கால்களோட இனி எப்படி கொள்ளையடிக்கப் போவ" என்று மிலிட்டரியை மற்றவர்கள் கேலி பேசினால்,

"காலு போனாலும், உழச்சிக் கஞ்சி குடிக்க மாட்டான் இந்த மிலிட்டரி" என்றுதான் அப்போதும் பதில் சொல்லுவார். அவ்வப்போது முதலுதவி செய்த அந்த இளைஞர்களைப் பார்த்து நன்றியுடன் பேசிவிட்டுச் செல்வார். சில நாட்களில் மிலிட்டரி செல்வத்திற்கு ராணுவத்தில் இருந்து விடுதலை ஆணை வந்து விடுதலையாகிச் சென்றார்.

அந்த இளைஞர்களிடம் பேச்சுக் கொடுக்கும் போதெல்லாம் சில சுவாரசியமான தகவல்கள் கிடைத்துக்கொண்டிருந்தன.

போலீசார், ஒற்றைக்கண் சிவராசனைத் தீவிரமாகத் தேடிக்கொண்டிருந்தபோது அந்த இளைஞர்களில் சிலர் அவருடன் இருந்ததைப் பற்றி பேசிக்கொள்வார்கள். ஒற்றைக்கண் சிவராசன் பற்றி பத்திரிகைகளில் பரபரப்பாக அன்றாடம் செய்திகள் வந்துகொண்டிருந்த நேரம், அவரைப் பற்றித் துப்புச் சொல்பவர்களுக்குச் சன்மானம் அறிவிக்கப்பட்டிருந்தது. சென்னையில் சென்ட்ரல் ஸ்டேஷனுக்கு எதிரில், இவர்கள் நடந்து கொண்டிருந்தபோது, நடைமேடையில் குடைக்கு கீழ் ஒரு செருப்புத் தைக்கும் தொழிலாளி, செருப்பு தைத்துக் கொண்டிருந்தார். குடைநிழல் அவரைத் தாண்டிப் போயிருந்தது. கிழிந்த காக்கிச் சட்டையில் இருந்தவரை வெயில் சுட்டெரித்துக் கொண்டிருந்தது. இதைப் பார்த்த சிவராசன்,

"நான் அந்தப் பெரியவரிடம்போய், என்னை அறிமுகப்படுத்தி, போலீசிடம் என்னைக் காட்டிக் கொடுத்துச் சன்மானத்தைப் பெற்றுக்கொள்ளுங்கள்!" என்று சொல்லப் போகிறேன் என்று கேலியாகச் சொன்னதாகச் சொல்லிச் சிரித்துக்கொள்வார்கள்.

ஒரு நாள் மாலை நேரம், கடற்கரையோரம் அவர்கள் நடந்து கொண்டிருந்தபோது, ஒரு போலீஸ் ஜீப் நேராகச் சிவராசனிடமே வந்து நின்று ஏதோ கேட்க, அவர் தனக்கு வாய் பேச இயலாது என அவர்களைக் காட்டியதாக, அவர்கள் வந்த போலீசுக்குப் பதில் சொல்லி அனுப்பினார்களாம்.

"என்ன அண்ணே, கரெக்டா உங்ககிட்ட வந்துதான் கேட்கணுமா?" என்று கேட்டதற்கு, சிவராசன்,

"இப்ப உங்ககிட்டக் கேட்க மாட்டாங்க. நான் போனதுக்குப் பிறகுதான் உங்ககிட்ட கேட்பாங்க. நான் அந்த போலீஸ்கிட்ட பேசியிருந்தா என் பேச்சைப் பார்த்து, கண்ணைப்பார்த்து சந்தேகப்படுவாங்கனுதான் உங்களக் கையைக் காட்டினேன்" என்று சிவராசன் சொன்னதை சுவாரசியம் குறையாமல் சொன்னார்கள்.

அந்த இளைஞர்கள் பின்னாட்களில் எப்படி விடுதலை ஆனார்கள் என்பது பற்றித் தெரியவில்லை. அவர்களில் ஒருவர் மட்டுமே விடுதலை ஆகாமல் இன்று வரையில் சிறையிலிருந்து வருகிறார். அவர்தான் அருப்புக்கோட்டை ரவிச்சந்திரன். அவர்தான் தமிழர் மீட்சிப் படைக்கு ஆயுதப்பயிற்சி அளித்தவர்.

2

அருப்புக்கோட்டை ரவிச்சந்திரன் சிறுவனாக இருக்கும் போதே இலங்கைக்குச் சென்று, அங்கு விடுதலைப் புலிகளிடம் பயிற்சி பெற்றவர். விடுதலைப் புலிகளின் முக்கிய தலைவர்களில் ஒருவராக இருந்த கிட்டுவுக்குக் காலில் அடிபட்டு, எலும்பு முறிவுக்கு தமிழ்நாட்டில் சிகிச்சை பெற்றபோது, அவருக்கு உதவியாளராகப் போய்ச் சேர்ந்தவர்தான் ரவிச்சந்திரன். அப்படியே அவருடன் ஈழத்துக்குச் சென்று, முறையாக ஆயுதப்பயிற்சி பெற்று, போரில் புலிகளுடன் சேர்ந்து இரண்டு மூன்று மிகப்பெரிய தாக்குதல்களிலும் பங்கேற்றவர்.

ராஜீவ் காந்தி கொலையிலும், கொலையாளிகளுடன் சதித்திட்டம் தீட்டியதிலும் இவருக்கும் பங்கு இருப்பதாகக் குற்றம் சாட்டப்பட்டு இருந்தது. அந்த வழக்கில் குற்றவாளிகளாகச் சேர்க்கப்பட்டவர்கள் பூந்தமல்லி கிளைச்சிறையில் தனியாக வைக்கப்பட்டு, நீண்ட நாட்கள் விசாரிக்கப்பட்டு வந்தனர். பூந்தமல்லி கிளைச் சிறை, சிறப்புக் கிளைச் சிறையாக மாற்றப்பட்டது. எல்லாத் தொகுதிகளிலும், உருட்டு இரும்புக் கம்பிகளால் கூண்டுகள்போல் தடுப்புகள் அமைக்கப்பட்டன. தனித் தனிக் கதவுகள் தயார் செய்யப்பட்டன. கிளைச் சிறையில் எந்த இடத்தில் இருந்து பார்த்தாலும் கம்பிகள் வழியாகத்தான் ஆகாயத்தைப் பார்க்க முடியும். திறந்த வெளிகளுக்கு மேலேயும் கம்பி வலைகள். அந்தக் கம்பி வலைகளுக்கு மேலே எந்திரத் துப்பாக்கிகளுடன் ஆயுதப்படைக் காவலர்கள் இரவு பகலாகக் காவல் காத்தனர்.

ராஜீவ் காந்தி கொலை வழக்கில் 23 பேர் இருந்தனர். பூந்தமல்லி சிறப்பு கிளைச் சிறையில் அவர்கள் விசாரணைக் கைதிகளாக இருந்த காலம்தான், சிறைப் பணியாளர்களுக்கு மிகக் கஷ்டமான காலமாக இருந்தது. பூந்தமல்லி சிறப்புச் சிறையில் இருந்த காலம்தான் ராஜீவ் கொலைக் குற்றவாளி களுக்கு கொண்டாட்ட காலமாகவும் இருந்தது எனலாம். அவர்களுடைய வயதும், லட்சிய வெறியும் அதற்கு காரணமாக இருந்திருக்கக்கூடும். உணர்வுபூர்வமாக ஈழப் போராட்டத்தை ஆதரித்துவந்த சிறைக்காவலர்கள் கூட இவர்களது நடவடிக்கை களை வெறுத்தனர். விசாரணைக் காலம் முடியும் வரை சிறை அதிகாரிகளையும், காவலர்களையும் பணிய வைத்தே கழித்தனர்.

அங்கு பாதுகாப்புப் பணிக்கு தமிழ்நாடு முழுவதிலுமிருந்து சிறை அதிகாரிகளும் காவலர்களும் சுழற்சி முறையில் பணிக்குச் சென்றுகொண்டிருந்தனர். அப்படி சென்றவர்கள் ஒரு மாதம் அங்கு பணி செய்ய வேண்டியிருந்தது. பூந்தமல்லி சிறையில் இருந்த சிறைவாசிகள், மதுரை, பாளையங்கோட்டை சிறைகளிலிருந்து சென்ற காவலர்களிடம் மட்டுமே சற்று அடங்கி நடந்தவர்களாக இருந்தனர்.

அதே சிறையில் நளினி, ஆதிரை, பத்மா போன்றவர்களும் இருந்தனர். பெண் சிறைவாசிகளும் ஆண் சிறைவாசிகளுக்கு சளைத்தவர்களாக இருக்கவில்லை. பொதுவாக சிறையில் பொறுப்பு அதிகாரிகளாக இருப்பவர்களுக்கு, ஏதாவது ஒரு வழியில் ஊதியம்போக, பணம் ஈட்டுவதற்கு வாய்ப்புகள் இருக்கும். ஆனால் பூந்தமல்லி சிறைக்குப் பொறுப்பு அலுவலர்களாக வந்தவர்கள் தங்கள் சொந்தப் பணத்தைப் பெருமளவு செலவு செய்ய வேண்டியிருந்தது. இல்லையென்றால் நிம்மதியாகப் பணி முடித்துச் செல்ல இயலாத நிலைக்கு கொண்டு வந்திருந்தனர் அச்சிறைவாசிகள்.

மற்ற சிறைகளில் மட்டமான காய்கறிகள், சமையல் பொருட்கள்தான் சமையலுக்கு பெரும்பாலும் பயன்படுத்துவார்கள். எந்தச் சிறைவாசியும் அதைக் குறை கூற முடியாது. ஆனால் பூந்தமல்லி சிறையில் வாங்கிவரும் காய்கறிகளும் சமையல் பொருட்களும் முதல் தரமானதாக இருக்க வேண்டும். அவர்கள் ஒப்புதல் சொன்ன பொருட்களைத்தான் சமைக்க வேண்டும். இல்லையென்றால் பல முறை திருப்பிவிடப்படும். அலைந்து திரிந்துதான் வாங்கி வரவேண்டும். அப்படி வாங்கி வரும் பணியாளர்களுடனும் சண்டையிடுவார்கள். தடுத்தால் எல்லாம் சூறையாடப்படும். சமைத்த உணவு சுவை இல்லை என்றால் மீண்டும் சமைத்தாக வேண்டும்.

பொதுவாக எல்லாச் சிறைகளிலும் கழிப்பறைகளும் தொகுதி அறைகளும் சுத்தமாகவே இருக்கும். பூந்தமல்லி சிறை இன்னும் சுத்தமாகவே இருந்தபோதும், சிறுசிறு பிரச்னைகளையும் பெரிதாக்கி சண்டைக்குத் தயாராகிவிடுவார்கள். அது காலம் காலமாகச் சிறை நிர்வாகம் மற்ற சிறைவாசிகளுக்கு செய்த கொடுமைகளுக்கு இது பரிகாரமாக இருக்குமோ என்று எண்ணத் தோன்றும்.

ஒவ்வொரு அறைக்கும் முன்பாக காவலர்களின் நடமாட்டம் இருக்கக்கூடாது. காவலர்களும் அந்தக் கூண்டுக்குள் நின்று கொண்டேதான் இருக்க வேண்டும். இரண்டு மணிநேரப் பாராவை முடித்து வருவது, உண்மையான புலிகள் இருக்கும் கூண்டுக்குள்ளிருந்து வருவது போலவே உணர்வார்கள். நேர்காணல் அறையில் சுதந்திரமாகப் பேசவிடவேண்டும். குறிப்பாக நளினி, முருகன் மற்றுமொரு காதல் ஜோடிகள் நேர்காணலுக்கு வந்தால் நேர்காணல் அதிகாரி பேப்பரை விரித்து ஆழ்ந்து படிப்பதுபோல் மூழ்கிவிடுவார். ஆண் காவலர்களும், பெண் காவலர்களும் சிறைவாசிகள் பேசிக் கொள்ளும் பக்கம் திரும்பி விடக்கூடாது. நேர்காணல் அதிகாரிகளுக்கும் காவலர்களுக்கும் அதுவெல்லாம் பழகி விட்டது. அந்தக் காதலர்கள் உண்மையில் காவலர்களுக்கு நன்றிக்கடன் பட்டவர்களாக இருக்க வேண்டும்.

எல்லா அறைகளுக்கு முன்பும் தொலைக்காட்சிப் பெட்டிகள் இருக்கும். அதில் தூர்தர்ஷன் நிகழ்ச்சிகளை மட்டுமே பார்க்க முடியும். ஓர் அறையில் மட்டும் வேறு அலைவரிசையும் ஓடிக்கொண்டிருந்தது. அதன் பிறகுதான் தெரிந்தது, பேரறிவாளன் தனது தொழில்நுட்ப அறிவைப் பயன்படுத்தி ஈயத் தட்டுகளையும், குவளைகளையும், ஈயக் கரண்டிகளையும் வைத்து ஆண்டெனா ஒன்றைத் தயாரித்து, ரகசியமாகத் தொலைக்காட்சி பார்த்து வந்தது. உடனடியாக எதிர்ப்புகளையும் மீறி, அது அப்புறப்படுத்தப்பட்டது. அந்தச் சிறைவாசிகளின் கொடுமையிலிருந்து தப்பிக்கச் சிறை அதிகாரிகளும் காவலர்களும் படாதபாடுபட வேண்டியிருந்தது.

சில ஆண்டுகள் இதே நிலையில் இருந்துதான் விசாரணை முடிவுற்று, தண்டனை வழங்கப்பட்ட பிறகு உண்மையான சிறை வாழ்க்கையை வாழத் துவங்கினார்கள். தூக்குத் தண்டனை வழங்கப்பட்டவர்கள் மூன்று பேர் வேலூர் சிறைக்கும், அதில் நளினி மட்டும் வேலூர் பெண்கள் சிறைக்கும், மற்றவர்கள் வேறு பல சிறைகளுக்கும் மாற்றப்பட்ட பிறகு, அதாவது அந்தப் பெரும் குழு பிரித்து விடப்பட்ட பிறகு, அவர்கள் அமைதியான சிறைவாசிகளாக ஆனார்கள்.

உச்சநீதிமன்றத்தில் மேல் முறையீடு செய்யப்பட்டதில் நான்கு பேருக்கு மட்டும் மரணதண்டனை உறுதி செய்யப்பட்டு

மற்றவர்கள் விடுதலை செய்யப்பட்டனர். ஜனாதிபதிக்குக் கருணை மனுச் செய்ததில், நளினிக்கு மரணதண்டனை, ஆயுள் தண்டனையாக மாற்றப்பட்டது. மீதமுள்ள மூன்று பேர்களான பேரறிவாளன், முருகன், சாந்தன் ஆகியோருக்கு மட்டுமே மரண தண்டனை உறுதிசெய்யப்பட்டது. அவர்கள் வேலூர் சிறையில் இருந்து வந்தனர்.

ஒரு கட்டத்தில் மூன்று பேருக்கும் தூக்குத் தண்டனைத் தேதி உறுதி செய்யப்பட்டு, ஜனாதிபதியிடமிருந்து ஆணை வந்தது. தண்டனையை நிறைவேற்ற எல்லா ஏற்பாடுகளும் சிறையில் தீவிரப்படுத்தப்பட்டன. அதற்காகக் காவலர்களும் அலுவலர்களும் வேலூர் சிறைக்கு வரவழைக்கப்பட்டனர் வெளியே பல்வேறு தரப்புகளில் இருந்தும், பல்வேறு நாடுகளிலிருந்தும் நிர்பந்தம் வரவே, அந்த மூன்று பேருக்கும் மரணதண்டனை ரத்து செய்யப்பட்டு ஆயுள்தண்டனையாக ஆக்கப்பட்டது. அப்படித்தான் மரண வாசல்வரை சென்று திரும்பினார்கள் அந்த மூன்று பேரும்.

ஆயுள்தண்டனைக் கைதியாக மதுரை மத்தியச் சிறைக்கு 25 ஆண்டுகள் கழித்து வந்தார் இரவிச்சந்திரன். சிறுவனாக இருந்து, வாலிபப் பருவத்தை எட்டிய நிலையில் விசாரணைக் கைதியாக மதுரை சிறைக்கு வந்தவர், வாலிப பருவம் முடிந்து நடுத்தர வயதுக்காரராக ஆயுள்தண்டனைக் கைதியாக வந்திருந்தார். காலம் அந்த வயதுக்குரிய கோலத்தை அவர் தலையில் மட்டுமே வரைந்திருந்தது. அப்போதும் அவர் யாரிடமும் அதிகம் பேசாதவராகவே இருந்தார். சில பேருடன் மட்டுமே பேசக்கூடியவராக இருந்தார். அன்றாடம் மையக் கோபுரத்தைச் சுற்றி காலையில் நடைப்பயிற்சி மேற்கொள்வார். தீவிரப் புத்தக வாசிப்பாளராக இருந்தார். அந்தச் சிறிய அறையில் நேர்த்தியாக அடுக்கி வைக்கப்பட்ட புத்தகங்களுக்கும், வழக்கு ஆவணங்களுக்கும், அவர் உடைமைகளுக்கும் ஒதுக்கியது போக, எஞ்சிய குறுகிய இடத்தில் இருந்தவாரே 'டாப் சீக்ரட்' என்ற தலைப்பில், ராஜீவ் கொலைப் பின்னணி குறித்து ஒரு புத்தகம் எழுதி முடித்தார்.

2014ஆம் ஆண்டு, நான் வேலூர் மத்திய சிறைக்குப் பதவி உயர்வு பெற்றுச் சென்றபோது, அங்குதான் பேரறிவாளனையும், சாந்தனையும், முருகனையும் பார்க்க நேர்ந்தது. அவர்களும் ரவிச்சந்திரன் வயதை ஒத்தவர்களாகவே இருக்கக்கூடும்.

இளமைக் காலம் முழுவதையும் சிறைச்சுவர்களுக்குள் தொலைத்தவர்களாகவே இருந்தனர்.

சாந்தன், பெயருக்கேற்ற சாந்த சொரூபியாகவே இருந்தார். அவர் இருந்த பிளாக்கிற்கு வெளியே, வேறு இடத்தில் நந்தவனம் போன்ற இடத்தில் அமைந்த கோயிலைப் பராமரித்து வந்தார். இலக்கிய வாசிப்பாளராகவும், சிறுகதை எழுத்தாளராகவும் இருந்தார். அவர் இரண்டு சிறுகதைத் தொகுப்புகள் வெளியிட உள்ளதாகவும் தெரிவித்தார்.

பேரறிவாளன் சிறையிலிருந்த வாய்ப்புகளைப் பயன்படுத்தி உயர்கல்வியில் தேர்ச்சி பெற்றவராக இருந்தார். கணினித் தொழில்நுட்பத்திலும் தேர்ச்சி பெற்றிருந்தார். அவரது அறிவைச் சிறை நிர்வாகம் பயன்படுத்தி வந்தது. அந்த வாய்ப்புகளை அவரும் பயன்படுத்தி வந்தார்.

தமிழ்நாடு சட்டமன்றத்தில் எடுக்கப்பட்ட நடவடிக்கைகளின் விளைவாக, இந்த ஏழு தமிழர்களும் பொது மன்னிப்பில் விடுவிக்கப்படுவது உறுதி என்ற நிலை, ஒரு கட்டத்தில் தெளிவாகத் தெரிந்தது. அது பற்றிய செய்திகள் தீயாகப் பரவிய அடுத்த நாளே, எல்லாரும் விடுதலை ஆவதற்கான ஏற்பாடுகள் நடைபெற்றன. அந்த ஏழு தமிழர்களின் விடுதலையை அவர்கள் மட்டுமல்ல, சிறையில் அனைத்து சிறைவாசிகளும் ஆவலுடன் எதிர்பார்த்திருந்தனர். பேரறிவாளனும் முருகனும் சாந்தனும் தாங்கள் வைத்திருந்த மதிப்புமிக்க பொருட்களை எல்லாம் சிறையில் தங்களுக்குப் பிடித்தமானவர்களுக்கு வழங்கினார்கள். தங்களுக்கு தேவையான பொருட்களை மட்டும் எடுத்துச் செல்லத் தயாராகக் கட்டி வைத்திருந்தனர். சென்னை அடையார் ஆனந்தபவனில் இருந்து ஆயிரக்கணக்கான லட்டுகளை வாங்கி வரச்செய்து சிறையில் எல்லா பிளாக்குகளுக்கும் சென்று கொடுத்து எல்லாரிடமும் பிரியாவிடைபெற்றனர். எப்படியும் இரவுக்குள் விடுதலை ஆணை வந்துவிடும். காலையில் ஏற்பாடுகள் எல்லாம் முடிந்து மதியம் வெளியே செல்லலாம் என்ற நம்பிக்கையுடனும் அளவில்லா மகிழ்ச்சியுடனும் அன்று மாலை அடைப்புகளுக்குச் சென்றனர்.

மத்திய அரசின் குற்றப்புலனாய்வு வழக்கில், தண்டிக்கப்பட்டவர்களை விடுதலை செய்யும் அதிகாரம் மாநில அரசுக்கு இல்லை என்று மத்திய அரசும், உச்ச நீதிமன்றமும் அன்றிரவே அறிவித்தது.

மகிழ்ச்சியான மனநிலையில் தூங்காதிருந்தவர்களுக்கும் அந்தச் செய்தி போய்ச் சேர்ந்தது. அதனால், அவர்களுக்கு ஏற்பட்ட மனவேதனையில் தூங்காமல் விடிந்தது அந்த இரவு.

காலையில் சிறையைத் திறந்தபோது ஏமாற்றத்துடன் செல்லைவிட்டு வெளியே முதல் ஆளாக வந்தார் முருகன். வழக்கம்போலவே கையில் பூக்கூடையை வைத்துக்கொண்டு, பூத்திருந்த பூச்செடிகளில் இருந்து பூக்களைப் பறித்து, பூஜைக்கு எடுத்து வந்தவர், மேஜை மீது இருந்த நாளிதழ்களை வாசித்துப் பார்த்தார். "ஏழு தமிழர் விடுதலைக்கு தமிழ்நாடு காங்கிரஸ் கமிட்டி எதிர்ப்பு" இந்த செய்தியைப் படித்துப் பார்த்த முருகன் மிருகமானார். செய்தித்தாள்களைத் தூக்கி எறிந்துவிட்டு, "விடுதலையை எதிர்க்கிறவனுக ஒவ்வொருத்தன் வீட்டு வாசல்லையும் வெடிகுண்டுகளை வெடிக்கச் செய்தால்தான் சரி!" என்று கத்திக்கொண்டே பிளாக்கிற்குள் சென்றார். அந்தப் பிளாக்கிலிருந்து கோபாவேசமான பேச்சுகள் நீண்ட நேரமாக கேட்டுக்கொண்டே இருந்தன.

அவர்கள் சிறைக்கு வந்து 30 ஆண்டுகளுக்கு மேலாகிவிட்டன. அவர்கள் சிறைக் கைதிகளாக வந்த பிறகு, சிறையில் பணியில் சேர்ந்தவர்கள் பலர், வயது முதிர்ந்து ஓய்வு பெற்றுச் சென்று விட்டனர். ஒரு மனிதனின் வாழ்க்கையில் முப்பது ஆண்டுகள் சிறையில் கழித்த பின், எஞ்சிய வாழ்க்கையில் என்ன பெரிதாக வாழ்ந்துவிடப் போகிறார்கள். இவர்கள் இருந்த காலத்தையும், இழந்த வாழ்க்கையையும் கணக்கில் எடுத்து விடுதலை செய்வதே சரியானதாக இருக்கும்!

*

சீவலப்பேரி பாண்டியும் சிங்கம்பிடாரி ஏட்டும்

'தீச்சட்டிக் கோவிந்தன்'

'மலையூர் மம்பட்டியான்'

'கரிமேடு கருவாயன்'

இந்தப் பெயர்களெல்லாம் நான் சிறைத்துறைப் பணியில் சேராதிருந்தால் வெறும் திரைப்படப் பெயர்கள் என்றோ, கதாபாத்திரங்கள் பெயர்கள் என்றோதான் நினைத்திருப்பேன். சிறைக்கு வந்த பிறகுதான் அவர்கள் எல்லாம், வாழ்ந்து மறைந்தவர்கள் என்றும், அவர்கள்தான் சினிமாவின் கதை மாந்தர்களாக சித்தரிக்கப்பட்டவர்கள் என்றும் தெரிந்து கொண்டேன். அது மட்டுமல்ல, இந்தக் கதை மாந்தர்களுடன் தொடர்புடையவர்களுடன் நானும் தொடர்பில் இருந்திருக்கிறேன் என்பதிலும் ஒரு பெருமிதமும் ஏற்படுகிறது.

இதில் தீச்சட்டிக் கோவிந்தன் என்ற திருப்பெயர் தாங்கி வாழ்ந்தவர்கள் இருவர். இருவருமே காவல்துறை அதிகாரிகள்தான். காலங்கள் தான் வெவ்வேறு.

ஒருவர் தீச்சட்டிக் கோவிந்தன் நாயர் என்ற காவல் ஆய்வாளர். அவர், சுதந்திரப் போராட்ட காலத்தில் மதுரையில் பணியாற்றியவர். மதுரை நகரில் சுதந்திரப் போராட்டம் கனன்று

கொண்டிருந்த வேளையில், காங்கிரஸ் கட்சி சார்பில் அந்நியத் துணிகளுக்கு எதிரான ஊர்வலம் நடந்தது. அந்த ஊர்வலத்தில் சொர்ணத்தம்மாள் என்பவர் தலைமையில் சில பெண்களும் போராடினார்கள். அந்தப் பெண்களைக் கைது செய்து, காவல்நிலையத்தில் வைத்து கொடூரமாகத் தாக்கினார் தீச்சட்டி கோவிந்தன் என்ற அந்த அதிகாரி. அதுமட்டுமல்லாமல் லாரியை வரவழைத்து, அதில் அவர்களை ஏற்றி மதுரை நகருக்கு வெளியே 20 கிலோ மீட்டருக்கு அப்பால் ஒரு வெட்டவெளியில் இருட்டில் இறக்கிவிட்டு, சேலைகளை உருவிக்கொண்டு வந்து விட்டான் ஆங்கில அரசின் ஏவல்நாய் தீச்சட்டிக் கோவிந்தன். இந்தத் தகவல் லாரி ஓட்டுனர் மூலமாக காங்கிரஸ்காரர்களுக்குத் தெரிந்தது. ஓட்டுநரின் உதவியுடன் சென்று சொர்ணத்தம்மாளையும் அவருடன் இருந்த பெண்களையும் மீட்டு வந்தனர். இந்தச் செய்தி காங்கிரஸ் கட்சியில் இருந்து செயல்பட்டு வந்த கம்யூனிஸ்டுத் தோழர்களைக் கொதிப்படைய வைத்தது. சில கம்யூனிஸ்ட் தோழர்கள் தீச்சட்டி கோவிந்தன் முகத்தில் ஆசிட் அடித்தனர். இது அந்தக் காலத்தில், அக்கினித் திராவக வழக்கு என்று பரபரப்பாகப் பேசப்பட்டது.

நான், இருபது ஆண்டுகளுக்கு முன்பு அருப்புக் கோட்டை கிளைச் சிறையில் பணிசெய்து கொண்டிருந்த போது, ஒரு கைதியைப் பார்க்க வயதான பெரியவர் ஒருவர் வந்தார். சிறையில் அவர் பார்க்க வந்தது அவரது மகனை.

பார்க்க வந்த பெரியவர் நீண்ட நரைத்த தாடி, நீண்ட தலைமுடியுடன் இருந்தார். கறுத்த உறுதியான தேகம், முழங்கையைத் தாண்டிய வெள்ளை அரைக்கை சட்டையும், கணுக்காலுக்குமேல் கட்டிய வேட்டியுமாக இருந்தார். கையில் மடக்கிய குடையும் ஒரு மஞ்சள் பையும் வைத்திருந்தார். உள்ளூர்ப் பணியாளர்கள் சிலர் அவரை சாலையோரங்களில் பார்த்துள்ளதாகச் சொன்னார்கள்.

அவருடைய மகனைப் பார்த்துப் பேசிவிட்டு திரும்பியவரை அழைத்து, அவரிடம் நான் பேச்சுக் கொடுத்தேன். "பெருசு, உங்கள் மகன்கிட்டப் பேசும்போது சொன்னிங்களே, குடிச்சிட்டுச் சண்டை போட்டுச் ஜெயிலுக்கு வந்து இருக்கியேடா, வெட்கமா இல்லையா. நாங்களெல்லாம் இதுக்காகவா ஜெயிலுக்கு போனோம்னு சொன்னீங்களே. நீங்க எப்ப எதுக்காக ஜெயிலுக்கு போனீங்க"

“ஐயா, நான் மதுரை சென்ட்ரல் ஜெயில்ல நாலு வருஷம் தண்டனைக் கைதியாக இருந்து இருக்கேன். 1942 ஆம் வருஷம் தீச்சட்டி கோவிந்தன்னு ஒரு போலீஸ் இன்ஸ்பெக்டர் முகத்தில் ஆசிட் அடிச்ச வழக்கில தண்டிக்கப்பட்டு இருந்தேங்க” என்றார் அந்தப் பெரியவர்.

சொல்லிக்கொண்டே குடையையும், துணிப்பையையும் கீழே வைத்துவிட்டு, சட்டையைக் கழட்டி முதுகிலும் மார்பிலும் இருந்த தழும்புகளைக் காட்டினார். அந்தத் தழும்புகள் முன்னர் தெளிவாகத் தெரிந்திருக்கக்கூடும். வயோதிகத்தால் சுருங்கிய தோல், அந்தக் காயங்களை மறைத்து இருந்தது. முதுகு, நெஞ்சு கைகளிலெல்லாம் காயத் தழும்புகள் மங்கிப்போய் இருந்தன. எல்லாம் பிரிட்டிஷ் போலீஸ் கொடுத்த பரிசுகள் எனச் சொன்னார்.

“அந்தக் காலத்துல நான் தேகப்பயிற்சி எல்லாம் செஞ்சு உடம்பை இரும்பு மாதிரி வச்சிருந்தேன்யா. என்னையப் பத்திப் பழைய கம்யூனிஸ்ட்காரங்ககிட்டக் கேட்டுப் பாருங்க. உங்களுக்கு எந்த ஊருயா?” என்று கேட்டார்.

நான் “மதுரை” என்றதும்,

“அப்போ தோழர் மாயாண்டி பாரதிகிட்டக் கேளுங்க. தூக்கு மேடை பாலு கொலை வழக்கில இருந்த மொட்டையன், மருதுகிட்டக் கேட்டுப் பாருங்க, கம்யூனிஸ்டுக் கிருஷ்ணன்னா எல்லாருக்கும் தெரியும்” என்றார்.

அந்தப் பெரியவர் சொன்னதை, எங்கள் பகுதியில் வாழ்ந்த தியாகி தோழர் மொட்டையனிடம் கேட்டேன். அவர் அதை உறுதி செய்து, அவரைப்பற்றி பெருமையாகச் சொன்னார். தீச்சட்டி கோவிந்தன் குறித்து சொர்ணத்தம்மாள் ஒரு பேட்டியில் சொன்னதைத் தொலைக்காட்சியிலும் பார்த்தேன். செம்மலர் இதழிலும் படித்துள்ளேன்.

இன்னொரு தீச்சட்டி கோவிந்தன் பிற்காலத்தில் காவல்துறையில் பணியாற்றி பெருமை சேர்த்தவர். அவர் கள்ளச் சாராயம் காய்ச்சுபவர்களைப் பிடிக்க, மாறுவேடத்தில் தீச்சட்டி ஏந்திச் சென்றதால், அந்தப் பெயர் வந்தது எனச் சொல்வதுண்டு. அந்தத் தீச்சட்டிக் கோவிந்தன் மகன், ஒரு கொலை வழக்கில் ஆயுள்தண்டனை பெற்று மதுரைச் சிறையில் இருந்தார்.

நான், அந்த கைதியிடம்,

"உங்க அப்பாதான் சுதந்திர போராட்ட காலத்தில்..." என்று ஆரம்பித்த போதே இடைமறித்து,

"இல்லைங்கய்யா, அவர் ரொம்பப் பழைய ஆள். அவர் மலையாளி, தீச்சட்டி கோவிந்தன் நாயர். அவரைப்பற்றி எங்க அப்பா சொல்லி இருக்காரு" என்றார்.

அந்தப் பெயரை மட்டும் எடுத்துக்கொண்டு அவர்களுக்கு சம்பந்தம் இல்லாத ஒரு திரைப்படம் எடுக்கப்பட்டுள்ளது என்பதையும் அறிய முடிந்தது.

மலையூர் மம்பட்டியான் சேலம் மாவட்டத்தில் மலையூர் என்ற கிராமத்தில் வாழ்ந்து மறைந்த ஒரு மனிதன்தான். சேலம் மத்திய சிறையிலிருந்து பணியிட மாறுதலில் வந்திருந்த ஒரு மூத்த தலைமைக் காவலர் ஒருவர் சொன்னார்,

"மலையூர் மம்பட்டியான்கிட்ட வெட்டு வாங்கின நம்ம வார்டர் கூட நான் வேலை செஞ்சிருக்கேன். மம்பட்டியான் மாதிரியே கருப்பு போர்வையப் போர்த்திக்கிட்டு, கையில அருவாளை வச்சுகிட்டு, மம்பட்டியான் தலைமறைவாக இருந்த காட்டுக்குள்ளேயே இருந்துக்கிட்டு, அவன் பெயரையேச் சொல்லிக்கிட்டு, போறவர்றவங்ககிட்ட வழிப்பறி செஞ்சிருக்கான் நம்மாளு. ஒருநாள் மம்பட்டியான் கிட்டயே வசமா மாட்டிக்கிட்டான். அன்னைக்கு மம்பட்டியான் கருப்பு போர்வை இல்லாமலேயே, சாதா சட்டை போட்டு அருவாள மறைச்சு வந்திருக்கான். அது தெரியாம அவன்கிட்டயே அரிவாளைக் காட்டி மிரட்டி, பணம் கேட்டு இருக்கான். மம்பட்டியான் அவன் போர்வையை உருவி, போர்த்திக்கிட்டு வெட்டின வெட்டில தலைதெறிக்கத் தப்பிச்சி வந்தவன்தான். வெட்டுக் காயம் ஆறி வேலைக்கு வர ரொம்ப நாளாச்சு."

மலையூர் மம்பட்டியான் திரைப்படத்தில் அவர் சொன்னதுபோல் ஒரு காட்சியும் உண்டு.

'கரிமேடு கருவாயன்' என்பவர் மதுரை கரிமேடு பகுதியில் வாழ்ந்தவர்தான். அவரது அக்காள் பெண்கள் சிறையில் பெண் காவலராகப் பணி செய்திருக்கிறார். அதனால் அவர் பெரும்பாலும் சிறைக்காவலர் குடியிருப்பிலேயே இருந்திருக்கிறார். சிறைத் தோட்டங்களில் கவட்டை வில்லை வைத்து வேட்டையாடுவது அவரின் பொழுதுபோக்காக இருந்திருக்கிறது.

மதுரை மத்தியச் சிறையில் பணி செய்து வந்த ஒரு காவலருக்கும் அவருடைய அக்காவுக்கும் காதல் மலர்ந்துள்ளது. கருவாயன் இந்த காதலை ஏற்காமல் கண்டித்தார். அதைக் கண்டுகொள்ளாமல் காதல் தொடரவே, அந்தச் சிறைக்காவலரை முகத்தில் வெட்டி தப்பியோடித் தலைமறைவானார். கருவாயன் தலைமறைவாகி இருந்தபோதே கொலை கொள்ளையில் ஈடுபட்டு வந்தார். காவல்துறையினர் சிறைத் தோட்டங்களிலும் குடியிருப்புப் பகுதியிலும் தேடிவந்தனர். காவல் துறை தேடிவந்து திணறிக் கொண்டிருந்தனர். எல்லாவற்றையும் ஒரு உயரமான இடத்திலிருந்து கவனித்துக் கொண்டிருந்தார் கருவாயன். ஆனால், அவர்களால் அவரைக் கண்டுபிடிக்க இயலவில்லை.

கருவாயன் மறைந்திருந்து எல்லாவற்றையும் பார்த்துக் கொண்டிருந்த இடம், இன்று மதுரைச் சிறையின் பின் பகுதியில் உள்ள காவலர் கவாத்துத் திடல் பகுதியாகும். அப்போது, அது அடர்ந்த தென்னந்தோப்பாக இருந்துள்ளது. ஒரு தென்னை மரத்திலேறி அதில் பரண் அமைத்துப் பதுங்கி இருந்துள்ளார். தாகத்திற்கு இளநீரும், பசிக்குத் தேங்காயும் சாப்பிட்டு பல நாள் அங்கே மறைந்திருக்கிறார். குடியிருப்புப் பகுதியில் இருக்கும் சிலபேர் அவருக்கு உதவியும் செய்துள்ளனர்.

இன்னும் தொடர்ந்து அங்கே இருப்பது ஆபத்து என்பதைத் தெரிந்துகொண்டு, சோழவந்தானுக்குப் போய், அங்கு மறைந்து இருந்தபோதுதான் சுட்டுக் கொல்லப்பட்டதாக மூத்த காவலர்கள் சொல்லியிருக்கி றார்கள்.

இன்னொரு மூத்த காவலர் சொன்ன தகவல், அவர் ஒரு பயிற்சிக்காக சென்னை மத்தியச் சிறைக்குச் சென்றிருக்கிறார். அங்கே வயதான காவலர் ஒருவர் அவரிடம் "எப்பா நீ மதுரைக்காரனா" என்று கேட்டு பாசத்துடன் பேசி சென்றுள்ளார். அவர் சென்றதும் இன்னொரு காவலர் வந்து, "அந்தப் பெருசு உன்கிட்ட மட்டும் பாசமாப் பேசிட்டுப் போறாரே, ஏன் தெரியுமா?" என்று கேட்டுவிட்டு,

"அவர் முகத்தப் பார்த்தியா வெட்டுக்காயத் தழும்பு இருக்குல்ல. அது கரிமேடு கருவாயன் என்கிற உங்க ஊர்க்காரன் வெட்டுனது, அந்த வெட்டோடதான் இங்க வந்து சேர்ந்தார்". அப்புறம் மதுரைக்குப் போகல" என்றாராம்.

கரிமேடு கருவாயன் கதையும் இப்படித்தான் சினிமாவா மாறிப் போனதா என்று அப்போது வியப்பாக இருந்தது.

மதுரை நம்பி | 201

'ஏ,பி' தனியறை தொகுதியில் சில காவலர்களுடன் பேசிக் கொண்டிருந்தேன். அப்பொழுதுதான் 'சீவலப்பேரி பாண்டி' என்ற தொடர் ஜூனியர் விகடன் இதழில் வந்து சில வாரங்களே ஆகியிருந்தன. அந்தத் தொடர் மிக விறுவிறுப்பாகப் போய்க்கொண்டிருந்தது. ஜூனியர் விகடன் விற்பனை பல மடங்கு கூடியிருந்தது. நான் ஒரு காவலரிடம் "சீவலப்பேரி பாண்டி தொடர் படிக்கிறீர்களா" என்று கேட்டேன். அவர் படித்துக்கொண்டு இருப்பதாகச் சொன்னார். "அத்தொடரை எழுதிக் கொண்டிருக்கும் 'சௌபா' என்பவரைப் பத் தாண்டுகளுக்கு முன்பே எனக்குத் தெரியும்" என்று சொன்னேன்.

அதைக் கேட்டுக் கொண்டிருந்த சிங்கம் பிடாரி என்ற தலைமைக் காவலர், "சீவலப்பேரி பாண்டி கதையை எழுதுற சௌபா உனக்குத் தெரிஞ்சவனா" என்று கொஞ்சம் கோபமாகக் கேட்டார்.

"ஏன் ஏட்டையா இப்படிக் கோபப்படுறீங்க. சௌபா எனக்குத் தெரிஞ்சவருதான்னு சொன்னபிறகும் அவரை, அவன், இவன்னு பேசுறீங்களே"

"உனக்குத் தெரிஞ்சவனா இருந்தா உன் வயசுக்காரனாத்தான் இருப்பான். உனக்கு அந்தக் கதைய எழுதுறவனத்தான தெரியும். எனக்கு அந்த சீவலப்பேரி பாண்டியவே தெரியும். அவன் எல்லாம் ஒரு ஆளு. அவனைப் பத்தி எல்லாம் எழுத ஓர் எழுத்தாளன்" என்று கோபம் தணியாத குரலில் சொன்னார் ஏட்டையா.

தொடரில் அதுவரை சீவலப்பேரி பாண்டி செய்த கொலை பற்றிய பகுதியும், அவர் சிறைக்கு வந்த பகுதியும் வரவில்லை. சீவலப்பேரி பாண்டி விசுவாசமான வேலையாளாகவும், கிராமத் தலைவரின் பாதுகாவலராகவும் இருப்பது வரைதான் எழுதப்பட்டிருந்தது.

நான் அந்த ஏட்டையாவைப் பார்த்து "நீங்க ஏன் ஏட்டையா சம்பந்தமில்லாம கோபப்படுறீங்க?" என்றதும்,

"அந்த சீவலப்பேரி பாண்டினாலதான், நான் சஸ்பெண்ட் ஆகி, மூணு மாசம் வீட்டிலேயே இருந்தேன். திருச்சி ஜெயில்ல பிச்சைக்காரன் மாதிரி, கிறுக்கன் மாதிரி இருந்தான். எல்லாரையும் கிறுக்கனாக்கிட்டுத் தப்பி ஓடினான். நான்தான்

அப்ப பாராவுல இருந்தேன். அவன் கொலையச் செஞ்சுட்டு ஜெயிலுக்கு வருவானாம், ஜெயில்ல இருந்து தப்பி ஓடுவானாம், கொள்ளையடிப்பானாம். அவன் கதையெல்லாம் எழுதுனா விளங்கின மாதிரிதான் இருக்கும்" என்றார்.

நாங்கள் ஆச்சரியமாக அவரைப் பார்த்தோம். தொடர் ஆரம்பித்த நிலையில் இருந்தபோதே, கதை முடிவைச் சொல்லி முடித்து விட்டாரே என வியந்தோம். ஆனால் சௌபாவின் சொக்க வைக்கும் எழுத்து நடை, படிக்கப் படிக்க புதிய அனுபவத்தைக் கொடுத்தது. சீவலப்பேரி கிராமத்தின் அழகையும், ஊர் மக்களையும், ஊருக்கு வந்து போகும் பேருந்து பற்றியும், ஊர்த் தலைவரைப் பற்றியும் அழகாய் விவரித்திருப்பார் சௌபா.

சிங்கம் பிடாரி ஏட்டையாவிடம் சீவலப்பேரி பாண்டி குறித்து அவ்வப்போது கேட்பேன். ஒரு முறை ஒரு சுவாரஸ்யமான தகவலொன்றைச் சொன்னார்.

சீவலப்பேரி பாண்டிக்கும் அவர் கூட்டாளிகளுக்கும் மரணதண்டனை விதிக்கப்பட்டு, திருச்சி மத்தியச் சிறையில் இருந்தார் பாண்டி. அவர் கூட்டாளிகளான முண்டனும், முருகனும் மதுரை மத்தியச் சிறையில் தனியறையில் இருந்தனர். அவர்களுக்கு வழங்கப்பட்ட மரணதண்டனையை எதிர்த்து உயர் நீதிமன்றம், உச்ச நீதிமன்றம் வரை மேல்முறையீடு செய்தும் மனு நிராகரிக்கப்பட்டு, மரணதண்டனை உறுதி செய்யப்பட்டது. இனி ஜனாதிபதிக்கு அனுப்பப்பட்ட கருணை மனு முடிவுதான் இறுதியானது. கருணை மனுவும் நிராகரிக்கப்பட்டது. தூக்கில் தொங்குவது உறுதி என்ற நிலையில் முன்னைவிட தீவிர பக்திமான்களாக மாறிவிட்டனர் இருவரும். தங்களது செல்லுக்கு முன்பாக சாமி படம் ஒன்றை வைக்க வேண்டுமென்று தொகுதிப் பொறுப்பு அதிகாரியிடம் கேட்டனர். அதன்படி, ஒரு நல்ல சாமி படம் செல்லுக்கு முன்பாக வைக்கப்பட்டது. காலையில் இருவரும் குளித்து முடித்து நெற்றியிலும், தோள்களிலும், மேல் கைகளிலும், முன் கைகளிலும், நெஞ்சிலும், வயிற்றுப் பகுதியிலும் மூன்று மூன்று பட்டைகளாக வரிப்புலியைப் போல் திருநீறு பூசி, இடுப்பில் துண்டை கட்டிக்கொண்டு சாமி படத்திற்கு பக்கவாட்டில் நின்று இருவரும் குனிந்து வழிபடுவதே அவ்வளவு அழகாக இருக்கும்.

கருணை மனு அனுப்பப்பட்டதிலிருந்து கடவுளை வணங்குவது ஒவ்வொரு நாளும் இப்படித்தான் போய்க்

கொண்டிருந்தது. கடைசியில் கருணை மனு நிராகரிக்கப்பட்டு தூக்கு உறுதி செய்து, தேதி நிர்ணயிக்கப்பட்ட ஆணைதான் வந்து சேர்ந்தது.

அடுத்த நாள் விடிந்தது. இருவரும் எழுந்தனர். விளக்குமாறுகளையெடுத்து மூத்திரச் சட்டியில் இருந்த மூத்திரத்தில் முக்கி சாமி படத்தில் அடித்தனர். தொடர்ந்து மூன்று நாட்களாக இப்படித்தான் வணங்குகின்றனர் என்ற செய்தி ஜெயிலருக்கு எப்படியோ எட்டியது. ஜெயிலர் வந்து அவர்களுக்கு ஆறுதல் சொல்லி, அறிவுரை சொல்லி அந்தப் படத்தை எடுத்துச் சென்றார். சில நாட்கள் கழித்து அரசிடமிருந்து ஒரு ஆணை வந்தது. மகாத்மா காந்தி நூற்றாண்டு விழாவை முன்னிட்டு நாடு முழுவதும் உள்ள தூக்கு தண்டனைக் கைதிகளுக்குத் தண்டனை குறைக்கப்பட்டு ஆயுள்தண்டனையாக மாற்றப்படுகிறது என்று. ஆணையை எடுத்து வந்த ஜெயிலர் முண்டனிடமும் முருகனிடமும்,

"சாமி படத்தை ரெண்டு பேரும் விளக்குமாத்தால அடிச்சி அசிங்கப்படுத்தினீங்களே, இப்பப் பார்த்தீங்களா தூக்கு ரத்து ஆயிடுச்சுல்ல!" என்றார்.

முண்டனும் முருகனும் கொஞ்சமும் அசராமல் சொன்னார்கள், "அடி உதவுற மாதிரி அண்ணன் தம்பிகூட உதவ மாட்டாங்கனு சொல்றது சரியாத்தான் இருக்கு பாருங்க. அடி கொடுத்தாத்தான் ஆண்டவனே உதவுறார்." ஜெயிலர் தலையிலடித்துக் கொண்டார்.

பாளையங்கோட்டை மத்தியச் சிறையிலிருந்து, ஒரு தலைமைக் காவலர் பணியிட மாறுதலில் மதுரை சிறைக்கு வந்தார். முண்டனும் முருகனும் அந்தத் தலைமை காவலர் இங்கு பணி செய்யக்கூடாது, அவரால் எங்கள் உயிருக்கு ஆபத்து என்று மனு எழுதிக் கொடுத்து உண்ணாவிரதம் இருக்கத் துவங்கினர். அந்தத் தலைமைக் காவலர்தான் பல ஆண்டுகளுக்குப் பின் சிறைக் கலவரத்தில் இறந்த திரு.வீரபத்திரன். முண்டனும், முருகனும் அவருக்கு எதிர்ப்பு தெரிவிக்கக் காரணம், சீவலப்பேரி பாண்டியுடன் சேர்ந்து இவர்கள் கொலை செய்த கிராம முன்சீப் சுப்பிரமணிய பிள்ளையின் நெருங்கிய உறவுக்காரர்தான் இந்தத் தலைமைக் காவலர். இவரது சாதியைச் சேர்ந்த நிறையக் காவலர்கள் பாளையங்கோட்டைச் சிறையில் இருந்ததினால்தான்

மதுரைச் சிறைக்கு மாறுதல் கேட்டு வந்ததாக முண்டனும் முருகனும் சொல்லிக் கொண்டிருந்தனர்.

சிறைக் கண்காணிப்பாளர் முண்டனையும் முருகனையும் அழைத்துப் பேசினார். அவர்கள் இடத்திற்கு அந்தத் தலைமைக் காவலர் பணிக்கு வரமாட்டார் என்று உத்தரவாதம் அளித்த பிறகே சமாதானம் அடைந்து உண்ணாவிரதத்தைக் கைவிட்டனர். சீவலப்பேரிப் பாண்டி தொடர் வாசகர் மத்தியில் மிகுந்த வரவேற்புப் பெற்றதையொட்டி, அதன் உரிமையைப் பல லட்சங்கள் கொடுத்து வாங்கித் திரைப்படமாக எடுத்தனர். அன்றையக் காலத்தில் ஒரு கதைக்குப் பெறப்பட்ட மிகப்பெரிய தொகையாக அது பேசப்பட்டது.

மதுரை சிறைக் கலவரம் நடப்பதற்கு ஒரு ஆண்டுக்கு முன்புதான், ‘சீவலப்பேரி பாண்டி’ திரைப்படம் வெளியிடப்பட்டது. நான் ஏட்டையா வீரபத்திரனிடம்,

“என்ன ஏட்டையா, சீவலப்பேரி படம் ரிலீஸ் ஆகிடுச்சு. பார்த்தீங்களா?” என்று கேட்டேன். அவர் கோபமாகச் சொன்னார், “எங்க ஊருச் சாதிக்காரங்கள எல்லாம் சேலையைக் கட்டிக்கொள்ளுங்கலேன்னு சொல்லித் திட்டிட்டேன்!”

“ஏன் ஏட்டையா?”

“அந்தக் கொலைகாரப் பாண்டி வெட்டிக் கொன்னது எங்க சித்தப்பாவத்தான். புள்ள மாதிரி வளர்த்தவர். நன்றிகெட்டத் தனமாக வெட்டிக் கொலை செஞ்சவனப் பத்திப் பெருமையாப் படம் எடுத்து இருக்காங்க. எங்க சாதிக்காரங்க ஒருத்தனுக்கும் வெட்கம் இல்லாமப் போச்சு!” என்றார்.

எனக்கு அப்போது ஒரு விஷயம் புரிந்தது. பாளையங் கோட்டைச் சிறையில் சாதி வெறிபிடித்த கைதிகள் மட்டுமல்ல, காவலர்களும் அப்படித்தான் இருக்கிறார்களென்று. அது இன்னும் தொடரும் சாபக்கேடாகவே இருந்து கொண்டுதானிருக்கிறது.

*

எலிக்கறிக்கே ஏங்கிய காலம்

2006ஆம் ஆண்டு, திமுக ஆட்சிக்கு வந்தவுடன் சிறைத்துறையில் கொண்டுவந்த இரண்டு மாற்றங்கள் மனிதாபிமானமிக்க மகத்தான திட்டங்களாக இருந்தன.

ஒன்று, சிறைகளில் எல்லா அறைகளுக்கும் மின் விசிறிகள் அமைத்தது.

இரண்டு, சிறைக்கைதிகளுக்கு வாரத்தில் ஒரு நாள் கோழி இறைச்சி வழங்கியது.

சிறைகளில் காற்றோட்டம் இல்லாமல் இருப்பதுதான் சிறைவாசிகளுக்கு பெரும் சித்ரவதையாக இருக்கும். எல்லாச் சிறைகளிலும் அங்கீகரிக்கப்பட்ட எண்ணிக்கையைவிட, மிக அதிகமான எண்ணிக்கையிலேயே சிறைவாசிகள் அனுமதிக்கப்பட்டிருந்தனர். மின்விசிறி இல்லாத குறுகிய இடங்களில் நிறையச் சிறைவாசிகளைப் பூட்டி வைத்தால், எவ்வளவு அசௌகரியமாக இருக்கும் என்பதைச் சொல்ல வேண்டியதில்லை.

"ஏ" கிளாஸ் சிறைவாசிகளுக்கு மட்டுமே மின் விசிறியும், கட்டிலும் அனுமதிக்கப்படும் எனச் சிறை நடைமுறை விதிகள் இருப்பினும், "ஏ" கிளாஸ் சிறைவாசி அந்தத் தகுதியை நீதிமன்றத்தில் பெறுவது அவ்வளவு எளிதல்ல. "ஏ" கிளாஸ் தகுதி பெற்று வந்தாலும், சிறைகளில் எல்லா "ஏ" கிளாஸ் கைதிகளுக்கும் அந்த வசதிகள் முழுமையாக

ஏற்பாடு செய்வதும் எளிதானதல்ல. அதனால் "ஏ" கிளாஸ் சிறைவாசிகளுக்கு வழங்கப்படும் உணவில் மட்டுமே, மற்ற சிறைவாசிகளிலிருந்து வேறுபாடு இருக்கும், இருக்கிறது.

எவ்வளவு முக்கியமான பிரமுகராக இருந்தாலும் சிறைகளில் மின்விசிறி இல்லாமலேயே இருக்க வேண்டியிருந்தது. இதில் மிகச் சில பேருக்கு மட்டுமே எப்போதாவது மேஜை மின்விசிறி வசதிகள் செய்து கொடுப்பது உண்டு.

தண்டனை பிளாக்கில் ஓரளவு காற்றோட்டமான இடவசதி இருக்கும்.

விசாரணைத் தொகுதி அறைகளில் இருப்பது மிக துன்பகரமானதாக இருக்கும். பீடி, சிகரெட் புகை, கஞ்சாப் புகை, திருட்டு அடுப்புப்புகை, வியர்வையின் நெடி, இன்னபிற வாடைகள் எல்லாம் மூச்சுமுட்டச் செய்துவிடும். அதிலும் ஒவ்வொரு பிளாக்கிலும் ஆதிக்கம் செலுத்தும் கைதிகளும் அவர்களின் அடிவருடிகளும் இருப்பார்கள். அவர்கள் காற்றோட்டமாகவும் வசதியாகவும் உள்ள இடங்களையெல்லாம் ஆக்கிரமித்தபின், அவர்களாகப் பார்த்து ஒதுக்கித் தரும் இடங்களிலேயே முடங்கிக் கொள்ள வேண்டும். அது அந்த பிளாக் மூலையாகவோ, கழிப்பறை வாசலாகவோ இருக்கலாம். புதிதாக வரும் கைதிகளின் தகுதியை அவர்களே தீர்மானித்து, பெருந்தன்மையுடன் அவர்களே ஒதுக்கித்தரும் இடங்களே அவர்களுக்கான இடங்களாக அமையும். அது பெரும்பாலும் புரண்டு படுக்கக்கூட போதுமானதாக இருக்காது. அசைந்து படுக்க மட்டுமே அளவானதாக இருக்கும்.

இந்த நிலையில் இருப்பவர்களின் உடல்மீது மின்விசிறிக் காற்று லேசாக தழுவிச் செல்வது, அவர்களுக்கு எவ்வளவு இதமாக இருக்கும். இந்த மனிதாபிமானக் கண்ணோட்டத்தோடுதான் இந்தத் திட்டம் நடைமுறைப்படுத்தப்பட்டது. தற்போது சிறைவாசிகளுக்கு உணவு போன்று மின்விசிறியும் அடிப்படை உரிமை ஆக்கப்பட்டுள்ளது.

அசைவ உணவு சாதாரணச் சிறைவாசிகளுக்கு அரிதிலும் அரிதாகவே கிடைத்து வந்தது. ஒரு காலத்தில் பாதுகாப்புக் கைதிகளுக்கு, அதாவது குண்டர் பாதுகாப்பு, தேசியப் பாதுகாப்பு, காபிபோசா போன்ற பாதுகாப்புக் கைதிகளுக்கு வாரம் இருமுறை ஆட்டிறைச்சி உணவு வழங்கப்பட்டு வந்தது.

பாதுகாப்புச் சிறைவாசிகள் உண்ணாவிரதப் போராட்டம் நடத்துவதாக இருந்தால் ஆட்டிறைச்சி வழங்கப்படும் நாட்களைத் தேர்வு செய்ய மாட்டார்கள். அல்லது ஆட்டிறைச்சி வழங்கும் நாளுக்கு முதல் நாள் உண்ணாவிரதப் போராட்டத்தை முடித்துக்கொள்ளும் வகையில் அமைத்துக் கொள்வார்கள். கோரிக்கையில் நியாயமும் லட்சியத்தில் உறுதி உள்ளவர்கள் மட்டுமே இதில் விதிவிலக்காக இருந்தார்கள்.

சிறைவாசிகள் உண்ணாவிரதத்தைத் துவங்கும்போது, அதை உடைக்கச் சிறை அதிகாரிகள் பல தந்திரங்களைக் கையாள்வார்கள். அவை காலம் காலமாக எல்லாச் சிறைகளிலும் கடைபிடித்து வரும் முறைகள்தான். விடுதலைப் போராட்டக் காலத்தில் பகத்சிங்கும் அவருடைய கூட்டாளிகளும் சிறையில் உண்ணாவிரதம் மேற்கொண்டபோது தண்ணீர் மட்டுமே குடித்துக் கொள்வார்கள். அவர்கள் ஒருவரை ஒருவர் பார்த்துக்கொள்ள இயலாத, பேசிக் கொள்ள இயலாதவாறு உள்ள அறைகளில் தனித்தனியாகப் பூட்டியே வைக்கப்பட்டிருந்தனர். அவர்களின் மன உறுதியைக் குலைக்கும் விதமாக அவர்களுக்கு தெரியாமல் தண்ணீர்ப் பானையில் தண்ணீருக்கு பதிலாகப் பசும்பாலை ஊற்றிவைத்து விடுவார்கள். தாகம் எடுத்து தண்ணீர்ப் பானையைத் திறந்து பார்த்தால் உள்ளே பசும்பால் இருக்கும். வறண்ட நாவுடனும், வற்றிய வயிறுடனும் பசும்பாலைப் பார்க்கும்போது, உள்ளத்தில் உறுதியில்லாமல் இருந்தால் அந்த நொடியே உண்ணாவிரதம் முடிவுக்கு வந்துவிடும். ஆனால் பகத்சிங்கும் அவருடைய கூட்டாளிகளும் சொல்லி வைத்ததுபோல் அவரவர் அறைகளில் வைத்திருந்த பானைகளைத் தூக்கிப் போட்டு உடைத்திருக்கிறார்கள். பகத்சிங் இத்தகவலை எழுதிவிட்டு ஒன்றைச் சொல்கிறார், இந்த யோசனையைத் தெரிவித்தவன் என் கைகளில் சிக்கினால் அவனை அடித்தே கொன்றுவிடுவேன் என்று. ஈழ விடுதலைப் போராளிகள் சிலரும் சிறையில் உண்ணாவிரதம் இருந்திருக்கிறார்கள். அது இன்னும் ஆபத்தானதாக இருந்தது. அவர்கள் தண்ணீர்கூட அருந்தாமல்தான் உண்ணாவிரதத்தைக் கடைபிடிப்பார்கள். அந்தப் போராட்டம் ஐந்தாவது நாளில் முடிவுக்கு வந்தாக வேண்டும். ஆறாவது நாளில், சிறுநீரில் ரத்தம் கலந்து வந்துவிடும். அதன் பிறகு வலுக்கட்டாயமாகக் குளுக்கோஸ் ஏற்றியே ஆக வேண்டும். இல்லை என்றால் உயிர் பிழைப்பதே கேள்விக்குறியாகிவிடும்.

பாதுகாப்புச் சிறைவாசிகள் உண்ணாவிரதத்தைத் துவக்கினால், இறைச்சி வழங்கப்படும் நாளுக்கு முன்ன தாகவே இறைச்சி வழங்கிடச் சிறை நிர்வாகம் முடிவு செய்யும். அதுவும் எப்படி? ஆட்டு இறைச்சியை, மிளகு, பூண்டு, எண்ணெய் போன்ற சேர்மானங்கள் கூடுதலாகச் சேர்த்து வதக்கி, மணக்க மணக்க அவர்கள் அறைக்கு முன்பாக வைத்து விடுவார்கள். அது அந்த பிளாக் முழுக்க மணம் பரப்பிக் கொண்டிருக்கும். அதோடு கெட்டித் தயிரும், மணக்கும் இரசமும் அவர்கள் செல்லுக்கு முன் திறந்து வைக்கப்பட்டு இருப்பதைப் பார்த்தபின்பும் அதைப் பொருட்படுத்தாமல் போராடும் அளவுக்கு லட்சியவாதிகள் அல்ல அந்தச் சிறைவாசிகள்.

பாதுகாப்புச் சிறைவாசிகளல்லாது பிற சிறைவாசிகளாக இருப்பின், உண்ணாவிரதம் இருக்கும் நாளன்று மட்டும், அவர்களுக்குத் தயாரிக்கப்படும் சாம்பாரில் காய்கறி, பருப்பு எல்லாம் சிறப்பாக இருக்கும். தாளிப்பு எல்லாம் கூடுதலான மணத்துடன் செல்லுக்கு முன்பாக வைத்து விடுவார்கள். இந்தச் சைவச் சாப்பாடே அந்தச் சூழலில் போராட்ட உறுதியைக் குலைக்கப் போதுமானதாக இருக்கும்.

ஒரு சில ஆண்டுகளிலேயே, இந்த அசைவ உணவுப் பாதுகாப்பு சிறைவாசிகளுக்கும் முழுதாக நிறுத்தப்பட்டுவிட்டது. சிறைகளில் அசைவ உணவுக்கு வாய்ப்பே இல்லாமல் இருந்தது.

போர்க்குணம் உள்ளவர்களையும் அசைவ உணவு சிலசமயம் அசைத்துப் பார்த்துவிடும் என்பதற்கு ஓர் எடுத்துக்காட்டாக ஒரு நிகழ்வை இங்கு குறிப்பிடலாம்.

1984 ஆம் ஆண்டு, தோழர் தியாகு திருமணம் செய்வதற்காக பரோலில் வந்து, அவரது சகதோழரான லெனின் ரெங்கசாமியின் மகளான லதாவைத் திருமணம் செய்திருந்தார். அப்போது ஒருசில நாட்கள் அவர் மதுரையில், தோழர்கள் வீட்டில் தங்கியிருந்தார். மதுரை பெத்தானியாபுரத்தில் தோழர் தியாகு பேசுவதற்காக ஒரு கூட்டம் ஏற்பாடு செய்யப்பட்டிருந்தது. மதுரை காஸ்ட்ரோ படிப்பகத்தின் முன்னணித் தோழர் ஒருவர் கூட்டத்திற்குத் தலைமை தாங்கியிருந்தார். அவர் தோழர் தியாகுவைப் பற்றியும் அவருடைய மன உறுதியைப்பற்றியும் வெகுவாகப் பாராட்டிப் பேசினார். அவர் மேலும் பேசுகையில், நாஜிகளின் சிறைக் கொட்டடியில் சித்திரவதை செய்யப்பட்டு

தூக்கிலிடப்பட்டுக் கொல்லப்பட்ட ஜூலியஸ் பூசிக் பற்றியும், சிறையில் அவர் பட்ட இன்னல்களையும் தியாகுவின் சிறை வாழ்க்கையையும் இணைத்துப் பேசி எழுச்சியுரை ஆற்றினார். அப்படிப் பேசிய அந்த தோழர் சில ஆண்டுகள் கழித்து ஒரு வழக்கில் கைது செய்யப்பட்டு, மதுரை மத்தியச் சிறையில் அடைக்கப்பட்டார். சிறைக்கு வந்த பத்தாவது நாளில், அவரது தாயார் சிறையில் அவரைப் பார்க்க வந்தபோது, அந்தத் தோழர், "ஆத்தா அடுத்து நீ பார்க்க வரும்போது ஈரல் வதக்கி கொண்டு வாத்தா. மீன் பொறிச்சி எடுத்து வாத்தா" என்று ஏக்கத்துடன் சொல்லியனுப்பியிருக்கிறார். அந்தத் தாயார் நேராகக் காஸ்ட்ரோ படிப்பகத்திற்கு வந்து, தோழர்களைப் பார்த்து "ஏம் புள்ள ஜெயில்ல கறிக்கும் மீனுக்கும் ஏங்கி போய் இருக்கானேப்பா" என்று சொல்லி அழுதாராம்.

பணபலமும் செல்வாக்கும் உள்ள கைதிகள் தங்கள் அசைவ உணவு ஆசையை நிறைவேற்றிக் கொள்ள நேர்காணல் அறையை பயன்படுத்திக் கொள்வதுண்டு. அதற்கு அவர்கள் பெருமளவு செலவு செய்ய வேண்டியிருந்தது. வீட்டிலிருந்து சமைத்து எடுத்து வரும் அசைவ உணவுகளை, நேர்காணல் அறையில் பேசிக்கொண்டே சாப்பிட்டு முடித்துக்கொள்வதுண்டு. அதற்குரிய வகையில்தான் நேர்காணல் அறை இருந்தது என்பதை முந்தைய அத்தியாயம் ஒன்றில் குறிப்பிட்டதை இங்கு நினைவுபடுத்திக் கொள்ளவும்.

இன்னும் கூடுதல் செல்வாக்கும் பணபலமும் உள்ள கைதிகள், நேர்காணல் அதிகாரிக்கும் வாயில் பொறுப்பு அதிகாரிக்கும் செய்யவேண்டியதைச் செய்து, அசைவ உணவை அவர்கள் பிளாக்கிற்கே எடுத்து சென்று, பகுத்துண்டு பல்லுயிர் ஓம்புவதும் உண்டு.

இதையெல்லாம் பார்த்த ஒரு அப்பாவிச் சிறைவாசியின் தாய், தன் மகனிடம் "இங்க வறுத்த கறி மீன் எல்லாம் கொண்டுவந்து தர்ராங்களேப்பா. நான் அடுத்த வாரம் வரும்போது உனக்குக் கொஞ்சம் சமைச்சுக் கொண்டுவரவாப்பா" என்று தாய்ப் பாசத்தோடு கேட்டார். "அதெல்லாம் வேண்டாம்மா. அதிகாரிகள் சத்தம் போடுவாங்க." என்றான் அந்தக் கைதி. அந்த அம்மையார் நேர்காணல் அதிகாரியிடம் போய் "ஐயா அடுத்த வாரம் என் மகனுக்கு நான் கறி சமைச்சிக் கொண்டு வரலாமா" என்றார். "அதெல்லாம் உனக்கு ஆகுற வேலையில்ல. வந்தமா

ரொட்டி, பிஸ்கட், பழங்களைக் குடுத்தமா, பேசினோமாணு போயிடணும். வேண்டாத வேலை எல்லாம் செய்ய நினைக்காத. உன்னால அந்தச் செலவு எல்லாம் செய்ய முடியாது" என்றார் அதிகாரி.

அடுத்த முறை வரும்போது அந்த அம்மையார், ஒரு சிறிய தூக்கு வாளியில் கறி வறுவலுடன் வந்தார். நேர்காணல் அதிகாரிக்கு வழக்கமாக வழங்கும் பணத்தைவிட, மூன்று மடங்கு கூடுதலாகக் கொடுத்தார். இன்னும் கூடுதலாக இரண்டு மடங்கு அவர் கேட்டார். மகன், ஆசை தீர சாப்பிட வேண்டும் என்ற ஆசையில், அந்தப் பணத்தையும் கொடுத்துவிட்டு உள்ளே வந்தார். மகன் வரும்போதே அம்மா கையில் இருந்த தூக்கு வாளியைப் பார்த்துக் கடிந்து கொண்டான். அந்தக் கைதி தண்டனையாகி வந்து சில மாதங்களே ஆகியிருந்தன. சிறையின் நடைமுறைகளை இன்னும் அவன் முழுதாகப் புரிந்து கொள்ளாதவனாகவே இருந்தான். தூக்குவாளியைத் திறந்து பார்த்து, இரண்டு மூன்று கறித் துண்டங்களை எடுத்து ருசித்துச் சாப்பிட்டான். அந்தத் தாய்க்கு மனதில் பால் வார்த்ததுபோல் இருந்தது. அவன் தலையைப் பாசத்துடன் தடவிக் கொடுத்து "தலைக்கு எண்ணெய் தேச்சா என்னடா. தேங்காய் எண்ணெய் எல்லாம் இருக்காடா" என்றார். மகன் தாயிடம் சொன்னான், "இனி இப்படிச் செஞ்சு வராதம்மா செலவு நிறைய ஆகும். வேணும்னா சொல்றேன். அப்பக் கொண்டுவந்தா போதும். இதை நான் பிளாக்ல கொண்டுபோய் சோத்தோட வச்சு சாப்பிடுறேன்" தாய்க்கு மனது நிறைந்தது. தாயிடம் பத்திரமாகப் போய் வாம்மா என்று சொல்லிவிட்டு விடைபெற்று வாயில் பகுதிக்கு வந்தான். அந்த நேர்காணல் அறையில் இருந்து பார்த்தால், வாயில் பகுதியில் ஒரு பகுதி தெரியும். வாயில் பகுதிக்குள் வந்ததும், வாயில் காவலர் தூக்குவாளியை முறைத்துப் பார்த்துக்கொண்டே, அதை வாங்கித் திறந்து பார்த்ததும் அந்தக் கைதியின் கன்னத்தில் ஓங்கி அறைந்தார். அது பட்டாசு வெடிப்பதுபோல் கேட்டது. அடுத்தடுத்த இரண்டு மூன்று அடிகளும் அதேபோல் விழுந்தன. நேர்காணல் அறைக்கும் அடிச்சத்தம் வெடிச்சத்தமாக கேட்டது. நேர்காணல் அறையிலிருந்த அந்தத் தாய், முதலடி விழுந்தபோதே எட்டிப்பார்த்து பதறித் துடித்தாள். காசு கொடுத்தும் பையனுக்கு அடி வாங்கிக் கொடுத்து விட்டோமே என்று துடித்துப்போனாள்.

முகத்தைத் துடைத்துக்கொண்டு தூக்குவாளியும் கையுமாக நேர்காணல் அறைக்கு வந்த அந்த இளம் சிறைவாசி, தாயிடம்

அந்த தூக்குவாளியைக் கொடுத்துவிட்டு "இனிமே கறி எல்லாம் கொண்டு வராதம்மா. சொன்னாக் கேட்டியா. "பொங்கிவரும் அழுகையைக் கட்டுப்படுத்திக் கொண்டுசொன்னான். நேர்காணல் அதிகாரி வந்து அறிவுரை சொன்னார். "இங்கேயே தின்னுட்டுப் போய் இருக்கலாம் இல்ல. உன்னை யாரு உள்ளே கொண்டுபோகச் சொன்னது. கேட்டில் உள்ள அதிகாரிகிட்ட கேட்காம எதுவும் செய்யக் கூடாது. அவருக்கும் எதுவும் செய்யாமல் கொண்டுபோனால் இப்படித்தான் நடக்கும்." அந்தச் சிறைவாசி அம்மாவிடம் "நான் கறி சாப்பிடலைன்னா செத்துடமாட்டேன். நீ கொஞ்ச நாளைக்கு என்ன பார்க்க இங்கே வராதே அம்மா. என்னப் பத்திக் கவலைப்படாதே அம்மா." என்று சொன்னான். மிகுந்த வேதனையுடன் நேர்காணல் அறையைவிட்டுத் தாயும், மகனும் எதிர் எதிர்த் திசையில் திரும்பிச் சென்றனர்.

அசைவ உணவு உண்ணும் ஆசையைத் தீர்த்துக் கொள்ளச் சில சிறைவாசிகள் கவட்டை வில்லை இரகசியமாகப் பயன்படுத்தி அணில்களையும், பலவகைப் பறவைகளையும் அடித்து சமைத்துச் சாப்பிட்டு வந்தனர். இந்த முயற்சியில் ஈடுபடும் சிறைவாசிகள் அவ்வப்போது பிடிபட்டு, அடிபட்டுத் தண்டிக்கப்படுவது முணடு.

விசாரணைத் தொகுதியில், கடைசித் தொகுதி ஒருகாலத்தில் தொழுநோயாளிகளின் தொகுதியாக இருந்திருக்கிறது. பின்பு அது குறைந்த எண்ணிக்கையில் அரசியல் கைதிகள் வந்தால் அவர்களை அடைக்கும் பகுதியாக இருந்தது. அந்தத் தொகுதி பயன்பாட்டில் இல்லாமல், நீண்ட நாட்களாகப் பூட்டியே கிடந்தது. உள்ளே புதர் மண்டி வளர்ந்து, சுற்றுச் சுவருக்கு மேலே எட்டிப் பார்த்துக் கொண்டிருந்தது. சுற்று வந்த கண்காணிப்பாளர், அந்தத் தொகுதிக்குள் செல்லாமல் வெளியே இருந்தவாறே பொறுப்புத் தலைமைக் காவலரை அழைத்து, அந்தத் தொகுதியைத் திறந்து புதர்களை அகற்றிச் சுத்தம் செய்யுமாறு சொல்லிவிட்டு சென்றார். அவர் சென்ற பிறகு அந்தத் தொகுதியின் சாவியை எடுத்து வந்து திறந்து பார்த்தார் தலைமைக் காவலர். பழமுதிர்ச்சோலையாகவும், காடாகவும், நந்தவனமாகவும் காட்சியளித்தது அந்த இடம். பப்பாளி, மாதுளை, கொய்யா, எலுமிச்சை எல்லாம் துளிர்த்து, பூத்து, காய்த்து, கனிந்து, உதிர்ந்து, உலர்ந்து என எல்லா நிலையிலும் அவை கிடந்தன. உடனடியாகக் கதவைப் பூட்டினார்

தலைமைக் காவலர். அவர் எப்போதும் எடுத்துவரும் காக்கித் துணிப்பையில் சாப்பிடத் தகுந்ததையெல்லாம் சேகரித்து, கொஞ்சம் கொஞ்சமாக எடுத்து வெளியே கொண்டுபோனார். அவர் உதவிக்கு அவருக்குத் தோதான இரண்டு கைதிகளை வைத்துக்கொண்டார். அதில் ஒருவன் நீண்ட நாட்களாகச் சிறையில் இருந்து வரும் வழக்கமான சிறைவாசி சீனி. அவன் வெளியில் திருட்டு வேலைகளையும், சிறையில் முரட்டு வேலைகளையும் செய்பவனாக இருந்தான். எந்த வேலை செய்தாலும் நுட்பமாகச் செய்வதில் தேர்ந்தவன்.

புதர் மண்டிக்கிடந்த அந்தத் தொகுதியைச் சுத்தம் செய்வது குறித்து, சிறைவாசி சீனியுடன் பேசினார் தலைமைக் காவலர். அடுத்தநாள் காலையிலேயே மொட்டை அரிவாள், குட்டைக் கடப்பாறை, மண் வெட்டிகளுடன் தயாரானான் சீனி. அவனுக்கு உதவியாக, தோதான இருவரைத் தேர்ந்தெடுத்துக் கொண்டான். அந்தத் தொகுதியைத் திறந்து உள்பக்கமாக பூட்டிக்கொண்டு, (உள்பக்கமாக பூட்டுவது மற்ற கைதிகள் உள்ளே வராமல் பாதுகாக்கத்தான்) தொகுதி முழுவதையும் சுற்றிக் காட்டி முட்புதர்களையும், செடிகளையும் அப்புறப்படுத்தி கூட்டி சுத்தமாக்க வேண்டும் எனச் சொல்லிவிட்டு, அவர்களுக்குக் குடிக்கத் தண்ணீர்க் குடத்தையும், பீடிகளையும் கொடுத்துவிட்டு உள்ளே ஒரு இளம் காவலரையும் வைத்து பூட்டி, சாவியை வைத்துக் கொள்ளுமாறுகூறி வெளியே சென்றார்.

கொஞ்ச நேரம் கழித்து வந்து கதவைத் தட்டி திறக்கச் சொல்லி பார்வையிட்டார். மரங்கள் எல்லாம் வெட்டப்பட்டுக் கிடந்தன. செடிகள் எல்லாம் தோண்டிப் போடப்பட்டிருந்தன. மொன்னை அரிவாள் போன்ற ஆகாத பொருள்களை வைத்தே, கொஞ்ச நேரத்தில் இவ்வளவு வேலைகளை செய்து இருக்கிறார்களே என்று அவருக்குள் திருப்தி. பார்வையிட்டு வந்தவர் ஒரு மூலைக்கு வந்தார். நின்று பார்த்து முகம் சுளித்தார். பன்றிக்குட்டிகள் சைஸில் இருந்த ஆறு பெருச்சாளிகள் அடித்து, அடுக்கி வைக்கப்பட்டிருந்தன. அதைப்பார்த்து அருவருப்புடன், “இந்த சனியன்களத் தோண்டிப் புதைச்சிடுங்கடா” என்றார் ஏட்டையா. சீனி தயங்கிக்கொண்டே கேட்டான், “சாயந்தரத்துக்குள்ள எல்லா வேலைகளையும் செஞ்சிடலாம் ஐயா. ஐயா பெரிய மனசு காட்டுனிங்கனா இந்தப் பெருச்சாளிகளை வறுவல் செஞ்சு சாப்பிட்டுக்கிறோம். பிளாக்குக்கெல்லாம் போகாமல்

இங்கேயே முடிச்சிக்கறோம்யா” எப்படிச் சமைப்ப, இந்தக் கேள்விகளெல்லாம் அவனிடம் ஏட்டையா கேட்கவில்லை. சரி என்று சொன்னால் போதும், எதையும், எப்படியும் செய்யும் செய்து முடிக்கும் சாமர்த்தியசாலிகள் இவர்கள் என்பது அவருக்குத் தெரியும்.

“கருமம் புடிச்ச பயலுகளா. இந்த நாத்தம் புடிச்ச எலிகளையா சாப்பிடப் போறீங்க. பார்க்கவே அருவருப்பா இருக்கேடா. என்னமோ போங்கடா. சாப்பிட்டு தொலைங்கடா. பிளாக்குல எவனுக்கும் கொடுக்கக் கூடாது” எனறு அனுமதித்ததுதான் தாமதம், அவர்களில் ஒருவன் எப்போதும் மறைத்து வைத்திருக்கும் பிளேடை எடுத்து, எலிகளின் தோலை உரிக்க ஆயத்தமானான். அவர்களைக் கவனமாகப் பார்த்துக் கொள்ள எச்சரிக்கை செய்துவிட்டு, கதவைப் பூட்டிக் கொள்ளுமாறு சொல்லிவிட்டு வெளியே போனார் ஏட்டையா.

பிளாக்கில் உள்ள கைதிகளுக்கான மதிய உணவு வந்ததற்கு அடையாளமாக அண்டாக்களைத் தட்டும் சத்தம் கேட்டது. உருளைக்கிழங்கு பொரியலும் ரசமும் வந்திருந்தன. முதல் ஆட்களாக வேலைக்காரர்களுக்கு உணவு வழங்கப்பட்டது. சீனியும் அவன் கூட்டாளிகளும் வந்து, உருளைக்கிழங்குப் பொரியலுடன் இருந்த முழு பட்டை மிளகாய்களைச் சேகரித்தனர். ரச அண்டாவில் பச்சை நிறத்தில் மின்னி மிதந்து கொண்டிருந்த எண்ணையை வழித்து வடித்து எடுத்துக்கொண்டனர். அதே அண்டாவில் இருந்த கொத்தமல்லித் தழைகளையும் கறிவேப்பிலையையும் சேகரித்துக்கொண்டு சென்றனர்.

கைதிகள் எல்லோருக்கும் மதிய உணவு வழங்கப்பட்ட பிறகு, ரச அண்டாவில் தேங்கி நின்ற மண்டியையும் அள்ளி எடுத்துச் சென்றனர்.

சாப்பிட்டு முடித்த கைதிகளை எல்லாம் கொஞ்சநேரம் கழித்து, அவர்கள் பிளாக்குகளில் பூட்டிய தலைமைக் காவலர் வேலை நடக்கும் பிளாக்கிற்கு வந்து கதவைத் தட்டினார். காவலர் கதவைத் திறந்ததும், உள்ளே வந்து தட்டில் சிறு சிறு துண்டுகளாக அறுத்து, அலசி வைக்கப்பட்டிருந்த எலிக்கறியைப் பார்த்து அசந்து போனார்.

“இது என்னங்கடா ஆட்டுக்கறி மாதிரியே இருக்கு. வித்தியாசமே தெரியலையேடா” என்றார் ஏட்டையா.

"ஜெயில் சோத்தத் திங்கிற பெருச்சாளிக்கு இப்படித்தான் கறி வைக்கும் ஏட்டையா. ஆட்டுக்கறியைவிட ருசியாக இருக்கும் ஐயா" என்றான் சீனி. உள்ளே பாராவில் இருந்த காவலர் சொன்னார்,

"குடல், தலை, தோல் எல்லாம் குழி தோண்டி புதைச்சாச்சு ஏட்டையா"

"நீ இந்தக் கறி சாப்பிடுவியா தம்பி"

"ஐயோ, நான் எந்தக் கறியும் சாப்பிட மாட்டேன். நான் சைவம் ஏட்டையா"

"நீ எந்த கறியும் சாப்பிடுறது இல்லை. இவனுக எலிக்கறியக்கூட விட்டுவிட மாட்டேங்கிறாங்க. சரி நீ கண்டுக்காத. தின்னுட்டுப்போறானுக" என்று சொல்லிவிட்டுப் போனார் ஏட்டையா.

சமையல் வேலைகளை ஒருவன் செய்ய, மற்ற இருவரும் அந்த ஏரியா முழுவதையும் சுத்தம் செய்து கொண்டிருந்தனர். சுத்தம் செய்யச் செய்ய, அந்த ப்ளாக்கின் கட்டிட அழகு துலங்கியது. அவ்வளவு நேர்த்தியாக அந்தச் செல்கள் வடிவமைக்கப்பட்டிருந்தன.

கொஞ்ச நேரத்தில், பூட்டப்பட்டிருந்த அந்த பிளாக்கைத் தாண்டி ஏட்டையா உட்கார்ந்திருந்த இடத்திற்கு வந்தது கறி வறுவல் வாசம். பசி வந்ததை உணர்த்தி உந்தித்தள்ளியது அந்த வாசம். சாப்பாட்டுக்கு வீட்டுக்குப் போவதற்கு முன், ஒரு பார்வை பார்த்துவிட்டு போவோமே என்று வேலை நடக்கும் இடத்திற்கு வந்தார் ஏட்டையா. அடுப்பில் வெந்து கொண்டிருந்தது கறி. அந்தக் காவலர் சற்று தள்ளிப்போய் நின்று கொண்டிருந்தார். "அந்த பிளாக் வரைக்கும் வாசம் வருதப்பா" என்று சொல்லிக்கொண்டே கனன்று கொண்டிருந்த அடுப்பில் இருந்த சட்டியைப் பார்த்தார்.

மரக்கரண்டியால் 5,6 துண்டங்களை எடுத்து, ஒரு தட்டில் வைத்திருந்த இலையில் வைத்து ஏட்டையாவிடம் காட்டினான்.

"ஏய் தூரக்கொண்டு போ. மூஞ்சிக்கிட்டக் கொண்டுவந்து காட்டுறான்பாரு" என்று சொல்லிக்கொண்டே நடந்து சென்றவரிடம் நெருங்கிய சீனி, "ஐயா சும்மா ருசி பாருங்கய்யா. நல்லா இருக்கும் ஐயா. நீங்க போய் உங்க இடத்திலிருங்க. அங்க

நான் கொண்டுவந்து தாரேன்" என்றான். ஏட்டையா எதுவும் சொல்லாமல் போய்விட்டார்.

இன்னும் சில இலைகளைப் பறித்து, கழுவிச் சுத்தம் செய்து, கரண்டியால் கறியை அள்ளி இலையில் வைத்து எடுத்துக்கொண்டு சீனி மட்டும் சென்றான்.

கொஞ்ச நேரத்தில் வேகமாகத் திரும்பி வந்த சீனி, இன்னும் கொஞ்சம் பெரிய இலைகளைப் பறித்து, அதில் தாராளமாகக் கறியை வைத்து மடித்து, நாரால் பொட்டலமாகக் கட்டி எடுத்துச் சென்று ஏட்டையாவிடம் கொடுத்தான். அதை எடுத்துக்கொண்டு மதிய உணவுக்காக ஏட்டையா வெளியே சென்றார்.

ஏட்டையாவை அனுப்பிவிட்டு வந்தபிறகு அந்த மூன்று கைதிகளும் ரசித்து, சுவைத்துச் சாப்பிட்டனர். கறியை வெறியாகச் சுவைத்து மகிழ்ந்து உண்டு களித்தனர். சிறையில் எத்தனை நாட்கள் ஒரே உணவுடன் நாட்களைக் கழிப்பது. அவரவர் வசதி வாய்ப்புக்கு ஏற்ப அசைவ உணவு ஆசையை தீர்த்துக் கொள்வர். எதுவுமற்ற ஏழைக் கைதிகள் எலிக்கறிக்கிக்கூட ஏங்கித்தான் போக வேண்டியிருந்தது.

அந்த நிலைமையை மாற்றியது, திமுக கொண்டுவந்த சிறைக்கைதிகளுக்கு வாரம் ஒருநாள் கோழி இறைச்சி உணவுத் திட்டம்.

*

ஞானகுருவாய் வந்த பெருசு

அந்தக் காலத்தில் மதுரை நகரில் இரண்டு பெரும் ரவுடிக் கோஷ்டிகள் இருந்தன. எல்லாப் பெருநகரங்களிலும் எல்லாக் காலத்திலும் இதுபோல்தான் இருந்து வருகின்றன போலும். மதுரை நகரில் நெல் பேட்டை சீனி கோஷ்டி, நல்லகண்ணு சேர்வை கோஷ்டியென இரண்டு பிரதான ரவுடிக் கோஷ்டிகளே இருந்தன. நகரில் இரண்டு குழுக்களும் அடிக்கடி பதிலுக்குப் பதில் என, இரண்டு தரப்பிலும் மாறிமாறிக் கொலைகள் செய்தவண்ணம் இருந்தன. இரண்டு குழுக்களில் இருந்தவர்கள் என்கவுண்டர்களிலும் கொல்லப்பட்டு வந்தனர். இந்த இருபெரும் குழுக்களைத் தவிர சில துணைக்குழுக்களும் செயலாற்றி வந்தன. சில உதிரி ரவுடிகளும் உலா வந்து கொண்டிருந்தனர். இதன் தாக்கங்கள் நகரில் மட்டுமல்லாமல் மதுரை மத்தியச் சிறையிலும் இருந்தன.

தண்டனைத் தொகுதிகளைத் தவிர, விசாரணைத் தொகுதிகளில் இந்தக் குழு மோதலைத் தவிர்க்க, மத்தியச் சிறையில் விசாரணைத் தொகுதி பெரிய ரிமாண்ட் பிளாக் என்றும், குவாரண்டைன் பிளாக் என்றும் இரண்டாகப் பிரிக்கப்பட்டிருந்தது. பெரிய ரிமாண்ட் என்று கைதிகள் குறிப்பிட்டது, காலங்காலமாக விசாரணைச் சிறைவாசிகள் தொகுதியாகச் செயல்பட்டுவரும் தொகுதியாகும். குவாரண்டைன் தொகுதி என்பது ஒரு காலத்தில்

பிணிக்காப்புத் தொகுதியாக, தொற்று நோயாளிகளைத் தனியாகப் பிரித்துவைக்க ஏற்பாடு செய்யப்பட்டிருந்த தொகுதியாகும்.

அவ்வப்போது குழு மோதல் உருவாகி கைதிகளுக்கு உயிர்சேதம் ஏற்படும் அளவுக்கும் போவதுமுண்டு. பெரிய ரிமாண்ட் தொகுதி நெல் பேட்டை சீனி கோஷ்டிக்கும், குவாரண்டைன் தொகுதி நல்லகண்ணு சேர்வைக்குமாகப் பத்திரப் பதிவு செய்யாமல் ஒதுக்கீடு செய்யப்பட்டு இருந்தது. சார்புடைய துணைக் குழுக்களும் அவ்வாறே பிரிக்கப்பட்டு 2 பிளாக்குகள் உருவாக்கப்பட்டிருந்தன. அணிசேராக் கைதிகளும் இரண்டு பிளாக்குகளிலும் இருந்து வந்தனர். அணிசேரா கைதிகளிலும் சில பேர், சில சமயம் ஏதாவது ஒரு காரணத்திற்காக ஒரு அணியில் சேர்வதுமுண்டு. அணிகளிலிருந்து விலகி சுயேச்சையாக இருந்த கைதிகளும் இருந்தனர்.

மதுரை நகரில் நெல்பேட்டை சீனிக்குக் கேந்திரமான பகுதியாக ஜெய்ஹிந்துபுரமும், நல்லகண்ணு சேர்வைக்கு மதுரை வடக்குமாசி வீதியும் இருந்தன. இரண்டு பகுதிகளிலும் எதிர் அணிகளைச் சேர்ந்தவர்களும் இருந்து வந்தனர். வடக்குமாசி வீதிப் பக்கத்தில் உள்ள தெரு காக்காத்தோப்பு ஆகும். அங்கு காக்காத் தோப்பு கண்ணன் என்ற பிரபல ரவுடியின் ராஜ்யம்தான். அந்த ரவுடி நெல்பேட்டை சீனியின் துணைக் குழுவாகச் செயல்பட்டான். காக்காத் தோப்புக் கண்ணன் பல வழக்குகளில் சிக்கி மத்திய சிறையில் இருந்தான். காக்காத் தோப்புப்பகுதியில் கம்யூனிஸ்ட் மன்றம் ஒன்றை நிறுவி மக்கள் சேவையில் ஈடுபட்டு வந்தார் ஒரு பெரியவர். அவர் பெயர் துரைராஜ். அவர் நல்லகண்ணு சேர்வையின் நெருங்கிய நண்பராக இருந்தார். துரைராஜ், காக்காத் தோப்பில் மக்களிடமும் இளைஞர்களிடமும் உறவாடிக் கூடிமகிழ்பவர்.

இளைஞர்கள் வயதை மறந்து அவருடன் உரையாடி விளையாடுவர். பெரியவர்களிடம் பேசும்போது பெரியவராகவும், இளைஞர்களிடம் பேசும்போது இளைஞராகவும், குழந்தைகளிடம் விளையாடும்போது குழந்தையாகவும் பழகுபவர். அடிதடிக்கும் அஞ்சாமல் எதிரிகளுடன் மோதக்கூடியவர். நல்லகண்ணு சேர்வை இவர் மீது நல்ல மரியாதை வைத்திருந்தார். நல்லகண்ணு சேர்வையை அடிக்கடி சந்தித்துப் பேசிவருவார்.

காக்கா தோப்புப் பகுதியில் கண்ணனின் ஆட்கள் மக்களுக்குத் தொடர்ந்து இடையூறு ஏற்படுத்துவதைத் துரைராஜ்

தட்டிக் கேட்டபோது, அவரை அந்த ரவுடிகள் பலமாகத் தாக்கி விட்டனர். அவர் உயிருக்கு ஆபத்தான நிலையில் இருந்து மீண்டு வந்தார். நல்லகண்ணு சேர்வை இதற்குப் பதிலடி கொடுக்க நினைத்தார்.

சில நாட்கள் கழித்து துரைராஜைத் தாக்கியவர்களில் முக்கியமான ஒருவனை நல்லகண்ணு சேர்வையின் ஆட்கள் கையை வெட்டித் துண்டாக்கினர். இந்த வழக்கில் வெட்டியவர்கள் கைது செய்யப்படவில்லை. துரைராஜ் மீதும் அவரது மகன் மீதும் கொலை முயற்சி வழக்குப் போடப்பட்டு கைது செய்யப்பட்டுச் சிறைக்கு வந்தனர்.

சிறைக்குப் புதிதாக வந்தவர்களை நல்லகண்ணு சேர்வையின் தளபதிகள் அழைத்து குவாரண்டைன் பிளாக்கில் வைத்துக் கொண்டனர். காக்காத் தோப்புக் கண்ணன் பெரிய ரிமாண்ட் பகுதியில் இருந்தான். துரைராஜின் நண்பராக இருந்த ஒரு மூத்த தலைமைக் காவலர் அங்கே இருந்தார். அவர் ஓய்வு பெறும் வயதை நெருங்கிக் கொண்டிருந்தார். அவரைக் கைதிகள் பாசத்தோடு “அப்பா” என்றுதான் அழைப்பர். அப்படி அழைப்பவர்களிடம் அவர் சில சமயம் “நீ எந்த ஏரியா” என்று கேட்டுவிட்டு “நான் உங்க ஏரியாப் பக்கமே வந்ததே இல்லையேடா, என்னை அப்பாங்குற” என்பார் வேடிக்கையாக.

அந்தத் தலைமைக் காவலர் ஒருநாள் குவாரண்டின் பிளாக்கிற்கு துரைராஜைப் பார்க்க வந்தார். துரைராஜைச் சுற்றி ஏராளமான கைதிகள் உட்கார்ந்திருந்தனர். எல்லோரும் அமைதியாக அவர் பேசுவதையே கவனித்துக் கொண்டிருந்தனர்.

ஏட்டையா வந்து பார்ப்பதைச் சில கைதிகள் கவனிப்பதைப் பார்த்தவுடன், கம்பி வழியாக எட்டிப் பார்த்து “டேய் நான் வந்து மூணு நாளாச்சு. இன்னைக்குத்தான் வாரியா. சாரிடா. டேய்னு உன்னைக் கூப்பிட்டுட்டேன். நீ இப்ப எனக்கு அதிகாரி ஆகிட்ட” என்றார் துரைராஜ்.

“நீ எப்படியும் கூப்பிட்டுட்டு போண்ணே. இந்த நாய்கள் இனி என்னையச் சித்தப்பான்னு கூப்பிடாம இருந்தாச் சரி” என்றதும், கைதிகள் எல்லோரும் கோரசாக “நீங்க எப்பவுமே எங்களுக்கு அப்பாதான், டாடிதான் ஏட்டையா” என்றனர்.

“இந்த நாய்கள் முட்டாள் நாய்களாச்சே... இவனுக எப்படி உன் பேச்சைக் கேட்டு அமைதியா இருக்கானுங்க”

என்று கம்பியை பிடித்துக்கொண்டு ஆச்சர்யமாகக் கேட்டார் ஏட்டையா. துரைராஜ் எழுந்து வந்து கம்பி வழியாக நின்று கொண்டே பேசி அனுப்பினார்.

துரைராஜ் குளிக்கப் போனாலும், கழிப்பறைக்குப் போனாலும் துணைக்கு இரண்டு பேர், மூன்று பேர் தண்ணீர் சுமந்து வந்து உதவி செய்வார்கள். அவரைத் தனியாக எங்கும் பார்க்க முடியாது. மருத்துவமனைக்குப் புடைசூழ வந்த துரைராஜ் வரிசையில் நின்றார். அங்கேயும் அவருக்கு முன்னாலும் பின்னாலும் அவரது சீடர்கள் நின்று கொண்டனர். மருத்துவரைப் பார்த்துவிட்டு, காக்காத் தோப்புக் கண்ணன் வெளியே வந்தான். வரிசையில் நின்று கொண்டிருந்த துரைராஜைப் பார்த்து "அப்பா, சாரிப்பா. பசங்க பண்ணினதுக்கு நான் மன்னிப்பு கேட்டுக்கிறேன்பா" என்றதும், "நான் உன் கூடப் பேசவரலப்பா. நீ போகலாம். நீ சொல்லாம உன் ஆளுக என்ன வெட்ட வருவானுகளா. உனக்கும் எனக்கும் என்னடா பகை. நக்குற நாய்க்கு செக்கும் தெரியாது சிவலிங்கமும் தெரியாதுங்குறது சரியாப் போச்சு பாரு"

"நான் வெளியில இருந்தா இப்படி நடந்திருக்காதுப்பா. கையோட விட்டுட்டீங்களே அவனை, கொன்று இருக்கலாம்ல? நீங்க என்ன செய்வீங்க, உங்களை வெட்டினதுக்கு நான் காரணம் இல்லப்பா" என்று சொல்லிவிட்டு அந்த இடத்தைவிட்டுச் சென்றான் கண்ணன்.

நல்லகண்ணு சேர்வையின் தளபதிகளாகவும் ஏவுகணைகளாகவும் இருந்தவர்கள் மட்டுமல்ல, திருட்டு வழக்குகளிலும், பிக்பாக்கெட் வழக்குகளிலும் அடிக்கடி வந்து செல்லும் வழக்கமான குற்றவாளிகள்கூட துரைராஜை "அப்பா... அப்பா" என்று பாசத்துடன் அழைத்து வந்தனர். வயதான கைதிகளை முதியவர் பிளாக்குகளில்தான் பார்க்க முடியும். வயது முதிர்ந்த கைதிகள் சாதாரணக் கைதிகளுடன் இருக்கவே இயலாது. அவர்களைப் பல விதங்களில் துன்புறுத்துவார்கள், அவர்கள் விலகிச் சென்றாலும் வழியச்சென்று வம்பிழுப்பார்கள் மற்ற கைதிகள். வயதில் மிக மூத்தவராக இருந்தபோதும் துரைராஜை இத்தனை இளைஞர்கள் சுற்றி சுற்றி வருவது ஆச்சரியமாகவே இருந்தது. அவர் அவர்களிடம் மதுரை நகர் குறித்தும், அதன் வீதிகள் குறித்தும், அங்கு நிறுவப்பட்ட சிலைகள் குறித்தும், சினிமா குறித்தும், காதல் குறித்தும், கல்வி குறித்தும், களவு

குறித்தும், கலவி குறித்தும், கலகங்கள் குறித்தும், கழகங்கள் குறித்தும் இனிக்க இனிக்கப் பேசுவார். கைதிகள் வாயைப் பிளந்து கேட்டுக்கொண்டே இருப்பார்கள்.

ஒரு கைதியைப்பற்றி விசாரித்து, அந்தக்கைதியின் ஊர் பற்றியும், ஊரிலிருந்த, இருக்கும் மனிதர்களைப் பற்றியும் சொல்லுவார். அவர் எதைப்பற்றிப் பேசினாலும் கேட்கும்படி யாகவே இருந்தது. அவர் சொல்லும் தகவல்கள் அனைத்தும் அந்தக் கைதிளுக்குப் புதிதாகவே இருக்கும். தெரிந்துகொண்ட தகவல்களாக இருந்தபோதும் இன்னும் அறிய வேண்டும் என்ற ஆவலுடன் அவரைச் சுற்றிச்சுற்றி வந்தனர்.

இதையெல்லாம் கவனித்து வந்த அந்த பிளாக்கின் பொறுப்பு அதிகாரி, வழக்கமாக வரும் பிக்பாக்கெட் கைதி முனியாண்டியை அழைத்து "நீ எல்லாம் அவரோடயே சுத்துறியே... நீ எல்லாம் அவர் பேச்சைக் கேட்டுத் திருந்தவா போற" என்றார்.

"ஐயா, மத்தவங்க எப்படியோ தெரியாது ஐயா: நான் கண்டிப்பா திருந்திடுவேன்யா. இனி நான் வெளியிலபோய் பிக்பாக்கெட் அடிக்க மாட்டேன்" என்றான் முனியாண்டி. "நான் வேலைக்கு வந்ததிலிருந்து உன்னப் பார்த்துக்கிட்டுதானே இருக்கேன். எனக்குத் தெரிஞ்சே இருபது வருஷத்துல முப்பது தடவை உள்ள வந்துட்ட. நீ திருந்துனா ஜெயிலே திருந்துன மாதிரிதாண்டா"

"ஐயா அவரு யாரையும் திருந்துங்கடான்னு சொல்ல மாட்டாரு. ஆனா, அவர் பேச்சைக் கேட்டா யாரும் திருந்திடுவாங்க" என்றான் முனியாண்டி. இந்த முனியாண்டியை பி.பி. முனியாண்டி என்றுதான் சிறையில் எல்லோரும் அழைப்பர். பிக்பாக்கெட் என்பதன் சுருக்கம்தான் பி.பி.

துரைராஜுக்கும் அவருடைய மகனுக்கும் ஜாமீன் கிடைத்தது. அவரை வழியனுப்ப ஜெயில் கேட் வரை ஊர்வலம் போல அழைத்து வந்தனர் அவருடைய சீடர்கள். அவர் இருந்தது எல்லோருக்கும் மகிழ்ச்சியாகத்தான் இருந்தது. அவர் மீது இருந்த அன்பினால், அவர் சீக்கிரம் வெளியே போகவேண்டும் என்று எல்லோரும் நினைத்தனர். விடைபெற்று வெளியில் சென்றார்கள் துரைராஜும் அவரது மகனும்.

பிக்பாக்கெட் முனியாண்டி சில வழக்குகளில், விசாரணையில் இருந்த காலத்தைத் தண்டனைக் காலமாகக் கருதி நீதிமன்றம்

விடுதலை செய்தது. விடுதலையாகிச் சென்ற முனியாண்டி சில நாட்களிலேயே கைதாகி மீண்டும் சிறைக்கு வந்தான். அனுமதி எடுப்பதற்காக அலுவலர் முன்பு வந்த முனியாண்டியைப்பார்த்து சிரித்துக்கொண்டே கேட்டார் அதிகாரி, "என்னமோ யோக்கியன் மாதிரிப் பேசினியே. இந்தாப் போய் ஒரு வாரம் கூட யோக்கியமா இருக்க முடியல. வந்துட்டயில்ல. பி.பி.காரங்க என்னைக்குடா திருந்துனிங்க" என்றார்.

"ஐயா, நான் திருந்தினது உண்மைதான்ய்யா, துரைராஜ் அப்பா சொன்னது மாதிரி திருந்திட்டேன்யா. நான் இப்ப வந்து இருக்கிறது பிக் பாக்கெட் கேஸில் வரலைய்யா. இனிமே அந்தக் கேஸில் வரவும் மாட்டேன். உண்டியலை உடைத்துத் திருடுன கேசுலதான் இப்போ வந்திருக்கேன்"

"இது மட்டும் திருட்டு இல்லையா?"

"கோயில் உண்டியலத் திருடுனதில யாருக்குயா நட்டமாப் போச்சு. கடவுள் என்ன கஞ்சிக்கில்லாம அலையவா போறாரு, உண்டியல் காசு கடவுள் உழைத்துச் சேர்த்த காசாய்யா. இனிமே இப்படித்தான்யா. மக்கள் யாருக்கும் தொல்லை கொடுக்காம உண்டியலை உடைக்கிறதும், சிலை கடத்துறதும்தான் இனி என் தொழில். துரைராஜ் அப்பாதான் எனக்குக் கண்ணத் தொறந்தவரு"

அதிகாரி எழுதுவதை நிறுத்திவிட்டுச் சிரித்துக்கொண்டே அவனை உற்றுப் பார்த்தார்.

*

குருமூர்த்தியும் அவன் கீர்த்தியும்

குருமூர்த்தி விசாரணைத் தொகுதியில்தான் அனுமதிக்கப்பட்டு இருக்கவேண்டும். அவன் முன்கதை தெரிந்ததால், அவனை அங்கே அனுமதிக்காமல் தண்டனைச் சிறைவாசிகள் இருக்கும் பகுதியிலேயே, ஒரு செல்லில் தனிமைப்படுத்தப்பட்டு வைக்கப்பட்டான். அவனுக்கு மட்டுமே தனியாகப் பாரா காவலர்களும் நியமிக்கப்பட்டிருந்தனர். அவன் வேறு சிறைவாசிகளுடன் தொடர்பு கொள்ளக்கூடாது என்ற எச்சரிக்கையும் காவலர்களுக்குச் சொல்லப் பட்டது. வழக்கம்போலவே கெடுபிடிகள் எல்லாம் கொஞ்ச நாட்கள்தான். அதன்பிறகு அவன் செல்லுக்கு வெளியே நின்று அந்தப் பகுதிக்கு வருபவர்கள் ஒவ்வொருவரிடமும் பேசத் தொடங்கினான். குருமூர்த்தி கறுத்து சிறுத்துத்தான் இருந்தான். அவனைப் பார்த்தவுடனேயே தெரிந்து கொள்ளலாம் அவன் பெரிய ஏமாற்றுப் பேர்வழி என்பதை. அதை அவன் பார்வை, அவன் சிரிப்பு, அவன் பேச்சு எல்லாமே எளிதில் உணர்த்திவிடும். ஆனாலும், அவனிடம் ஏமாறுபவர்கள் ஏமாந்து கொண்டுதான் இருந்தனர்.

தமிழ்நாட்டில் கள்ளநோட்டுகள் எந்த மூலையில் சிக்கினாலும், அதில் குருமூர்த்தியின் பங்கு இல்லாமல் இருக்காது. காவலர்களிடமும் கைதிகளிடமும் பேசிக் கொண்டிருக்கும்போதே அவர்கள் பலம் என்ன பலவீனங்கள் என்ன,

அவர்கள் குணாம்சம் என்ன என்பதையெல்லாம் உடனடியாகத் தெரிந்துகொள்ளும் திறன்பெற்றிருந்தான். அவர்களின் தேவை என்ன, அவர்களால் அவனுக்குத் தேவை என்ன என்பதை எல்லாம் அறிந்து செயல்படத்துவங்குவான்.

குருமூர்த்தி அச்சடிக்கும் கள்ளநோட்டுகளை யாராலும் எளிதில் கண்டுபிடிக்க முடியாது என்பான். எந்திரங்களையும் அவன் தயாரிக்கும் தாள்கள் எளிதில் ஏமாற்றிவிடும் என்பான். அவன் அச்சடித்த கள்ள நோட்டுகளைப் பார்த்து, நாசிக் நகரத்து அதிகாரிகளே அசந்து போனதாகச் சொல்லுவான். சரி அப்படிப்பட்ட நோட்டுகள் எப்படிக் கள்ள நோட்டுகளாகக் காவல்துறையினர் கண்டுபிடிப்பார்கள் என கேட்டால், அது அவனது கூட்டாளிகளும் எதிரிகளும் காவல்துறைக்குக் காட்டிக் கொடுப்பதால் நடக்கும் நடவடிக்கைதான் என்பான்.

கள்ள நோட்டுகள் எப்படி அச்சடிப்பது என்பதையும் அவன் ஒவ்வொரு கட்டமாக விளக்குவான். திறமையான ஓவியர் கிடைக்கவேண்டும், அச்சு செய்யும் இயந்திரம் உருவாக்க வேண்டும், அதற்குரிய காகிதங்களை நாடு முழுவதும் தேடித் தேடிப் பார்த்துத்தான் வாங்க வேண்டும். ஒரு நோட்டில் இரண்டு காகிதங்களை இணைத்து ஒரே தாளாகத் தெரியும்படி அழுத்த வேண்டும். இடையில் அலுமினிய இழையில் எழுத்துக்கள் பதிக்கவேண்டும். நீர் முத்திரை தயாரிக்க வேண்டும். எல்லாம் தயாரித்து, எந்திரம் வாங்கி, ரகசிய இடத்தில் வைத்து அச்சடிக்க வேண்டும் என்று விளக்குவான். அவனிடம் எந்த ஒளிவுமறைவும் இல்லாதவாறு பேசுவான்.

இப்படி அச்சடித்த கள்ள நோட்டுகளுடன் பல முறை போலீசில் சிக்கியதால், சிறைப் பறவையாய் ஒவ்வொரு சிறைக்கும் பறந்து கொண்டே இருந்தான். அப்போதெல்லாம் அவன் சாதாரண விசாரணைக் கைதியாக பத்தோடு பதினொன்றாக இருந்து வந்தான். கடைசியாக, பாளையங்கோட்டை மத்தியச் சிறையில், அவன் நுண்ணறிவைப் பயன்படுத்தித் தந்திரமாகச் செய்த சதி வேலையால், நூற்றுக்கும் மேற்பட்ட கைதிகள் சட்டவிரோதமாக விடுதலையாகி சிறையைவிட்டுச் சென்றதும், அந்தக் குற்றத்திற்காகக் காவலர்கள் 4 பேர் கைதாகிச் சிறைக்கு வந்ததும், சிறைத்துறையையும் நீதித்துறையையும் அதிர்ச்சி கொள்ளச் செய்தது.

ஒட்டு மொத்தச் சிறைகளையும், நீதிமன்றங்களையும் நிலைகுலையச் செய்த அந்தக் செயலைப் பற்றிச் சொல்வதற்கு முன், சிறைகளில் அன்றாடம் பயன்படுத்தப்படும் ஒரு அழிப்பான் பற்றிச் சொல்லிவிட்டுச் செல்வதே இங்கு உகந்ததாக இருக்கும்.

சிறைகளில் பெரும்பாலும், பதிவேடுகளில் பதிவுகளை மைப் பேனாவால் மட்டுமே எழுதுவது வழக்கம். அதில் தவறுகளைத் திருத்தும் தேவையிருப்பின், தடம் தெரியாமல் அழித்துவிட்டுப் புதிதாக எழுதியது போலவே செய்துவிட இயலும். அது ஊற்று மைப் பேனாவுக்கு மட்டுமே சாத்தியம். அதனால் முக்கிய ஆவணங்களில் ஊற்றுப் பேனாவால் மட்டுமே எழுதுவார்கள். பந்து முனைப் பேனாவால் எழுதினால், அழித்து எழுத இயலாது. அதனால், சிறையில் எல்லா அலுவலகத்திலும் சிறிய கண்ணாடி பாட்டிலில் தெளிந்த தண்ணீராக அந்தக் திரவத்தை வைத்திருப்பார்கள். ஒரு குச்சியின் முனையில் சிறிய பஞ்சை இணைத்து வைத்துக்கொண்டு அதை அந்த திரவத்தில் தொட்டு எழுதிய இடத்தில் தடவினால் அப்படியே அழிந்து, உலர்ந்து சுத்தமான காகிதமாக மாறிவிடும். அந்தத்திரவம் அப்படி ஒன்றும் அதிசயமானது அல்லதான். ஆனால் தவறுகளைத் திருத்தவும், செய்த திருட்டுக்களை மறைக்கவும் அது பெரிய அளவில் கை கொடுக்கும். சாதாரண ப்ளீச்சிங் பவுடரைச் சிறிது தண்ணீரை ஊற்றித் தெளிந்தபின் சுத்தமாக வடித்து எடுத்துக் கொள்வார்கள். அந்த வித்தையைச் சிறையில் எப்போது, யார் சொல்லிக் கொடுத்தார்களோ? காலம் காலமாகப் பயன்படுத்தப்பட்டுவருகிறது.

கள்ளநோட்டுக் குருமூர்த்தி பாளையங்கோட்டை மத்திய சிறைக்கு வந்து பல நாட்கள் ஆகியிருந்தன. அவன் கற்ற தொழில்நுட்பமும், தந்திர மனோபாவமும் குருமூர்த்தியின் மூளையைக் குடைந்து தூங்கவிடாமல் செய்து கொண்டிருந்தன. குருமூர்த்திக்கு ரூபாய் நோட்டில் உள்ள நுட்பங்கள் எல்லாம் அத்துப்படி ஆகியிருந்தன. அச்சுக்கலையின் அனைத்து நுட்பங்களையும் அவன் தெரிந்து வைத்திருந்தான். அச்சடிக்கப்பட்ட காகிதங்களில் உள்ள எழுத்துக்களை வெறும் எழுத்துக்களாகவும் செய்திகளாகவும் மட்டும் அவன் பார்த்து கடந்து செல்பவனல்ல. அதிலும், அவனது தொழில்நுட்ப அறிவு ஊடுருவிக் கொண்டேயிருக்கும்.

அப்படித்தான் அவன் தூக்கத்தைக் கெடுத்துக் கொண்டிருந்த தொழில்நுட்பத் திறன், புதிய தேடலைத் தூண்ட, செல்லுக்குள் இருந்த ஒரு கைதியின் "மெட்ராஸ் ஹைகோர்ட் தீர்ப்பு நகல்" ஒன்றை எடுத்துப் பார்த்தான். அந்தக் காகிதம், அதில் அச்சடிக்கப்பட்டு இருந்த மறைவெழுத்துக்கள், அதில் மறைந்திருக்கும் நீர்முத்திரையில் அரசுச் சின்னம் எல்லாம் அவன் மூளைக்குள் ஒளி அடித்ததும் எழுந்து உட்கார்ந்தான். மிக எளிதான வேலையாகவே அதை உணர்ந்தான். அதில் உள்ள வாசகங்களைப் படித்துப் பார்த்தான். அதிலும் பிரச்னை இல்லை. அதன்பிறகு விடிய விடியத் தூங்காமல், அடுத்த நாளிலிருந்து நிம்மதியாகத் தூங்கினான்.

சோதனை முயற்சியாக வேலையை ஆரம்பித்தான். அந்தச் சிறையில் இரண்டு மூன்று பேர்களின் உயர்நீதிமன்றத் தீர்ப்பு ஆணைகளின் உண்மை நகல்களை வாங்கி வைத்துக்கொண்டான். அந்த நகல்களை வெளியில் உள்ள அவன் கூட்டாளிகளுக்குத் தபாலில் அனுப்பி வைத்தான். நேர்காணலுக்கு வந்த அவர்களிடம் உயர்நீதிமன்றத் தாள்களை நிறைய அச்சடிக்க உத்தரவிட்டான். அதன்பிறகு ஏற்கனவே அனுப்பியிருந்த தீர்ப்பாணைகளை மாதிரியாக வைத்துக்கொண்டு, உள்ளேயிருந்து இவன் அனுப்பவும், பாராக்களை அதில் தட்டச்சு செய்து இவனிடம் சேர்க்குமாறு உத்தரவிட்டான். இவனிடம் கொண்டுவந்து கொடுக்க ஒரு சிறைக் காவலரை ஏற்பாடு செய்திருந்தான். அந்தச் சிறைக்காவலர் ஆங்கிலத்தில் அச்சடிக்கப்பட்டிருந்த உயர்நீதிமன்றத் தீர்ப்பினை அவர்களின் வழக்கு சம்பந்தமானது எனப் புரிந்துகொண்டு அந்தச் சேவையைச் சிறப்பாக செய்து கொண்டிருந்தார்.

உள்ளேயே முத்திரையும் வைத்திருந்தான். கையெழுத்தும் அவனே போட்டுவிடுவான். இருந்த இடத்திலேயே பக்காவான உயர்நீதிமன்ற பெயில் பாண்டுகள் தயாராகிக்கொண்டிருந்தன. சென்னைக்கு அடிக்கடி தபால் கொண்டு செல்லும் இரு காவலர்களைத் தயார் செய்து கொண்டான். அவர்களில் யார் சென்னைக்குத் தபால் கொண்டு சென்றாலும், குருமூர்த்தியைப் பார்த்து அவன் கொடுக்கும் கவரையும் வாங்கிச் சென்று, சென்னையில் உயர்நீதிமன்ற வளாகத்தில் உள்ள தபால் பெட்டியில் போட்டுவிடவேண்டும் என்பதுதான் குரு மூர்த்தி அவர்களுக்குக் கொடுத்திருந்த வேலை. அதற்குக் கணிசமான தொகையையும் காவலர்களுக்குக் கொடுத்து வந்தான். அந்தக்

கவரில், பெறுநர் முகவரியில் நெல்லை அமர்வு நீதிமன்ற முகவரிதான் இருக்கும். இதுவெல்லாம் குருமூர்த்தியின் வழக்கு விவகாரம் என்ற எண்ணத்திலேயே அந்த காவலர்கள் செய்து வந்தனர்.

அமர்வு நீதிமன்றத்திற்கு வந்த, குருமூர்த்தி தயாரித்தனுப்பிய ஆணையின் நகலை அடிப்படையாக வைத்து, அமர்வு நீதிமன்றத்தில், சம்பந்தப்பட்ட கைதிக்கு ஜாமீன் பத்திரம் தயார் செய்யப்பட்டு அதிகாரப்பூர்வமாக மத்தியச் சிறைக்கு வரும். அந்த ஜாமின் பத்திரத்தில் அலுவலக வட்ட முத்திரை சரியாக இருக்கும். நீதிபதியின் முத்திரையும் கையெழுத்தும் இருக்கும். சம்பந்தப்பட்ட கைதியின் அங்க அடையாளங்கள், வழக்கு எண், வழக்குப் பிரிவு எல்லாம் சரியாக இருக்கும். ஜாமீன் பத்திரத்தில் இப்படி எல்லாம் சரியாக வந்தவுடன், அந்தச் சிறைவாசியைச் சிறையில் வைத்திருக்கக் கூடாது. உடனே விடுதலை செய்தாகவேண்டும் என்ற நிலை சிறை நிர்வாகத்துக்கு. இப்படிக் குரு மூர்த்தி தயாரித்த பிணை ஆணை உத்தரவு, உயர்நீதி மன்றம் முத்திரையுடன் அமர்வு நீதிமன்றத்துக்கு வந்து, அது முறையான முழுமையான ஜாமீன் பத்திரமாக வந்து கொண்டே இருந்தது. சிறையிலிருந்து சிறைவாசிகள் வெளியே போய்க் கொண்டே இருந்தனர். வெளியே போகும் சிறைவாசிகள் முறையாகத்தான் பிணையில் வெளியே செல்கிறோம் என்று நம்பிக்கொண்டும், குரு மூர்த்தியின் தயவால், குறைந்த கட்டணத்தில் இது கை கூடியது என்ற நன்றியுடனும் பிணையில் விடுதலையாகி வெளியே சென்றுகொண்டிருந்தனர்.

ஒரு கட்டத்தில் பாளையங்கோட்டைச் சிறைக் கண்காணிப்பாளர் சுதாரித்து, மிக சிக்கலான வழக்குகளில் தண்டனை பெற்றவர்களுக்கெல்லாம் எப்படி இப்படிப் பிணை கிடைக்கிறது என்று, அமர்வு நீதிமன்றத்தைத் தொடர்பு கொண்டு அவரது ஐயப்பாட்டைத் தெரிவித்தார். அமர்வு நீதிமன்றத்திலிருந்து, உயர்நீதிமன்றத்தின் முறையான ஆணையின் அடிப்படையில்தான் நாங்கள் ஜாமீன் பத்திரம் தயார் செய்து அனுப்புகிறோம். அதில் உங்களுக்கு என்ன பிரச்னை. நாங்கள் ஜாமீன் பத்திரம் அனுப்பினால் கைதியை விடுவிக்க வேண்டியதுதான் உங்கள் வேலை. எங்களிடம் கேள்வி கேட்பதைத் தவிர்க்க வேண்டும், என்ற முறையிலேயே பதில் வந்தது. சிறைக் கண்காணிப்பாளர் நமக்கு எதுக்கு வம்பு

என்று வந்த ஜாமீன் பத்திரத்திற்கு சிறைவாசிகளை வழியனுப்பி வைத்துக்கொண்டே இருந்தார்.

இந்நிலையில் ஒரு கைதி கண்காணிப்பாளரை அணுகி "ஐயா சிறைக்கு வந்து ஐந்து ஆண்டுகளுக்கு மேலாகிறது. எனது மனைவி உடல்நிலை சரியில்லாமல் இருக்கிறார். எனக்கு பரோல் லீவு வேண்டும்" எனக் கேட்டார். அந்த ஆயுள்தண்டனைக் கைதியிடம் சிறைக் கண்காணிப்பாளர் "நீ ஏன்யா பரோலில் வெளியே போகணும்னு கேட்கிறே. குருமூர்த்தியப் போய்ப் பாரு. அவங்க வக்கீலை வச்சி குறைந்த பணத்தில பெயிலிலேயே போய்விடலாம்" என்று சொன்னார்.

அந்தக் கைதி அன்றைக்கே குருமூர்த்தியைத் தேடி வந்து பார்த்தான். குருமூர்த்தி "பத்தாயிரம் ரூபாய் இருந்தால் ஜாமீன் கிடைக்கும்" என்றான். 5 ஆயிரம்தான் இருக்கு என்றார் அந்தக் கைதி. அவருக்கும் குருமூர்த்தி பிணை ஆணை தயார் செய்து வெளியே அனுப்பிவிட்டான். இப்படி போலியான பெயிலில், வெளியேபோன கைதிகளின் எண்ணிக்கை 160. வெளியேபோன கைதிகளின் உண்மையான வழக்கறிஞர்கள் நீதிமன்றங்களை அணுகிக் கேட்டபோதுதான் இந்தச் சதிவேலை அம்பலத்துக்கு வந்தது. சிபிஐ புலன் விசாரணை செய்து தீவிரமான நடவடிக்கை எடுத்தது. சிறைப் பணியாளர்கள் நாலு பேர்கள் சிறைத்தண்டனை பெற்றார்கள். அதன் பிறகுதான் குருமூர்த்தியை இதர கைதிகளுடன் வைக்காமல் தனிமைப்படுத்தி வைக்க வேண்டிய முடிவுக்குச் சிறை நிர்வாகம் வந்தது.

மதுரைக்கு வந்து குருமூர்த்தி ஒரு மாதத்துக்கு மேல் ஆகிவிட்டது. அவன் சிறை கண்காணிப்பாளரிடம் தன்னைத் தனி செல்லில் வைக்காமல், எல்லோருடனும் சேர்ந்து இருக்குமாறு விசாரணை தொகுதிக்கு மாற்றவேண்டும் என ஒவ்வொரு நாளாகக் கேட்டுக் கொண்டிருந்தான். கண்காணிப்பாளர் கண்டிப்புடன் மறுத்து வந்தார். குருமூர்த்தி சொன்னான் "ஐயா, நான் அந்தத் தவற ஒரு தடவைதான் செஞ்சேன். என்ன செஞ்சேன் எப்படிச் செஞ்சேன் என்பதையெல்லாம் சிபிஐ விசாரணையில் தெளிவாச் சொல்லிட்டேன். இனி அந்த மாதிரித் தவறைச் செய்ய மாட்டேன்"

கண்காணிப்பாளர் "இங்கே வேணும்னா செஞ்சு பாரு. நடக்குதான்னு பார்ப்போம். அந்தச் சூப்பிரண்டு மாதிரி

என்னையக் கேனையன்னு நினைச்சியா. நீ வெளியில போற வரைக்கும் இங்கதான் இருந்தாகணும். அதுவரைக்கும் ஒழுக்கமாக இருந்துட்டு போகப் பாரு" என்று கடுமையாக எச்சரித்துவிட்டுப் போனார்.

பத்து நாள் கழித்து, மதுரை அமர்வு நீதிமன்றத்திலிருந்து ஒரு ஓலை வந்தது. ஒரு குறிப்பிட்ட கைதியை எப்படி வெளியே அனுப்பினீர்களென்று. சிறை அதிகாரிகள் பதறினார்கள். வெளியே அனுப்பிய ஜாமீன் பாத்திரத்தை எடுத்துக்கொண்டு, சிறை அதிகாரிகள் அமர்வு நீதிமன்றம் சென்று ஜாமீன் பத்திரத்தை காட்டினர். அந்த ஜாமீன் பத்திரத்தில் நீதிபதியின் கையெழுத்து சரியாகவே இருந்தது, அலுவலக முத்திரையும் சரியாகவே இருந்தது. வழக்கு எண், காவல் நிலையம், வழக்குப்பிரிவு, பெயர், தண்டனை விபரங்கள் எல்லாம் சரியாகவே இருந்தன. ஆனால் அந்தக் கைதிக்கு ஜாமீன் வழங்கிய பதிவுகள் எதுவும் நீதிமன்றத்தின் ஆவணங்களில் இல்லை. இது எப்படிச் சாத்தியமானது.

குருமூர்த்தியிடம் இதுகுறித்து விசாரணை நடத்தியபோது, தனக்கும் அதற்கும் சம்பந்தம் இல்லை என்று உறுதியாகச் சொல்லிவிட்டான். ஜாமீனில் சென்ற கைதி முறையாக ஜாமீன் கிடைத்துத்தான் வெளியே வந்துள்ளோம் என்ற நினைவில் ஊரில் சாதாரணமாக சுற்றித் திரிந்தான். சிறைக்காவலர்கள் சென்று அவனைப் பிடித்துச் சிறைக்குக் கொண்டுவந்து சேர்த்தனர்.

பலநாள் கழித்து குருமூர்த்தியிடம் "ஏன் இப்படிச் செய்தாய்" என்று கேட்டபோது, "சூப்பிரண்டு ஐயாகிட்ட நான் இனி இந்த தப்ப செய்யமாட்டேன் என்று எவ்வளவோ சொல்லிப்பாத்தேன், கெஞ்சிப் பார்த்தேன். அவருதான் செஞ்சிப்பாருன்னு சவால் விட்டார். அதுதான் செஞ்சு காட்டினேன்" என்றான்.

"எப்படி அந்த ஜாமீன் பாண்டத் தயார் செய்த" என்று கேட்டபோது, "எலிமெண்டரி ஸ்கூல் பசங்க செய்ற வேலை மாதிரி ரொம்ப சிம்பிளான வேலை சார் இது.

செஷன்ஸ் கோர்ட்டில் இருந்து வந்து, வெளியே அனுப்பின ஜாமீன் பாண்டு ஒண்ணு வேணுமுன்னு, ஆபீஸ்ல வேலை செய்கிற ஒரு கைதிகிட்டச் சொல்லி அனுப்பினேன். அவன் கொண்டுவந்து தந்த ஜாமீன் பாண்டுல, நீங்க ஜெயில்ல பயன்படுத்துற இன்க் ரிமூவர வச்சி பெயர், அங்க அடையாளம்,

காவல் நிலையம், வழக்கு எண், வழக்கு பிரிவு எல்லாம் அழித்துவிட்டு வெளியே போன கைதியோட விவரங்கள அதுல எழுதி அனுப்பிட்டேன் இதுதான் நடந்தது சார்" என்றான் சாதாரணமாக.

இப்படிக் குற்றவாளிகளிடம் இருந்து கற்றுக் கொள்ள வேண்டிய வித்தைகள் நிறைய இருக்கவே செய்கின்றன.

கள்வன் பெரிதா காப்பான் பெரிதா என்று பார்க்கும்போது கள்வர்தான் விஞ்சி நிற்கிறார்கள் எல்லாக் காலங்களிலும்.

*

துயரங்கள் நிழலாய்த் தொடரும் பாதை

மதுரைச் சிறையில் தண்டனைப் பகுதியில் உயர் பாதுகாப்புத் தொகுதிகள் என, புதிதாக இரண்டு தொகுதிகள் உருவாக்கப்பட்டிருந்தன. இரண்டிலுமே இஸ்லாமிய இளைஞர்கள் நிறைந்திருந்தனர். ஒன்றாம் தொகுதி உயர்பாதுகாப்பு தொகுதியில் 25 பேர்களும், ஏழாம் தொகுதியில் உள்ள உயர் பாதுகாப்பு தொகுதியில் 10 பேர்களும் இருந்தனர்.

இரண்டு தொகுதிகளுக்கும் சுற்றுச்சுவரும் கதவுகளும், காவலுக்கு காவலர்களும் இருந்தபோதும், அச்சிறைவாசிகள் சிறைகளில் எல்லாப் பக்கங்களிலும் எந்தவிதக் கட்டுப்பாடும் இல்லாமல் வலம் வந்து கொண்டிருந்தனர். எல்லோருமே நீண்ட கருந்தாடியும், தூய வெள்ளை முழுக்கைச் சட்டையும் லுங்கியுமாகக் காணப்பட்டனர். உயர் பாதுகாப்புத் தொகுதி என்ற பெயர் பெயருக்குத்தான் சூட்டப்பட்டிருந்தது. இது முற்றிலும் புதிய சூழலாக இருந்தது.

1992 ஆம் ஆண்டு பாபர் மசூதி இடிக்கப்பட்ட பிறகு நாடெங்கும் சிறுபான்மை மக்கள் மீது கொடும் தாக்குதல்கள் நடந்தன. சிறுபான்மைச் சமூகத்தைச் சேர்ந்த இளைஞர்களில் சிலர், தற்காப்புக்காகச் சில நடவடிக்கைகளை மேற்கொண்டனர். பெரும் பான்மை மக்களிடமிருந்து தங்களுக்கு நியாயமான நீதியும், பாதுகாப்பும் கிடைக்காத சூழலில் செய்வதறியாதிருந்த அவர்கள், அவர்களின் திசை

வழியைத் தேர்வு செய்து கொண்டனர். அந்தப் பாதை அந்தச் சமூகத்திற்கு மேலும் பல இன்னல்களை உருவாக்கவே செய்தது.

அதன் விளைவு கோவை சிறைத்துறைத் துணைத் தலைவர் அலுவலகத்தில் குண்டு வீசித் தாக்கி திரு. பூபாலன் என்ற சிறைக்காவலர் கொல்லப்பட்டது, மதுரை மத்தியச் சிறை உதவிச் சிறை அலுவலர் திரு. ஜெயபிரகாஷ் வெட்டிக்கொலை செய்யப்பட்டது, உச்சகட்டமாகக் கோவை நகரில், போக்குவரத்துக் காவலர் திரு.செல்வராஜ் கொலை செய்யப்பட்டது போன்ற வன்செயல்கள் நடந்ததும், இவற்றைக் காரணம் காட்டியே, இதற்காகவே காத்திருந்தது போலவே காவல் படையும், காவி வெறிப்படையும் சேர்ந்து கோவை நகரில் சிறுபான்மை மக்களுக்கு எதிராக நரவேட்டை ஆடின. இஸ்லாமிய சமூகத்தைச் சேர்ந்த ஏராளமான இளைஞர்கள் கொல்லப்பட்டனர். இஸ்லாமிய சமூகத்தைச் சேர்ந்த ஆண்கள், பெண்கள் வெளியே நடமாட இயலாத சூழ்நிலை ஏற்பட்டது. எல்லா இடங்களிலும் சிறுபான்மை இஸ்லாமிய மக்கள் சிறுமைப்படுத்தப்பட்டே வந்தனர். இதன் எதிர்வினையாகக் கோவை நகரில் குண்டுகள் வெடித்து அப்பாவிப் பொதுமக்கள் ஏராளமான பேர் கொல்லப்பட்டனர். பெரும்பான்மை மதவெறியும், சிறுபான்மை மதவெறியும் சேர்ந்து கோவை மாநகரைக் கொலை மாநகரமாக மாற்றி விட்டன. இதன் தொடர் நடவடிக்கையாக தமிழ் நாட்டுச் சிறைகளிலெல்லாம் இஸ்லாமிய இளைஞர்கள் நிறைந்திருந்தனர்.

இஸ்லாமிய அடிப்படைவாதியாகச் செயல்பட்டு, வன்முறை செயல்களிலும் சதி நடவடிக்கைகளிலும் ஈடுபட்டு வந்த இமாம் அலி என்ற தீவிரவாதியை திருமங்கலத்தில் காவல்துறையின் பிடியில் இருந்து தப்பிக்க வைத்து, கடத்தி, பெரும் பரபரப்பை ஏற்படுத்திய இளைஞர்கள் மதுரை மத்தியச் சிறையில் இருந்தனர். உதவிச் சிறை அலுவலர் திரு.ஜெயப்பிரகாஷை வெட்டிக் கொலை செய்த வழக்கில் தண்டனை பெற்ற கைதிகளும் இருந்தனர். இதில் ஒரு துயரம் என்னவென்றால் கொலை செய்யப்பட்ட ஜெயபிரகாஷ் அவர்களின் மகளும் இதே சிறையில் இளநிலை உதவியாளராகப் பணியில் சேர்ந்திருந்தார். அந்த அதிகாரி வெட்டுப்பட்டுப் பிணமாகக் கிடந்தபோது, பள்ளிச் சீருடையில் அங்கு வந்து கதறியழுதவர்தான் அவர். தன் தந்தையைக் கொலை செய்தவர்கள் இதே சிறையில்தான் இருக்கிறார்கள் என்பது தெரியாமலேயே அவர் பணி செய்து வந்தார். சிறைப் பணியாளர் பலருக்கும் கூட அது தெரியாமல்தான் இருந்தது.

தமிழ்நாட்டில் எல்லாச் சிறைகளிலும் இஸ்லாமியச் சிறைவாசிகள் அதிக எண்ணிக்கையில்தான் இருந்தனர். சில இடங்களில் கடுமையான அடக்குமுறைகளுக்குப் பின் அடக்கப்பட்டவர்களாகவும் இருந்தனர். சில இடங்களில் அடக்குமுறையை மீறி அத்துமீறியவர்களாகவும் இருந்தனர். மதுரைச் சிறையில் அடக்குமுறை எதையும் சந்திக்காமல் யாருக்கும் கட்டுப்படாமல் அதிகாரிகளை அச்சுறுத்தும் விதமாகவே நடந்துவந்தனர்.

அவர்களுக்கு வழங்கப்பட்ட உணவு உயர்தரமாகத் தயாரிக்கப்பட்டு வழங்கப்பட்டது. சிறைவாசிகளுக்குத் தேனீர் வழங்கப்படாத காலத்திலேயே, தரமாகத் தயாரிக்கப்பட்ட தேநீர் வழங்கப்பட்டு வந்தது. 40 சிறைவாசிகளுக்கு ஒரு நாளிதழ் வழங்கப்பட வேண்டும் என்ற விதி இருக்கும்போது, அன்றாடம் இரண்டு உயர் பாதுகாப்புத் தொகுதிகளுக்கும் ஆறு பத்திரிகைகள் வழங்கப்பட்டு வந்தன. தணிக்கை என்ற பெயரில் செய்திகளைக் கத்திரித்தோ, மை தடவி அழிக்கவோ கூடாது. ஆனால், சாதாரணச் சிறைவாசிகளுக்கு மன நோய் சிறைவாசிகளுக்குக்கூட தணிக்கை செய்து, கத்தரிக்கப்பட்ட செய்தித்தாள்கள்தான் வழங்கப்பட்டு வந்தன. முதல் நாள் செய்தித்தாளை அடுத்தநாள் கொடுத்தால்தான் புதிய நாளிதழ் வழங்கப்படும் என்பதெல்லாம் அவர்களிடம் எடுபடவில்லை.

நேர்காணல் அறையில் அவர்கள் மட்டுமே பார்வையாளர்களாகப் பார்க்க இயலும். பார்வையாளர் நேர அளவு எல்லாம் நினைவூட்டல் கூட செய்ய இயலாது. வெளியிலிருந்து அவர்களுக்கு வரும் பொருட்களைச் சோதனையிட முடியாது, என்னென்ன பொருட்கள் வந்துள்ளன என்பதையெல்லாம் மேலோட்டமாகக் கூடப் பார்வையிட முடியாது.

மருத்துவமனைக்கோ, அலுவலகங்களுக்கோ செல்லும்போது வரிசையில் அவர்கள் நிற்காமல் நேரடியாகவே உள்ளே செல்வார்கள். யாரும் அவர்களைத் தடுக்க இயலாது. இதுபோன்ற தனி அதிகாரம் உள்ள கைதிகளாகச் சிறைக்குள் அவர்கள் வலம் வந்தார்கள்.

இது கைதிகளிடமும், காவலர்களிடமும், உயர் அதிகாரிகளிடமும் ஒரு வெறுப்பு உணர்வையும் கோப உணர்வை ஏற்படுத்தியிருந்தன.

சிறைக்கு வெளியே கவாத்துத் திடலில் நூற்றுக்கும் மேற்பட்ட காவலர்கள் அணிவகுத்து இருந்தனர். அன்று கவாத்துத்

திடலுக்கு சென்னையிலிருந்து சிறைத்துறை டிஐஜி ஆய்வுக்காக வந்திருந்தார். அவர், தனது உதவியாளர் மூலமாக எல்லாக் காவலர்களுக்கும் வெள்ளைத் தாள்களை கொடுத்துவிட்டு,

“இந்த ஜெயில்ல என்னென்ன பிரச்னைகள் இருக்கிறது. என்ன செய்ய வேண்டும் என்பதையெல்லாம் நீங்கள் தைரியமாக எழுதி கொடுக்கலாம். நீங்கள் எழுதியதெல்லாம் ரகசியமாக இருக்கும். யாருக்கும் நீங்கள் பயப்படாமல் எழுதிக் கொடுக்கலாம்” என்று அறிவித்தார்.

கண்காணிப்பாளர் முகம் இறுக்கத்தில் இருந்தது. அதிகாரிகளெல்லாம் ஆடிப்போயிருந்தனர்.

மொத்தக் காவலர்கள் எல்லாம் என்ன எழுதிக் கொடுத்தார்களோ தெரியவில்லை. நான் எழுதிக் கொடுத்ததில் மிகமுக்கியமாக இருந்தவை,

“இஸ்லாமியச் சிறைவாசிகளுக்கு வரும் பொருட்களைச் சோதனை செய்து கொடுப்பதை உறுதி செய்ய வேண்டும்“

“அவர்களுக்குச் சிறப்பு உணவு தயாரித்து வழங்கக் கூடாது”

“காவலர் ஓய்வு அறைகளில் மின்விளக்கு, மின் விசிறிகள் அமைத்துத்தரவேண்டும்”

“காவலர் கழிப்பறைகள் சுத்தமாகப் பராமரிக்க வேண்டும்” என்பன போன்றவையாகும்.

என்னுடைய தாள்தான் கடைசியாக அவரிடம் சேர்ந்தது. கண்காணிப்பாளர் அதை முழுவதுமாகப் படித்தபின்பே அவரிடம் கொடுத்தார். டிஐஜியும் அநேகமாக நானெழுதிய தாளை மட்டுமே படித்ததாகத் தெரிந்தது.

டிஐஜி என் அருகே வந்தார், “காவலர் ஓய்வறையில் ஃபேன், லைட், டாய்லெட் வேலையெல்லாம் நாளைக்குச் செஞ்சு கொடுக்கச் சொல்லிடுறேன். மற்ற விஷயங்கள் எல்லாம் உங்க சூப்பிரண்டுகிட்ட பேசி எல்லாம் சரி செய்து விடலாம்.

நான் உன் தைரியத்தைப் பாராட்டுகிறேன். சிறை நிர்வாகம் உருப்பட, உருப்படியான யோசனைதான் சொல்லி இருக்கே” என்று சொல்லிவிட்டுப் போனார்.

அடுத்த நாள் காலையில் ஒரு தலைமைக் காவலர், உயர் பாதுகாப்புத் தொகுதி சிறைவாசிகளைத் திறந்து எண்ணிப் பார்க்கச் சென்றார். ஓர் இஸ்லாமியச் சிறைவாசி, “யார் சார்

புதுசா வந்திருக்கிற நல்லதம்பிங்கிறவர். அவருடைய வேலைய மட்டும் பாத்துட்டுப் போகச் சொல்லுங்க. எங்க விஷயத்தில் தலையிட்டா ஜெயப்பிரகாஷ் மாதிரி அவருக்கும் நடக்கும்னு சொல்லிடுங்க” என்று எச்சரிக்கை விடுத்துள்ளார்.

அந்தத் தலைமைக் காவலர் என்னிடம் வந்து, “தம்பி ஹை செக்யூரிட்டி ப்ளாக்ல இருக்கிற பாய்க உங்க மேல கோவத்தோட இருக்காங்க. நேத்து பரேடு கிரவுண்ட்ல நீங்க எழுதிக் கொடுத்தது, அதுக்குள்ள அவனுக காதுகளுக்குக்கு போய் இருக்கு. எதுக்கும் நீங்க ஜாக்கிரதையா இருங்க தம்பி” என்று அவர் அன்புடன் அறிவுறுத்தினார். அப்படி அவர் மூலம் மிரட்டல் விடுத்த அந்த கைதியின் பெயரையும் என்னிடம் சொன்னார்.

ஓரிரு நாள் கழித்து, வாயில் பகுதியில் இருந்து மையக் கோபுரத்தை நோக்கிப் போய்க் கொண்டிருந்தேன். மிரட்டல் விடுத்த அந்தக் கைதி எதிரே வந்து கொண்டிருந்தார். அவர் என்னிடம் எதுவும் கேட்கலாம் என்று எதிர்பார்த்துத்தான் நான் நடந்து கொண்டிருந்தேன். அவர் ஒரு புன்முறுவலுடன் வணக்கம் செய்து விட்டுக் கடந்து சென்று கொண்டிருந்தார். நான் திரும்பிப் பார்த்து, “பாய் இங்க வாங்க” என்றேன்.

“என்ன சார்” சிரித்துக்கொண்டே என்னை நெருங்கினாரவர்.

“என்னை ஏதோ விசாரிச்சிங்களாமே” என்றேன்.

“இல்ல சார் யாரோ தப்பா சொல்லிட்டாங்க. விசாரிச்சு பார்த்தது உண்மைதான். நீங்க ஒரு கம்யூனிஸ்டுன்னு எல்லாரும் சொன்னாங்க. தோழர்கள்னா நமக்கு எதிராச் சொல்ல மாட்டார்களே என்று முடிவ மாத்திட்டோம் சார்”

“நான் உங்களுக்கு எதிராக எழுதிக் கொடுத்தது எல்லாம் உண்மைதான் பாய். அது சிறை நிர்வாகம் நல்லபடியா நடக்கணும். பாய்கள் பாதுகாப்பா இருக்கணும் என்ற நல்ல எண்ணத்தில்தான் பாய்”

“சார், நாங்க என்ன சார் செஞ்சோம்?”

“ஜெயில்ல நீங்க நடந்துக்கிற முறை மற்ற கைதிகள் கிட்டயும் காவலர்கள்கிட்டயும் கடுமையான கோபத்தை ஏற்படுத்தி இருக்கு. இங்கே 2 ஆயிரத்துக்கு மேல கைதிகள் இருக்காங்க. நீங்க வெறும் 40 பேர் மட்டும்தான் இருக்கீங்க. காவலர்கள் 200 பேருக்கு மேல் இருக்காங்க. ஏதாவது பிரச்னைவந்தால் ரொம்ப ஈஸியா உங்களை எல்லாம் அடக்கிடுவாங்க. உங்களுக்கு

ஆதரவான ஒரு நிலையை, நீங்க இங்க உருவாக்கினாதான் உங்களுக்குப் பாதுகாப்பா இருக்கும். உங்களுக்கு எதுவும் பிரச்னைனா மற்ற கைதிகள் எல்லாம் உங்களைப் பாதுகாக்க வரணும். நீங்க இப்ப நடந்துகொள்ளும் முறை சரியில்லை பாய்" என்றேன்.

நாங்கள் பேச்சைத் துவக்கியபோதே, அவர்களுடைய சகாக்களும் அங்கு வந்து சேர்ந்திருந்தனர். நான் சொன்னதை யெல்லாம் அவர்கள் ஏற்றுக் கொண்டனர்.

"சார் நீங்க சொன்ன விஷயங்களை நாங்க கண்டிப்பாக் கலந்து பேசுவோம் சார். பரேடு நடந்த அன்னைக்கு டிஐஜி போனபிறகு சூப்பிரண்டு எங்களையெல்லாம் கூப்பிட்டு, நல்ல தம்பியின்னு ஒருத்தன் வந்து இருக்கான் தெரியுமாய்யா. அவன் டிஐஜி கிட்டப் போட்டுக் கொடுத்துட்டான். நான் உங்களுக்கு நிறைய சட்டவிரோதச் சலுகைகள் எல்லாம் செய்கிறதாச் சொல்லிட்டான்னு ரொம்பக் கோவமா எங்ககிட்டச் சொல்லி வருத்தப்பட்டார். அதனால்தான் சார் விசாரிச்சோம். நாங்க நினச்ச மாதிரியே நீங்க தோழர்தான் சார்" என்று சொல்லி கைகுலுக்கி விடைபெற்றனர்.

அடுத்தடுத்து அவர்களைச் சந்திக்கும் போதெல்லாம் இந்திய தேசிய விடுதலைக்கு இஸ்லாம் மதத்தினர் செய்த தியாகங்கள் குறித்தும், மாப்பிள்ளைமார் கலவரம் உள்ளிட்ட அவர்களுடைய வீர சரித்திரங்கள் குறித்தும், இடதுசாரி ஜனநாயக சக்திகள் அவர்களுக்கு ஆதரவாக நடத்திய, நடத்தும் போராட்டங்கள் குறித்து எல்லாம் பேசுவது உண்டு. அது போன்ற கருத்துக்களில் எல்லாம் அவர்கள் ஆர்வம் இல்லாதவர்களாகவே இருந்தனர். வெறும் உணர்ச்சிகளுக்கு ஆட்பட்டு வினைபுரியும் விபரீதப் போக்கு மட்டுமே அவர்களிடம் இருப்பதைக் காணமுடிந்தது. நான், அவர்களிடம் உங்கள் எதிரிகளைச் சித்தாந்த ரீதியாக எதிர்கொள்ளத் தயாராக இருங்கள் என்று சொல்வதுண்டு. அவர்களில் ஓரிருவரைத் தவிர, எல்லோருமே வன்முறை மூலம் பதிலடி கொடுப்பதையே லட்சியமாக கொண்டவர்களாக இருந்தனர்.

கடலூர் மத்தியச் சிறையிலிருந்து ஒரு ஆயுள்தண்டனைக் கைதி மதுரைச் சிறைக்கு வந்திருந்தான். அவன் நல்ல ஓவியனாகவும், சாக்பீஸில் சிறு சிற்பங்கள் செய்யும் கலைஞனாகவும் இருந்தான். அதுமட்டுமே அவனிடமிருந்த நல்ல அம்சங்கள். அவன் ஒரு இந்து

மத வெறியனாகவும் ஆர்எஸ்எஸ் அமைப்பில் உறுப்பினராகவும் இருந்துள்ளான்.

அதுவரை மதுரை மத்தியச் சிறையில் ஹரே ராமா ஹரே கிருஷ்ணா என்று அமைதியாக வழிபட்டு வந்தவர்களையும், எந்த வம்புக்கும் போகாமல் விநாயகரை வழிபட்டு வந்தவர்களையும் அவன் சந்தித்து உரையாடி வந்தான். இஸ்லாமியச் சிறைவாசிகள் அனுபவித்து வந்த சலுகைகளை அதுவரை எந்தக் கைதியும் சுட்டிக்காட்டி நிர்வாகத்திடம் கேள்வி கேட்கவில்லை. கடலூரிலிருந்து வந்த கைதி, சிறுபான்மை சிறைவாசிகளைச் சுட்டிக்காட்டி ஒவ்வொரு சலுகையாக அவனும் பெற்றுவந்தான்.

ஒருநாள் நேர்காணல் அறைக்கு சென்ற அந்த கடலூர் கைதி, அவனுக்கு ஒதுக்கப்பட்ட நேரம் கடந்தும் பேசிக்கொண்டே இருந்தான். அடுத்த நேர்காணலுக்குத் தயாராக இஸ்லாமியச் சிறைவாசிகள் நேர்காணல் அறைக்கு முன்பாகக் காத்திருந்தனர். இஸ்லாமியச் சிறைவாசிகளின் நேரத்திலும் அவன் பேசிக் கொண்டிருந்தான். உள்ளே பேசிக்கொண்டிருக்கும் சிறைவாசி யாரென்று தெரியாமலே அவர்கள் பொறுமையுடன் காத்திருந்தனர். உள்ளே பேசிக்கொண்டிருந்தவனிடம் காவலர் “பேசியது போதும் அடுத்த நேர்காணலுக்கு வாய்ப்பளிக்க வேண்டும்” என எடுத்துச் சொன்னார். அடுத்த நேர்காணலுக்கு யார் காத்திருக்கிறார்கள் என்று தெரிந்தே அவன் வீம்புக்காகப் பேசிக்கொண்டிருப்பதைத் தெரிந்துகொண்ட காவலர், அவனிடம் கண்டிப்பு காட்டினார்.

“நீங்க வேணும்னா அந்தப் பாய்களுக்குப் பயப்படலாம். நான் எந்த நாய்களுக்கும் பயப்பட மாட்டேன்” என்று ஓங்கிய குரலில் சொன்னது வெளியே இருந்த பாய்களுக்கும் கேட்டது. அதன்பிறகுதான், அவர்களுக்குத் தெரிந்தது உள்ளே இருப்பவன் யாரென்று. அவன் வெளியே வந்ததும் பாய்கள் அவன் மீது பாய்ந்தனர். ஒற்றை ஆளாகச் சிக்கிய அவனை அடித்துத் துவைத்து வீழ்த்தினர். காவலரின் விசில் சத்தம் கேட்டு, ஓடிவந்த மற்ற காவலர்கள் அவனை மீட்டு மருத்துவமனைக்குத் தூக்கிச் சென்றனர்.

நேர்காணல் அறைக்குச் சென்று, உறவினர்களைப் பார்த்து திரும்பிய பாய்கள், தங்கள் பிளாக்கிற்குத் திரும்ப இயலவில்லை. ஒட்டுமொத்தக் கைதிகளும் கையில் கிடைத்ததையெல்லாம் எடுத்துக்கொண்டு ஆவேசமாக உயர்பாதுகாப்பு தொகுதியைச்

சூழ்ந்திருந்தனர். உள்ளே இருப்பவர்கள் அவரவர்கள் செல்களில் கதவுகளைப் பூட்டிக்கொண்டு பதட்டத்துடன் இருந்தனர். நேர்காணல் அறையில் இருந்து வந்தவர்கள் அப்படியே வாயில் பகுதியில் உட்கார வைக்கப்பட்டனர். முதல் முறையாக அவர்கள் அங்கே அமைதியாக அமர்ந்திருந்தனர். காவலர்களும் அதிகாரிகளும், ஆவேசமாகத் திரண்டிருந்த கைதிகளைச் சமாதானப்படுத்த பெரும்பாடாகிவிட்டது. கைதிகள் வைத்த கோரிக்கைகள்,

"எங்களைப்போலவே அவர்களையும் நடத்துங்கள். இல்லையென்றால் அவர்களைப்போலவே எங்களையும் நடத்துங்கள். உங்களால் முடியவில்லை என்றால் நாங்கள் அவர்களை அடக்கிக் காட்டுகிறோம்" என்பதாகவே இருந்தது. சிறை அதிகாரிகள் கொடுத்த உறுதிமொழிக்குப் பிறகு கைதிகள் அவரவர் தொகுதிகளுக்குக் கலைந்து சென்றனர்.

அதன்பிறகு உயர்பாதுகாப்புத் தொகுதிக்குள்ளேயே இஸ்லாமியக் கைதிகள் அடக்கமாக இருந்தனர். நீண்டகாலம் சிறையில் வாடினார்கள். அவர்களில் எந்த வன்முறைச் சம்பவங்களிலும் ஈடுபடாதவர்களும் இருந்தனர்.

ஒவ்வொரு வழக்காக முடித்து, அனைவரும் விடுதலையாகி சென்றபின், உயர் பாதுகாப்புத் தொகுதிகள் இழுத்து பூட்டப் பட்டன.

அதன் பிறகும் இஸ்லாமிய உதிரி அமைப்புகளைச் சேர்ந்த சில இளைஞர்கள் வந்து கொண்டிருந்தனர். அவர்கள் அகில இந்திய அமைப்பு, மாநில அமைப்பு என்ற வகையில் மாநிலத் தலைவர்களாகவும் மாவட்டச் செயலாளர்களும் இருந்தனர். அவர்களுக்கு இஸ்லாமியப் பெருமக்களின் ஆதரவு இருந்ததாகத் தெரியவில்லை. அவர்கள், பல சமூக விரோதச் செயல்களிலும் தொடர்புடையவர்களாகவும் இருந்தனர். அவர்கள் ஓரளவு பண பலமும் அடியாட்கள் பலமும் உள்ளவர்களாகவே இருந்தனர்.

நான் ஓய்வு பெறுவதற்கு சில மாதங்களுக்கு முன்பு திண்டுக்கல் மாவட்டத்திலிருந்து அப்படிப்பட்ட வெவ்வேறு இயக்கத்திலிருந்து இரண்டு பேர் வந்திருந்தனர். அவர்களிடம் நான் நடத்திய உரையாடல் இப்படித்தான் அமைந்தது

"பாய் உங்க அமைப்போட பெயர் என்ன, நீங்கள் என்னவாக இருக்கீங்க?" அதற்கு அவர்கள் பதில் சொன்ன பிறகு,

“என்ன உங்களுக்குத் தெரியுமா?” என்றதுக்கு,

“தெரியும் சார், நீங்க கம்யூனிஸ்ட்டுன்னு சொல்லி இருக்காங்க.”

“உங்களுக்கு எதிரியா நீங்க யாரை நினைக்கிறீங்க..?”

“ஆர்.எஸ்.எஸ்., பி.ஜே.பி... இதான் சார்.”

“அப்போ... உங்களுக்கு நான் சொல்லுற பெயர்கள் தெரியுமான்னு சொல்லுங்க பாய்,

மாயா கோட்னானி

சாத்வி பிரக்ஞா சிங்

ஹேமந்த் கார்கரே”

“சார், முதல் பேரு யாருன்னு தெரியல சார். இரண்டாவது பேரு... கேள்விப்பட்டது மாதிரி இருக்கு. மூன்றாவது பேர் என்கவுண்டர் ஸ்பெஷலிஸ்ட்ன்னு நினைக்கிறேன் சார்”

“நீங்க எதிரிகளா நினைக்கவேண்டியவங்களையே யாருன்னு தெரியாம இருக்கீங்க. அதுல உங்களுக்கு நல்லது செஞ்சவரு ஒருத்தரும் இருக்காரு. அதுவும் உங்களுக்குத் தெரியல. ஆனா நான் இஸ்லாமியனல்ல. உங்களுக்கு எதிரியா இருக்கிறவங்களத்தான் நானும் எதிரியா நினைக்கிறேன். உங்களுக்கு நல்லது செஞ் சவரத்தான் நாஙகளும் வல்லவர், நல்லவர்னு கொண்டாடுறோம். இதையெல்லாம் தெரியாம ஒரு இஸ்லாமிய அமைப்பின் தலைவருங்கனு சொல்றதுல ஏதாவது அர்த்தம் இருக்கா” என்று நான் கேட்டபோது அவர்கள் கோபப்படவே இல்லை.

கொஞ்சம் வெட்கப்பட்டுச் சிரித்துக்கொண்டே, “கண்டிப்பாத் தெரிஞ்சிருக்கணும் சார். நாங்க எதிரிகளுக்குப் பதிலடி கொடுக்கிற அடிதடிப் பாதையிலேயே போயிட்டோம் சார். இந்த மூணு பேரப் பத்தி கொஞ்சம் சொல்லுங்க சார்” என்றனர்.

“மாயா கோட்னானி என்பவர் ஒரு பெண் எம்.எல்.ஏ. குஜராத்தில் நடந்த கலவரத்தில் நூற்றுக்கணக்கான இஸ்லாமியர் களை எரித்துக்கொன்ற அந்தக் கொடூரமான சம்பவங்களில் நேரடியாக ஈடுபட்டவர். அப்போது மத்தியில் பிஜேபி பிரதமராக வாஜ்பாய் இருந்தார். குஜராத்தில் முதல்வராக நரேந்திர மோடி இருந்தார். அந்தக்கோர சம்பவத்திற்குப் பிறகு அந்தப் பெண் எம்எல்ஏ குஜராத் அமைச்சர் ஆனார். அவர் மீது சிபிஐ வழக்கும் இருந்தது. அதன் பிறகு மத்தியில் காங்கிரஸ் அரசு வந்த பிறகு

கைது செய்யப்பட்டுச் சிறையில் இருந்தார். மத்தியில் பிஜேபி அரசு மீண்டும் அமைந்த பிறகு அந்தக் கொடூரக் குற்றவாளி மாயா கோட்னானி விடுதலை செய்யப்பட்டார்.

சாத்வி பிரக்யா சிங் தாக்கூர் என்பவர் மாலேகான் குண்டுவெடிப்புச் சம்பவங்களில் தொடர்புடையவர். இப்போது அவர் எம்.பி.யாக இருக்கிறார். மாலேகான் குண்டுவெடிப்பு சதிகளைக் கண்டுபிடித்து, சாத்வி பிரக்யா சிங் கைது செய்யப்பட்டுச் சிறையில் அடைக்கக் காரணமாக இருந்தவர் ஹேமந்த் கார்கரே. அவரைத்தான் தாஜ் ஓட்டலில் பாகிஸ்தான் தீவிரவாதிகள் சுட்டுக் கொன்று விட்டதாக பிஜேபி அரசு சொல்லிக் கொண்டிருக்கிறது" என்று சொல்லி முடித்ததும் அவர்களின் முகங்களில் ஒரு மலர்ச்சியும் தெளிவும் ஏற்பட்டது.

"சார் இந்தச் சம்பவங்கள் எல்லாம் நினைவு இருக்கு சார், பேர்கள்தான் மறந்துப்போச்சு சார்" என்றனர்.

"சரி. இஸ்லாமிய மக்களின் வாழ்க்கை நிலைகளை ஆய்வு செய்து அவர்களின் முன்னேற்றத்திற்காக இரண்டு குழுக்கள் அமைக்கப்பட்டதே அது தெரியுமா?" என்றேன்.

"தெரியும் சார், சச்சார் குழு பரிந்துரை மட்டும் தெரியும் சார். மற்றது தெரியாது சார்."

இதையும் ஒருவர் மட்டுமே சொன்னார். நான் தொடர்ந்தேன். "சச்சார் குழு பரிந்துரை என்பது சரிதான். இன்னொன்று ரங்கநாத் மிஸ்ரா குழு பரிந்துரை. இரண்டு குழுக்களின் தலைவர்களும் இந்துக்கள்தான். அவர்கள் அந்த அறிக்கையில் என்ன சொல்லி இருக்கிறார்கள் தெரியுமா? இஸ்லாமியச் சிறுபான்மை மக்களின் வாழ்க்கை நிலை தாழ்த்தப்பட்ட மக்களின் வாழ்நிலையைவிடக் கீழ் நிலையில் இருக்கிறது. அவர்கள் பொருளாதாரத்திலும், கல்வியிலும், வேலை வாய்ப்பிலும் மிகவும் பின்தங்கிய நிலையிலேயே இருக்கிறார்கள். அரசுப் பணிகளில் அவர்களின் சமூக விகிதாச்சாரத்திற்கு ஏற்றவாறு வாய்ப்புகள் வழங்கப்படாமல் இருக்கிறது. அவர்களின் சமூக விகிதாச்சாரத்தைக் காட்டிலும் கூடுதலான சதவிகிதத்தில் ஒரு இடத்தில் மட்டுமே இருக்கிறார்கள். அது இந்தியச் சிறைச்சாலைகள். நீங்கள் இருவரும் இருப்பதும் இப்படித்தான்."

எல்லாவற்றையும் மிகவும் கூர்ந்து கவனித்துக் கொண்டே வந்து இறுதியில் சிரித்துக் கொண்டனர்.

“இந்தப் பரிந்துரைகளை நடைமுறைப்படுத்தச் சொல்லி இடதுசாரி அமைப்புகளும், இதர ஜனநாயக சக்திகளும் போராடி வருவது உங்களுக்குத் தெரியுமா?

இந்துத்துவாவுக்கு எதிரான சித்தாந்தத்தில் தெளிவு இல்லாமல் நீங்கள் எதைச் சாதித்துவிடப்போகிறீர்கள். உங்கள் சமூகம் மீது உண்மையான அக்கறை கொண்டுள்ள ஜனநாயக சக்திகளைத் தெரிந்து கொள்ளுங்கள். அவர்களைத் தோழமை சக்திகளாக வைத்துக்கொண்டு ஜனங்களை திரட்டிப் போராடுவதுதானே சரியாக இருக்கும்?” என்று சொல்லி முடித்தேன்.

“சார், எங்களுக்கு ஆதரவான சக்திகள் எல்லாம் எங்களுக்குத் தெரியும் சார். வசூலுக்கு வரும்போது பணம் எல்லாம் கொடுத்து இருக்கிறோம் சார். நீங்க பேசினது கேட்டபிறகு இன்னும் அவர்களுக்கு ஆதரவாக இருக்கணும்னு தோணுது சார்” என்று மகிழ்ச்சியுடன் தெரிவித்தனர்.

சில ஆண்டுகளுக்கு முன், உயர் பாதுகாப்புத் தொகுதியில் இருந்த ஓர் இஸ்லாமிய இயக்கத்தின் முன்னோடி ஒருவர் என்னிடம், “தெரிந்தோ தெரியாமலோ இஸ்லாமிய இயக்கத்தின் தீவிரப் போராட்டங்களுக்கு நானும் ஒரு முக்கியக் காரணமாக இருந்து இருக்கிறேன். ஆனால் அதன் பிறகு நிலைமை கைமீறிப் போய்விட்டது. ஜிகாத் பாதையில் சென்ற இளைஞர்களின் நடவடிக்கைகளினால், எங்களது சமூகம் சொல்லொணாத் துன்பங்களுக்கு ஆளாகிவிட்டது. ஏராளமான அப்பாவி இளைஞர்கள் ஆண்டுக்கணக்கில் சிறையில் கழிக்க வேண்டிய தானது. அவர்களின் குடும்பங்கள் சிதைந்து சின்னாபின்னமாகி விட்டன. அந்த இளைஞர்கள் எல்லாம் இப்போது எந்த நடவடிக்கையிலும் ஈடுபடாத போதிலும், யார் யாரோ எங்கிருந்தோ செய்யும் அசம்பாவிதங்களுக்கு எங்கள் மக்கள்தான் பலியாக வேண்டியுள்ளது” என்று மிகுந்த வேதனையுடன் குறிப்பிட்டது நினைவுக்கு வந்தது.

*

ஒரு நாள் பரோல்

பழிவாங்கப்பட்டும், பல ஊர்களுக்குப் பந்தாடப் பட்டும், பதவி உயர்வு பெற்று, பல சிறைகளுக்குப் பணியிட மாறுதலில் சென்றும், மீண்டும் மதுரை மத்தியச் சிறைக்கு வந்து சேர்ந்தபோது சிறையில் பெரிய மாற்றங்கள் தென்பட்டன. புதிய அலையாக இளம் காவலர்கள் நிறையப் பேர் பணியில் இருந்தனர். இளம் உயர் அதிகாரிகளும் இருந்தனர். சிறைவாசிகள் உடையிலும் மாற்றம் இருந்தது. அரைக்கால் சட்டை முழுக்கால் சட்டையாக மாற்றப்பட்டிருந்தது. முரட்டு காட்டன் துணிக்குப் பதிலாக டெரிகாட்டன் உடைகள் வழங்கப் பட்டிருந்தன. கருநீலப் படுக்கை விரிப்புகள் முற்றிலு மாக மாற்றப்பட்டு, சிகப்பு, பச்சை பட்டைகளுடன் படுக்கை விரிப்புகள் அழகாக இருந்தன.

விசாரணைத் தொகுதிகள் இரண்டு தொகுதிகளுக்குப் பதிலாக மூன்று தொகுதிகளாக ஆக்கப்பட்டிருந்தன. எல்லாத் தொகுதிகளிலும் கைதிகள் நிரம்பிய நிலையில் இருந்தனர். அது சமூகம் இருக்கும் நிலைமையைப் படம் பிடித்துக் காட்டுவதாக இருந்தது.

ஒரு விசாரணைத் தொகுதிக்குச் சுற்றுச் சென்று பார்வையிட்டு வந்தபோது, நரைத்த தலைமுடியுடனும், நரைத்த தாடியுடனும் இருந்த ஒரு கணத்த விசாரணைக்கைதி நொண்டிக்கொண்டே வந்து, “ஐயா உள்ளே ஆஸ்பத்திரிக்கு போய் வரணும்.

போகலாமா" என்று கேட்டார். "டாக்டர்கள் இங்கேயே வந்து பார்ப்பார்களே" எனக் கேட்டேன். "எனக்கு நோய் ஒண்ணு மில்லை ஐயா. உள்ளே போய் ஒரு ரவுண்டு பார்த்துட்டு வரலாம்னு கேட்கிறேன்."

"அங்க என்ன மியூசியமா இருக்கு. அங்கபோய்ப் பார்த்துவர. வயசான காலத்தில ஒரு இடத்தில இருக்கப்பாரு பெருசு" என்றேன்.

"ஏற்கெனவே நான் லைஃப் கழிச்சிட்டுப் போனவன்தான்யா. அதுதான் கேட்கிறேன். இங்க யாரைக் கேட்டாலும்போகக் கூடாதுன்னு சொல்றாங்க. நீங்க நல்ல மனுசனா இருக்கீங்கன்னு தான் உங்ககிட்டக் கேட்டேன்."

"இன்சார்ஜ் ஆபீஸர்கிட்ட கேட்டுப் போய்ப்பாரு" என்று சொல்லிவிட்டு நடக்க ஆரம்பித்தேன்.

"முக்கா முழம் நெல்லு பயிறு... 30 கெஜம் தண்ணிக் கிணறு..." என்ற பாட்டு சத்தத்தைக் கேட்டுத் திரும்பிப் பார்த்தேன். நரைத்த தாடி மீசைக்குள் ஒளிந்திருந்த மிலிட்டரி செல்வத்தின் முகம் அப்போதுதான் வெளியே தெரிந்தது. நான் ஆச்சரியத்துடன் "ஏய் மிலிட்டரி என்னையா இப்படி ஆயிட்ட?" என்று கேட்டேன்.

"ஐயா நீங்க அப்பப் பார்த்த மாதிரியே இருக்கீங்க, உங்களப் பார்த்தவுடனே கண்டுபிடிச்சிட்டேன்" என்றான் மிலிட்டரி உற்சாகமாக.

"இப்ப என்ன கேஸ்ல வந்திருக்க?"

"கஞ்சாக் கேஸ்லயா. கஞ்சா வித்துத்தான் கஷ்டம் இல்லாமல் கஞ்சி குடிக்கிறேன். பிள்ளைகள் எல்லாம் கட்டிக் கொடுத்தாச்சு. வீடு, வாசல், சொத்து எல்லாம் சேர்த்து நல்லா இருக்கேன்யா. வெளியில போயி, கொஞ்ச நாளிலேயே தொழில ஆரம்பிச்சிட்டேன்யா. இப்பதான் கேஸ் ஆகி உள்ளே வரேன்"

"வெளிய போய் கொள்ளையடிச்சுதான் வாழப் போறேன்னு சொன்னியே."

"அதான் வெளியில போறதுக்கு முன்னாலேயே... கால் உடைஞ்சு நொண்டிக்கால் ஆயிட்டேனில்ல. காலம்பூரா மிலிட்டரி வாழ்க்கை, ஜெயில் வாழ்க்கையின்னு ஆகிப்போச்சு. இனி உடம்ப வளச்சி வேலை பார்க்க முடியுமா. அதுதான்யா

இப்படி இறங்கிட்டேன்." என்றான் மிலிட்டரி. மிலிட்டரியிடம் அதே நக்கல் பேச்சுத் தெரிந்தது.

நான் பணியில் சேர்ந்த அன்று தப்பி ஓடிப் போய்ப் பிடிபட்ட மிலிட்டரி செல்வம். 30 ஆண்டுகள் கழித்து மீண்டும் சிறையில், காலம் வரைந்த சித்திரமாகதான் அவரைப் பார்க்க முடிந்தது.

"அய்யா வாங்க, வருங்கால சூப்பிரண்ட் அய்யா! வாங்க." இப்படி வணக்கம் வைத்து வரவேற்கும் அந்தத் தண்டனைக் கைதிக்கு, வணக்கம் வைத்துக் கடந்துவரும் பணியாளர்கள் புதியவர்களாக இருந்தால், சற்றுக் குழம்பித்தான் போக வேண்டியிருக்கும். அவன் நல்லவனா? கெட்டவனா? முரடனா? சாதுவா? வயதானவனா? இளைஞனா? நம்மை அறிந்துதான் வரவேற்கிறானா? தெரியாமல் கேலி செய்கிறானா? என எண்ணத் தோன்றும்.

வாயிலைக் கடந்து தண்டனைப் பகுதிகளுக்குள் நுழையும் முன் பெரும்பாலும் அந்த வழியில் ஓரத்தில் நிற்பான். "வருங்கால ஜெயிலர் ஐயா" என்றும் "வருங்காலச் சூப்பிரண்டு அய்யா" என்றும், "வருங்கால டிஐஜி" என்றும் ஒவ்வொரு சீருடைப் பணியாளரையும் வணக்கம் வைத்து வரவேற்பதை உண்மையான அன்பாக ஏற்றுக்கொள்ளச் சிரமமாகவே இருக்கும். அவன் சிரிப்பும், பார்வையும் சினேகத்துக்கு உகந்ததாகத் தெரியாது. ஒட்ட வெட்டப்பட்ட தலைமுடியும், கறுத்துத் திரண்ட உடல்வாகும் மிரளச் செய்வதாகவே இருக்கும். கைகளிலும், கால்களிலும் வெட்டுக்காயத் தழும்புகளும் அச்சமூட்டுவதாகத்தான் இருக்கும். அவன்தான் வெட்டுக் கருப்பன். அவனுக்கு வணக்கம் வைத்துவிட்டுக் கடந்த பிறகு அவன் மற்றவர்களிடம் சொல்வது காதில் கேட்கும். அல்லது காதில் விழ வேண்டுமென்றே சொல்லுவான் "ஐயா பழைய ஆள். வருங்காலச் சூப்பிரண்டு ஐயா. இப்பதான் வேற ஜெயிலுக்கு போனாரு. அதுக்குள்ள வந்துட்டாரு."

"இவரு வருங்கால டிஐஜி. மண்ணைக்கூட வித்துக் காசாக்கிவிடுவார். ஆனா நல்ல மனுஷன்யா."

"ஐயா தங்கமானவரு. வருங்கால ஜெயிலர். இவர் கிட்டக் காசு கொடுத்தா எதையும் செய்வாரு. நல்ல மனுஷன்."

"ஐயா வருங்கால சூப்பிரண்டு. எவனையும் வந்து பாருடாம்பாரு. பலியாக் கோபப்படுவாரு. கோபம் இருக்கிற இடத்துல என்ன இருக்கும். ஒரு மயிரும் இருக்காது."

கடந்து செல்லும் காக்கிகளின் காதுகளில் விழுமாறு இப்படி ஒவ்வொருவருக்கும் ஒவ்வொரு விதமான வாசகம் சொல்லி வரவேற்று அனுப்பி வைப்பான். அவனிடம் நட்பு முறையில் பேசுபவரிடம் "எல்லாம் திருட்டுப் பயலுக. இப்ப இப்படி இருக்கிறவங்கதான் பெரிய அதிகாரிகளா ஆகிறானுக" என்று சலித்துக் கொள்வான்.

அவன் சொல்லும் வார்த்தைகளைக் கேட்டும் கேட்காமலே போய் விடுவதே நல்லது. நின்று கண்டித்துப் பேசினால் அவமானப்பட்டுத்தான் போகவேண்டியிருக்கும். அவனை எந்த பிளாக்கிலும் ஏற்றுக் கொள்ள மாட்டார்கள். அதனால் அவன் மனநோய் பிளாக் செல்லில்தான் இருப்பான். சிறையில் எல்லா இடங்களுக்கும் போய்வருவான். முரட்டுக்கைதிகளிடம் அவன் எச்சரிக்கையாக நடந்து கொள்வான். அவர்களும் இவனிடம் எச்சரிக்கையாகவே இருப்பர். அவன் அடித்தாலும் கேவலம், அவனை அடித்தாலும் கேவலம் என்று முரட்டு கைதிகளும் பயந்து ஒதுங்கிவிடுவார்கள்.

வெட்டுக்கருப்பன் என்ற பெயர் எப்படி வந்தது என்பது குறித்துக்கூடச் சரியான விபரங்கள் கிடைக்கவில்லை.

அவன் பேச்சு, வெட்டு ஒண்ணு துண்டு ரெண்டு என்பதுபோல் இருக்கும். அதனால்தான் அந்தப் பெயர் என்றும், "இல்லை இல்லை அவன் உடலில் உள்ள ஏராளமான வெட்டுத் தழும்புகளை வைத்துத்தான் அந்தப் பெயர்" என்றும் சொல்பவர்களுமுண்டு.

அவனிடம் கேட்டால், "என்னை வெட்டுனவனை 44 துண்டுகளாக வெட்டிக் கொன்னுப்போட்டேன். அதனால்தான் இந்தப் பேரு" என்பான். அதுவும் உண்மைதான் என்று சொல்பவர்களும் இருந்தனர்.

கரகரப்பான குரலில் சத்தமாக பேசுவதும், அரசியல் முக்கியத் தலைவர்களை ஏக வசனத்தில் பேசுவதும், கெட்ட வார்த்தைகளில் திட்டுவதும், சில சமயம் சிறையில் இருக்கும் முக்கிய கைதிகளைக்கூட அவ்வாறு பேசுவதும்,

திருட்டுத்தனமாகக் கஞ்சா புகைப்பதும் இவையெல்லாம்தான் வெட்டுக் கருப்பனின் அன்றாட நடவடிக்கைகள். அவனுக்கு ஓசியில் கஞ்சா கொடுக்காமல் யாரும் அதைத் திருட்டுத்தனமாக விற்க முடியாது. ரகசியமாகக் கஞ்சாவை உள்ளே கொண்டுவந்து கொடுக்கும் காவலர்களையும் தெரிந்து வைத்திருப்பான். அவர்களை நக்கல் அடித்தும், மிரட்டியும் அவனுக்குத் தேவையானதை அவர்களிடம் பெற்றுக் கொள்வான். சில சமயம் இதையெல்லாம் அதிகாரிகளிடம் போட்டும் கொடுத்துவிடுவான்.

அவனுடைய வழக்கில் தண்டனை பெற்ற அவன் உடன்பிறந்த தம்பியும், ஒன்றுவிட்ட தம்பியும் சிறையில் இருந்தனர். அவர்கள் சிறையில் நன்னடத்தைக் கைதிகளெனப் பெயர் எடுத்தவர்கள். ஆனால் இவன் மட்டுமே அடங்காத சண்டிக் காளையாக இருந்தான்.

அவனுக்குச் சிறையில் தறிக்கூட வேலைதான் எழுதப் பட்டிருந்தது. ஆனால், அவன் ஒரு நாள் கூட தறிக்கூடத்திற்குப் போனதில்லை. அனால் அவன் வந்து வேலை செய்ததற்கான பதிவுகள் பதிவேட்டில் இருக்கும். அதன்படி அவனுக்குரிய சம்பளமும் அவன் கணக்கில் ஏறும். அவன் தறிக்கூடத்திற்கு வந்துதான் ஆக வேண்டும் என்றால், ஒழுங்காக நடந்து கொண்டிருக்கும் வேலைகளும் கெட்டுப்போகும். அதற்குப் பயந்துதான் வேலைக்கு வராமலேயே வந்ததாகக் கூலியும் வழங்கப்பட்டு வருகிறது. இது, அவன் சிறையில் தொழில்கூடத்தில் நடந்து கொள்ளும்முறை.

அவனைப் பார்ப்பதற்கு அவன் மனைவி நேர் காணலுக்கு வருவார். மனைவியை பார்த்தவுடன்,

"புருஷன் ஜெயில்ல இருக்கும் போது, இப்படி சிங்காரிச் சிட்டுத்தான் வருவியா" என்று ஆரம்பிப்பான். அலங்காரம் செய்ததற்கான எந்த அடையாளமும் இல்லாதபோதே அவன் அப்படித்தான் பேசுவான். தொடர்ந்து இதைவிட ஆபாசமான வார்த்தைகளில் அர்ச்சனை செய்வான். நேர்காணல் அறையில் பேசிக்கொண்டு இருக்கும் மற்ற கைதிகளும் அவர்களின் உறவினர்களும் அந்த இடத்தைவிட்டு நகர்ந்து விடுவார்கள். நேர்காணல் அறையில் இவனுடைய கனத்த குரலும் கசடுப்பேச்சும் எல்லோரையும் காதைப் பொத்திக்கொள்ள வைத்துவிடும். அல்லது கலைந்து போக வைத்துவிடும். அவன்

மனைவியும், "போனாப் போகுதுன்னு பார்க்க வந்தேன்பாரு எனக்கு வேணும்டா. வரும்போதெல்லாம் இப்ப என் புருஷன் திருந்தி இருப்பான்னுதான் நெனச்சுக்கிட்டுப் பாக்கவந்தா உன்கிட்ட தேவிடியாப் பட்டம் வாங்குறதே பொழப்பாப் போச்சு. கஷ்டப்பட்டு உனக்கெல்லாம் செலவு செஞ்சு வாங்கிக் கொண்டுவந்து கொடுத்துட்டு உன்கிட்ட செருப்படிப்பட்டுத் திரும்ப வேண்டியிருக்கு. நீ இங்கேயே கிடந்து சாகுடா. இனி நான் வரமாட்டேன்" என்று ஆவேசப்பட்டுக் கதறியழுது அந்த இடத்தைவிட்டு வெளியேறுவார். ஆனால் மறக்காமல் வாங்கி வந்த பொருட்களை எல்லாம் அதிகாரியிடம் கொடுத்துவிட்டு,

"இத... அந்த நாய் மூஞ்சில வீசி எறிங்க ஐயா" என்று சொல்லிவிட்டுத்தான் போவார். இப்படி எத்தனைமுறை நடந்தது என்று தெரியாது. ஆனால், வரும்போதெல்லாம் இப்படித்தான் நடக்கும்.

வெட்டுக் கருப்பனும் நேர்காணல் அதிகாரியிடம் வந்து, அவன் மனைவி கொடுத்ததையெல்லாம் மறக்காமல் வாங்கிக் கொள்வான்.

"உன் பொண்டாட்டி எவ்வளவு தூரத்திலிருந்து கஷ்டப்பட்டு உன்ன பார்க்க வந்தா இப்படியா பேசுறது" என்று நேர்காணல் அதிகாரி அறிவுரை சொன்னால், இப்படிப் பேசினாத்தான்யா வந்து பார்த்துட்டு, ஒழுக்கமாகப் போவாளுக. சிரிச்சுப் பேசினா ஏமாத்திட்டுப் போயிடுவாளுக. புருசங்காரன் உள்ள இருந்தாலும் ரோஷத்தோட இருக்கான்னு நினைப்பு இருக்கணும். இல்லன்னா ஊர் மேய போய்விடுவாளுக" என்பான்.

"ச்சீ, இவனும் ஒரு மனுசனா!" என்று அங்கு இருப்பவர்கள் மனதுக்குள் கரித்துக்கொட்டுவார்கள்.

உயர்நீதிமன்ற நீதிபதிகள் மதுரைச் சிறைக்குப் பார்வையிட வந்தார்கள். அவர்களிடம் சிறைவாசிகள் கோரிக்கை மனுக்களை வழங்கினர்.

தலைமை நீதிபதியை நெருங்கினான் வெட்டுக் கருப்பன்.

இதைப் பார்த்த அதிகாரி ஒருவர், அவனைத் தடுக்க முற்பட்டார். நீதிபதி வெட்டுக்கருப்பனைப் பேச அனுமதித்தார். வெட்டுக்கருப்பன் நீதிபதியைப் பார்த்து, கைகளைத் தலைக்கு மேலே தூக்கி கண்களை மூடியவாறே கரகரத்த குரலில், "ஐயா,

சிறைக்கு வந்து பல ஆண்டுகள் ஆகிப்போச்சு. பரோல்ல போய்வாரதுன்னா நிறையச் செலவாகும்யா. ஒருநாள் பொண்டாட்டி பிள்ளைகளையும் ஊரையும் வீட்டையும் பார்த்துவர ஏற்பாடு செஞ்சு கொடுத்தீங்கன்னா புண்ணியமாக இருக்குமய்யா" என்று சொல்லி முடித்தான். கவனமாகக் கேட்ட நீதிபதி, வழிக் காவலர் கட்டணமில்லாமல், அரசுச் செலவிலேயே பரோல் செல்ல உத்தரவிடுவதாகச் சொன்னதும், கைதிகளிடமிருந்து கரவொலி எழுந்தது.

ஒரு கைதி வழிக் காவலர்களுடன் பரோலில் செல்வதாக இருந்தால், ஒரு கைதிக்கு இரண்டு ஆயுதப்படைக் காவலர்கள் வழிக்காவலர்களாக வரவேண்டும். அதன்படி ஆயுதப்படை யிலிருந்து வாய்ப்பு கிடைக்கும் போதெல்லாம் வழிக்காவலர்களை அனுப்பி வைப்பார்கள். வசதிவாய்ப்பு இல்லாத கைதிகளுக்கு இந்த அரிய வாய்ப்பு வழங்கப்பட்டது. அதன்படி வெட்டுக்கருப்பனுக்கும் ஒரு நாள் அந்த வாய்ப்புக் கிட்டியது.

வேறொரு கைதிக்கு வந்த வழிக் காவலர்கள், அந்தக் கைதி உடல்நிலை சரியில்லாமல் இருந்ததினால், வேறு ஒரு கைதியை அனுப்ப வேண்டியிருந்தது.

மற்ற கைதிகள் திடீரெனப் பரோலில் செல்ல விரும்ப வில்லை. வீட்டார்களுக்குத் தகவல் சொன்ன பிறகே செல்வதாகத் தெரிவித்தனர். வெட்டுக்கருப்பன் அன்று பரோலில் செல்லச் சம்மதம் தெரிவித்தான். அதற்கு அவன் சொன்ன காரணம் "திடீர்னு போனாத்தான் வீட்டில் பொம்பளைங்க ஒழுக்கமாக இருக்காங்களான்னு தெரியும். கறிச் சோறு ஆக்கி வெச்சுக் காத்திருக்கக் கூடாது, நம்மளப் பார்த்தபிறகு கோழியடிச்சுக் குழம்பு வச்சுக் கொடுக்கிறதுதான் மரியாதை" என்று சொல்லி விட்டுத் தயாராகி வந்தான் வெட்டுக்கருப்பன்.

காலை 8 மணிக்கே வந்திருந்தனர் வழிக் காவலர்கள். இவன் தயாராகி, நடைமுறை வேலையெல்லாம் முடிந்து கேட்டைவிட்டு வெளியே வருவதற்குப் பத்துமணி ஆகிவிட்டது. மாலை ஐந்து முப்பது மணிக்குத் திரும்பி ஆகவேண்டும்.

வெள்ளை வேட்டியும், முழுக்கை சட்டையும் அந்த கருத்த உடம்புக்கு அழகாகவே இருந்தது. தோளில் ஒரு துண்டைப் போட்டுக்கொண்டு வழிக் காவலர்களுடன் நடந்து

போனான் வெட்டுக்கருப்பன். அவன் வேலை பார்க்காமலே பெறப்பட்ட சம்பளப் பணத்தை கத்தை கத்தையாக வைத்திருந்ததை அவ்வப்போது எடுத்து, எண்ணிப்பார்த்துக் கொண்டான். வழிக்காவலர்களிடம், "டீ, காபி சாப்பாடு எது சாப்பிடவேணும்னாலும் சொல்லுங்க, பணமெல்லாம் நிறைய இருக்கு" என்றான்.

மதுரை ஆரப்பாளையம் பஸ் நிலையத்தில் 3 பேர்களும் டீ குடித்தனர். வெட்டுக்கருப்பனும் ஒரு போலீஸ்காரரும் சிகரெட் புகைத்தனர். வெட்டுக்கருப்பன் கடைக்காரரிடம் காசு கொடுக்கும்போது, இரண்டு தண்ணீர்ப் பாட்டில் வாங்கிட ஒரு போலீஸ்காரர் சொன்னார். தண்ணீர் பாட்டிலை வாங்கிய வெட்டுக் கருப்பன் அதைத் திரும்பித் திரும்பிப் பார்த்தான். வெறும் குடிதண்ணீருக்கே 50 ரூபாய் போச்சே என்று நினைத்துக்கொண்டான்.

3 பேர் உட்காரக்கூடிய சீட்டின் ஜன்னலோர சீட்தான் அவனுக்கு. சந்தோஷமாகவும் ஆவலுடனும் ஊரை வேடிக்கை பார்த்தவாறு வந்தான். செம்பட்டி வருவதற்குள் இரண்டு காவலர்களும் இரண்டு பாட்டில்களில் பாதியைக் குடித்திருந்தனர். வெட்டுக்கருப்பனுக்கும் தாகமாகத்தான் இருந்தது. காவலரிடம் தண்ணீர் கேட்பதற்குத் தயங்கினான். அவர்கள் பெருந்தன்மையுடன் கொடுப்பதாக இருந்தாலும் மீண்டும் தண்ணீர்ப் பாட்டில் வாங்க வேண்டிவருமே என்று சமாளித்து வந்தான். ஒட்டன்சத்திரத்தில் இறங்கினார்கள்.

"இங்கேயே சாப்பிட்டுப் போய்விடலாமா" என்று காவலர்கள் கேட்டனர்.

"ஐயா. நீங்க சாப்பிடுறதா இருந்தாச் சாப்பிடுங்கய்யா. என்ன வேணும்னாலும் சாப்பிடுங்க. நான் ஊர்ல போய்ச் சாப்பிடுகிறேன்" என்றான் வெட்டுக் கருப்பன்.

காவலர்கள், அசைவ ஹோட்டலை நோக்கி நடக்க நடக்க வெட்டுக் கருப்பனுக்கு அடிவயிறு கலங்கியது. காவலர்கள் சுக்கா வருவல், ஆம்லேட்டுடன் முடித்துக் கொண்டனர். வெட்டுக்கருப்பன் டீயும் சிகரெட்டுடன் முடித்துக் கொண்டான். காவலர்கள் பெரியமனதுடன் தண்ணீர் பாட்டில் ஒன்று மட்டும் போதும் என்றனர். அடுத்த பஸ்ஸில் ஏறி ஆயக்குடியில் போய் இறங்கும்போது, ஒரு மணிக்கு மேல் ஆகிவிட்டது.

மதுரை நம்பி | 249

வெட்டுக்கருப்பனைப் பார்த்த ஊர்க்காரர்கள் பலபேர் விலகியே சென்றனர். சிலபேர் வந்து பாசத்துடன் பேசினர்.

"என்ன இப்படி திடீர்னு வந்து நிக்குற. உன் பொண்டாட்டி வேலைக்கு போயிருக்கா. புள்ளைங்க பள்ளிக்கூடம் போய் இருக்காங்க. இப்படியா சொல்லாமக் கொள்ளாம வாறது" என்று அவனது உறவுக்காரப் பெண்கள் சொன்னார்கள். தன் மனைவி எந்தக் காட்டிற்கு வேலைக்குப் போயிருக்கிறாள் என்பதைக் கேட்டுத் தெரிந்துகொண்டு, இரண்டு வாடகை சைக்கிள்களில் அங்கே செல்லத் தயாரானார்கள். ஒரு சைக்கிளை ஒரு காவலர் ஓட்ட, இன்னொரு சைக்கிளை வெட்டுக்கருப்பன் ஓட்ட பின்னால் ஒரு காவலர் உட்கார்ந்துகொண்டார்.

அந்தப் புழுதிப் பாதைகளில் அனாயசமாக சைக்கிளில் பறந்து சுற்றியவன்தான் வெட்டுக்கருப்பன். ஆனால் இப்பொழுது சைக்கிள் ஓட்ட மிகவும் சிரமப்பட்டான். மேல் மூச்சு கீழ்மூச்சு வாங்கியது. தொண்டை வறண்டு போனது. தனது உடம்பு இவ்வளவு பலகீனமாகிப் போனதே என்று வருத்தப்பட்டான். முன்னால் ஒருவனையும், பின்னால் ஒருவனையும் வைத்து படுவேகமாகச் சைக்கிளை ஓட்டியவனுக்கு, இன்று ஒரு ஆளை வைத்து ஓட்டுவதற்கே நாக்குத் தள்ளிப்போனது. ஒரு வழியாக அவன் மனைவி வேலை செய்யும் இடத்திற்கு வந்து விட்டனர். வெட்டுக் கருப்பன் வருவதைத் தூரத்திலிருந்தே பார்த்துவிட்ட அவன் மனைவி புழுதிபடர்ந்த உடம்புடன் பதறி வந்தாள். "என்னையா இப்படித் திடுதிப்புன்னு வந்திருக்கே. இப்படிக் கிறங்கி கிறுகிறுத்து வந்திருக்கிறியே. வீட்டிலிருந்து சொல்லி அனுப்பினா நானே வந்து இருப்பேன்ல" என்றாள். "சாயந்தரம் 5 மணிக்குள்ள ஜெயிலுக்கு திரும்பணும். நீ வந்து அதுக்கப்புறம் போக நேரம் இருக்காது" என்றான் வெட்டுக் கருப்பன்.

"ஏட்டையா நீங்கயெல்லாம் சாப்டீங்களா இல்லையா? வாங்க ஊருல வந்து ஏதாவது ஏற்பாடு பண்றேன்" என்றார் வெட்டுக் கருப்பனின் மனைவி.

"நாங்க சாப்பிட்டாச்சு. உன் புருஷன்தான் உன் கையால சாப்பிட ஆசைப்பட்டு சாப்பிடாம வந்திருக்கிறான்" என்றார் ஒரு காவலர்.

"ஐயா எஞ்சாமி! அப்படியா சொன்னே. இங்க என்னையா இருக்கு. கம்பங்கஞ்சியும் கருவாடும்தான்யா எடுத்து வந்திருக்கேன்."

“அது போதும்டீ, உன் கையால கஞ்சியக் கரைச்சுக்குடு போதும். அடுத்தத்தடவ வரும்போது சொல்லிட்டு வாரண்டி” என்று சொல்லிவிட்டு மரநிழலில் தரையில் உட்கார்ந்தான் வெட்டுக் கருப்பன். சற்றுத் தள்ளியிருந்த பாறாங்கல்லில் காவலர்கள் உட்கார்ந்து கொண்டனர்.

கரைத்த கம்பங்கூழை ஆசை ஆசையாகக் குடிப்பதை அழுதபடியே பார்த்துக்கொண்டிருந்தாள் வெட்டுக் கருப்பனின் மனைவி. பக்கத்தில் வேலை செய்துகொண்டிருந்தவர்களும் அங்கேவந்து வெட்டுக் கருப்பனிடம் நலம் விசாரித்தனர். இப்படி அமைதியானவனாக அவர்கள் யாரும் அவனை அதற்கு முன் பார்த்ததே இல்லை. அங்கு இருப்பவர்கள் வெட்டுக் கருப்பனின் மனைவியிடம் “வேலை கிடைக்கட்டும். உன் புருசன்கூடப் போய் அனுப்பிவிடு” என்று அவர்களை அனுப்பி வைத்தனர். வெட்டுக் கருப்பன் நினைத்துவந்த கறிசோறை விட கம்பங்கூழ் அமுதமாகவே இருந்தது.

வெட்டுக்கருப்பன் சைக்கிளை உருட்டிக் கொண்டே, மனைவியுடன் பேசிக்கொண்டே நடந்து வந்தான். காவலர்களில் ஒருவர் சைக்கிளை மெதுவாக ஓட்டிவர, ஒருவர் நடந்து பின்தொடர்ந்தார். ஊர் எல்லைக்குள் வருவதற்குள் வெட்டுக்கருப்பனின் மகனும் மகளும் அவனை நோக்கி ஓடிவந்தனர். வெட்டுக்கருப்பன் ஜெயிலில் இருந்து வந்துள்ள செய்தி, ஊரில் அனைவருக்கும் தெரிந்திருந்தது. பள்ளியிலிருந்து வெட்டுக்கருப்பனின் பிள்ளைகளை, அப்பாவை பார்க்க அனுப்பி வைத்திருந்தனர். பிள்ளைகள் இருவரையும் கடைத்தெருவுக்கு அழைத்துச் சென்று வேண்டியதை வாங்கிக் கொடுத்து, மனைவியின் கையில் கொஞ்சம் பணத்தையும் கொடுத்துவிட்டுத் திரும்பத் தயாரானான். அவன் தண்டனையாகிச் சிறைக்குப் போகும் போதுகூடக் கலங்காதவன், இப்பொழுது கண்கலங்கி அழுதது அவன் மனைவிக்கு ஆச்சரியமாக இருந்தது. பிள்ளைகள் இருவரின் கன்னங்களில் முத்தமிட்டு, ஒரு ஏக்கப் பெருமூச்சுடன் மனைவியை ஒரு பார்வை பார்த்துவிட்டுப் புறப்பட்டான். பஸ் ஏறும் வரை கூடவே வந்தனர் அவர் மனைவியும் பிள்ளைகளும். போலீஸ் காவலுடன் வெட்டுக்கருப்பன் ஊருக்கு வந்தது ஊர் மக்களுக்குச் சாதாரணமாக வேடிக்கையாக இருந்தது. வெட்டுக் கருப்பன் அழுததும், பிள்ளைகளை அரவணைத்ததும் மனைவியை அன்பாகப் பார்த்ததும்தான் அதிசயமாக இருந்தது. ஊரெல்லாம் அன்று அதே பேச்சுத்தான்.

வெட்டுக்கருப்பன் குறித்த நேரம் சற்றுக் கடந்த பின்தான் மத்தியச் சிறை வந்து சேர்ந்தான். அனுமதி எடுக்கும் அதிகாரி "வெட்டுக்கருப்பா முதல் தடவ பரோல் போயிட்டு வந்திருக்க. வீட்டில நல்ல கவனிப்பா" என்று கிண்டலாகக் கேட்டார்.

"ஐயா இங்கே எனக்கு நல்ல ஓய்வு. மூணுவேள சாப்பாடு கிடைக்கிது. வேலை செஞ்சா ஏதோ சம்பளமும் கொடுக்குறீங்க. ஊர்ல பொண்டாட்டி புள்ளைங்க எல்லாம் ரொம்பப் பாவம்யா... வேகாத வெய்யில்ல வியர்வை சிந்தி உழைச்சாத்தான்யா கஞ்சியே குடிக்க முடியுது. நான் செஞ்ச தப்புக்கு என் பொண்டாட்டி புள்ளைங்கதான்யா கஷ்டப்படுறாங்க. இப்பதான்யா நினைச்சுப் பார்க்கிறேன்."

அவன் வார்த்தைகளில் ஒரு தெளிவு இருந்தது. அவன் பார்வையும் சிரிப்பும்கூட மாறிப் போயிருந்தது. ஒரு நாள் பரோல், அவனை இப்படி மாற்றி இருக்கிறதே என்று ஆச்சரியப்பட்டார் அதிகாரி.

*

எத்தனை வேடம் போட்டாலும்

அக்டோபர் 2, காந்தி ஜெயந்தி விழா. சிறையில் வழக்கம்போலவே அந்த ஆண்டும் வெகுசிறப்பாக நடந்து கொண்டிருந்தது. வந்திருந்த சிறப்பு விருந்தினரில் ஒருவர் வழக்கம்போலவே "வெளியில் இருப்பவர்கள் எல்லோரும் நிரபராதிகளுமல்ல. உள்ளே இருக்கும் நீங்கள் எல்லோரும் குற்றவாளி களுமல்ல" என்ற பழைய வாசகத்தைச் சொன்னதும் வழக்கம்போலவே பலத்த கைதட்டல் பெற்றார். அந்தக் கைதட்டலில் ஒரு கிண்டல் மறைந்திருப்பதை அவர் உணராமலே முழங்கிக் கொண்டிருந்தார்.

மேடைக்கு முன்பாக வெள்ளைச் சீருடையில் தண்டனை கைதிகள், வரிசையாக பள்ளிக் குழந்தைகள்போல் அமைதியாக உட்கார்ந்திருந்தனர். நீண்ட அந்த வரிசைகளைக் கடந்து, சொந்த உடைகளில் விசாரணைக் கைதிகள் உட்கார்ந்து நிகழ்ச்சியைப் பார்த்துக் கொண்டிருந்தனர். விசாரணைக் கைதிகள் வரிசையிலிருந்து, நரைத்த தலைமுடி, தாடியுடன், செங்காவி ஜிப்பா, வேஷ்டியுடன் இருந்தவர், ஒவ்வொரு வரிசையாகத் தாண்டி முன்னேறி, தண்டனை வரிசைகளுக்குள்ளும் நுழைந்துவிட்டார். காவலுக்கு ஓரமாக நின்றிருந்த காவலர்கள் அவரை ஒரு இடத்தில் அமைதியாக உட்காருமாறு எச்சரித்தனர். நிகழ்ச்சி கண்ணுக்குத் தெரியவில்லை, பேச்சு சரியாகக் கேட்கவில்லை என்றும் உரத்துச் சொன்னார் அந்தப் பெரியவர். அந்தச் சலசலப்பை மேடையில் இருந்து கவனித்த

சிறைக் கண்காணிப்பாளர், அவரை முன்னேறி வர அனுமதித்து, ஓரத்தில் உள்ள தடுப்புச் சுவரில் உட்கார அனுமதிக்குமாறு சொல்லவும், அந்த முதியவர் கண்காணிப்பாளருக்கு வணக்கம் வைத்துவிட்டுத் தடுப்புச் சுவரில் உட்கார்ந்து நிகழ்ச்சியை பார்த்துக் கொண்டிருந்தார்.

கலை நிகழ்ச்சிகள் நடந்து முடிந்தபிறகு, விளையாட்டுப் போட்டிகளில் வென்ற சிறைவாசிகளுக்குப் பரிசளிப்பு நிகழ்வு நடக்க இருந்தது. மாறுவேடப் போட்டிக்கு மேடைக்குப் பின்னால் பலர் வேடமிட்டுத் தயாராக இருந்தனர். அறிவிப்பு வந்தவுடன் மேடையில் சாக்ரடீஸ், புத்தர், திருவள்ளுவர், பாரதி, காந்தி, இந்திரா காந்தி, பெரியார், அம்பேத்கர் எனப் பலர் மேடையில் தோன்றினர். பலத்த கைத்தட்டல்களுக்கு இடையில் ஜிப்பா அணிந்த பெரியவர் சிரமப்பட்டு மேடையேறினார். அப்போதுதான் எல்லோருக்கும் தெரிந்தது, மாறுவேடப் போட்டியில் கலந்து கொள்ள வந்த சிறைவாசிதான் அந்தப் பெரியவர் என்பது. போட்டிக்கு ஏற்பாடு செய்திருந்தவர்கள், பணியாளர்கள் அதை இரகசியமாக வைத்திருந்தனர்.

மாறுவேடப் போட்டியில் முதல் பரிசு பெற்றதாக பெரியவர் வேடம் தரித்திருந்த எகசான் என்ற ஆயுள்தண்டனைச் சிறைவாசி பெயர் அறிவிக்கப்பட்டதும். கைதட்டலால் அரங்கமே அதிர்ந்தது. கைதட்டல் அடங்கியதும் பெரியவர் வேடமிட்டிருந்த எகசான் நிமிர்ந்து மேடையில் கம்பீரமாக நடமாடிக் கொண்டிருந்தார்.

எல்லோருக்கும் வணக்கம் வைத்துவிட்டு மைக்கைப்பிடித்து, "வெள்ளிப் பனிமலையின் மீதுலாவுவோம்" என்ற மகாகவியின் பாடலைத் திருச்சி லோகநாதன் பாடிய மெட்டில், நாகூர் அனிபா குரலில் பாடி செவிக்கு விருந்து படைத்தார். பாட்டுப் போட்டியில் அந்தப் பாட்டுக்கு இரண்டாம் பரிசு கிடைத்தது.

10 ஆண்டுகளாகச் சிறையில் நடக்கும் எல்லாக் கலை நிகழ்ச்சிகளிலும் பங்கேற்பவர் எகசான். நாகூர் அனிபா குரலில், அவர் டேப் வாசித்துக்கொண்டே பாடுவதைக் கேட்டுக்கொண்டே இருக்கலாம். அந்தப் பாடல்கள் திரைப்படப் பாடல்களாகவும் இருக்கும், தனிப்பாடல்களாகவும், சொந்தமாக அவரே எழுதி பாடுவதாகவும் இருக்கும். எல்லாமே கேட்கும்படியாகவே இருக்கும்.

எகசான் இஸ்லாம் மதத்தைச் சேர்ந்தவராக இருந்த போதும், முருகன் வேடத்திலும், ராமன் வேடத்திலும், நாரதர் வேடத்திலும் மேடையில் தோன்றுவார். வேடப் பொருத்தம் அவ்வளவு கச்சிதமாக இருக்கும். அந்தந்த வேடத்திற்கேற்ற பாடலையும், அதுவும் நாகூர் அனிபா குரலிலேயே பாடிச் செல்வதுதான் அவர் வழக்கம்.

நிகழ்ச்சியின் முடிவில் இறுதியாக டிஐஜி பேசும்போது, "நான் இதே சிறையில் ஜெயிலராகப் பணி புரிந்தபோது நடந்த விழாவில், மாறுவேடப் போட்டியில் எகசான் பரிசு பெற்றார். கண்காணிப்பாளராகப் பதவி உயர்வு பெற்று, இந்தச் சிறைக்கு வந்த ஆண்டில் நடைபெற்ற காந்தி ஜெயந்தி விழாவிலும் மாறுவேடப் போட்டியில் பரிசு பெற்றார். இப்போது நான் இந்த சிறைக்கு டிஐஜியாக வந்திருக்கிறேன். இப்போதும் எகசான் அதே மாறுவேடப் போட்டியில் பரிசு பெறுகிறார். ஆச்சரியமாக இருக்கிறது. ரிமாண்ட் கைதிகள் பக்கத்திலிருந்து முன்னேறி வரும்போதுகூட அது எகசான் என்பதை யாராலும் யூகிக்க முடியவில்லை" என்று எகசானைப் பாராட்டிப் பேசினார்.

எகசான் சாதாரணமாகச் சிறைக்குள் இருக்கும் போதே, பாகவதர் போல் முடிவளர்த்தும், சாமியார் போல் தாடிவளர்த்தும், சிலசமயம் காவலர் போல் முடி வெட்டியும் இருப்பார். அவருடைய பக்கத்துச் செல்களில் இருப்பவர்கள் பாக்கியவான்கள். இரவு நேரங்களில் ஈயத் தட்டுகளில் இசையெழுப்பி அவர் பாடும் பாடல்களைக் கேட்டவாறே நிம்மதியாகத் தூங்கலாம்.

அவர் கொள்ளை, கொலை, கற்பழிப்பு வழக்குகளில் தண்டனை பெற்ற கைதியாக இருந்தார்.

அவரை ஆயுள்தண்டனைக் கைதி என்று பொதுவாக் குறிப்பிட்டாலும், உண்மையில் அவருடைய குற்றங்களுக்கு வழங்கப்பட்ட தண்டனைக் காலம் மொத்தம் 160 ஆண்டுகளாகும். அதனை ஏககாலத்தில் கழித்துக் கொள்ளலாம். எனத் தீர்ப்பாணையில் சொல்லப்பட்டதால் ஆயுள்தண்டனை என ஆக்கப்பட்டுள்ளது. இந்த ஆயுள்தண்டனைக்கு அரசால் வழங்கப்படும் பொதுமன்னிப்பு பொருந்தாது. ஆயுள் முழுக்கச் சிறையில் இருக்க வேண்டிய தண்டனையாகக் கருதப்பட வேண்டுமெனவும் தீர்ப்பாணையில் குறிப்பிடப்பட்டிருந்தது.

இதில் இன்னொரு வேடிக்கை என்னவென்றால், எகசான் செயல்பட்ட கொள்ளைக்கூட்டத்தின் தலைவனாக இருந்தவன் கொள்ளைக்காரன் மாரியப்பன். எகசான் ஒரு நடுத்தர வசதியுள்ள குடும்பத்தில் பிறந்தவர். அவருடைய வழக்கை வழக்கறிஞர் வைத்துத் தனியாக வாதாடிப் பெற்ற தண்டனைதான் இந்த தண்டனை. இதே குற்ற வழக்கில் எகசானின் தலைவன் வழக்கறிஞர் வைத்துக்கொள்ளாமல், தானே வழக்கில் வாதாடி அந்த வழக்கில் விடுதலை பெற்றான். கொள்ளைக்காரன் மாரியப்பன் ஆரம்பக் கல்வியை மட்டுமே பயின்றவன் என்பது குறிப்பிடத்தக்கது. ஒரே வழக்கில் சம்பந்தப்பட்ட கூட்டாளிகள் என்ற போதும் இருவரும் சிறையில் பேசிக்கொள்வதில்லை.

எகசான் தனது வழக்கில் தோல்வியடைந்திருந்தாலும், சிறையில் கைதிகளுக்குச் சட்ட ஆலோசனை வழங்குபவராகவும் மனு எழுதிக் கொடுப்பவராகவும் செயல்பட்டார். வழக்கறிஞர்களுக்கும், சிறைவாசிகளுக்கும், சிறை நிர்வாகத்திற்கும், சிறைவாசிகளுக்கும் இணைப்புப் பாலமாகவும் இருந்தார்.

நீண்ட நெடிய சட்டப் போராட்டங்களுக்குப் பிறகுதான், எகசானுக்கு ஒரு மாதம் பரோல் விடுப்பு கிடைத்தது. அதுதான் அவருக்கு முதலும் கடைசியுமான பரோலாகவும் அமைந்துவிட்டது. பரோலில் சென்றவர் சிறைக்குத் திரும்பாமல் தலைமறைவாகிவிட்டார். அவர் மாறுவேடப் போட்டிகளில் கலந்து கொள்பவர் என்பது சிறைப் பணியாளர்களுக்குத் தெரியும். எகசானுக்கு வழிக் காவலாகச் சென்ற ஆயுதப் படைக் காவலர்களுக்கு அது தெரியாது. இருபது நாட்களுக்கு மேல் காவலர்களுடன் இருக்கும்போது அவர்களுக்கு நம்பிக்கை ஏற்படும் விதமாக நடந்து கொண்டார். ஒரு கட்டத்தில் மாறுவேடம் தரித்து மாயமாகி விட்டார். எகசான் குடும்பத்தினரும் அதிர்ச்சி அடைந்து போனார்கள்.

காவல்துறையினர் எகசானின் உறவினர்கள், நண்பர்கள் எல்லோரையும் விசாரித்தனர். சிறையில் அவருக்கு நண்பர்களாக இருந்தவர்கள் முகவரி எல்லாம் தேடி அலைந்து ஓய்ந்துபோய் இருந்தனர். மாறுவேடம் போட்ட பிறகு அருகிலிருந்து பழகியவர்களே கண்டுபிடிக்க முடியாதபோது காவல்துறை எப்படிக் கண்டுபிடிக்கப் போகிறது என்ற பேச்சுத்தான் சிறையில் பல நாட்களாக இருந்தது.

மதுரையில் இருந்த சிறைத்துறை டிஐஜி, சென்னை சரக டிஐஜியாக பணியிட மாறுதலில் சென்றார். அவர் திருத்தணி கிளைச் சிறைக்கு ஆய்வுக்காகச் சென்றார். அணிவகுப்பு மரியாதையைப் பெற்றுக்கொண்டு, கிளைச் சிறை வளாகத்தைச் சுற்றிப் பார்த்தார். ஆவணங்களையும் உணவுப்பொருட்களையும் சரி பார்த்தார். அவர் முன்பாகச் சிறைவாசிகள் அழைத்துவரப்பட்டு நிறுத்தப்பட்டனர். மொத்தம் சிறைவாசிகள் 24 பேர்கள் இருந்தனர். ஒவ்வொருவரைப் பற்றியும் விசாரித்தார். பெயர், வழக்கு விபரம், சிறைக்கு வந்து எத்தனை நாட்கள் போன்ற விபரங்களைக் கேட்டார். எல்லோரும் சிறு வழக்குக் குற்றவாளிகளாக இருந்தார்கள். எல்லோரையும் சரிபார்த்துவிட்டு அவரவர் செல்களுக்குப் போகச் சொன்னார். சிறைவாசிகள் திரும்பிச் செல்லும்போது டிஐஜி சத்தமாக 'எகசான்' என்று அழைத்தார்.

"ஐயா! கடவுளே" என்று அனிச்சைச் செயலாகத் திரும்பி வணங்கினார் எகசான். கிளைச் சிறை கண்காணிப்பாளரும் காவலர்களும் ஒன்றும் புரியாமல் திகைத்து நின்றனர். அந்த கைதியின் வாரன்டில் எகசான் என்ற பெயர் இல்லாதிருந்ததே அவர்களுக்கு அந்தக் குழப்பம்.

மதுரைச் சிறையிலிருந்து பரோலில் சென்று, மாறுவேடத்தில் மாயமான எகசான், திருத்தணி சிறையில் கண்டுபிடிக்கப்பட்டார்.

எகசானின் அந்த நாகூர் அனிபா குரல்தான் டி.ஐ.ஜி.க்குக் காட்டிக் கொடுத்துவிட்டது. விசாரணைக் கைதியாக வேறு பெயரில் திருத்தணி கிளை சிறையில் இருந்தவர் ஆயுள்தண்டனைக் கைதியாக மீண்டும் மதுரை சிறைக்கு வந்து சேர்ந்தார்.

அதன் பிறகும் சில ஆண்டுகள் காந்தி ஜெயந்தி விழாவில் மாறுவேடத்தில் போட்டியில் பங்கெடுத்தார் எகசான். போட்டிக்காக மாறுவேடம் தரித்தவர், நிஜ வாழ்க்கையிலும் மாறுவேடம் தரித்ததால் பிடிபட்டார். அதன் பிறகு அவருக்குப் பரோல் விடுப்பு கிடைக்கவேயில்லை.

விடுதலை ஏக்கத்துடனேயே சிறையில் சுற்றித் திரிந்தவர், அங்கேயே அவர் ஆயுளை முடித்துக்கொண்டார்.

*

அவனின்றி அசையாது...

வாராந்திரக் குறைகேட்பு நாள். சிறை கண்காணிப்பாளரும், அவருடைய பரிவாரங்களான அலுவலகப் பணியாளர்களும், ஒவ்வொரு துறைக்குமான பொறுப்பு அதிகாரிகளும், மருத்துவர்களும் வந்து கொண்டிருந்தனர். சிறைவாசிகள் சுத்தமான வெள்ளைச் சீருடை அணிந்து வரிசையாக அமைதியாக நின்றிருந்தனர். ஒரு சிறைவாசி குதிங்காலைத் தூக்கி கைகளை விரைப்பாக பின்னுக்குத்தள்ளி நெஞ்சை நிமிர்த்தினார். இது காவல் படைகளில் பயிற்சி பெற்றவர்கள், முழு சீருடை அணியாதபோது வைக்கும் சல்யூட் ஆகும். அவ்வாறு சல்யூட் செய்த கைதி, வலது முன் கையை இடுப்பிலிருந்து நீட்டினார். இது பேச வேண்டும் என்பதற்கான குறியீடு. கண்காணிப்பாளர் நின்று மரியாதையைப் பெற்றுக்கொண்டு அந்தக் கைதியைப் பார்க்கவும், அவர் ஆங்கிலத்தில் உணர்ச்சிகரமாகத் தன்னுடைய குறைகளைக் கூறினார். அவர் சரளமான ஆங்கிலத்தில் பேசினாலும், உணர்ச்சிவசப்பட்டதினால் அவர் குரல் உடைந்திருந்தது. நல அலுவலர் பொறுப்பிலிருந்த என்னிடம் கண்காணிப்பாளர் அந்தப் பிரச்னையைக் கவனிக்குமாறு உத்தரவிட்டு நகர்ந்தார். அந்தச் சிறைவாசியின் பெயர் அம்சராஜன். மனைவியைக் கொலை செய்த வழக்கில் ஆயுள்தண்டனை பெற்றவர். ராணுவத்தில் பணி செய்தவர்.

அம்சராஜன் ஆயுள்தண்டனை பெற்று வந்து ஐந்து ஆண்டு களுக்கு மேல் ஆகியிருந்தது. அப்படி ஒருவர் சிறையில் இருக்கிறார் என்பதே தெரியாத வகையில் அமைதியின் இருப்பிடமாக இருந்தார். சொந்தப் பணத்தில் ஆங்கிலப் பத்திரிகையை வாங்கிப் படிப்பதும் புத்தகங்களை வாசிப்பதும், அரசு அலுவலகங்களுக்கும் பத்திரிகைகளுக்கும் மனுக்களை எழுதுவதுமாக இருப்பார். அவருடைய அன்றைய முறையீடு என்னவென்றால், அலுவலகத்தில் அவருக்குத் தேவையான வெள்ளைத்தாள்கள் வழங்குவதில்லை. கடுமையான நிபந்தனைகளை விதிப்பதாகவும், எழுதிய விண்ணப்பங்களைச் சம்பந்தப்பட்ட முகவரிகளுக்கு முறையாக அனுப்பி வைப்பதில்லை. பணியாளர்களும், அங்கு வேலை செய்யும் கைதிகளும் மரியாதைக்குறைவாகப் பேசுகிறார்கள் என்பதேயாகும்.

அவரை நான் மாலையில் அலுவலகத்தில் வந்து என்னைப் பார்க்குமாறு சொல்லிவிட்டுப் போனேன். மாலையில் அவர் அலுவலகம் வந்தார். அவரிடம் அவர் வழக்கு பற்றிய விபரங்களையும், அவர் ராணுவத்தில் பணியாற்றியது குறித்தும், அவரது குடும்பச் சூழ்நிலை குறித்தும் கேட்டேன். ஒவ்வொன்றையும் நிதானமாக விவரித்துச் சொன்னார்.

"இவ்வளவு அமைதியாகப் பேசுகிற நீங்கள், ஏன் காலையில் உணர்ச்சிவசப்பட்டுப் பேசினீர்கள்" என்றேன்.

"சார், முதலில் எங்கள் குறைகளை, எங்கள் பிரச்னைகளைக் காது கொடுத்துக் கேட்பதற்கு ஆள் இல்லை சார். இன்னைக்கு நீங்கள் கேட்டீர்கள். உங்களிடம் எல்லாம் சொன்னபிறகுதான் மனசு லேசா ஆனது மாதிரித் தெரியுது சார். என்னோட சொந்தப் பிரச்னைகள் சம்பந்தமாக வி.எ.ஓவுக்கும், தாசில்தார், கலெக்டருக்கும் பெட்டிசன் எழுதப் பேப்பர் கேட்கும் போதெல்லாம் ஆபிஸ்ல கிளார்க்குகளும், அங்க வேலை செய்யுற கைதிகளும் வாரத்திற்கு இரண்டு மூன்று பேப்பர்தான் தர முடியும்னு சொல்றாங்க சார். பெட்டிசன் எழுதிக் கொடுத்தாலும் சம்பந்தப்பட்ட முகவரிக்கு அனுப்பிடாம இருக்காங்க. வேணும்னே இப்படிச் செய்யுறாங்க சார்."

"இப்ப எத்தனை பேப்பர் வேணும்?"

"10 பேப்பர் வேணும் சார். அதை எழுதிக் கொண்டுவாறேன். அது அனுப்பின பிறகு, அப்புறம் வாங்கிக்கிறேன் சார். எனக்கு

நிறையப் பேப்பர் தேவைப்படும். எனக்கு இத்தன பேப்பர் தர ரூல்ஸ் இல்லைன்னா, என்னோட கணக்கில வாங்கிக் கொடுத்தாப் போதும் சார்" என்றார்.

அவரை நான் கனிவுடன் விசாரித்ததும், சொல்வதைக் கேட்டு அதற்குத் தீர்வு காண முயற்சி செய்ததும், அவருக்கு ஆறுதல் அளித்திருக்கக்கூடும். கோபக் கனலாய் வந்தவர், சாந்த சொரூபனாக மாறி இருந்தார். படபடப்பும், கடுகடுப்புமாய் இருந்த முகத்தில் புன்னகை பூத்திருந்ததைப் பார்க்க முடிந்தது.

"உங்களுடைய பிரச்னைகளைத் தீர்க்க சொந்தக் காசில் பேப்பர் வாங்க வேண்டியதில்லை. அரசு அலுவலகங்களுக்கு, சிறை அலுவலகம் மூலமாகவே, அரசுச் செலவிலேயே எத்தனை விண்ணப்பங்களை வேணும்னாலும் அனுப்பலாம்" என்று சொன்னபோது இன்னும் பூரித்துப் போனார்.

இரண்டு நாட்கள் கழித்து, எழுதப்பட்ட 10 மனுத்தாள்களுடன் வந்தார். தாசில்தார் அலுவலகத்திற்குத் தகவல் அறியும் உரிமைச் சட்டத்தின் மூலமாக தகவல் பெற மூன்று தாள்கள். அதன் நகல்கள் அலுவலகக் கோப்புகளுக்கு 3 தாள்கள். கிராம நிர்வாக அலுவலருக்கு விண்ணப்பங்கள் இரண்டு தாள்கள், அலுவலக கோப்புக்கு 2 தாள்கள். 10 தாள்கள் சரியாக இருந்தன.

அனைத்து விண்ணப்பங்களும் ஆங்கிலத்திலேயே எழுதப் பட்டிருந்தன. ஒரு இடத்தில் கூட அடித்தல் திருத்தல் இல்லாமல் இருந்தது. அதிலுள்ள விபரங்களும் நேர்த்தியாக இருந்தன.

நான் அம்சராஜனிடம், "விண்ணப்ப மனுக்கள் எல்லாம் ஆங்கிலத்திலேயே இருக்கிறதே, தமிழ்நாட்டில் உள்ள அலுவலகங் களுக்குத்தானே அனுப்புகிறீர்கள். உங்கள் ஆங்கில மொழித் திறனை மெச்சுகிறேன். இது உங்கள் ஆங்கிலப் புலமையைக் காட்டிடவே உதவி செய்யும். தமிழ்நாட்டுக்குள் தமிழைத் தமிழர்களே அலுவலக மொழியாகப் பயன்படுத்தாமல் போனால், அது நம் தாய்மொழிக்குச் செய்யும் துரோகம் அல்லவா? அதுமட்டுமல்ல வேலையும் நடக்கணுமில்லயா" என்றேன்.

"சாரி சார். இனிமே தமிழிலேயே எழுதுகிறேன் சார். எழுதின பேப்பர் வேஸ்ட்டாப் போயிடும் சார். இப்ப இத அனுப்பிடுங்க. நீங்க வேற பேப்பர் தந்தா தமிழ்ல எழுதித் தரத் தயாராக இருக்கேன் சார்" என்றார் அம்சராஜ்.

வேறு 10 தாள்களைக் கொடுத்து தமிழில் எழுதி எடுத்து வருமாறு சொல்லி அனுப்பினேன். நன்றி தெரிவித்து எடுத்துச் சென்றார். அடுத்த நாளே பத்து தாள்களிலும் எழுதிக்கொண்டு வந்தார். தமிழிலும் அதே நேர்த்தி, சொற்களில் தெளிவு, ஒரு இடத்தில்கூட அடித்தல் திருத்தல் இல்லாமல் இருந்தன.

அம்சராஜனுக்கு 3 வயதில் ஒரு மகன் இருக்கும் போதுதான், அந்தக்கொலை நடந்துள்ளது. தாயில்லாத அவரது மகனை மைத்துனர் வளர்ப்பதாகச் சொன்னார். ராணுவத்தில் பணி செய்ததால் மனைவியை விட்டு வாழ்ந்ததும், அதனால் ஏற்பட்ட சந்தேகத்திலும், மன அழுத்தத்திலும் அந்தக் கொலை நடந்து விட்டதாக வருந்திக் கண்கலங்கினார். தான் செய்த கொலைக்குக் கிடைத்த தண்டனை சரியானதுதான் என்று விரக்தியுடன் சொன்னார். வேலைக்குப் போகக் கூடாது என்ற பேச்சைக் கேட்காமல், வங்கி வேலைக்குப் போனதால், தனக்கு வெறி ஏற்பட்டதால், அந்தத் தனியார் வங்கியில் வைத்தே குத்திக்கொலை செய்ததாகவும், அவ்வாறு செய்யும்போது தன் மனைவி கர்ப்பிணியாக இருந்ததைக்கூடப் பொருட்படுத்தாமல் அந்த மாபாதகத்தைச் செய்துவிட்டதாக அன்றாடம் நினைத்து வருந்துவதாகச் சொன்னார். தன் மகனை எப்போது பார்க்கப் போகிறேன். அவன் எதிர்காலத்துக்கு ஒன்றுமே செய்ய இயலவில்லையே என்றுதான் அன்றாடம் வருந்துவதாகவும், சில சமயம் தான் செய்த தவறுக்குத் தற்கொலை செய்துகொள்ளலாம் என்றுகூட தோன்றுவதாகச் சொல்லி வருந்தினார்.

சிறையில் தப்பித்தல், சிறையில் கொலை போன்ற பெரிய நிகழ்வாகவே தற்கொலையும் கருதப்படும். அப்படி எதுவும் செய்துகொள்ளக்கூடாது என்பதற்காக, அவரிடம் உரையாடுவதில் கூடுதல் அக்கறை எடுத்துக்கொண்டேன்.

அவர் பணியாற்றிய ராணுவ அலுவலகத்திற்கு மனு எழுதவேண்டுமென்று 5 தாள்கள் வாங்கிச் சென்றார். அடுத்தநாள் நான்கு தாள்கள் மனுக்களாகத் தயார் செய்யப்பட்டு வந்தன. விண்ணப்பம் இந்தியில் எழுதப்பட்டிருந்தது. அதன் சாராம்சம் தனியாக ஒரு தாளில், தமிழில் எழுதிக் கொடுத்தார். கைதிகள் எழுதி அனுப்பும் விண்ணப்பங்கள், உறவுகளுக்கு எழுதும் கடிதங்கள் எல்லாமே படித்துத் தணிக்கை செய்து, தணிக்கை செய்யப்பட்டது என்ற முத்திரையுடன் கையெழுத்திட்டுத்தான் அனுப்பப்பட வேண்டும். இந்தியில் எழுதியதைப் படித்துத் தெரிந்துகொள்ள

அலுவலகத்தில் உள்ளவர்கள் யாருக்கும் தெரியாது என்பதால், அவர் அதைத் தமிழில் எழுதிக் கொடுத்திருந்தார். இருப்பினும் அதில் நம்பகத்தன்மைக்கு என்ன செய்வது.

சிறையில் ஹிந்தி எழுதப் படிக்கத் தெரிந்த கைதிகள் பலர் இருந்தனர். காவலர்களிலும் சிலர் இருந்தனர். அவர்களை வைத்துப் படித்து தமிழில் எழுதி இருப்பது சரிதானா என்பதை உறுதிப்படுத்திக் கொள்ளுமாறு அம்சராஜனே அந்த யோசனையைச் சொன்னார். அந்த இந்தி மனுக்களும் அடித்தல் திருத்தல் இல்லாமல் இருந்ததை கவனிக்க முடிந்தது.

சிறைப் பள்ளியில் சில கைதிகள் பத்தாம் வகுப்பு, பன்னிரண்டாம் வகுப்பு பொதுத்தேர்வுக்குத் தயாராகி வந்தனர். அவர்களுக்கு ஆங்கில இலக்கண வகுப்பு எடுக்க முடியுமா என்று அம்சராஜனிடம் கேட்டபோது சரி என்றார். அதன்படி அந்த மாணவர்களுக்கு இலக்கண வகுப்புகள் எடுத்து, அவர்கள் அதில் அதிக மதிப்பெண்கள் பெறுவதற்கு உதவி புரிந்தார்.

சிறையில் கைதிகளுக்குக் கணினிப் பயிற்சி, வெளியில் இருந்து வந்த ஆசிரியர்களால் நடத்தப்பட்டது. அந்த வகுப்புகளில் கலந்துகொண்டு கணினிக் கல்வியிலும் தேர்ச்சி பெற்றிருந்தார் அம்சராஜன்.

அவ்வப்போது, தான் செய்த குற்றத்திற்கு வருந்தினார். தன் மகனைப் பார்க்க வேண்டும் என்ற ஆவலுடன் எப்போதும் இருந்தார். நான் அவரிடம், "உங்கள் மைத்துனருக்கு ஒரு கடிதம் எழுதுங்கள். அதில், 'நீங்கள் என்னை மன்னிக்க மாட்டீர்கள் என்பது எனக்கு நன்றாகவே தெரியும். என் மகன் உங்களிடம் வளர்வதுதான் நல்லது. நீங்கள் எப்போதும் அவனைப் பாசத்தோடு பார்த்துக்கொள்வீர்கள் என்பதில் எந்த ஐயமும் எனக்கில்லை. அவன் எதிர்காலத்திற்காகவும், கல்விக்காகவும் நீங்கள் சுமக்க இருக்கும் சுமையைக் கொஞ்சம் குறைக்க எனக்கு நீங்கள் வாய்ப்பளிக்க வேண்டும் என எதிர்பார்க்கிறேன். நீங்கள் அனுமதித்தீர்கள் என்றால் ராணுவப் பள்ளியில் சேர்த்துவிட எனக்குள்ள வாய்ப்பைப் பயன்படுத்திக்கொள்ளலாம். அது உங்கள் சுமையை கொஞ்சம் குறைக்க உதவும். அவனுக்கு அதன் மூலம் நல்ல எதிர்காலத்தை உருவாக்க முடியும் என்று நம்புகிறேன்' என்பது போன்ற வாசகங்களுடன் தொடர்ந்து கடிதங்கள் எழுதுங்கள்" என்று ஓர் ஆலோசனை சொன்னேன்.

“சார், அவர்கள் என் மீது உள்ள கோபத்திற்கு என்னைத் துண்டு துண்டாக வெட்ட வேண்டும் என்ற வெறியில் இருப்பார்கள். அது சரிப்படாது சார்” என்று விரக்தியுடன் சொன்னார் அம்சராஜன்.

“அப்போ அப்படி இருந்திருக்கலாம். உங்கள் மைத்துனர் இப்போதுதான் திருமணம் செய்துள்ளார். அவருடைய மனைவி உங்கள் மகனை வளர்க்க சம்மதிப்பாரா என்பது தெரியாது. இப்போது சம்மதித்தாலும் அவர்களுக்குக் குழந்தை பிறந்தால் வேண்டாத பிரச்னைகள் உருவாகலாம். அதனால் உங்கள் மைத்துனர் பரிசீலிக்க வாய்ப்பு இருக்கும். எழுதிப் பாருங்கள்” என்று சொன்னேன். அதில் கொஞ்சம் அவருக்குத் திருப்தி ஏற்பட்டதுபோல் தோன்றியது.

சில நாட்களில், நான் பணியிட மாறுதலில் சென்று, இரண்டு ஆண்டுகள் கழித்து மதுரைச் சிறைக்கு வந்தபோது, அம்சராஜன் மிகுந்த உற்சாகத்துடனும் மகிழ்ச்சியுடனும் என்னை வரவேற்றார்.

“சார், நீங்க சொன்னது மாதிரியே கடிதம் போட்டேன். மூன்றாவது கடிதத்திற்குப் பின், என் மகனைக் கூப்பிட்டுட்டு எனது மச்சினன் வந்தார் சார். என் மகன் நல்லா வளர்ந்து இருக்கான். மூணு வயசுல பார்த்தது இனி அவனைப் பார்க்கவே முடியாதுன்னுதான் நினைச்சேன். இப்பப் பத்து வயசுல அவனைப் பார்க்க முடிஞ்சது. முத இரண்டு முறை வந்தப்ப என்கிட்டப் பேசலை சார். அதுக்கப்புறம் நல்லாப் பேசினான் சார்” கலங்கிய கண்களுடன் உடைந்த சொற்களுடன் என் கையைப் பிடித்து நன்றி தெரிவித்தார்.

அதுமட்டுமல்ல, அதன் பிறகு அம்சராஜன் இல்லாமல் சிறை நிர்வாகம் இயங்குவதே சிரமம் என்றாகி விட்டது. அந்த அளவுக்கு அம்சராஜன் தனது உழைப்பைச் சிறை நிர்வாகத்துக்கு நல்கிக்கொண்டிருந்தார்.

அரசிடமிருந்தும், நீதிமன்றங்களிலிருந்தும் வரும் ஆங்கிலக் கடிதங்கள் சரியான அர்த்தத்தில் புரிந்துகொள்ள அம்சராஜன் உதவி தேவையாக இருந்தது. ஆங்கிலத்தில் கடிதங்கள் இலக்கணப் பிழையின்றி அலுவலக மொழியில் சரியாகத் தட்டச்சு செய்வதற்கு அம்சராஜன் தேவைப்பட்டார். அலுவலகத்தில் எல்லாப் பிரிவுகளிலிருந்தும் அமசராஜனைத் தேடுவதாக

இருந்தது. சிறையில் உற்பத்தி பிரிவு, பண்டகசாலை நிர்வாகப் பணி முழுவதும் அம்சராஜனே செய்து வந்தார். அம்சராஜன் இந்த வேலைகளைச் செய்யத் துவங்கிய பிறகு, கைதிகளுக்குச் சம்பளம் கூடுதலாகவும் தாமதமில்லாமலும் கிடைத்து வந்தது. எல்லா பொறுப்புகளையும் தொய்வில்லாமல் திறம்படச் செய்து வந்தார். அதிகாரிகளுக்கும் அனைத்துக் கைதிகளுக்கும் மிகவும் பிடித்த கைதியாக மாறி இருந்தார் அம்சராஜன்.

அம்சராஜன் போன்று இன்னொரு சிறைவாசி இருந்தார். அவர் பெயர் சௌந்தரபாண்டியன். காவல் துறையில் காவலராகப் பணி செய்தவர். அவருடைய நடை, உடை, பேச்சு, சிரிப்பு எல்லாம் பார்க்கும்போது இவர் எல்லாம் என்ன தவறு செய்திருக்க முடியும். இப்படி ஆயுள்தண்டனை அனுபவித்து வருகிறாரே என்று எண்ணத்தோன்றும். சிறைக்கு வந்த பிறகு, சிறையிலேயே படித்து இளங்கலைப் பட்டமும், இரண்டு முதுகலைப் பட்டங்களையும் பெற்றுள்ளார். சிறையில் படிக்கும் மாணவர்களுக்கு வகுப்புகள் எடுப்பார்.

ஒழுக்க சீலராகவும், சாந்த சொரூபியாகயாகவும் காணப்படும் அவர், செய்த கொலை படுபயங்கரமானதாகும். சொத்துப் பிரச்னைக்காக காவல்துறையின் துப்பாக்கியை எடுத்து வந்து, அவரது அண்ணனையும், அண்ணியையும், அவர்களது குழந்தைகளையும் சுட்டுக் கொன்ற குற்றத்திற்காக ஆயுள் தண்டனை பெற்றவராவார். சிறையில் 20 ஆண்டுகளுக்கும் மேலாக இருந்து வந்தார். அவர் பரோலில் அடிக்கடி சென்று வருபவர். அவரது பிள்ளைகள் எல்லாம் கல்வியிலும் சிறந்து விளங்கினார்கள்.

10 ஆண்டுகள் தண்டனை கழித்த கைதிகள் நன்னடத்தை அடிப்படையில் பொது மன்னிப்பில் மூன்று முறை விடுதலை செய்யப்பட்ட போதும், அவருக்கு விடுதலை வழங்கப்படவில்லை. இனியும் பொது மன்னிப்பில் விடுதலை செய்வார்களா என்று தெரியாது. இதைவிடக் கொடூரமான கொலை செய்தவர்களும், சிறையில் ஒழுங்கீனமாக நடந்து கொண்டவர்களும், சிறையிலேயே குற்றச் செயல்களில் ஈடுபட்டவர்களும், கூலிப்படை கொலையாளிகளும் கூட பொது மன்னிப்பில் விடுதலை செய்யப்பட்டபோது, அந்தச் சாந்த சொரூபிக்கு, சிறையில் நன்னடத்தைக்கு முன்னுதாரணமாக இருந்தவருக்கு, சிறை நிர்வாகத்திற்கு உதவி புரிந்தவருக்கு

பொதுமன்னிப்பு விடுதலைபெறத் தகுதி இல்லை என்பதற்குச் சொல்லப்படும் காரணம் வினோதமானது. அவர் மீது இந்திய ஆயுத தடைச்சட்டப் பிரிவில் தண்டனை பெற்றுள்ளதே பொதுமன்னிப்பு தகுதியில்லை எனக் கூறப்பட்டது.

நான்காவது முறையாக, கொரோனா பெருந்தொற்றை முன்னிட்டு, பொது மன்னிப்பில் விடுதலை செய்வதற்கு 10ஆண்டுகளுக்கு மேலாகச் சிறையில் உள்ள ஆயுள்தண்டனை சிறைவாசிகள் பட்டியல் தயாரிக்கப்பட்டு, அரசுக்கு அனுப்பப்பட்டது. பல நாட்களாக, இரவு பகலாக அலுவலகப் பணியாளர்களும், அம்சராஜனும் சேர்ந்து அந்தப் பட்டியல் தயார் செய்யப்பட்டது. அதில் சௌந்தரபண்டியன் பெயரும், அம்சராஜன் பெயரும் பரிந்துரையுடன் இடம்பெற்றிருந்தது.

ஆயுதத் தடைச்சட்டம், வன்புணர்வு வழக்கு, தீண்டாமை வன்கொடுமைச் சட்டம் போன்ற சட்டங்களில் தண்டிக்கப் பட்டவர்கள். 25 ஆண்டுகளுக்கு மேலாக பொதுமன்னிப்பு மறுக்கப்பட்டுச் சிறையில் இருந்த அவர்களின் பெயர்கள் பரிந்துரைக்கப்படாமல் பட்டியலில் இடம்பெற்றிருந்தது. அவர்கள் எல்லோருமே பரோலில் சென்று பல நாட்கள், மாதங்கள், வீட்டிலிருந்து தானாகச் சிறைக்குத் திரும்பி வந்தவர்களும்கூட. அப்படிப்பட்டவர்களின் பட்டியல் அரசுக்கு அனுப்பப்பட்டது.

வழக்கம்போலவே ஆயுத்தடைச் சட்டத்திலும், தீண்டாமை வன்கொடுமைச் சட்டத்திலும், வன்புணர்வு தடைச்சட்டத்திலும் தண்டிக்கப்பட்டவர்கள் தவிர இதரக் கைதிகள் விடுதலைக்கு அரசு பரிந்துரை செய்து ஆணை பிறப்பித்தது. அந்த ஆணையில் சௌந்தர பாண்டியன் பெயர் இடம்பெறவில்லை. அதன்படி சௌந்தரபாண்டியனுக்கு விடுதலை கிடைக்காது என்பது உறுதியாகிவிட்டது.

அம்சராஜன் இந்த வகைச் சட்டங்களில் தண்டிக்கப்பட்ட வரல்ல. அவர் சாதாரண ஆயுள்தண்டனைச் சிறைவாசியே. அவரைப்போன்ற ஆயுள்தண்டனைச் சிறைவாசிகள் 10 ஆண்டுகள் கழித்த அனைவருக்கும் விடுதலையான ஆணை பெறப்பட்டது. அம்சராஜனுக்கு மட்டும் விடுதலை மறுக்கப்பட்டதுதான் கொடுமையானது.

சிறையின் ஒழுக்கசீலர் என்றாலும், நன்னடத்தைக் கைதியென்றாலும், சிறை நிர்வாகத்துக்கு உதவியாக இருந்தவர்

என்றாலும் சிறையில் சீர்திருத்தப்பட்டவர் என்றாலும் அவரைத்தான் முன்நிறுத்த வேண்டியிருக்கும். ஆனால், அவருக்கு மட்டும் பொது மன்னிப்பு இல்லை என்பது அதிர்ச்சி அளிக்கக் கூடியதாக இருந்தது.

அதற்குக் காரணம் என்னவென்று அலசிப் பார்த்த போதுதான் தெரிந்தது. சிறை ஐ.ஜி. அம்சராஜ னின் வழக்கின் தீர்ப்பாணையைப் படித்துப் பார்த்து, கர்ப்பிணி என்றும் பாராமல் தன் மனைவியை குத்திக் கொலை செய்த காரணத்தைக் கூறிப் பரிந்துரைக்க மறுத்துவிட்டதால், அவருக்குப் பொதுமன்னிப்பு வழங்க அரசு மறுத்து விட்டது.

இதில் மிகப் பெரிய வேடிக்கை என்னவென்றால் 'தமிழ்நாடு சிறைத்துறை' என்பது 'இனி தமிழ்நாடு சிறைகள் மற்றும் சீர்திருத்தப் பணிகள்துறை' என்று மாற்றப்பட்டுள்ளதாக அரசாணை பிறப்பிக்கப்பட்டது அந்த ஆண்டில்தான்.

*

வால்மீகியின் வாரிசு போல்...

சிறைக்குள்ளிருந்து வெளியே வந்தார் ஒரு கம்பீரமான மனிதர். ஆறடி உயரமும் அகன்ற உடம்புமாக இருந்த அவர் சபாரி உடை அணிந்து இருந்தார். தோளில் ஒரு ஜோல்னாப்பை கனமாகத் தொங்கிக் கொண்டிருந்தது. இரண்டு காவலர்கள் எந்திரத் துப்பாக்கியுடன் அழைத்துச் சென்று வேனில் ஏற்றினர். அவர் அரசு வேலை நாட்களில் இப்படித்தான் ஒவ்வொருநாளும் சிறையில் இருந்து நீதிமன்றங்களுக்குப் போய் வந்தார். இரண்டு சபாரி உடைகளும், நான்கைந்து பேண்ட் சட்டைகளும் மட்டுமே அவர் வைத்திருந்தார். அதைத்தான் ஒவ்வொரு நாளும் மாறி மாறி அணிந்து சென்று வந்தார். அவர் பெயர் மாரியப்பன். ஊரிலும் செய்தி ஊடகங்களிலும் கொள்ளைக்காரன் மாரியப்பன் என்றுதான் சொல்வார்கள். போலீஸ் வட்டாரத்தில் டி.சி மாரியப்பன் என்று குறிப்பிடுவார்கள். 'டி.சி' என்பது 'டிஸ்ட்ரிக்ட் கிரிமினல்' என்பதன் சுருக்கமாகும்.

மாரியப்பனை அழைத்துச் சென்ற வேன் திண்டுக்கல்லை நோக்கிச் சென்றது. மதுரை எல்லையைத் தாண்டி அம்மையநாயக்கனூர் அருகே சென்றபோது, வேன் ஓடாமல் நின்றுபோனது. ஒரு மெக்கானிக் வந்து வேலை செய்து கொண்டிருந்தார். வேனுக்குள் இருந்த மாரியப்பனும் காவலர்களும் கீழே இறங்கினர். பழுது நீக்கிச் சரி செய்யும்வரை

அவர்கள் வெளியே நின்று கொண்டிருந்தனர். ஒரு காவலர் டீ கடைக்குப் போய் டீ வரவழைத்தார்.

மாரியப்பன் ஓரமாக நின்று டீ குடித்துக் கொண்டிருந்தார். அவருக்குப் பக்கத்தில் பாதுகாப்பாக இரண்டு காவலர்கள் துப்பாக்கியுடன் நின்றிருந்தனர். அருகில் இருந்த காவல் நிலையத்திலிருந்து உதவி ஆய்வாளர் தலைமையில் காவலர்கள் வந்து விசாரித்தனர்.

வழிக்காவலர்கள் "இவர் டி.சி மாரியப்பன்...." என்று வார்த்தைகளை முடிக்கும் முன்பே உதவி ஆய்வாளர், அடுத்து என்ன ஏது என்று கேட்காமல் மாரியப்பன் முன் போய் நின்று விறைப்பாக சல்யூட் அடித்தார்.

மாரியப்பன் பதறிப்போய்,

"ஐயா, நான் அக்கியுஸ்ட் மாரியப்பன் ஐயா" என்றதும், வழி காவலர்களின் தலைமைக் காவலரை கோபத்துடன் கடிந்துகொண்டார், அந்த அந்த ஊர் உதவி ஆய்வாளர்.

மாரியப்பனுக்குச் சொந்த ஊர் கம்பம் பள்ளத்தாக்கு ஆகும். கம்பம் மாரியப்பன் கொள்ளைக்கார மாரியப்பனாக மாறியதற்கு உந்துசக்தியாக இருந்தது ஒரு திரைப்படம். மலையூர் மம்பட்டியான் என்ற திரைப்படமே அவரை இப்படி ஆக்கிவிட்டதாக மாரியப்பன் கூறுவார். மலையூர் மம்பட்டியான் திரைப்படத்தில் மம்பட்டியான் என்ற கொள்ளைக்காரன் கருப்புப் போர்வையை உடலில் சுற்றிக்கொண்டு கையில் அரிவாளுடன் காட்டில் திரிவது, மாரியப்பனுக்கு மனதில் ஆழமாகப் பதிந்து விட்டது. வீட்டிலிருந்த கருப்புப் போர்வையையும் புதிதாக அடித்த அரிவாளையும் எடுத்துக்கொண்டு மலையேறினார் மாரியப்பன். கேரளாவுக்கும், கேரளத்திலிருந்து தமிழகத்திற்கும் வந்து போகும் வசதியானவர்களை வழிமறித்து, அரிவாளைக் காட்டி வழிப்பறி செய்தார். பிடிக்க வருபவர்களை விரட்டி விரட்டி வெட்டி ஓட வைத்தார்.

போலீசுக்குச் சவாலாக இருந்த மாரியப்பனுக்குக் காடே ஊராகவும், மரப்பொந்துகளும் பாறையிடுக்குகளும் வீடாகவும் மாறிவிட்டன. இன்னொரு வீரப்பனாக உருவாகியிருக்க வேண்டியவரை இன்னொரு கொள்ளைக்காரன் திசை மாற்றி விட்டான். அவன் பெயர் தெய்வேந்திரன். படுபயங்கரமான

கொள்ளைக்காரனான தேவேந்திரனுக்கு மாரியப்பனின் செய்கைகள் நெருக்கடியை ஏற்படுத்தி இருந்தது. தேனியில் ஒரு கோடீஸ்வரர் வீட்டில் நடந்த பெரும் கொள்ளையையும் பயங்கரக் கொலையையும் செய்தவன் தெய்வேந்திரன். அவனைத் தேடிவந்த மாரியப்பனை கூட்டாளி ஆக்கிக் கொண்டான் தெய்வேந்திரன்.

காட்டுக்குள் மட்டுமே கொள்ளையடித்துப் திரிந்த மாரியப்பன் நாட்டுக்குள்ளும் கொள்ளையடிக்கத் துவங்கினான். அரிவாள் ஏந்திய கைகளுக்குத் துப்பாக்கியும் வந்து சேர்ந்தது.

கொஞ்சநாளிலேயே தெய்வேந்திரன் போலீஸ் என்கவுண்டரில் சுட்டுக் கொல்லப்பட்டான். தெய்வேந்திரனின் கூட்டாளிகளுக்கும் தலைவரானார் மாரியப்பன்.

மாரியப்பன் தனக்கென்று ஒரு தொழில் தர்மத்தைக் கடைபிடித்து வந்தார். தாலிக்கொடியைப் பறிப்பதில்லை. பெண்களைத் தீண்டுவதில்லை. தற்காப்புக்காகவும் தப்பி ஓடுவதற்கு மட்டுமே ஆயுதப் பிரயோகம் செய்வது என்பதில் உறுதியாக இருந்தார்.

தெய்வேந்திரனிடமிருந்து வந்து சேர்ந்த கொள்ளைக்காரர் களான பூச்சி, பால்சாமி போன்றவர்கள் மகா முரடர்களாகவும், கொடூர மனம் படைத்தவர்களாகவுமிருந்தனர். அதில் ஒருவர்தான் முந்தைய அத்தியாயம் ஒன்றில் குறிப்பிடப்பட்ட எகசான் என்பவரும். இவர்கள் எல்லோர் மீதும் பல ஊர்களில் கொலை வழக்கு, கொள்ளை வழக்குகள் இருந்தன.

காரைக்குடிப் பகுதியில் ஒரு கோடீஸ்வரர் வீட்டில் இரவில் கொள்ளையர்கள், மாரியப்பன் தலைமையில் உள்ளே நுழைந்துனர். உள்ளே நுழைந்தவர்கள் எல்லோரும் முரடர்கள். மாரியப்பன் மகா முரடனாகத் தென்பட்டார். அந்த வீட்டில் இருந்தவர்களெல்லாம் மாரியப்பனைப் பார்த்தே பீதி அடைந்திருந்தனர்.

வீட்டில் இருந்தவர்களின் வாயில் துணியை திணித்துக் கட்டிலிலும் தூண்களிலும் கட்டிப்போட்டனர். அந்த வீட்டில் இளம்பெண் ஒருவரும் இருந்தார். அந்தப் பெண்ணை மாரியப்பனை தவிர மற்றவர்கள் ஒரு அறைக்குள் தூக்கிச் சென்றனர். இதைப் பார்த்த மாரியப்பன் அரிவாளைத்

திருப்பி ஒவ்வொருவரையும் அடித்தார். மீறிச் சென்றவர்களை வெட்டினார். வீட்டில் உள்ளவர்கள் உடம்பில் எந்தக் காயமும் இல்லாமல் கட்டிப் போடப்பட்டிருக்க, கொள்ளைக் காரர்களின் ரத்தம் வீடு முழுக்கச் சிதறிக்கிடந்தது. அந்த இளம்பெண்ணைத் தூக்கிச் சென்றதைத் தவிர அவர்களால் ஏதும் செய்ய இயலவில்லை. அந்தப் பெண் பதறித் துடித்து ஓடிப்போய்க் கட்டிப்போடப்பட்டவர்கள் பக்கத்திலேயே பதுங்கிக் கொண்டாள். கொள்ளையடித்த பொருட்களோடு கொள்ளையர்கள் வீட்டிலிருந்து வெளியேறினார்கள். கடைசியாளாக வெளியேறினார் மாரியப்பன்.

அந்த வழக்கு விசாரணைக்கு வந்தது. அடையாள அணிவகுப்பில் அந்தக் குடும்பத்தினர் மாரியப்பனைத் தவிர மற்றவர்களைச் சரியாகவே அடையாளம் காட்டினர். காவல்துறையினர் எவ்வளவோ கட்டாயப்படுத்தியும் அந்தக் குடும்பத்தினர் மாரியப்பனைக் கடைசிவரைக்கும் காட்டிக் கொடுக்கவில்லை. அந்த வழக்கில் கொள்ளைக்கூட்டத் தலைவன் விடுதலை செய்யப்பட்டார். மற்றக்கொள்ளையர்கள் தண்டனை பெற்றார்கள்.

மாரியப்பன் மீதும் அவன் கூட்டாளிகள் மீதும் ஏராளமான வழக்குகள் தமிழ்நாடு முழுவதும் இருந்தன. அவருடைய கூட்டாளிகள், வழக்கறிஞர்களை வைத்து வாதாடி தண்டனை பெற்றனர். மாரியப்பன் தானே வாதாடி விடுதலை பெற்றார். செய்த குற்றங்களிலெல்லாம் தானே வாதாடி விடுதலை பெற்றார். செய்யாத குற்றங்களுக்கு விடுதலை பெற முடியாமல் தண்டனை பெற்று, அந்த தண்டனைகளுக்காக இருபத்தி இரண்டு வருடங் களுக்கு மேலாக சிறையில் வாட வேண்டியதாகிப் போனது.

"குற்றம் செய்த வழக்கில் எல்லாம் விடுதலை பெற்ற உன்னால், செய்யாத குற்றத்துக்கு ஏன் விடுதலை வாங்க முடியாமல் போனது" என்று மாரியப்பனிடம் கேட்டபோது,

"ஐயா, ஒரு வீட்டிற்குள் நுழைந்து கொள்ளையடிக்கப் போயிருந்தால் வீடு எந்த இடத்தில் இருந்தது, வாசல் எந்த திசையில் இருந்தது, எத்தனை அறைகள் இருந்தன, கழிப்பறை குளியல் அறைகள் எங்கு இருந்தன. பீரோக்கள் எங்கே இருந்தன. எந்தக் கம்பெனி பீரோ, வீட்டில் இருந்த நபர்கள் பற்றி எல்லாம் கொஞ்சமாவது தெரிஞ்சு இருக்கும். அதை வைத்து நாங்கள்

வழக்கில் இருந்து தப்பிக்க சில வாய்ப்புகள் கிடைக்கும். நாங்கள் பார்த்திராத வீட்டில், பார்க்காத நபர்களிடம் கொள்ளை அடித்ததாகச் சொன்னால் எங்களுக்கு எதுவும் தெரியாது" என்று சொன்னார்.

மற்றொரு வழக்கில், மாரியப்பன் துப்பாக்கி வைத்திருந்ததாகச் சொல்லி ஒரு துப்பாக்கியை நீதிமன்றத்தில் காவல்துறையினரும் ஒப்படைத்தனர். அந்த வழக்கைப் பற்றி மாரியப்பன் விரக்தியுடன் சொன்னார், "அந்தத் துப்பாக்கிச்சனியன மட்டும் வழக்கில சேர்க்காம விட்டிருந்தா பொது மன்னிப்புல கூட விடுதலையாகி போயிருப்பேன். போலீஸ்காரங்க வசமாக ஆப்பு வச்சுட்டாங்கையா."

மாரியப்பன் ஓய்வு கிடைக்கும் போதெல்லாம் அவர் கடந்துவந்த வாழ்க்கைப் பாதையை எழுதத் துவங்கினார். அவர் கையெழுத்து படிக்கச் சிரமமாக இருந்தாலும், அவர் எழுதியவை படிக்கச் சுகமாகவே இருந்தன. அவர் எழுதிய நோட்டை பிரித்துப் பார்த்தால் இரண்டு பக்கங்களும் எழுத்துக்களால் நிறைந்திருக்கும். எங்கு ஆரம்பிக்கிறார் எங்கு முடிக்கிறார் என்பதே தெரியாது. இப்படி எழுதிக் குவித்த நோட்டுகளின் எண்ணிக்கை மொத்தம் எத்தனை என்று அவருக்கே தெரியாது. அவருடைய வாழ்க்கை அனுபவம் அவர் சந்தித்த பிரச்னைகள் மட்டுமல்லாமல், சிறையில் அவர் சந்தித்த பல கைதிகளின் வாழ்க்கையையும் எழுதத் துவங்கி எழுதி எழுதிக் குவித்துவிட்டார். அவர் எழுதியதில் எதுவும் அச்சாகவில்லை என்றாலும், அவர் எழுத்தின் பலனாக ஒரு சிறு தொகை அவருக்கு கிடைத்தது. அது அவர்களது குடும்பத்திற்குப் பெரிய உதவியாகவும் அமைந்தது.

வருடங்கள் ஆக, ஆக மாரியப்பன் உடல் பெருத்துவிட்டார். கால்கள் வளைந்து அடைப்புக்குறிகள் போல் ஆகிவிட்டன. உடல் பாரம் தாங்காமல் பக்கவாட்டில் சாய்ந்து சாய்ந்து நடக்கும் நிலைக்கு வந்துவிட்டார்.

நேர்காணல் மனுவினை எடுத்துக்கொண்டு ஜெயிலரைப் பார்க்க வந்தார் மாரியப்பன்.

"அய்யா, நான் ஜெயிலுக்கு வரும்போது கைக்குழந்தையா இருந்த பொண்ணு, கல்யாணப் பொண்ணா என்னப் பார்க்க வந்து இருக்கா அய்யா. நீங்க அனுமதிச்சா அவங்களை உள்ளே

வரச் சொல்லி ஆசிர்வதிப்பேன்யா" என்று கெஞ்சினார். சிறை அலுவலர், ஒரு காவலரை அனுப்பி அவர்களை உள்ளே அனுப்ப உத்தரவிட்டார்.

உள்ளே வந்த மகள் அப்பாவைக் கட்டிப் பிடித்து அழுதாள்.

"நீ கொள்ளையடிச்ச நகைகள அம்மா வாங்கல. நீ கொள்ளையடிச்ச பணத்தில நாங்க படிக்கல, வாழல. அம்மா ஒழச்சதுல கஞ்சியை குடிச்சு காலத்த ஓட்டினோம். இப்ப நீ ஜெயில்ல ஒழச்சி அனுப்புன காசு கல்யாணத்துக்குக் கொஞ்சம் உதவிச்சு. அது போதும் அப்பா" என்று அழுதாள் மகள். மலைபோல் இருந்த மாரியப்பன் கூனிக்குறுகி குலுங்கி அழுதார்.

*

எங்கிருந்தோ வந்தான்

ரிமாண்ட் பிளாக் எல்லையைத் தாண்டி, பிரதான வாயிலைத் தாண்டி, மையக் கோபுரத்தைத் தாண்டி அந்தப் புதிய கைதியை 'ஏ.பி' தொகுதிகளுக்கு அழைத்து வந்தான் மதுரையின் பிரபல தாதா ஒருவன். தனியறை தொகுதியிலிருந்த, ஒரு தலித் அமைப்பைச் சேர்ந்த, ஒரு ஆயுள்தண்டனைக் கைதியிடம் அந்தப் புதிய விசாரணைக் கைதியை அறிமுகம் செய்தான் அந்த தாதா. அந்த தலித் அமைப்பு பின்னாளில் ஒரு முற்போக்கு அரசியல் சக்தியாக உருவானது. அறிமுகம் செய்யப்பட்ட புதிய கைதியின் பெயர் மணல்மேடு சங்கர். அவனைப் பார்த்த உடனே அவர் தெரிந்து கொள்ளலாம். இருந்தபோதும் சம்பிரதாயமாக அறிமுகம் செய்து வைக்கப்பட்டான்.

மணல்மேடு சங்கர், மதுரைச் சிறைக்கு வருவதற்கு முன்பே, அவனுடைய பராக்கிரமங்களைத் தமிழ்நாட்டுப் புலனாய்வு ஊடகங்கள் பக்கம் பக்கமாக வரைந்து தீட்டி இருந்தன. 'டெல்டா பகுதியை நடுங்க வைக்கும் தாதாக்கள்' என்ற வகையில் வந்த தலைப்புச் செய்திகளாலும் அவனது புகைப்படங்களாலும் பிரபலமாகி இருந்தான் மணல்மேடு சங்கர். அவனுக்கு மதுரைச் சிறை புதிதாக இருந்தது.

அவனை அறிமுகப் படுத்தும்போது, "அண்ணே இவரப் பார்க்கும்போதே தெருஞ்சிருப்பீங்க. நேத்து

நைட்லதான் வந்தார். உங்க ஆளுகதான். ரிமாண்டுல நான் பார்த்துக்கிறேன். உங்களச் சொன்னேன். பார்க்கணும்னு சொன்னாரு. அதான் கூட்டிட்டு வந்திருக்கேன்" என்றான்.

"அண்ணே உங்களுக்கு என்ன தேவையோ சொல்லுங்க. நான் ஏற்பாடு செஞ்சி அனுப்புறேன்" என்றார் அந்த தலித் தண்டனைச் சிறைவாசி. மணல்மேடு சங்கர் சிறைவாசிகளில் தனித்துத் தெரிந்தான். அவன் உயரம், அவன் உடற்கட்டு, சிவந்த மேனி, வசீகரமான அவன் முகம், எல்லாம் சினிமா நாயகர்கள் போல் இருந்தன. அவன் கடலூர், வேலூர், திருச்சி, சென்னைச் சிறைகளில் இருந்தவன். வந்து ஓரிரு நாள் அப்படி ஒருவன் மதுரை சிறையில் இருக்கிறான் என்பது தெரியாமலே இருந்து வந்தான். மூன்றாவது நாளிலிருந்து சிறையின் மொத்தக் கண்களும் அவனை நோக்கியே இருந்தன.

தண்டனைத் தொகுதிகளில் ஆறாம் தொகுதி 6 தனியறை (செல்கள்) கொண்ட தொகுதி. அதனைச் சுற்றி சுற்றுச்சுவரும் இரும்புக் கதவும் இருந்தது. உயர் பாதுகாப்புக்கு அந்தத் தொகுதி உகந்ததாக இருந்தது. இனிமேலும் ரிமாண்ட் தொகுதிகளில் மணல்மேடு சங்கரை வைத்திருப்பது பலவழிகளில் ஆபத்தானது என்பதைத் தெரிந்துகொண்ட சிறை நிர்வாகம், அவனை அழைத்து வந்து ஆறாம் தொகுதி தனியறை பிளாக்கில் பூட்டினர். அங்கேயும் சில பிரபல ரவுடிகள் இருந்தனர்.

மணல்மேடு சங்கர் வந்த இரண்டாவது நாளில், ரிமாண்ட் ப்ளாக்கின் பின்புறம் உள்ள தண்ணீர்த் தொட்டியில் குளிக்கச் சென்றான். அவனுக்கு அடைக்கலம் கொடுத்த தாதா வந்து ஓரமாக உட்கார்ந்ததும், கிழக்கு, மேற்கு இரண்டு பக்கங்களில் இருந்தும் திமுதிமுவென ஓடிவந்த கைதிகளைப் பார்த்துப் பதட்டமடைந்தான் சங்கரை அழைத்து வந்தவன். தண்ணீரை அள்ளி ஒரு குவளைதான் ஊற்றியிருப்பான், அருகே வந்த முதல் இரண்டு பேர்களைத் தூக்கித் தண்ணீர்த் தொட்டிக்குள் வீசி எறிந்தான் சங்கர். வந்தவர்கள் மதுரையின் பிரபல ரவுடிகளும் அவர்களின் எடுபிடிகளும்தான். அவர்களின் தலைவர்கள் கூட சங்கரிடம் நெருங்க இயலவில்லை. சிங்கமெனச் சிலிர்த்து நின்றான் சங்கர். அவனைச் சுற்றிக் காட்டு நாய்களெனக் குட்டி ரவுடிகள். சங்கருடன் வந்த கைதி உதவிக்கு வந்தான். அவனைச் சங்கர் எச்சரித்துப் பின்வாங்கச் செய்தான். சங்கரைத் தாக்க

வந்தவர்களும் அந்தக் கைதியை மிரட்டிக் கொண்டிருந்தனர். காவலர் வந்து விசிலெடுத்து ஊதவே இரண்டு பக்கமும் சிதறி ஓடினார்கள் தாக்க வந்தவர்கள். சங்கருக்கு ஆதரவாளர்களைக் காட்டிலும் எதிரானவர்களே தமிழ் நாட்டுச் சிறைகளில் கூடுதலாக இருந்தனர். வேறு சிறைகளிலிருந்த சங்கரின் பிரதான எதிரிகளிடம் இருந்து வந்த உத்தரவை நிறைவேற்ற நடந்த முயற்சியில் தோல்வியடைந்து திரும்பினார்கள். அதன்பிறகே பிளாக் மாற்றம் செய்யப்பட்டான் சங்கர்.

ஆறாம் பிளாக்கிற்கு மணல்மேடு சங்கர் வந்துள்ளான் என்பதைத் தெரிந்துகொண்டு, அடுத்த நாள் அந்த தலித் அமைப்பைச் சேர்ந்த ஆயுள்தண்டனைக் கைதி, மூடப்பட்டிருந்த 6ஆம் பிளாக்கின் இரும்புக் கேட்டின் முன்பு நின்று, அங்கே இருந்த காவலரிடம் உள்ளே சென்று பார்க்க அனுமதி கேட்டார். அவர் "நீ உள்ளே போகக்கூடாது. அவர் வந்து வெளியே பார்க்கட்டும்" என்றார். காவலர் கதவைத் தட்டவும் உள்ளே இருந்து ஒரு கைதி வந்து எட்டிப் பார்த்தான்.

"நான் வந்து இருக்கேன்னு சொல்லி சங்கர் அண்ணனை வெளியே வரச் சொல்லு" என்று சொல்லி அனுப்பினார் அந்த ஆயுள்தண்டனைக் கைதி.

உள்ளேயிருந்து "அண்ணே! உள்ள வாங்க அண்ணே. ஏட்டையா! அவரைக் கொஞ்சம் உள்ளே அனுப்புங்க" என்று சத்தமாக உத்தரவிட்டான் சங்கர். உள்ளே சென்ற அவர் அதிர்ந்து போய் உறைந்து நின்றார். கையில் செல்போனை வைத்துப் பேசிக்கொண்டே அருகே அழைத்து, ஒரு கையால் அணைத்துக் கொண்டான் சங்கர்.

"என்னா அண்ணே நடக்குது இங்க. எங்கிட்ட உதவி கேட்டு வந்தீங்க. இப்ப எங்களுக்கும் நீங்கதான் உதவணும் போலயே. வந்து ரெண்டு நாள்ல எப்படி இதெல்லாம் சாத்தியமாச்சு. அதுவும் ஒளிவு மறைவு இல்லாம இப்படியா" என்று செல்போனை காட்டிக் கேட்டார்.

"அண்ணே! உங்க அன்பு போதும் அண்ணே. இனி எனக்குத் தேவையானத நானே ஏற்பாடு பண்ணிக்கிறேன். உங்களுக்கு என்ன உதவினாலும் நான் செய்யத் தயாரா இருக்கேன்" என்றான் சங்கர்.

“சரி, கவனமா இருங்க. இனி நான் இங்கே இருந்தாலும், அடிக்கடி வந்தாலும் ஆபத்துத்தான், நான் போய் வரேன்” என்று கிளம்பினார் அந்தக் கைதி.

தஞ்சை மாவட்டத்தின் வடக்கு எல்லையிலும், கடலூர் மாவட்டத்தின் தெற்கு எல்லையிலும் கோலோச்சிய இருபெரும் சாதிய ஆதிக்க சக்திகளுக்குச் சிம்மசொப்பனமாக இருந்தவன் மணல்மேடு சங்கர். இரண்டு பெரும் ஆதிக்க சாதிகளின் அரசியல் தலைவர்களும் சங்கரை ஆகாதவனாகவும், ஆபத்தானவனாகவும் கருதினர். அவனை ஒழித்துக்கட்டும் முடிவோடு இரண்டு ஆதிக்க சாதிகளிலுமுள்ள ரவுடிகள் கும்பல்களுக்கு ஊக்கமும் அளித்தனர். ஊட்டமும் அளித்தனர். அதனால் டெல்டா பகுதியே நடுங்கிப்போய் இருந்தது.

மதுரை மத்தியச் சிறைக்கு மணல்மேடு சங்கர் வந்தபிறகு, சிறையின் மையப்புள்ளியாகிப் போனான். மதுரையின் மிக முக்கிய ரவுடி ஒருவனின் நட்பிலும் தோழமையிலும் நெகிழ்ந்து போயிருந்தான் சங்கர். முக்கிய தாதாக்களின் அடியாட்கள்கூட சங்கரின் அணியில் இணையத் தொடங்கியிருந்தனர். சங்கர் தண்டனை பிளாக்கில் இருந்தபோதும், ரிமாண்ட் பிளாக்கில் இருந்த போதும் கைதிகளிடமும் அதிகாரிகளிடமும் சங்கர் பேச்சாகவே இருந்தது.

சங்கரைக் காட்டி மற்றவர்களும் மற்றவரைக் காட்டி சங்கரும் செல்போன்களைச் சிறையில் தாராளமாகப் பயன்படுத்தி வந்தனர். சங்கரின் எதிரிகளான அரசியல் தலைவர்களும் மிரட்டலுக்கு ஆளாகி, சிறை நிர்வாகம் சிக்கலுக்கானது.

சங்கருக்கு உயிரைக் கொடுத்து உதவக் கைதிகளும், உத்தியோகத்தைக் காவு கொடுத்து உதவக் காவலர்களும் தயாராக இருந்தனர். சங்கர் பணத்தைக் கட்டுக் கட்டாகச் செலவு செய்தான். அவன் பணத்துக்காக உதவச் சில பேர் இருந்தனர். பாசத்துக்கும் பழக்கத்துக்கும் உதவப் பெரும்படையே உருவாகியிருந்தது.

அவனுக்கு தண்ணீர் எடுத்து ஊற்றவும், தட்டுகளை கழுவி சுத்தம் செய்து சாப்பாடு பரிமாறவும், சிறப்புக் குழம்பு வகைகள் தயார் செய்து கொடுக்கவும், தேனீர், பால், ஹார்லிக்ஸ் போன்றவை தயார் செய்துகொடுக்கவும், அவன் செல்லில் குவிந்து கிடந்த பழ வகைகளைத் தேவையான நேரத்தில் உரித்துக்

கொடுக்கவும், வெட்டிக் கொடுக்கவும் என ஒவ்வொன்றுக்கும் ஆட்களை வைத்திருந்தான். பணப்பரிவர்த்தனைக்கு நம்பகமான கைதி ஒருவனும், காவலர் ஒருவரும் இருந்தனர். செல்போன்களையும், அதன் பேட்டரிகளையும் கொண்டுவந்து கொடுக்கவும், எடுத்துக்கொண்டு போகவும் என ஒரு ரகசியக் குழுவே செயல்பட்டு வந்தது.

அதிகாரிகள் மிரட்டிப் பார்த்தனர். அவன் மிரட்டலுக்குத் தான் அதிகாரிகள் அடங்கிப் போயினர். அன்பாகக் கெஞ்சிப் பேசியவர்களிடம் கொஞ்சம் அடக்கமாக நடந்து கொண்டான். சங்கரின் நடவடிக்கைகள் எல்லை மீறிப் போய்க்கொண்டிருந்தன. அவன் நடவடிக்கைகள் மதுரை ரவுடிகளை மிரளச் செய்வதாக இருந்தன. சங்கரின் சாதிக்கு எதிரான ஆதிக்க சாதிக்கு ஆதரவாக ஒரு காவலர், சங்கருக்கு எதிராக ஒரு சில வேலைகளைச் செய்து வந்தார். அவருடைய சாதியைச் சேர்ந்த ரவுடிகளுக்கு அனுசரணையாகவும் இருந்தார். இதைச் சங்கர் கவனத்துக்குக் கொண்டுசென்றார்கள், அவனுடைய சாதியைச் சேர்ந்த கைதிகளும் காவலர்களும்.

சங்கர் அந்தக் காவலரை அழைத்து, "உனக்குக் கொடுக்கப் பட்ட வேலைய மட்டும் செஞ்சுட்டுப் போயிகிட்டே இருக்கணும். அதிகாரிகளே என்னக் கண்டுக்காமப் போறாங்க. நீ யோக்கியனா இருந்தா உனக்குக் கட்டுப்படத் தயாரா இருக்கேன். நீ உன் சாதிக்காரக் கைதிக்கு என்னவெல்லாம் செஞ்சுக்கிட்டு இருக்கேன்னு தெரியும். உன் சாதிப்புத்தியை என்கிட்ட காட்டாதே. நான் என்னோட புத்தியைக் காட்டுனா நீ தாங்க மாட்ட" என்று மிரட்டினான். அதை அந்தக் காவலர் பொருட்டாக எடுத்துக் கொள்ளவில்லை. தொடர்ந்து அந்தக் காவலரின் நடவடிக்கைகள் சங்கருக்கு ஆத்திரமூட்டுவதாகவே இருந்தன.

சங்கரின் செல்லில் மதுரையின் பிரபல ரவுடி ஒருவன் இருந்தான். அந்தச் செல்லில் அவர்கள் இருவர் மட்டுமே இருந்தனர். இரண்டு பேர்களிடமும் செல்போன்கள் இருந்தன. இது சுத்தமான அத்துமீறலாகும். இரவுப் பாரா காவலர் எப்போதாவதுதான் அந்தச் செல்லை எட்டிப் பார்ப்பார் அல்லது பார்க்காமல் கூட இருப்பார். சங்கருடன் இருந்த தாதா பேசிக் களைத்துப்போய் சங்கருக்கு இரவு வணக்கம் வைத்துவிட்டு தூங்கத் தயாரானான். ஷங்கர் போர்வைக்குள் இருந்தவாறே பேசிக்கொண்டே இருந்தான். "எத்தனை பேர்டா வந்திருக்கீங்க.

யாருக்கும் சந்தேகம் வராம டீசன்டாக நடந்துக்கோங்கடா. காலைல ஸ்பாட்டுக்கு வந்திருங்க. காலை ஆறு முப்பது மணியிலிருந்து ஏழு முப்பது மணிக்குள்ள வேலையை முடிச்சிடுங்க. ஒருத்தன் மட்டும் லாட்ஜில இருக்கட்டும். நீங்க சொன்ன பிறகு, அவன் லாட்ஜ் கணக்க முடிச்சிட்டு நீங்க சொல்ற இடத்துக்கு வந்திரட்டும். ஆளக் காட்டுறதுக்கு, நம்ம அண்ணன் அங்க இருப்பாரு. அவருகிட்டப் பேசியாச்சா”

“ஆமாடா மதி தியேட்டர் வாசல்லதாண்டா நீங்க நிக்கணும். அவன் எதுத்தாப்புல இருக்கிற டீக்கடைக்குத் தாண்டா வருவான்” என்ற சங்கரின் வார்த்தைகளைக் கேட்டு பதட்டத்துடன் எழுந்து போர்வையை விலக்கி உட்கார்ந்தான் உடனிருந்த ரவுடி.

வேண்டாம் சங்கர். இது ரொம்ப ஓவர். மதுரையில் இது மாதிரி எல்லாம் இதுவரைக்கும் நடந்ததில்ல. உங்க ஆளுங்கள உடனே கிளம்பி போகச் சொல்லுங்க. இதெல்லாம் வேண்டாத வேலை. நம்ம எதிரிகளை மட்டும்தான் இப்படிச் செய்யணும். இது ரொம்பத் தப்பு சங்கர்” என்று சங்கரிடம் எச்சரித்தும் மன்றாடியும் கேட்டுக்கொண்டான். சங்கர் செல்போனைத் துண்டித்துவிட்டு அவன் சொல்வதைக் கேட்டு, மறுத்துப் பேசிப் பார்த்தான். இறுதியில் பழக்கமில்லாத மதுரையில் இது போன்ற பயங்கரக் கொலை செய்வது சரியில்லைதான் என்பதை லேசாக உணர ஆரம்பித்தான். தன்னைப் போன்ற ஒரு தாதா தன்னிடம் இப்படி அன்பாக அறிவுரை சொல்லிக் கெஞ்சியதை நினைத்து நெகிழ்ந்து போனான் சங்கர்.

மீண்டும் போனை எடுத்துச் சொல்ல ஆரம்பித்தான், “டேய் தூங்கி எழுந்து ஓய்வெடுத்துவிட்டு காலையில ஊருக்கு கிளம்பிப் போங்கடா. அந்த வேலையைச் செய்ய வேண்டாம். நம்ம அண்ணன்கிட்டச் சொல்லிடு நான் வேண்டாம்னு சொன்னத. விடிஞ்சதும் ஊருக்குக் கிளம்பிப் போயிடுங்க. வெளியே எங்கேயும் சுத்தாம ஊரு போய்ச் சேருங்கடா” என்று சொல்லிவிட்டு செல்போனை அணைத்துவிட்டு உடன் இருப்பவனிடம், “நீங்க தடுக்கலைன்னா, நாளைக்குக் காலையிலேயே முடிச்சிருப்பானுங்க. அடுத்த அஞ்சாவது நிமிஷத்துக்குள்ள சுடச்சுட அந்தச் செய்தி ஜெயிலுக்குள்ள வந்திருக்கும். உங்க மதுரைப் பாசமும், உங்க காவலர் பாசமும் அவனை காப்பாற்றி விட்டது. முதல் முதலா முன் வைச்ச

காலைப் பின் வைக்கிறேன்" என்றான் சங்கர். அதன் பிறகு உடன் இருந்த கைதி அமைதியானான். அவனும் எத்தனையோ சம்பவங்களைச் செய்தவன்தான், ஆனால் சங்கர் எடுத்த முயற்சி அவனை அதிரச் செய்தது. உடனிருந்த மதுரை தாதாவுக்கு தெரியாமலே, அவனுடைய கூட்டாளிகளில் ஒருவனும் சங்கருடைய அந்தக் குழுவிலிருந்தான்.

அடுத்த ஓரிரு நாளில் சங்கர் எதிரியாக நினைத்திருந்த அந்தக் காவலர் வந்தார். சங்கரிடம் வலியவந்து சிரித்துப் பேசினார். பின்பு இரகசியமாக "தனக்கு 5000 ரூபாய் அவசரமாய்த் தேவைப்படுகிறது. உதவ முடியுமா?" எனக்கேட்டார். பணம் வாங்கிக் கொள்ளுமாறு சங்கர் பதில் சொன்னான். இப்படி யாருக்காவது பணம் கொடுக்கும்போது, சங்கர் சிரித்த முகத்தோடு கொடுப்பதுதான் வழக்கம். ஆனால் அந்தக் காவலருக்கு இறுகிய முகத்துடனே பணத்தைக் கொடுக்க சம்மதித்தான்.

உண்மையில் அந்தக் காவலருக்குப் பணம் தேவைப்பட வில்லை. சங்கர் எடுத்த முயற்சியும், இருந்த ஆபத்தையும் தெரிந்து கொண்ட அந்தக் காவலர் கிடுகிடுத்துப் போய்தான் வந்தார். பணம் பெற்று இனி உன் பிரச்னையில் தலையிட மாட்டேன் என்பதை உணர்த்தி, உயிர் பிச்சை கேட்பது போல்தான் அந்தப் பணத்தைப் பெற்றுச் சென்றார்.

மதுரைச் சிறை நிர்வாகம் செல்போன் விஷயத்தில் சங்கரிடம் தோல்விதான் அடைந்தது. சிறையில் இருந்து கொண்டே அரசு அதிகாரிகளைக் கூட எதையும் செய்யத் துணிந்து இருந்தான் சங்கர். மிக உயர் பதவியில் இருந்த ஒரு அதிகாரிக்குக் கொலை மிரட்டல் விட்டது சங்கரின் அட்டகாசத்தில் உச்சம் எனலாம்.

6ஆம் தொகுதித் தனியறை பிளாக்கும் இனி சரிப்பட்டு வராது என்று முடிவு செய்த சிறை நிர்வாகம், விசாரணைத் தொகுதி மாடியில் இருந்த தனியறையில் சங்கரைப் பூட்டி காவலைப் பலப்படுத்த முடிவு செய்தது. மாடியிலிருந்த ஆறு செல்களில் ஒன்றில் சங்கரை மட்டும் பூட்டி அவனுக்கு வேலை செய்வதற்கு ஒரு கைதியை மட்டும் அனுமதிப்பது என்று முடிவு எடுக்கப்பட்டது. சங்கருக்கு மட்டும் ஒரு நாளைக்கு இரண்டு காவலர்கள், ஒரு தலைமைக் காவலர் என மூன்று பேர் பாராவில் இருக்க வேண்டுமென்றும், காவல் பலப்படுத்தப்பட்டது. அப்படித்தான் நான் அந்தச் செல்லுக்குக்

காவலுக்குச் சென்றேன். ஒருநாள் எங்கள் குழு என்றால் அடுத்த நாள் வேறு குழு. இரண்டு குழுக்கள்தான் மாறி மாறி அந்த பணியைச் செய்ய வேண்டும் என்று உத்தரவிடப்பட்டிருந்தது.

ஏற்கனவே சங்கர் என்னிடம் நல்ல மரியாதை வைத்திருந்தான். அங்கு பணிக்குச் சென்ற முதல் நாளிலேயே எனக்கு ஓர் உறுதியளித்தான்.

'சார் நீங்க டூட்டியில இங்க இருக்கிறபோது செல்போன் சத்தியமா என்கிட்ட இருக்காது சார். என் அம்மா மேல சத்தியம் பண்ணிச் சொல்கிறேன் சார். நீங்க என்ன நம்பலாம்", அவனிடம் அதற்கு மேல் நான் எதுவும் பேசவில்லை.

நான் படிப்பதற்கு அங்கு எடுத்துப் போன புத்தகங்களை அவனும் படிக்க ஆரம்பித்தான். ஒவ்வொரு புத்தகத்தையும் வேகமாக படித்து முடித்தான். ஒரு கட்டத்தில் அவன் சொன்னான், "சார்! இப்படிப் புத்தகம் படிக்கக் கிடைச்சா தனி செல்லில எவ்வளவு நாள் வேணும்னாலும் இருக்கத் தயார் சார். இந்தப் புத்தகங்களை எல்லாம் நான் முதலிலேயே படிச்சிருந்தா, நான் வேற மாதிரி ஆளாகி இருப்பேன் சார். இந்த புத்தகத்தில் வரும் மனுஷங்கதான் சார் உண்மையான வீரர்கள்" என்றான்.

அப்படி அவன் படித்த புத்தகங்கள் 'சேகுவேரா வாழ்க்கை வரலாறு', 'கள்ளிக்காட்டு இதிகாசம்', வெண்மணி சம்பவத்தை மையமாக வைத்து எழுதப்பட்ட 'செந்நெல்', 'பி.சீனிவாசராவ் வாழ்க்கை வரலாறு', 'பிஎஸ் தனுஷ்கோடி வாழ்க்கை வரலாறு' போன்ற நூல்களாகும். கடைசியாகச் சொல்லப்பட்ட மூன்று புத்தகங்களும் அவனுக்காகவே எடுத்துப் போனேன். அது பலன் கொடுக்கவே செய்தது.

'செந்நெல்' நாவல் படித்து முடித்துச் சொன்னான், "வெண்மணி சம்பவம் கேள்விப்பட்டிருக்கேன். இப்பத்தான் சார், முழுசாத் தெரிஞ்சுகிட்டேன். படிச்சு முடிச்சு நைட்ல தூங்கல சார். 44 பேர் தீயில் கருகி செத்தாங்களே சார், அவங்கதான் உண்மையான தியாகிகள். எங்க ஊருப் பக்கம் நடந்து இருக்கு. இது இவ்வளவு நாளா எனக்குத் தெரியாமப் போச்சு சார்" என்று சொன்னான்.

'பி சீனிவாசராவ் வரலாறு' படிச்சிட்டுச் சொன்னான், "சான்சே இல்ல சார். என்ன சார் அய்யராப் பொறந்துட்டு, தலித்

மக்கள் விடுதலைக்காக, சொந்த ஊரவிட்டு வந்து அவ்வளவு பெரிய ஜமீன்தார்களை எதிர்த்துப் போராடினது லேசான விஷயம் இல்ல சார். சுதந்திரத்திற்காகவும் போராடியிருக்காரு. தலித் மக்களுக்காகவும் போராடியிருக்கிறாரு. விவசாய மக்களுக்காகவும் போராடி இருக்கிறாரு. இதுதான் சார் உண்மையான வீரம். நாங்க எல்லாம் அவர் கால் தூசுக்குக் கூடச் சமமாக மாட்டோம் சார்" என்று சீனிவாசராவ் பற்றிப் பெருமையாக பேசிக் கொண்டிருந்தான்.

அவன் இருக்கும் மாடி செல்களில் இருந்து பார்த்தால் உயரமான தடுப்புச் சுவர்களை தாண்டி உள்ளே தண்டனை பிளாக் பகுதிகளிலிருக்கும் மருத்துவமனையின் பின்புறம் தெரியும். தண்டனைப் பகுதியிலிருந்துதான் சங்கருக்கு வேண்டிய உணவு, தின்பண்டங்கள், பழங்கள் எல்லாம் கொடுத்து அனுப்புவார்கள். சங்கரின் வேலைக்காரக் கைதி அவற்றை வாங்கி வருவான். பல இடங்களில் அப்பொருட்கள் எல்லாம் சோதனையிட்ட பிறகுதான் சங்கரிடம் அவை வந்து சேரும். அப்படியிருந்தும் நான் பணியில் இல்லாதபோது சங்கரிடம் செல்போன் பயன்பாட்டில் இருந்ததை அவன் என்னிடம் சொல்வான்.

உள்ளேயிருக்கும் தனக்கும், வெளியே இருக்கும் தன் குடும்பத்தினருக்கும், நண்பர்களுக்கும், பெரும் அச்சுறுத்தல் இருப்பதாகவும், அதனால்தான் தனக்கு செல்போன் அவசியம் தேவைப்படுவதாகவும் சொன்னான்.

நீதிமன்றங்களுக்குச் சென்று வரும்போது, வழிக் காவலாக வரும் போலீஸ்காரர்களை மட்டுமே நம்பி நான் போய்வர முடியாது. அதனால்தான் வழக்கறிஞர்களையும் எனது ஆட்களையும் ரகசியமாகப் பின் தொடரச் செய்யவும், அதற்கான தகவல் தொடர்புக்கு செல்போன் தேவையாக உள்ளது எனத் தெரிவித்தான்.

மூன்று வேளைகளுக்கும் அந்த பிளாக்கின் இதர கைதிகளுக்கு உணவு வழங்கப்படும் நேரங்களில், அந்த மாடிக்குக் கீழுள்ள வளாகங்களில் சிறைவாசிகள் கூடும்போது, கீழிருந்து சங்கரை வேடிக்கை பார்ப்பதும், சிலர் கீழிருந்து சங்கரிடம் பேசுவதுமாக இருந்தனர். சங்கர் கீழே இருக்கும் நூற்றுக்கும் மேலான கைதிகளைச் சுட்டிக்காட்டி, இந்த கைதிகளில் ஒருத்தன் "நீங்க சாப்பாட்டுக்கு போகும்போது என்கிட்ட செல்போனக்

கொண்டுவந்து சேர்க்க ஏற்பாடு செய்வான். நீங்க திரும்பி தூரத்தில் வரும்போதே என்கிட்ட இருக்கிற செல்போன் அவனுககிட்ட போயிடும். அதுக்கு ஒரு டீமே ரகசியமாக செயல்படுது. அது யார் யாருன்னு கண்டுபிடிங்க பார்ப்போம்" என்று என்னிடம் விளையாட்டாகச் சவால் விட்டான்.

"எல்லா நாய்களும் திருட்டு நாய்களா இருந்தா எப்படிக் கண்டுபிடிக்க முடியும்" என்றேன் நான். என்னுடன் அங்குப் பணியில் இருந்த ஒரு காவலரின் முகம் இறுகிப் போயிருந்தது.

ஒருநாள் காலை ஆறு முப்பது மணிக்கு, நான் பணிக்கு வந்த கொஞ்ச நேரத்தில், அந்தச் செல்களின் வரண்டாவில் நடைப்பயிற்சியில் இருந்த சங்கர் வாசல்பகுதிக்கு வரும்போது தண்டனைப் பகுதியை எட்டிப் பார்த்தான். கொஞ்ச நேரத்தில் தண்டனைப் பகுதியில் தென்பட்ட இரண்டு கைதிகள் சைகையில் எதையோ சொன்னார்கள். முட்டையைக் குறிப்பிடுவதுபோல கைவிரல்களைக் குவித்தும், நெற்றிப்பொட்டில் ஆள் காட்டி விரலை வைத்தும் ஏதோ சொன்னார்கள். சங்கரால் அதைப் புரிந்துகொள்ள இயலவில்லை. அங்கே இருந்து சத்தமாகச் சொல்லவும் முடியாது. சொன்னாலும் கேட்கவும் செய்யாது. சங்கர் என்னிடம் "சார். அவனுக என்னமோ சொல்றானுங்க. ஒண்ணும் புரியல. வரண்டாவிற்கு வெளில நின்னு கேட்கலாமா சார்" என்று அனுமதி கேட்டான். நான் அனுமதித்தேன். அவர்கள் சொன்ன தகவலால் உற்சாகமடைந்த சங்கர், வராண்டாவிற்குள் மகிழ்ச்சியுடன் வந்தான்.

"சார், எங்களோட எதிரி முட்ட ரவிய போலீஸ் என்கவுண்டரில் கொன்னுட்டாங்கலாம்" என்று குதூகலித்தான். நான் அவனிடம் "இதுல உனக்கு என்ன சந்தோஷம். உங்க ஆளுக அவன கொன்னு இருந்தாக்கூட, நீ சந்தோஷப்படலாம். நாளைக்கு உனக்கும் இது நடக்காதுங்கிறதுக்கு என்ன உத்தரவாதம் இருக்கு" என்றதும் அவன் முகம் சட்டென மாறியது.

"இல்ல சார், நான் கோர்ட்ல ரிட் தாக்கல் பண்ணி இருக்கேன் சார். போலீஸ் என்ன போலி என்கவுன்டர்ல சுட்டுக்கொல்லக் கூடாதுன்னு. அதோட நான் வாய்தாவுக்கு போகும்போது வக்கில்களும், என்னோட ஆளுகளும் என்ன ஃபாலோ பண்ணி வருவாங்க. அதனால எனக்குப் பயம் இல்ல சார். அவனுக்கு அவங்க கட்சி ஆளுங்கட்சி, அதனால ஆதரவு இருக்கும்ன்னு தெனாவட்டாத் திரிஞ்சான் சார்" என்றான் சங்கர்.

சங்கர் நீதிமன்றம் செல்லும் போதெல்லாம் விலை உயர்ந்த பேண்ட்டும், டீ ஷர்ட்டும் அணிந்து 'உட்லேண்ட்' செருப்பு அணிந்துதான் செல்வான். குளித்து அவன் அப்படிப் புறப்பட்டு வரும்போது, சினிமா கதாநாயகன் போலவே இருப்பான்.

அன்று பிரதான வாயில் பகுதியில் சங்கர் பேக்குடன் வந்து நின்றிருந்தான். வழக்கமான மிடுக்கும், உற்சாகமும் இல்லதவனாக கவலை தோய்ந்த முகத்துடன் காணப்பட்டான். நான் அப்போதுதான் வெளியிலிருந்து உள்ளே நுழைந்தேன்.

"என்ன சங்கர், ஆல் டல்லா இருக்க..?" என்றேன்.

"சார், இன்னைக்கு எனக்கு வாய்தா தேதி இல்ல சார். ஆனா கோர்ட்டுக்குக் கூட்டிட்டுப் போக வாரன்ட்டோட போலீஸ் வந்திருக்கு. வந்திருக்கிற போலீசும் வழக்கமா வர்ற போலீஸ் மாதிரியில்ல. டாக்டர் அன்ஃபிட் பார் ஜேர்னின்னு சர்டிபிகேட் கொடுத்தாப் போதும் சார். வாய்தாவுக்குப் போக வேண்டியதில்லை. ஜெயிலர்கிட்ட கேட்டுப் பார்த்துட்டேன். அவர் முடியாதுங்கிறார். எங்க ஆளுகளுக்குத் தகவல் சொல்லவும் முடியல சார்" என்றான் குழப்பத்துடனும் கவலையுடனும்.

"அப்படி எல்லாம் ஒண்ணும் நடக்காது சங்கர். தைரியமாப் போயிட்டு வா" என்று அவனுக்குத் தைரியம் சொன்னேன்.

"நான் தைரியமாத்தான் சார் இருக்கேன். நீங்க கொடுத்த 'சேகுவேரா' புத்தகமெல்லாம் படிச்சா, சாவுக்குப் பயமா சார் வரும். ஆனா போலீஸ் ஏதோ முடிவோடதான் வந்து இருக்காங்க. என்ன வெளியே அனுப்ப ஜெயிலரும் ஆர்வம் காட்டுறாரு. நானும் போறேன் சார்" என்று எனக்கு வணக்கம் சொல்லிவிட்டு, விரக்தி புன்னகையுடன் வந்திருந்த காவலர்களுடன் வெளியே போனான் சங்கர்.

திரும்பி அவன் சிறைக்கு வரவே இல்லை. அடுத்த நாள் காலையில் தமிழ்நாட்டு செய்தி ஊடகங்களில் எல்லாம் அவன் போலீஸாரால் சுட்டுக் கொல்லப்பட்ட செய்திதான் பரபரப்பாக இருந்தது.

ஒரு இளநிலை அதிகாரி ஒருவர், "நேத்துத்தான் தம்பி அவன்கிட்ட ஐநூறு ரூபா வாங்கிட்டுப் போனேன். தரமான மனுஷன்தான் அவன்" என்று சொல்லும் போதே குரல் உடைந்து கண் கலங்கினார். சில காவலர்கள் அழுததாகவும்,

சில காவலர்கள் அன்று முழுவதும் சாப்பிடாமல் இருந்ததாகவும் பேசிக் கொண்டார்கள்.

கைதிகள் ஏராளமானோர் மிகுந்த வேதனையுடன் ஒரு நாள் சாப்பிடாமல் இருந்தனர். சிலர் கீழே இருந்து அந்த மாடி செல்லைப் பார்த்துப் பார்த்து அழுத வண்ணம் இருந்தனர். அதில் கணிசமானவர்கள் அவன் எதிராக நினைத்திருந்த ஆதிக்க சாதியைச் சேர்ந்தவர்களாக இருந்தனர்.

*

வாசிப்புப் பழக்கம் வசப்படுத்தும்!

வேலூர் மத்திய சிறையில் தென் மாவட்டங்களைச் சேர்ந்த காவலர்களும், இளநிலை அதிகாரிகளுமாக நிறையப்பேர் பணியில் இருந்தனர். அப்படிப் பணியிலிருந்தவர்கள் எல்லோரிடமும் சொந்த ஊருக்குப் பணியிட மாறுதலில் எப்படியாவது சென்றுவிட வேண்டும் என்ற ஏக்கம் இருந்தது. உணவும், தொலைவும் அதற்குக் காரணமாக இருந்தாலும், பிரதானக் காரணமாக இருந்தது, கண்டிப்பு மிக்க ஒரு கண்காணிப்பாளரே. அவர் பின்னர் டி.ஐ.ஜியாகவும் பதவி உயர்வு பெற்றார். அவர் பெயர் கருப்பண்ணன். பார்ப்பதற்கு நடிகர் பிரகாஷ்ராஜ் போன்ற கம்பீரமான தோற்றமுடையவர். அவருடைய பேச்சு நடவடிக்கையெல்லாம் மிரட்டலாக இருந்தன. அவருக்குக் கீழ் நிலையில் உள்ள அதிகாரிகள் அனைவரையும் ஒருமையில் பேசுவதும், கடும்சொற்களால் திட்டுவதுமே அதற்குக் காரணமாக இருந்தது. ஆனால் யாரும் அவரால் பெரிய அளவில் தண்டிக்கப்படவும் இல்லை. பாதிக்கப்படவுமில்லை.

தென் மாவட்டங்களில் இருந்து பதவி உயர்வு பெற்று வேலூருக்கு வரும்போது, ஏற்கனவே அங்கிருந்தவர்கள் விடுவிக்கப்பட்டு சொந்த ஊருக்குப் போய்க்கொண்டு இருந்தனர். அப்படித்தான் நாங்கள் பதவி உயர்வு பெற்று வேலூர் சிறைக்குச்

சென்றோம். பணியிலிருந்து விடுவிக்கப்பட்டுக் கிளம்பியவர்கள் அந்த அதிகாரியைப் பற்றிப் பீதியூட்டிச் சென்றனர். பல ஊர்களிலிருந்து வந்த பணியாளர்கள் ஓட்டலில் உணவருந்தப் போகும்போதும், தங்குமிடங்களிலும் அந்த கண்காணிப்பாளரைப் பற்றியே பேசிப்பேசி பீதியடைந்த வண்ணமிருந்தனர்.

நானும் அவர்கள் பேச்சைக்கேட்டு சொல்லிக் கொண்டிருந்தேன், "என்னை எல்லாம் அவர் அவமானப்படுத்தி அடக்கியாள நினைத்தால், நான் அவருக்குக் தக்க பதிலடி கொடுப்பேன். அதனால் இன்னொருமுறை சஸ்பெண்ட் ஆனாலும் பரவாயில்லை" என்று. என்மீது அக்கறை கொண்ட நண்பர்கள், "வேண்டாம். கொஞ்ச நாளைக்குப் பொறுமையோடு வந்த இடத்தில நாள கழிச்சுட்டுப் போவோம். அவசரப்பட்டு எதையும் பேசிவிடாதீங்க. இப்பத்தான் தண்டனை எல்லாம் முடிஞ்சு பதவி உயர்வு வந்திருக்கு" என்று அக்கறையுடன் எச்சரித்தனர்.

பொதுவாக எல்லாச் சிறைகளிலும், பணியில் இருப்பவர்களுக்கு மாலை 6 மணிக்கு மேல் கைதிகளைப் பூட்டி, கணக்கு எல்லாம் சரியான பின்பு வெளியே வருவதுவரை நிம்மதிக்கு உத்தரவாதம் கிடையாது. அந்த கடைசி நேரத்தில்கூட ஏதாவது அசம்பாவிதம் நடந்தாலோ, உயர் அதிகாரிகளிமிருந்து உத்தரவு வந்தாலோ அவ்வளவுதான். இனி எப்போது வெளியே போக முடியும் என்ற விரக்தி நிலை உருவாகிவிடும்.

அப்படிக் கணக்கு முடித்து பிரதான வாயில் பகுதியில் அணிவகுத்து நின்றபின், ஒரு அதிகாரி கண்காணிப்பாளரிடம் போய் உத்தரவு பெற்று வந்தபின் அணிவகுப்பை 'டிஸ்மிஸ்' செய்தால்தான் வெளியே போகும் நிம்மதி வரும். வேலூர் சிறையில் அந்தக் கண்காணிப்பாளர் அடிக்கடி மீட்டிங் நடத்துவார். அந்த மீட்டிங் நடக்கும்போது இரண்டு முறை தேநீர் இடைவேளை விடுவார். வெளியே வரும்போது பதினொரு மணிக்குமேல் ஆகிவிடும். அதன்பிறகு திறந்திருக்கும் கடைகளைத் தேடிப்பார்த்து சாப்பிட்டு வந்து களைப்புடன் படுத்து, காலை 5 மணிக்கு எழுந்தாக வேண்டும். அப்போதுதான் காலை 6 மணிக்கு ஆஜராக முடியும்.

அப்படித்தான் ஒருநாள், ஏழு மணிக்கு வீட்டுக்கு போய் ஓய்வெடுத்துக் கொள்ளலாம் என்று வாயிலில் காத்திருக்கும்

போது “எல்லோரும் மேலே வாங்கப்பா. மீட்டிங் இருக்கு. சூப்பிரண்டு அய்யா கூப்பிடுறாரு” என்று ஒரு அதிகாரி சொன்னார். சலிப்புடன் எல்லோரும் மேலே உள்ள அலுவலகத்திற்குள் நுழைந்ததும், அவர் உத்தரவிட்டபின் இருக்கையின் முனையில் இறுக்கத்துடன் அமர்ந்தனர். அவர் பேசத்துவங்கினார். கூட்டத்தை அவர் நடத்தத்துவங்கியதும் இருக்கம் தளர்ந்தது. சற்று நேரத்தில் எல்லோரும் சகஜ நிலைக்கு வந்தனர். கூட்டத்தை ஒரு ஜனநாயக தன்மையுடன் நடத்தினார். எல்லோருக்கும் பேச வாய்ப்பளித்தார். கேலியும் கிண்டலுமாகக் கூட்டம் களைகட்டியது. எல்லோருக்கும் பிஸ்கட்டும் தேனீரும் வழங்கப்பட்டது.

அவருடைய மேஜையில் பாரதியும் செல்லம்மாவும் ஜோடியாக இருக்கும் படத்துடன் ‘வீழ்வேனென்று நினைத்தாயோ’ கவிதையும், அச்சிடப்பட்ட அழகான சட்டகத்தில் நிறுத்தப்பட்டிருந்தது. அந்தப் படத்தை எடுத்து எதிரே உட்கார்ந்து இருந்த ஒரு அதிகாரியிடம் கொடுத்து அந்தக் கவிதையைச் சத்தமாகப் படிக்கச் சொன்னார். அந்த அதிகாரி படத்தைக் கண்ணருகே நெருக்கமாக வைத்து, உற்றுப்பார்த்து படிக்கச் சிரமப்பட்டார்.

“வயசாகிப் போச்சு? கண்ணு தெரியல?”என்று கேட்டுவிட்டு அதை அவரிடமிருந்து வாங்கியவர், இன்னொரு இளம் உயர் அதிகாரியிடம் கொடுத்துப் படிக்கச் சொன்னார். அந்த அதிகாரியும் கவிதையைச் சரியாக வாசிக்கத் திணறினார்.

அதைப்பார்த்த கண்காணிப்பாளர், “எல்லாம் இங்கிலீஷ் மீடியத்தில படிச்சா இப்படித்தான். தமிழக் கொலை பண்ணுறீங் களேப்பா. நானே படிக்கிறேன்” என்று அதை வாங்கினார்.

கூட்டத்தில் இருந்த நான் எழுந்து “இந்தக் கவிதையை நான் பார்க்காமலே சொல்றேன் சார்” என்றதும் அப்போதுதான் அவர் என்னை முதல் முறையாகப் பார்த்தார். “எது, பாரதியுடைய இந்தக் கவிதையையா, பார்க்காம சொல்லுவியா? எங்க சொல்லு பார்க்கலாம்” என்று கூட்டத்தினர் பார்க்க அந்த படம் தெரியும்படி கையில் பிடித்துக்கொண்டு, நான் கவிதையை சொல்லச் சொல்ல, அவர் விரலை நகர்த்திக் கொண்டே வந்தார். கடைசி வரியான ‘கொடும்கூற்றுக்கு இரையெனப் பின் மாயும் பல வேடிக்கை மனிதரைப்போல் நான் வீழ்வேன்

என நினைத்தாயோ' என்ற வரியை சற்று அழுத்தத்துடன் சொன்னேன். அவர் "வெல்டன் வெல்டன. வெரி குட், வெரி குட்" என்று சொல்ல, கூட்டத்தினர் கைதட்டி மகிழ்வித்தனர். அன்றும் கூட்டம் முடிந்து சாப்பிட்டு அறைக்குத் திரும்ப 12 மணிக்கு மேலாகி விட்டது.

ஓரிருநாள் கழித்துச் சிறை அலுவலர் என்னை அழைத்து,

"சூப்பிரண்ட் ஐயா உங்களைச் சிறை அங்காடிப் பொறுப்பைக் கவனிக்க சொல்லியிருக்காரு" என்றார். நான் அவரிடம் "வேண்டாம் சார். அது பணப்புழக்கம் உள்ள இடம். நான் அங்க இருக்கிறது எல்லோருக்கும் சங்கடம்தான். நான் களப்பணியே செஞ்சுட்டுப் போறேன் சார்" என்றேன்.

"ஐயா உங்க மேல நல்ல அபிப்ராயம் வச்சிருக்காரு. அன்னைக்குப் பாரதி கவிதையச் சொல்லி ஐயாவ அசத்துனிங்கல்ல அதான். பஜார் வேலை ரொட்டீனா நடக்கட்டும். நீங்க யூனிஃபார்மெல்லாம் போட வேண்டாம். மேற்பார்வை மட்டும் பார்த்தால் போதும். ஐயா சொல்லச் சொன்னாரு. நீங்க முடியாதுன்னா ஐயாகிட்ட நீங்களே சொல்லிடுங்க. அதுவரைக்கும் பாருங்க" என்றார்.

சிறை அங்காடிப் பணியிலிருந்த இளம் காவலர்களை அழைத்து, "இவர்தான் உங்களுக்கு இன்சார்ஜ் ஆபீஸர். அவருக்கு எந்த வேலையும் வைக்காம, பொறுப்பாப் பார்க்கச் சொல்லி ஐயா சொல்லி இருக்காரு" என்றார் ஜெயிலர்.

எனக்குக் கிடைத்த இந்த வாய்ப்பை, மற்ற பணியாளர்கள் பொறாமையாகவேப் பார்த்தனர். சீருடை அணியாமல், நினைத்த நேரத்திற்குப் பணிக்கு வரலாம். இது அருமையான வாய்ப்புத்தான். எத்தனை நாளைக்கு இந்த அங்கீகாரமோ என்ற மனநிலையில் நான் பணி செய்து வந்தேன். பெயருக்குத்தான் நான் பொறுப்பு அலுவலர். பொறுப்பாக நான் எதையும் செய்யாமல், பொழுது இனிதாகவே அன்றாடம் கழிந்து கொண்டிருந்தது.

ஒரு வாரம் போனதே தெரியவில்லை. இரவு 7 மணிக்கு வேலூர் நகர்ப் பகுதியில் சுற்றிக் கொண்டிருந்தேன். அலைபேசியில் மத்தியச் சிறையில் இருந்து அழைப்பு வந்தது, கண்காணிப்பாளர் அழைப்பதாக. என்னமோ ஏதோவென்று சற்றுப் பதட்டத்துடன்

மத்தியச் சிறைக்கு விரைந்தேன். அலுவலகத்தில் பணியாளர்கள் யாரும் இல்லை. காக்கி அதிகாரிகளும் யாருமே இருந்ததுபோல் தெரியவில்லை. வாயிலில் இருந்த ஆர்டர்லி காவலர், நான் வந்த செய்தியைக் கண்காணிப் பாளரிடம் சொல்லிவிட்டு வந்து என்னை உள்ளே போகச் சொன்னார்.

கண்காணிப்பாளர் மட்டுமே இருந்தார். எதிரே இருந்த தொலைக்காட்சியைப் பார்த்தவாறே வறுத்த முந்திரி பருப்பை வாயில் போட்டு கொண்டிருந்தார். உள்ளே நுழைந்த நான் கைகளை விறைப்பாக பின்னுக்குத்தள்ளி நெஞ்சை நிமிர்த்தி சல்யூட் செய்தேன்.

"நீங்க என்ன டூட்டி பார்க்கிறீங்க" என்றார். அவர் மொழியில் மரியாதை இருந்தது. தொனியில் அதிகாரம் தெரிந்தது. அவரைவிட வயதில் மூத்தவர்களையும், என்னைவிடப் பதவியில் உயர் நிலையில் இருப்பவர்களையும் ஒருமையில் பேசும் அவர் என்னிடம் மரியாதையுடன் கேட்டது ஆச்சரியமாக இருந்தது. அவர் கேட்டதை எந்தப் பொருளில் எடுத்துக் கொள்வது என்று சற்று குழப்பமும் இருந்தது.

"சார், பிரிசன் பஜார் டூட்டி பார்க்கிறேன் சார்" என்றேன்.

"அந்த டூட்டி பார்க்கிறதுல ஒண்ணும் பிரச்னை இல்லையே?"

"இல்ல சார், காசு பணம் புரளுற இடம் சார். நான் கறாரா இருக்கணும்னு நினைக்கிறவன். அது எனக்குச் சரியா வராது சார்" என்றேன்.

"நீங்க சும்மா மேற்பார்வை மட்டும் பாருங்க. அந்தப் பசங்க எல்லாம் வேலையும் பார்த்துடுவாங்க. நல்ல பசங்க. அங்க வேற எந்தப் பிரச்னையும் வராமப் பாத்துக்கிட்டா போதும். சும்மா பாருங்க தம்பி" என்றார்.

என்னை எதிரே உள்ள இருக்கையில் உட்காரச் சொன்னார். நான் தயங்கி நின்றேன்.

"சும்மா உட்காருங்க பிரதர்" என்று சொன்ன பிறகு உட்கார்ந்தேன். அவருடைய ஆர்டர்லியை அழைத்து எனக்கும் முந்திரிப்பருப்பும் தேநீரும் கொடுக்கச் சொன்னார்.

எனக்குப் பின்னால் இருந்த தொலைக்காட்சியில் ஆயிரத்தில் ஒருவன் டிஜிட்டலில் புதுப்பிக்கப்பட்ட படம்

வெளியான திரையரங்கில் எம்ஜிஆர் படத்துக்குப் பாலாபிஷேகம் செய்த காட்சி ஓடிக்கொண்டிருந்தது. அதைப் பார்த்துவிட்டு கண்காணிப்பாளர் என்னிடம் "ஆயிரத்தில் ஒருவன் படம் பார்த்து இருக்கீங்களா" என்றார்.

"பத்துத் தடவைக்கு மேல பார்த்து இருக்கேன் சார்."

"அந்தப் படத்துல என்ன சிறப்பு?"

"அந்தப் படத்தில எல்லாமே சிறப்புத்தான் சார். அந்த படத்தில உடைகள், படத்தின் கலர், காட்சியமைப்பு, கதைக்களம் எல்லாமே புதுசுதான் சார். அதைவிட ஆர்.கே. சண்முகத்தோட வசனங்களும் மிகச் சிறப்பு சார்!"

"ஆர்.கே.சண்முகம்தான் அந்தப் படத்துக்கு வசனமா? அப்ப வீரபாண்டிய கட்டபொம்மன்?"

"அது சக்தி கிருஷ்ணசாமி சார். அவரோட உதவியாளராக இருந்தவர்தான் ஆர்.கே.சண்முகம்."

"ஓ! சபாஷ்! இவ்வளவு துல்லியமா இருக்கீங்களே வெரிகுட். நீங்க எம்.ஜி.ஆர். ரசிகரா?"

"சின்ன வயசுல எம்.ஜி.ஆர். ரசிகர்தான் சார்."

"ஆயிரத்தில் ஒருவன் படத்தில வேற என்ன விசேஷம்?"

பேச்சு இப்படிப் போனது, என்னை ஆழம் பார்க்கவா, அவரது பொழுதைப் போக்கவா, உண்மையாத்தான் இந்த உரையாடல் நடக்கிறதா என்ற குழப்பம் எனக்கு வந்தது. இருப்பினும் நான் தொடர்ந்தேன்.

"சேகுவேராவோட வாழ்க்கைதான் இந்த படத்தோட கதையின்னு சிலபேர் இப்பச் சொல்றாங்க சார்" என்றேன்.

"சேகுவேராவுக்கும் இந்தப் படத்துக்கும் என்ன சம்பந்தம்"

"சேகுவேரா ஒரு மருத்துவர். எம்ஜிஆரும் அந்தப் படத்தில் ஒரு மருத்துவர். அடிமைகள் விடுதலைக்கு எம்.ஜி.ஆர். உதவுவதாக இருக்கும். கியூபா விடுலைக்கு அர்ஜென்டைனாகாரரான சேகுவேரா உதவுவார். பாடிஸ்டா சர்வாதிகாரிய எதிர்த்துப் போராட காஸ்ட்ரோவுக்குத் துணையாக சேகுவேரா இருப்பார். படத்துல சர்வாதிகாரியான ராமதாஸை எதிர்க்க எம்.ஜி.ஆருக்கு நம்பியார் துணையாக வருவார். படம் எடுத்த வருஷமும்

கியூபப் புரட்சி நடந்த சில ஆண்டுகளில்தான்" என்றதும் உற்சாகமாக மேஜையைத் தட்டி, "ஆஹா... ஆயிரத்தில் ஒருவன் படத்துக்கு இப்படி ஒரு பின்னணி இருக்கா. சபாஷ். பாரதி கவிதைகள் அழகாச் சொன்ன போதே நினைச்சேன். நீங்க ஒரு இலக்கியவாதியாகவோ, தீவிர வாசிப்பாளராகவோ இருப்பீங்கன்னு..."

இதுபோல் சற்று நேரம் உரையாடல் நீண்டது. பிறகு எனக்கு விடை கொடுத்து மகிழ்ச்சியுடன் அனுப்பினார். இத்தனை ஆண்டுக் காலத்தில் உயரதிகாரிகள் எவரும் எனக்கு இத்தனை அங்கீகாரம் கொடுத்தது இல்லை. அவர் ஓர் இலக்கிய ஆர்வலராகவும், தீவிர வாசிப்பாளராகவும் இருக்கிறார் என்பதையும் தெரிந்து கொண்டேன்.

வேலூரில் இருந்து மதுரைக்கு வார ஓய்வில் மட்டும் வந்து செல்வது மிகச் சிரமம். அதனால் இரண்டு வாரத்துக்கு ஒருமுறை, வார ஓய்வுடன் ஒரு நாள் தற்செயல் விடுப்பு எடுத்துச் சென்று வருவதுமாக இருந்தேன். இரண்டு வாரம் கழித்து வார ஓய்வில் ஊருக்குச் சென்று வரப்போவதாக கண்காணிப்பாளரிடம் சொன்னேன். அவர் இரண்டு நாட்கள் அனுமதி விடுப்பு வழங்கி அனுப்பி வைத்தார். திரும்பிவந்து பணியில் சேர்ந்த பிறகு, ஒரு நாள் அவர் ஓய்வில் இருந்த மாலை நேரம் அவரிடம் இருந்து அழைப்பு வந்தது. அவருக்காக நான் வாங்கி வைத்திருந்த அன்பளிப்பை எடுத்துக்கொண்டு போனேன்.

அலுவலகத்தில் வழக்கம்போலவே தொலைக்காட்சி பார்த்துக் கொண்டிருந்தார். விரைப்பாகக் கைகளைப் பின்னுக்குத்தள்ளி எம்பி சல்யூட் செய்தேன்.

"வாங்க தம்பி, குட் பிரதர், சிட்டவுன்" என்றார் உற்சாகமாக.

நான், "சார், என்னோட சிறிய அன்பளிப்பு" என்று நீட்டினேன்.

சந்தோசச் சிரிப்புடன் அதைப் பெற்றுக்கொண்டார். அதன்பிறகுதான் நான் உட்கார்ந்தேன். அந்தப் பெரிய புத்தகத்தை ஒரு குழந்தையை வாங்குவதுபோல் வாங்கிப் புரட்டிப் புரட்டிப் பார்த்தார். அவர் புத்தகத்தை வாங்கிய லாவகமும் அதன் முகப்பையும் பின் அட்டையையும் பார்த்து மகிழ்ந்ததும் அவர் ஒரு புத்தகப் பிரியர் என்பதை உறுதிப்படுத்தியது. நான் கொடுத்த

புத்தகம் “காவல் கோட்டம்” அதன் அட்டையைப் பார்த்து, “இது மீனாட்சி அம்மன் கோயில் சிலையில்ல. அருமையாயிருக்கு. சாகித்திய அகடாமி விருது வாங்கும் போதே வாங்கணும்னு நினைச்சேன். அப்படியே விட்டுட்டேன். இப்பக் கிடைச்சது ரொம்ப சந்தோஷம்” என்றார்.

“இந்தப் புத்தகத்தை எழுதினவரு எங்க நண்பர்தான் சார்” என்றேன்.

“ஓ! சு.வெங்கடேசன் உங்க நண்பரா?”

“ஆமா சார், ஒரு சின்ன வேண்டுகோள் சார். புத்தகத்தில முதல் வாக்கியத்தை எனக்காக இப்பவே நீங்க வாசிக்கணும் சார்” என்றேன்.

“வாசிக்கலாமே” என்று சொல்லிவிட்டு பாலித்தீன் மேலுறையைக் கிழித்து புத்தகத்தைப் பிரித்து வாசித்தார்.

“கருப்பணன் நினைவு மீண்ட போது... ஹஹ... ஹஹ... ஹா...” என்று மனம்விட்டு சத்தமாகச் சிரித்து,

“என்ன ஒரு இன்ப அதிர்ச்சி. கொடுத்திருக்கீங்க, நீங்க மதுரைக்காரர், மதுரை வரலாறு பற்றிய புத்தகம், எழுதினது உங்க நண்பர், அதெல்லாம் ஓகே!

அதில முதல் வாக்கியமே என்னோட பேரோட துவங்கியிருக்கு... நான் இதை எதிர்பார்க்கவே இல்லை!”

அதன்பிறகு, அந்த புத்தகத்தின் உள்ளடக்கம் குறித்து அவரிடம் சிறிது உரையாடினேன்.

பிஸ்கட்டும் தேனீரும் எனக்கு வழங்கப்பட்டது. எனது குடும்பச் சூழ்நிலை குறித்தும், நான் பணி செய்த இடங்கள், பணியில் இருந்த அதிகாரிகள் குறித்தெல்லாம் பேச்சுத் தொடர்ந்தது.

ஒருகட்டத்தில் நான், “சார், இங்கே வந்த ஒரு சில நாள்ல உங்களை எதிர்க்க வேண்டிவருமோன்னு நினைச்சேன் சார்”

“ஏன்? ஏன்? ஏன்?” சிரித்துக்கொண்டே கேட்டார்.

“இல்ல சார் நீங்க எல்லாரையும் ஒருமையில் பேசுறதும், கோபமாத் திட்டுறதையும் பார்த்து எல்லோரும் பயந்து, ஒருவித மன இறுக்கத்துடன்தான் சார் வேலை செய்கிறார்கள்” என்றேன்.

“எல்லாம் திருட்டுப்பயலுக உங்களுக்கும் அவர்களுக்கும் வித்தியாசம் இருக்குது. நீங்க வாரதற்கு முன்னால உங்களப் பத்தி எல்லாரும் சொன்னாங்க. நீங்க ரெண்டு முறை சஸ்பெண்ட் ஆனீங்களாமே?”

“ஆமா சார். காவலர்களுக்கு எட்டுமணி நேர வேலை கேட்டுக் கொஞ்சம் வேலைகள் செஞ்சேன். யூனிஃபார்ம் சர்வீஸ்ல அதெல்லாம் கூடாதுன்னு, என்மேல நடவடிக்கை எடுத்தாங்க சார். அப்போ இருந்த அதிகாரிகளும் அப்படி. நிலைமையும் அப்படி. அதனால நானும் போராட வேண்டி இருந்தது சார்” என்றேன்.

“உங்களுக்கு இனிமே எதுவும் பிரச்னைனா, நீங்க என்ன எப்ப வேணும்னாலும் வந்து பார்க்கலாம். அது நிர்வாகப் பிரச்னை இருந்தாலும் சரி, சொந்தப் பிரச்னை ஆனாலும் சரி” என்றார்.

அந்த வார்த்தைகளில் அதிகாரம் இருந்தது, அன்பு இருந்தது, தோழமை இருந்தது.

சிறை அங்காடி சார்பாக புதிதாகக் கைதிகளால் நடத்தப்படும் துணி தேய்ப்பகமும், முடி திருத்தகமும் அமைக்கப்பட்டு இருந்தது. அதைப் பார்வையிட வந்த கண்காணிப்பாளர் என்னை அழைத்து முடித்திருத்தகத்திற்குள், நல்ல வாசகங்கள் எழுத ஏற்பாடு செய்யுமாறு சொல்லிவிட்டு “அப்படி வாசகம் இருந்தா சொல்லுங்களேன்” என்றார்.

“இருக்கு சார், செய்யும் தொழிலே தெய்வம், அதில் திறமைதான் நமது செல்வம். கையும் காலுமே உதவி, கொண்ட கடமைதான் நமக்குப் பதவி” இது பட்டுக்கோட்டையார் வரிகள்.

“குன்றென நிமிர்ந்து நில், கூடித் தொழில் செய்” என்றேன்.

“இது பாரதி வரி. நல்லா இருக்கே. இரண்டையும் எழுதி வைங்க. இதுக்குத்தான் உங்களக் கேட்டது” என்று சொல்லிவிட்டுப் போனார்.

இன்னொரு நாள், அவருடன் பேசிக்கொண்டிருந்தபோது, “சார், சுதந்திரத்திற்காகப் போராடினதுக்கு 1926ஆம் ஆண்டு, ராஜாஜி கைதாகி இந்த ஜெயில்ல இருந்த செல் நினைவுச் சின்னமாக இருக்கு.

1964 ஆம் ஆண்டு விலைவாசி எதிர்ப்புப் போராட்டத்தில் கைதாகி, அண்ணா இருந்த செல்லும் நினைவுச் சின்னமா இருக்கு. ஆனா சுதந்திரப் போராட்டத்தில கைதாகி காமராஜர் இங்கே இருந்திருக்காரு சார். அவரைப் பற்றி எந்தக் குறிப்பும் இல்லையே சார்" என்றேன். "காமராஜர் வேலூர் ஜெயில்ல இருந்ததா எந்த எவிடன்சும் இல்லையே. இருந்தாக் காட்டுங்க வைக்கலாம்" என்றார்.

"உன்னைப்போல் தலைவருண்டோ உழைப்பாலே உயர்ந்தவரேங்கிற பாட்டுல ஒரு வரி வரும் சார். வெள்ளையர்கள் காலத்திலே வேலூர் கம்பிச் சிறையினிலே" என்ற பாடல் வரிகளைச் சொன்னதும்,

"அந்த பாட்டெல்லாம் போதாது. வேற ஆதாரம் இருந்தாக் காட்டுங்க"

அடுத்த முறை நான் மதுரைக்குப் போயிட்டு வரும்போது கண்டிப்பா ஆதாரத்தோட வாறேன் சார்" என்றேன்.

"நீங்க நாளைக்குக் கூடப்போங்க. நான் அனுமதி தாரேன். ஆதாரத்தோட வாங்க" என்றார்.

"இல்ல சார், ஊரிலிருந்து வந்து ரெண்டுநாள்தான் ஆகுது. ஒரு வாரம் கழிச்சுப் போறேன் சார்" என்றேன்.

சிறைக் கண்காணிப்பாளர் என்னிடம் கூடுதல் அன்பு காட்டுவதைப் பார்த்து, மற்ற பணியாளர்கள் பெருமையாகப் பேசினார்கள். சிலர் பொறாமையாகப் பார்த்தார்கள். சிலர் எனது போராட்டக் குணம் மழுங்கடிக்கப்பட்டு விட்டதாக விமர்சித்தார்கள்.

ஊருக்குப் போய் ஆதாரங்களுடன் திரும்பியிருந்தேன். ஒரு வாரம் கழித்துதான் கண்காணிப்பாளரைப் பார்க்க முடிந்தது. ஆதாரத்துடன் சென்றேன்.

அவருக்கு வணக்கம் வைத்துவிட்டு, "காமராஜர் வேலூர் ஜெயில்ல இருந்தற்கான ஆதாரங்கள் இருக்கு சார். ஒரு முறையில்ல, இரண்டு முறை. 1940லயும், 42லயும் கைதாகி இங்கே இருந்து இருக்காரு சார். வேற யாரும் எழுதிருந்தாக் கூட நீங்க நிராகரிக்கலாம். நீங்க நிராகரிக்க முடியாத ஒருத்தர் எழுதின புத்தகம் சார். மா.பொ.சி. எழுதின 'சுதந்திரப் போராட்டத்தில் தமிழகத்தின் பங்கு'" என்று சொல்லிவிட்டு

அந்தக் கணத்தை புத்தகத்தை அவரிடம் நீட்டினேன். அதில் குறிப்பிட்ட அந்த பக்கங்களில் அடையாள அட்டைகளைச் செருகி வைத்திருந்தேன்.

வாசித்துப் பார்த்து ஆச்சரியப்பட்டார். அவர் முகமெல்லாம் பூரித்துப்போய் இருந்தது. மேலும், கூடுதலாக ஒவ்வொரு பக்கத்தையும் பார்த்தார். "இது ரொம்ப முக்கியமான ஆதாரமா இருக்கே. இது போதும்" என்றார்.

நான் இன்னொரு தகவலையும் சொன்னேன், "ஒரு ஜனாதிபதியும், ஐந்து முதலமைச்சர்களும் இந்த ஜெயிலில இருந்திருக்காங்க சார். நீலம் சஞ்சீவ ரெட்டி, திரிபுரா முன்னாள் முதலமைச்சர் நிருபேந்தர சக்கரவர்த்தி, கேரள முன்னாள் முதலமைச்சர் அச்சுதானந்தன், தமிழக முன்னாள் முதல்வர் ராஜாஜி, காமராஜர், அண்ணா இவங்க மட்டும் இல்லாமல் காங்கிரஸ் தலைவர் பதவிக்கு காந்தியின் ஆதரவோட நேதாஜிய எதிர்த்து நின்னு தோல்வியடைந்த பட்டாபி சீதாராமையாவும் இங்க இருந்து இருக்காரு சார்!"

"என்னங்க இவ்வளவு பெரிய புதையலக் கொண்டுவந்து இருக்கீங்க. பழைய புத்தகமா இருக்கே. வேற புத்தகம் கிடைக்குமா?" என்றார்.

"தேடிப் பார்க்கணும் சார். கிடைக்கலாம். நீங்க இத எடுத்துக்கலாம் சார்" என்றேன். அடுத்து அவர் இன்னொரு சந்தேகம் கேட்டார்.

"சரி காமராஜர் இந்த ஜெயில்ல இருந்தார் என்பதற்கு ஆதாரம் இருக்கு. எந்த ப்ளாக்ல இருந்தார்னு இலைலையே."

"நீங்க இப்படிக் கேப்பிங்கன்னு தெரிஞ்சுதான் சார் இன்னொரு ஆதாரத்தையும் எடுத்து வந்து இருக்கேன்" என்று இன்னொரு சிறு புத்தகத்தைக் கொடுத்தேன்.

அது என்.ராமகிருஷ்ணன் எழுதிய, 'தோழர் சங்கரய்யா வாழ்க்கை வரலாறு'. அதில் சங்கரய்யாவும் காமராஜரும் எந்த பிளாக்கில் இருந்தார்கள் என்ற குறிப்பும் இருந்தது. அது இப்பொழுதும் ஓ.எஃப்.யார்டு என்று அழைக்கப்படும் பழைய பெண்கள் சிறையாகும். ஓல்டு ஃபிமேல் யார்டு என்பதுதான் அப்பொழுதும் அந்த பிளாக்கிற்குப் பெயராக இருந்திருக்கிறது. அப்படியானால், அதற்கும் பல ஆண்டுகளுக்கு முன்பு பெண்கள்

சிறையாக அந்த பிளாக் இருந்திருக்கிறது என்பதையும் புரிந்து கொள்ளலாம்.

அந்த பிளாக்கில் இருந்துதான் இந்திய கம்யூனிஸ்டுகளின் உன்னதத் தலைவர் தோழர் ஏ.கே. கோபாலன் சிறைச்சுவரை உடைத்து, சிறையிலிருந்து தப்பித்துச் சென்றுள்ளார். இதுகுறித்து 'நான் என்றும் மக்கள் ஊழியனே' என்ற புத்தகத்தில் மிக விரிவாக தோழர் ஏ.கே.ஜியும் எழுதியுள்ளார். நான் கொடுத்த புத்தகங்களை ஆதாரமாக வைத்துக்கொண்டு, வேலூர் சிறையில் இருந்த விடுதலைப் போராட்டத் தலைவர்களின் பட்டியலை எடுத்து, நினைவு குறிப்புகளைத் தயார் செய்து கொண்டிருந்தார் செயல்வீரராயிருந்த இருந்த கண்காணிப்பாளர் திரு.கருப்பண்ணன்.

*

எழுதாமல் போன கதை!

அனைத்து ஊடகங்களிலும் பரபரப்பான தலைப்புச் செய்தியானது அந்தக் கொலைச்சம்பவம். கொலையானவர் மிகப் பிரபலமான எழுத்தாளரின் மகன். கொலை செய்ததாக அந்த எழுத்தாளரின் மீதுதான் குற்றச்சாட்டு. கொலைக்குற்றம் சாட்டியவர் அந்த எழுத்தாளரின் மனைவியும், கொலை செய்யப்பட்டவரின் தாயாருமான அரசுக் கல்லூரி முதல்வர். அந்தப் பிரபல எழுத்தாளர் 'சௌபா' என்ற சௌந்தரபாண்டியன். 'சீவலப்பேரி பாண்டி' என்ற தொடர் வருவதற்கு முன்னரே மிகப் பிரபலமான பத்திரிகையாளர் சௌபா.

அவர் எழுதிய ஒவ்வொரு கட்டுரையும் பரபரப்பாகப் பேசப்பட்டது. குறிப்பாக உசிலம்பட்டி வட்டாரத்தில் நிலவி வந்த பெண் சிசுக் கொலை சம்பந்தமாக, அவர் எழுதிய கட்டுரை மிகுந்த கவனம் பெற்றதாக இருந்தது. தமிழக அரசு 'தொட்டில் குழந்தைத் திட்டம்' கொண்டுவர அந்தக் கட்டுரையே காரணமாக இருந்தது என்ற ஒரு கருத்தும் உண்டு. அவர் எது பற்றி எழுதினாலும் எல்லோருடைய கவனத்தையும் ஈர்க்கும்படிதான் இருக்கும். தன்னுடைய நுட்பமான எழுத்தாற்றலால் பத்திரிகையாளராக ஏற்கனவே பிரபலமாகி இருந்த சௌபா, 'சீவலப்பேரி பாண்டி' என்ற தொடரின் மூலமாக இலக்கிய அந்தஸ்து பெற்ற எழுத்தாளராகப் பரிணமித்தார். அதனால் பத்திரிகை உலகத்தைத் தாண்டி இலக்கிய வட்டாரத்தில் மதிப்புமிகு

எழுத்தாளராகவும், திரையுலகிலும், அரசியல் வட்டாரத்திலும் செல்வாக்குமிக்க ஆளுமையாக வளர்ந்திருந்தார்.

கொலைச் சம்பவம் நடந்து சில நாட்களுக்குப் பிறகே புகார் செய்யப்பட்டது. அதன்பிறகு விசாரணை துவக்கப்பட்டு, அந்தச் செய்தி ஊடகங்களில் வெளியாகி அதிர்ச்சி அலைகளை உருவாக்கியது. அன்று இரவு சிறையில் அனுமதி அலுவலராக பணியில் இருந்தேன், கசங்கிய வெள்ளைக் கதர்ச் சட்டை வேட்டியில் என் முன் வந்து நின்றார் சௌபா. அவரையும் அவரது நண்பர்கள் பலரையும் ஏற்கனவே அறிந்தவன் நான். ஆனால், என்னை அவருக்குத் தெரியாது. வாரன்ட்டைப் பார்த்து அவர் பெயர், அவர் அப்பா பெயர், வயது, அங்க அடையாளங்கள் எல்லாம் சரிபார்த்து, பதிவுகள் செய்து, காவலர்கள் சோதனையிட்ட பிறகு, ஏற்கனவே அனுமதிக்கப்பட்டிருந்த கைதிகளுடன் அவரும் போய் உட்கார்ந்தார். இன்னும் சில கைதிகளை அனுமதி எடுத்துமுடித்த பிறகு நான் அவரிடம் சென்று பேச்சு கொடுத்தேன்.

அவர் எழுந்து நின்று கொண்டார். மிகவும் களைத்துப் போயிருந்த அவரைச் சுவர் ஓரமாக இருந்த நீள பெஞ்சில் உட்காரச் சொன்னேன். தயக்கத்துடன் அதில் உட்கார்ந்து நன்றியுடன் பார்த்தார்.

நான் அவரிடம், "1982ஆம் ஆண்டு மதுரை செந்தமிழ்க் கல்லூரியில் நடந்த இந்திய மாணவர் சங்க மாநாட்டில், கவிதைப் போட்டியில் நீங்கள் இரண்டாம் பரிசு பெற்றீர்கள்தானே?" உற்சாகத்துடன், "ஆமா சார்" என்றார். "அந்தக் கவிதைப் போட்டிக்கு நடுவராக கவிஞர் தணிகைச்செல்வன்தானே இருந்தாரு?"

இன்னும் உற்சாகமாக "ஆமா சார்" என்றார், சிரித்துக் கொண்டே.

"1983ல், திருவாரூரில் நடந்த இந்திய ஜனநாயக வாலிபர் சங்கம் நடத்தின கவிதைப் போட்டியில முதல் பரிசு வாங்கினீங்க, அப்பயிருந்து உங்க தோழர்களையும், உங்கள் நண்பர்கள் சிலரையும் எனக்குத் தெரியும்" என்றேன்.

"உங்க வயசு என்ன சார்..? எத்தனை வருஷத்துக்கு முன்னால நடந்ததையெல்லாம் அப்படியே சொல்றீங்களே சார்!" என்று ஆச்சரியத்துடன் கேட்டார்.

"உங்களவிட ஒரு வயசுகூட. இப்பத்தான் உங்க வாரன்ட்டப் பார்த்தேன்."

"நம்ப முடியல சார்" என்றார். அதன் பிறகு மிகுந்த ஆர்வத்துடன், "யாரெல்லாம் சார், உங்களுக்குத் தெரியும்?"

"பிரபாகர், டாக்டர் செல்வராஜ், தர்மலிங்கம் காஸ்ட்ரோ அழகர்" என்றேன்.

"ஆஹா! அவங்க எல்லாம் எப்படிப்பட்ட மனுசங்க. நான் அவங்களயெல்லாம் விட்டுவிலகினதுதான் சார் எல்லாம் தப்பா முடிஞ்சிடுச்சு. அது சரி பிரபாகர்னு சொன்னிங்களே எந்த பிரபாகர்? அமெரிக்கன் கல்லூரிப் பிரபாகரா? பேச்சாளர் பிரபாவா?" என்றார் ஆவலாக.

"ரெண்டு பேரையும் தெரியும்" என்றேன்.

"ஐயோ உங்கள மட்டும் எப்படி மிஸ் பண்ணினேன்னு தெரியலையே!"

"பேச்சாளர் பிரபாவோட வந்து உங்க அலுவலகத்தில சந்திச்சு உங்ககிட்டப் பேசி இருக்கேன். நீங்க அப்பவே ஒரு உயர்ந்த நிலையில இருந்தீங்க. நான் முக்கியமான ஆளாயில்ல. அதனால என்ன உங்களுக்கு நினைவில்லாமல் போயிருக்கலாம்" என்றேன்.

"அவங்களையெல்லாம் தெரிஞ்சிருந்தா, நீங்களும் முக்கியமான ஆள்தான் சார். நான்தான் உங்களைத் தவறவிட்டுட்டேன்" என்றார்.

"அது சரி உங்க நடை, உடை, உருவம் எல்லாம் ரொம்ப மாறிப் போய் இருக்கே!"

"சர்க்கரை வியாதி வந்ததிலிருந்து, உடல்மேல அக்கறையில்லாமப் போயிருச்சு. மனைவி பிரிந்து போய்ப் பல வருஷமாச்சு. அதனால ஏற்பட்ட கவலை, அதனால் ஏற்பட்ட பழக்க வழக்கம் எல்லாம் சேர்ந்து இப்படி ஆயிட்டேன் சார்!" என்றார்.

ஆம், அவருடைய நண்பர்கள் சிலபேர், அவரை விட வயதில் மூத்தவர்களாக இருந்தபோதும் இன்றும் இளைஞர்கள் போல்தான் இருக்கிறார்கள். இவர் வயோதிகத் தோற்றத்தை வரவழைத்துக் கொண்டவராகவே காணப்பட்டார். என்ன

நடந்தது என்பது பற்றி மேலோட்டமாக அப்போது சில வார்த்தைகள் சொன்னார்.

தனது மகன் போதைக்கு அடிமையானவன் என்றும், எல்லாவிதமான போதை வஸ்துக்களையும் பயன்படுத்துபவன் என்றும், "அவங்க அம்மாகிட்டயும் என்கிட்டயும் லட்சம் லட்சமா வாங்கி ஊதாரித்தனமாக ஊர், உலகம் எல்லாம் சுத்தி வருவான். அவங்க அம்மாகூடக் கொஞ்ச நாள். என்கூடக் கொஞ்ச நாள். ரெண்டு பேருகிட்டயும் இல்லாம வேற எங்கேயோ போயிருந்துட்டும் வருவான். அப்படித்தான் சார், அன்னைக்கு போதை வெறியில, என் கூட ரொம்ப நேரம் வாய்ச்சண்டை போட்டான். அப்பாங்கிற மரியாதை இல்லாம ரொம்ப மோசமான வார்த்தைகளால் திட்டினான் சார். திடீர்னு என்ன அடிக்க வந்துட்டான் சார். என் பக்கத்துல இருந்த சுத்தியலை எடுக்க ஆவேசமா வந்தவனைப் பார்த்து பயந்து, நான் சுத்தியலை எடுத்து அவன் தலையில அடிச்சிட்டேன் சார். இதப்பத்தி அப்புறமாச் சொல்றேன் சார்" என்றும் சொன்னார்.

நாங்கள் இருவரும் பேசிக் கொண்டிருந்ததைக் கவனிக்காதது போல் கைதிகள் எதிர்த்திசையில் பார்த்து உட்கார்ந்திருந்தனர். எல்லோரையும் பிளாக்கிற்கு அழைத்துப்போய்ப் பூட்ட தலைமைக் காவலர் வந்தார். அவரிடம் எழுத்தாளர் சௌபாவைப் பற்றிக் குறிப்பிட்டு, அந்த பிளாக் கணக்குப்பிள்ளை கைதியிடமும் காவலர்களிடமும் சொல்லி, நல்ல இடமா அவருக்கு ஒதுக்கிக் கொடுக்குமாறு சொல்லி அனுப்பினேன். இன்டர்காமிலும் அந்த பிளாக் காவலரிடம் தெரிவித்தேன்.

இரண்டு நாட்கள் கழித்து, அதே வழக்கில் அவருடைய தோட்டத்தில் வேலை செய்த இரண்டு தொழிலாளர்கள் கைதாகி வந்தனர். அவர்கள் இருவரும் அவர்மேல் மிகுந்த விசுவாசம் உள்ளவர்களாக இருந்தனர். அவர்களும் இரவு நேரத்தில்தான் சிறைக்கு வந்து சேர்ந்தனர். அவர்களிடம் என்ன நடந்தது என்று கேட்டபோது,

"அய்யாகிட்டயிருந்து நடுராத்திரில போன் வந்துச்சு, எங்க ரெண்டு பேரையும் உடனே புறப்பட்டு வீட்டுக்கு வரச்சொல்லி. நாங்க ரெண்டு பேரும் வாடிப்பட்டியிலிருந்து அவர் வீட்டுக்கு வந்தோம். வந்த பிறகுதான் அய்யா நடந்ததைச் சொன்னாரு. அவர்தான் பிணத்தோட மெத்தையச் சுருட்டி கட்டச் சொல்லி,

அதக் காருக்கு மேலே ஏற்றிக் கட்டச் சொன்னாரு. அவருதான் காரை ஓட்டினாரு. அவர் தோட்டத்தில இருந்த மண்புழு உர குழிக்குள்ள போட்டு எரிக்கச் சொன்னாரு. அவரு தங்கமான மனுஷன்யா. அவரு எங்க எல்லார் மேலேயும் ரொம்ப அன்பா இருப்பாரு. அவர் பேச்ச எங்களால தட்ட முடியலய்யா. அவர் சொன்னதை எல்லாம் செஞ்சோம்யா" என்றனர் பீதியுடன். அன்று இரவு மட்டும் அவர்கள் இருவரும் புதிதாக வரும் கைதிகள் பிளாக்கில் இருந்தாக வேண்டும். அடுத்த நாள் அவர்களை சௌபா இருக்கும் பிளாக்கில் கொண்டுபோய்ச் சேர்க்க ஏற்பாடு செய்யப்பட்டது.

அதற்குள் சௌபாவின் செல்வாக்கு சிறையிலும் சற்றுக் கூடியிருந்தது. அதிகார மட்டங்களிலிருந்தும், பல்வேறு தரப்பிலிருந்தும் அவரை நன்றாகப் பார்த்துக்கொள்ளும்படி சிறை அதிகாரிக்கு உத்தரவுகளும், வேண்டுகோள்களும் வந்த வண்ணமிருந்தன. சிறையில் அவருக்கு வேறு எதுவும் பெரிதாகச் செய்து கொடுக்க இயலாது. அவர் இருக்க நல்ல பிளாக்கும், உதவிக்கு அவருடன் அவருடைய தொழிலாளர்களையும் வைத்துக் கொள்ளலாம். கூடுதலாக உதவக் கைதிகளும் தயாராகவே இருந்தனர். அவருக்காக காலையில் தேநீர், வடை, சிற்றுண்டியும், மதியம் குழம்பும், மாலையில் வேலையாட்களுக்கு வழங்க பீடிக்கட்டுகளும் வாங்கிக் கொள்ள அனுமதி வழங்கப்பட்டது. எல்லாம் கணக்கு வைத்து சேர்த்து மொத்தமாக வாங்கிக்கொள்ளும் ஏற்பாடும் இருந்தது.

பேராசிரியர் பிரபாகர், பேச்சாளர் பிரபாகர் இருவரும் மாறிமாறி என்னிடம் சௌபா குறித்து அன்றாடம் அக்கறையுடன் விசாரித்த வண்ணம் இருந்தனர். இன்னும் அவரது பழைய நண்பர் சிலரும் அவ்வப்போது விசாரித்தனர். சௌபாவின் இளமைக்காலம் குறித்தும், அவரது இலக்கிய மேன்மை குறித்தும், எழுத்தில் அவர் அடைந்த புகழ் குறித்தெல்லாம் சிலாகித்துப் பேசிய வண்ணம் இருந்தனர். பேராசிரியர் பிரபாகர், சௌபாவை நேரில் பார்க்க உதவி செய்ய முடியுமா என என்னிடம் கேட்டார். அவரை அடுத்தநாள் சிறைக்கு வரச்சொன்னேன். அவர் சிறை வளாகத்திற்கு வந்தபோது அங்கே பணியிலிருந்த சில பணியாளர்களும், காவலர்களும் அவருக்கு வணக்கம் வைத்தும் சல்யூட் செய்தும் வரவேற்றனர். அவர்கள் அவரின் மாணவர்கள் எனப் பெருமையாகச் சொன்னார்கள்.

அவருக்கு இருந்த வரவேற்பைப் பார்த்தபோது, எனது உதவி கூடத் தேவையற்றதாகத்தான் தோன்றியது. சௌபாவை அழைத்து வந்து ஒரு சௌகரியமான இடத்தில் பேசுவதற்கு வசதி ஏற்படுத்திக் கொடுக்கப்பட்டது. சௌபாவின் முகம் பிரகாசமாய் மாறியிருந்தது. எப்போதும் பிரகாசமாய் இருக்கும் பேராசிரியர் பிரபாகரின் முகம் வாடிப் போயிருந்தது. எதிரெதிர் நாற்காலிகளில் நெருங்கி உட்கார்ந்து பேசிக்கொண்டிருந்தனர். நடந்ததையெல்லாம் உணர்ச்சிகரமாகப் பேராசிரியரிடம் சொல்லிக்கொண்டிருந்தார் சௌபா. பேராசிரியர் பிரபாகர் ஆழ்ந்த வேதனையுடன் கேட்டுக் கொண்டிருந்தார். பேசி முடித்து, மிகுந்த மனவேதனையுடன் விடைபெற்றார் பேராசிரியர்.

அனுமதி அளித்த சிறை அதிகாரி, பிரபாகரைப் பார்த்து, சௌபாவின் சமவயது நண்பர் என்பதையும், அவர் தமிழ்த் துறைப் பேராசிரியர் என்பதையும் நம்ப இயலவில்லை என்று ஆச்சரியத்துடன் கூறினார்.

அவ்வப்போது அவரைச் சந்தித்துப் பேசிவந்தேன். அவரைப் பார்க்கப் போகும் போதெல்லாம் குதூகலத்துடன் ஒரு குழந்தையைப் போல் வருவார். மகிழ்ச்சி பொங்கப் பேசுவார். பேசுவதைக் கேட்டு மகிழ்வார்.

"எனக்கு இப்படியே ஜெயில்லயேக் கூட இருக்கலாம்னு கூடத் தோணுது. இங்கதான் ரொம்ப நிம்மதியா இருக்கேன் தோழர்" என்றார்.

"நீங்கள் விகடனில் தோழர் ஐ.மா.பா. பற்றி எழுதிய கட்டுரை ரொம்ப நல்லா இருந்தது. தோழர் ஐ.மா.பா.வுக்குப் பெரிய மரியாதை செஞ்சுட்டீங்க. அதேபோல, 'கம்பீரமான மனிதர்' என்று தோழர் எம்.முனியாண்டியைப் பற்றி அருமையா எழுதியிருந்தீங்க" என்றேன்.

"எனக்குப் பெரிய குறை ஒண்ணு இருந்துக்கிட்டே இருக்கு தோழர். தோழர் எஸ்.ஏ.பெருமாள் பற்றியும், தோழர் என்.நன்மாறன் பற்றியும் சிறப்பான கட்டுரைகள் எழுதணும். அது தாமதமாகிக்கிட்டே இருக்குறது பெரிய குறையாத் தெரியுது தோழர்."

கைதிகளும் மற்ற பணியாளர்களும் இருக்கும் போது 'சார்' என்றுதான் பேசுவார். தனியாகப் பேசும் போது தோழர் என்று

பேசுவார். நான் அவரைத் தோழர் என்று பேசுவதில் மகிழ்ந்தார். அவருடைய கால்கள் வீக்கத்துடன் காணப்பட்டன. அதைக் கவனித்த நான், "தோழர் கால் ரொம்ப வீக்கமாக இருக்கே. சுகர் மாத்திரை சாப்பிடுறீங்களா இல்லையா" என்று கேட்டேன்.

"இருந்த மாத்திரை முடிஞ்சிருச்சு. வெளியிலிருந்து மாத்திரை வரணும். வந்த பிறகு போடலாம்" என்றார்.

"அது வரும்வரைக்கும் சிறை மருத்துவரைப் பார்த்து மாத்திரை வாங்கிக்கங்க. இங்க அந்த மாத்திரையில்லனா வெளியில கூட வாங்கிக்கலாம்" என்று சொன்னேன்.

அதை அவர் பெரிதாக எடுத்துக் கொள்ளவில்லை. அடுத்த நாள் புறங்காலில் சிறிய வெடிப்புப் புண்கள் உருவானது. அப்போதும் அவர் சிறை மருத்துவமனைக்குச் செல்ல ஆர்வம் காட்டவில்லை. காரணம் அவரை நம்பி வந்த அப்பாவி தோட்டத் தொழிலாளர்களை விட்டுவிட்டு மருத்துவமனைக்குப் போய்விட்டால், அவர்கள் ரிமாண்ட் பிளாக்கில் சிரமப்படுவார்கள் என்று சொல்லிக்கொண்டிருந்தார். அவர்களை நாங்கள் பார்த்துக் கொள்கிறோம் என்று சொன்ன பிறகும், அவர் அங்கு போக மனம் இல்லாமல் இருந்தார். சிறை அதிகாரிகள் மருத்துவரை அழைத்துவந்து பரிசோதித்துப் பார்த்து, கண்டிப்புடன் கூறிய பிறகே சிறை மருத்துவமனைக்குப் போனார்.

அவரால் செருப்பு அணிய முடியாத அளவுக்குக் கால்கள் வீங்கியிருந்தன. செருப்பு அணியாமல் நடக்கவும் சிரமப்பட்டார். சிறை மருத்துவமனையில் ஒரு நாள் மட்டும்தான் இருந்தார். அடுத்த நாள் நடக்கும் போது மலம் கழிந்ததுகூட தெரியாமல் நடந்தார். மருத்துவமனை முழுவதும் ஒரே நாற்றம். ஒரு கைதி அவரைக் கைத்தாங்கலாகத் தண்ணீர்த் தொட்டிக்கு அழைத்துச் சென்று குழந்தையை குளிப்பாட்டுவதுபோல் குளிப்பாட்டினார். தலையைத் துவட்டி புதுச்சட்டை அணிவித்தார். இன்னொரு கைதி மருத்துவமனை முழுவதையும் தண்ணீர்விட்டு அலசி, சுத்தம் செய்து பினாயில் தெளித்தார். மருத்துவமனை வளாகத்தில் மரநிழலில் அமைதியாக உட்கார்ந்திருந்தார்.

நான் அவரிடம் சென்று, "என்ன தோழர், என்ன ஆச்சு?" என்றேன்.

"எனக்கு ஒண்ணும் இல்லையே. நான் நல்லாத்தானே இருக்கேன். எனக்கு மருத்துவமனை வேண்டாம் சார். நான்

இருந்த பிளாக்கிற்கே அனுப்புங்களேன் சார்" என்றார். அவருக்கு என்ன நடந்தது என்பதைக் கூட உணராதவராக இருந்தார். கால்கள் இன்னும் வீங்கிப் போய் இருந்தன. குளித்திருந்ததினால் நீர்த்துப்போன ரத்தம், கால்களில் இருந்த புண்களில் கசிந்து கொண்டிருந்தது.

சிறை மருத்துவர் உடனடியாக வந்து சோதித்துப் பார்த்து, வெளி மருத்துவமனைக்கு அவரை உடனே அனுப்ப ஏற்பாடு செய்யச் சொன்னார். அதற்கு அவர் மறுத்தார். ஆனாலும் அவரை வெளியே மருத்துவமனைக்கு அழைத்துச் செல்ல அனைத்து ஏற்பாடுகளும் செய்யப்பட்டன. சக்கர நாற்காலியில் உட்கார வைத்து ஒரு கைதி மெயின்கேட் வரை தள்ளிக்கொண்டு வந்தார். கேட்டுக்கு வெளியே அவசர ஊர்தி தயாராக இருந்தது. ஜெயிலர் தனது இருக்கையிலிருந்து எழுந்து வந்து, "அய்யா கவிஞரே, எழுத்தாளரே போய் நல்லாக் குணமாகி வாங்கய்யா" என்று சிரித்துக்கொண்டே சொன்னார். அவரிடம்,

"சார், எனக்கு ஒரு சின்ன உதவி செய்ய முடியுமா. என் கேஸ்காரங்க ரெண்டு பேரக் கொஞ்சம் வர சொல்லுங்க சார். அவங்களப் பார்த்துட்டு நான் ஹாஸ்பிடலுக்கு போறேன் சார்" என்றார். உடனே அவர்களை அழைத்து வர உத்தரவிட்டார் ஜெயிலர். அவர்கள் இரண்டு பேரும் பதட்டத்துடன் மெயின் கேட்டுக்கு வந்தனர். அவர்களைப் பார்த்துக் கண்கலங்கிய சௌபா, ஜெயலரிடம்,

"சார், இவங்க அப்பாவிங்க. என்ன நம்பி என் கூட வந்தவங்க சார். இவங்களுக்கு இங்க யாரையும் தெரியாது. இவங்கள நல்ல படியாகப் பார்த்துக்கங்க சார்" என்று சொல்லிவிட்டு அந்த இருவரிடமும் விடைபெற்று வெளியே கிளம்ப ஆயத்தமானார். பதற்றத்துடன் வந்த இருவரும் அழுதபடி திரும்பினார்கள் பிளாக்கிற்கு.

மதுரை அரசு ராஜாஜி மருத்துவமனை தீவிர சிகிச்சைப் பிரிவில், காவல் பணியில் இருந்த சிறைக்காவலரிடம் ஒரு பெண்மணி விசாரித்துக்கொண்டிருந்தார்,

"சார், சவுந்திரபாண்டிங்கிற கைதியோட மனைவி நான். என் கணவரைப் பார்க்கணும் சார்" என்றார். வெளியில் இந்தச் சத்தம் கேட்டவுடன், படுக்கையில் இருந்த சௌபா பதட்டத்துடன் எழுந்து, அருகே இருந்த இன்னொரு காவலரிடம்,

“நான் யாரையும் பார்க்க விரும்பல. அந்த அம்மாவை உள்ளே விடாதீங்க சார். அவங்களப் போகச் சொல்லுங்க சார்” என்றார். காவலர் வந்து அந்தப் பெண்மணியிடம், “யாரையும் உள்ள அனுப்ப முடியாது மேடம். அவர் பார்க்க விரும்பல” என்று தகவலைச் சொன்னதும், ஆவேசமானார் அவர்.

“நான் கவர்ன்மென்ட் காலேஜ் பிரின்ஸ்பால். என்னோட கொழுந்தனாரு யாருன்னு தெரியுமா? எங்கிட்ட இப்படி யாரும் சொல்லக்கூடாது. என் புருஷனப் பார்க்க எனக்கு அனுமதி வேணும்!” என்று சத்தமாக வாதிட்டார். பயந்துபோன காவலர்கள் வழி விட்டனர். உள்ளே வந்த அவரது மனைவியைப் பார்த்துப் பதறிய சௌபா, இரண்டு கைகளாலும் முகத்தைப் பொத்திக்கொண்டார்.

ஆவேசம் குறையாத அந்தப் பெண்மணி, “இங்க பாரு... நீ ஊருக்குக் கதை சொல்லுற மாதிரி என்கிட்டச் சொல்லி என்னை ஏமாத்த முடியாது. எம் மகன் எங்க இருக்கான்... அவனை என்ன பண்ணின சொல்லு?” என்று அரற்றினார்.

மருத்துவர்கள் சத்தம் கேட்டு வந்து, “மேடம் இது ஐ.சி.யூ. வார்டு. இங்க மத்த பேஷன்ட் எல்லாம் இருக்காங்க. மெதுவாப் பேசுங்க மேடம். சார், பேசி அனுப்புங்க சார்!” என்றார் ஒரு பெண் மருத்துவர்.

“டாக்டர், அவங்களப் போகச் சொல்லுங்க. நான் பேச விரும்பல!” என்றார் சௌபா. மருத்துவர்களும் செவிலியர்களும் காவலர்களைப் பார்த்தனர்.

காவலர்கள், பரிதாபமாக அந்தப் பெண்மணியைப் பார்த்து, “அம்மா, ஜெயில் ஆபிஸர்கிட்ட அனுமதி வாங்கித்தான் பார்க்க வரணும். பார்க்க நாங்க விட்டாலும் அவர் பார்க்க விருப்பமில்லைன்னு சொல்றார். இப்ப வெளிய போங்க. நாங்க அவருகிட்டபேசி, சமாதானப்படுத்துன பிறகு நாளைக்கு வந்து பாருங்க” என்றனர். ஓரளவு அமைதியான அவர், சௌபாவை முறைத்துப் பார்த்தவாறே வெளியே போனார்.

அடுத்த ஓரிரு நாளில் சௌபாவின் நிலைமை இன்னும் மோசமான நிலைமைக்குப் போய்விட்டது. வலது முழங்காலிருந்து கால் துண்டிக்கப்பட்டிருந்தது. அவர் சுயநினைவு இழந்த நிலையில்தான் அறுவை சிகிச்சை மேற்கொள்ளப்பட்டது.

அதன் பிறகு நினைவு திரும்பாமல் கோமா நிலையிலேயேதான் இருந்தார். அவரது தங்கையும், தங்கை மகனும் உடனிருந்து கவனித்து வந்தனர். அவர் மனைவி இரண்டாவது முறையாகப் பார்க்க வந்தார். எந்த எதிர்ப்பும் காட்டாத அவரைப் பார்த்து அழுதார். இன்னொரு காலைப் பிடித்துவிட்டபடி, அழுத வண்ணம் இருந்தார். அவ்வப்போது அவர் காதருகே சென்று பேசிப் பார்த்தார். கடைசியாக என்ன சொல்ல நினைத்தாரோ தெரியவில்லை. சௌபாவுக்கு எந்த உணர்வும் இல்லை. மூச்சு மட்டும் விட்டுக்கொண்டிருந்தார்.

அடுத்த நாள் அவர் உயிர் பிரிந்தது! உயிர் பிரியும்வரை அவருடன் இருந்து பார்த்துக்கொண்டார் அவரது மனைவி. சௌபா என்கிற அந்த எழுத்தாளரின் இறுதிக்காலம் சட்டென முடிந்துவிட்டது.

சிறையிலிருந்த அவரது வேலையாட்கள் செய்வதறியாது வாடி வதங்கிப் போயிருந்தனர்.

*

தானாய் எல்லாம் மாறவில்லை

பிரதான வாயிலிலிருந்து உள்ளே நுழைந்தபோது மையக் கோபுரத்தில் இருந்து, இரண்டு பெண்களுடன் சிறைவாசிகள் சிலர் நடந்து வந்துகொண்டிருந்தனர். சிறைக்கு அடிக்கடி வரும் தொண்டு நிறுவனத்தைச் சேர்ந்தவர்களாக அவர்கள் இருக்கக்கூடும் என முதலில் நினைத்தேன். அவர்களுடன் காவலர்கள் யாரும் உடன்வரவில்லை. இப்படி வெளியாட்கள், அதுவும் பெண்கள் யாரும் வரும்போது காவலர்கள் துணையில்லாமல் வரமாட்டார்கள். சற்றுக் குழப்பமாகவே நெருங்கினேன். வளர்ந்த, சிவந்த, கனத்த உடலுடன் இருந்த அந்த அம்மையாரின் தலை நரைத்து இருந்தது. உடன் இன்னொரு பெண்மணியும் வந்தார். அவர்களைச் சுற்றி எகசான் போன்ற சில முக்கிய ஆயுள்தண்டனைக் கைதிகள் பேசிக்கொண்டே வந்தனர். அருகில் சென்ற பிறகுதான் தெரிந்தது அவர் மூத்த வழக்கறிஞர் செல்வி ஆர்.வைகை என்று. நான் அவரிடம் அறிமுகமாக நெருங்கினேன். ஒரு சிறைவாசி என்னிடம் மெதுவாக "இந்த அம்மா உள்ளே வந்ததும், டிஐஜியும், சூப்பிரண்டும் அவங்க பின்னால வந்தாங்க. திரும்பிப் பார்த்த இந்த அம்மா,

'என் கூடக் காக்கிச் சட்டைக்காரங்க யாரும் வரக்கூடாது. நீங்க யாராவது வந்தால் நான் இங்கேயே உட்கார்ந்து தர்ணா பண்ணுவேன்னு சொன்னதும் அவங்க திரும்பிப்போயிட்டாங்க.

மனித உரிமை ஆணையத்தில இருந்து இவங்கள அனுப்பி இருக்காங்களாம். இவங்க ஆய்வு நடத்தி ரிப்போர்ட் அனுப்புவாங்களாம். நீங்க போனீங்கன்னா சத்தம் போடப் போறாங்க" என்று எச்சரிக்கை செய்தார்.

அந்தக் குழுவிற்குப் பின்னால், சில அடிகள் நடந்த பிறகு தோழர் ஆர்.வைகை அவர்களிடம் சன்னமான குரலில் சொன்னேன்,

"அப்பா, தோழர் சங்கரய்யா, தோழர் கே.டி.கே. எல்லாம் அந்த பிளாக்கிலதான் இருந்தாங்க" என்று தூரத்தில் இருந்த 'ஏபி' தனியறை பிளாக்கைச் சுட்டிக் காட்டினேன். சற்று நேரம் நின்று அந்தத் திசையைப் பார்த்தார்.

"ரவுண்ட்ஸ் முடியும் போது அங்க போய்ப் பார்க்கலாம் தோழர்" என்றார். மருத்துவமனையைச் சுற்றிப் பார்வையிட்டார். மருத்துவரிடம் நீண்ட நேரம் பேசிவிட்டு வெளியில் வந்து ஒவ்வொரு பிளாக்காகச் சுற்றி பார்த்தார். கழிப்பறைகளையும், கட்டடங்களையும், கூரைகளையும் பார்வையிட்டு சில இடங்களை செல்போனில் படங்களும், குறிப்புகளும் எடுத்துக்கொண்டே வந்தார்கள்.

சில கைதிகள் தீர்ப்பாணை நகல்களை எடுத்து வந்து காட்டி ஆலோசனை கேட்டனர். அவற்றை எல்லாம் முழுதாக படித்து ஆலோசனைகள் வழங்கியவாறு, ஒவ்வொரு பிளாக்காகப் பார்வையிட்டு வந்தார். ஏழாம் தொகுதி தனியறை பகுதிக்குள் நுழைந்தார்கள். அங்குதான் ராஜீவ்காந்தி கொலை வழக்கில் தண்டனை பெற்ற ரவிச்சந்திரன் இருந்தார். ரவிச்சந்திரன் அவரை அறிமுகம் செய்துவிட்டு அவர்கள் உட்காரப் பிளாஸ்டிக் நாற்காலிகளைக் கொடுத்து உட்காரச் செய்தார். நீண்ட நேரம் அங்கேயே பேசிக்கொண்டே இருந்தார்கள். வெளியே வந்த பிறகு 'ஏபி' தனியறை பகுதிக்கு அழைத்துச் சென்று "அந்த பிளாக்கில்தான் அப்பாவும், தோழர் சங்கரய்யாவும், தோழர் கே.டி.கே.வும் இருந்தாங்க. எந்தெந்த செல்லுன்னு தெரியல தோழர்" என்றேன். 'பி' தனியறையில் கடைசி செல்லைக் காட்டி "இங்கேதான் தூக்குமேடைத் தியாகி பாலுவும், ஐ.மாயாண்டி பாரதியும் இருந்திருக்கிறார்கள்" என்று சொன்னேன். நெகிழ்ச்சியுடனும் பெருமையுடனும் பார்த்துக்கொண்டே வந்தனர்.

பிரதான வாயில் பகுதிக்கு வந்ததும் கண்காணிப்பாளரும், டி.ஐ.ஜி.யும் அவர்களுடன் இணைந்து கொண்டனர். வந்த குழு அப்படியே ரிமாண்ட் பிளாக் பகுதிக்கு சென்றது. நீண்ட இடைவெளிவிட்டு டிஐஜியும் கண்காணிப்பாளரும் பின்தொடர்ந்தனர். அவர்கள் இருவரும் இளம் அதிகாரிகள். மனித உரிமை ஆணையத்திலிருந்து அனுப்பப்பட்ட குழு என்பது மட்டுமே அவர்களுக்குத் தெரிந்திருந்தது. வந்திருந்த மூத்த வழக்கறிஞர் ஆர்.வைகையைப் பற்றி அவர்களுக்கு எதுவும் தெரியாமல் இருந்தது. நான் டிஐஜி யிடம் ஒவ்வொரு தகவலாகச் சொன்னேன். ஆர்வமாகக் கேட்டுக்கொண்டே வந்தார்.

"சார். வந்திருக்க இந்த அம்மா உச்சநீதிமன்றத்தின் மூத்த வழக்கறிஞராக இருக்கிறார். இவரது தந்தைக்கு மதுரையில் முழு உருவச் சிலை இருக்கிறது" என்றேன்.

"இவங்க அப்பா யாரு. மதுரைக்காரங்கதானா" ஆர்வமாகக் கேட்டார்.

"இல்ல சார், இவங்களுக்குத் தஞ்சை மாவட்டம். இந்திய கம்யூனிஸ்ட் இயக்கத்தின் மிக முக்கியமான தலைவர்களில் ஒருவர். நேரு, இந்திராகாந்தி போன்ற தலைவர்களை எல்லாம் எதிர்த்து அரசியல் செய்தவரு. அவங்களுக்கும் அவரை நல்லா தெரியும் சார். பி.ராமமூர்த்தின்னா எல்லோருக்கும் தெரியும் சார். மதுரையில் ஜெயிலில் இருந்து எம்.பி. தேர்தலில் போட்டியிட்டு ஜெயித்து இருக்கிறாரு. மதுரை பஞ்சாலை தொழிலாளர்களுக்காகப் போராடி இருக்கிறாரு. சுதந்திரத்திற்கு முதல் நாள் வரை சங்கரய்யாவோட அவரும் ஜெயில்ல இருந்து இருக்கிறார். சங்கரய்யா இன்னும் வாழ்ந்து கொண்டிருக்கிறார். பி.ராமூர்த்தி மகள்தான் இந்த அம்மா" என்றேன்.

ஒரே கையெழுத்தில் லட்சக்கணக்கான அரசு ஊழியர்களைப் பணிநீக்கம் செய்தபோது, அரசு ஊழியர்களுக்காக உச்சநீதிமன்றத்தில் வழக்காடியவர்தான் சார் இவங்க" என்றேன். அவர் ஆர்வமாகக் கேட்க கேட்க ஒவ்வொரு தகவலாகச் சொல்லி வந்தேன். ஒரு கட்டத்தில்,

"நெய்வேலி என்.எல்.சி. வருவதற்கு இவங்க அப்பா பி.இராமமூர்த்திதான் முக்கிய காரணகர்த்தாவாக இருந்திருக்கிறாரு சார்"

“அவரு மினிஸ்டரா இருந்து இருக்காரா?

“இல்ல சார். நெய்வேலில ஒரு விவசாயி நிலத்தில, ஒரு வித்தியாசமான கருப்புக்கல் கிடைச்சிருக்கு. அத அந்தப் பகுதி கம்யூனிஸ்ட்காரங்க இராமமூர்த்திகிட்ட கொண்டுவந்து காண்பிச்சிருக்காங்க. அதை ராமமூர்த்தி, கட்சிக்கு ஆதரவான சில விஞ்ஞானிகள் கிட்ட காட்டியிருக்கிறாரு. அவங்க அதை நிலக்கரிதான் என்று உறுதியாகச் சொன்னதும், அதைப் பிரதமர் நேருவிடம் கொண்டுசென்று காண்பித்திருக்கிறாரு. நேரு அதை அமெரிக்க விஞ்ஞானிகளிடம் அனுப்பி அறிக்கை கேட்டிருக்கிறாரு. அவங்க அந்தக் கல்லில் அப்படி ஒனண்ணும் விசேஷமில்லைன்னு அறிக்கை கொடுத்துட்டாங்க. உலக கம்யூனிஸ்ட் கட்சியின் மாநாட்டில் கலந்துகொள்ளப் போன ராமமூர்த்தி, சோவியத் விஞ்ஞானிகளிடம் அந்தக் கருப்புக் கல்லை காட்டியிருக்கிறார். அவங்க ஆய்வு செஞ்ச பிறகுதான், நெய்வேலியில் நிலக்கரியும் எரிபொருளும் கிடைக்கும் என்று சொன்ன பிறகுதான், அதை பிரதமர் நேருகிட்ட சொல்லி, சோவியத்தின் தொழில்நுட்பத்துடன் என்.எல்.சி. ஆரம்பிக்கப்பட்டதாகத் தகவல் இருக்கு சார்” என்றேன்.

“பி.ராமமூர்த்தி சிலை எங்க இருக்குன்னு என்னோட டிரைவர்கிட்ட சொல்லுங்க. நேரம் கிடைக்கும்போது நான் போய்ப் பார்க்கிறேன்” என்றார் டிஐஜி.

எல்லா இடங்களையும் பார்வையிட்டு வந்த குழுவிற்கு கண்காணிப்பாளர் அலுவலகத்தில் சிற்றுண்டியும் தேனீரும் வழங்கப்பட்டது. நான், இந்த இடைவெளியில் தோழர் என்.ராமகிருஷ்ணன் எழுதிய ‘ஒரு தியாகச் செம்மலின் வாழ்க்கை வரலாறு’ என்ற புத்தகத்தை எடுத்துச் சென்று, அந்த புத்தகத்தில் தோழர் பி.இராமமூர்த்தி முன்னாள் ஜனாதிபதி வி.வி. கிரியுடன் உட்கார்ந்து பேசிக் கொண்டிருந்த படம் இருந்தது. அந்தப் படத்தில் இளம் வயதுப் பெண்ணாக வழக்கறிஞர் ஆர்.வைகையும் இடம் பெற்றிருந்தார். அந்தப் பக்கத்தில் அடையாள அட்டை வைத்து, டிஐஜியிடம் காட்டி, வந்திருப்பவர் இந்த படத்தில் இருக்கிறார் என்று விளக்கினேன். ஆச்சரியத்துடன் அந்தப் படத்தைப் பார்த்துவிட்டு, ஆர்.வைகையிடம் “பாருங்க எங்க ஆளு பத்து நிமிஷத்துல உங்க அப்பா வாழ்க்கை வரலாறு புத்தகத்தை எடுத்து வந்து இருக்காரு. அதுல நீங்க இருக்கிற படமும் இருக்கு, பாருங்க.” என்று புத்தகத்தை அவரிடம்

காட்டினார். தோழர் ஆர்.வைகை அந்த புத்தகத்தைப் பார்த்து நெகிழ்ந்து, தோழமையுடன் என்னைப் பார்த்துப் புன்னகைத்தார்.

ஆய்வுப் பணி முடித்து, பிரதான வாயிலுக்கு வெளியே போய்த் திரும்பி, ஜெயில் கேட்டுக்கு மேல் சுவற்றில் பொறிக்கப்பட்டிருந்த 1865 என்ற வருடத்தையும் கூர்ந்து பார்த்துவிட்டு விடைபெற்றுச் சென்றார்.

முப்பத்தி ஐந்து ஆண்டுகளுக்கு முன்பு, அவரது தந்தை தோழர் பி. இராமமூர்த்தி, ஆசிரியர் போராட்டத்தில் கைதானவர்களைப் பார்த்துச் சென்றதும், 'பல சரித்திரக் கதை சொல்லும் சிறைக் கதவும்' என்ற பட்டுக்கோட்டை கல்யாணசுந்தரத்தின் வரிகளும் என் நினைவுக்கு வந்தன.

மனித உரிமை ஆணையத்திற்குத் தோழர் ஆர். வைகை அளித்த அறிக்கையின் பயனாக, தற்போது தமிழ்நாட்டில் உள்ள சிறைகளில் எல்லாம் கழிப்பறைகளுக்கு முதல் முதலாகத் தண்ணீர்க் குழாய் இணைப்புகளும், கூடுதலான கழிப்பறைகளும், மருத்துவ சாதனங்களும், சிறைவாசிகளுக்குத் தரமான உணவும் வழங்குவதற்கு ஏற்பாடுகள் செய்யப்பட்டு வருகின்றன.

* * *